खिळवून ठेवणारं आणि वेगवान कथानक, ताण निर्माण करणारी आणि तपशिलांतून 'अॅक्शन' निर्माण करणारी शैली यांमुळे ही कादंबरी वाचनीय होते.

- इव्हिनिंग स्टँडर्ड

खिळवून ठेवणारी आणि ताण उत्पन्न करणारी विलक्षण अशी कथा...

- स्कॉट्समन

या सम हीच!

- संडे टाइम्स

भूमध्य समुद्रातील खेरोस नावाच्या बेटावरील १२०० ब्रिटिश सैनिकांना सोडवायचे तर नॅव्हरन बेटावरील तोफांचा अडथळा होता. मोजक्या माणसांची एक तुकडी अनेक संकटांना तोंड देत त्या तोफा नष्ट करून समुद्रमार्ग निर्वेध करते. नॅव्हारनपर्यंतच्या त्यांच्या प्रवासात मॅक्लीन यांनी विलक्षण प्रभावी पण साध्या भाषेसह सलग वेगाची जाण ठेवल्याने वाचक कथानकात पूर्णपणे बुडून जातो.

तरुण भारत, १३.०३.२०१६

दुसऱ्या महायुद्धात 'खेरोस' या छोट्या बेटावर १२०० ब्रिटिश सैनिक अडकून पडले होते. त्यांना सोडवायला जाणाऱ्या बोटींना नॅव्हारन बेटावरील महाकाय तोफांचा अडथळा होता. सैनिकांना सोडविण्यास येणारे ब्रिटिश आरमार, तोफांचे त्यावर धरले जाणारे नेम आणि त्या नष्ट करण्यासाठी पुढे सरकलेली ती मूठभर घातपात्यांची तुकडी यांच्यात शर्यत लागली. शेवटी कोण जिंकले?

दैनिक ऐक्य, ८-५-२०१६

आपल्या स्नेहीजनांना पुस्तके भेट द्या

द गन्स ऑफ नॅव्हारन

लेखक
ॲलिस्टर मॅक्लीन

अनुवाद
अशोक पाध्ये

मेहता पब्लिशिंग हाऊस

Email : production@mehtapublishinghouse.com
Website : www.mehtapublishinghouse.com

- *या पुस्तकातील लेखकाची मते, घटना, वर्णने ही त्या लेखकाची असून त्याच्याशी प्रकाशक सहमत असतीलच असे नाही.*

THE GUNS OF NAVARONE by **ALISTAIR MACLEAN**
First Published in Great Britain by Collins 1957,1968
Alistair MacLean asserts the moral right to be idntified
as the author of this work

Copyright © Devoran Trustees Ltd. 1957

Translated into Marathi Language by Ashok Padhye

द गन्स ऑफ नॅव्हारन / अनुवादित कादंबरी

TBC-26 Book No. 3

अनुवाद : अशोक पाध्ये

Email : author@mehtapublishinghouse.com

मराठी अनुवादाचे व प्रकाशनाचे हक्क मेहता पब्लिशिंग हाऊस, पुणे.

प्रकाशक : सुनील अनिल मेहता, मेहता पब्लिशिंग हाऊस,
१९४१, सदाशिव पेठ, माडीवाले कॉलनी, पुणे – ४११०३०.

मुखपृष्ठ : फाल्गुन ग्राफिक्स

प्रकाशनकाल : जानेवारी, २०१६

P Book ISBN 9788184989571
E Book ISBN 9789353170448
E Books available on : play.google.com/store/books
www.amazon.in

वाचण्यापूर्वी...

सुमारे चाळीस वर्षांपूर्वी भारतात सतत नवनवीन इंग्रजी चित्रपट प्रदर्शित होत असत. त्यातल्या गाजलेल्या चित्रपटांपैकी 'द गन्स ऑफ नॅव्हारन' हा एक चित्रपट. बहुतेकांनी हा चित्रपट किमान दोनदा पाहिला. अजूनही हा चित्रपट लागला तरी त्याला तुफान गर्दी होते. तेव्हाच्या तरुण मनांमध्ये या चित्रपटाने मोठे घर केले होते. अनेकांच्या घरी आजमितीलाही या चित्रपटाच्या डीव्हीडी आहेत. जणूकाही हा चित्रपट अमर झाला आहे.

या कादंबरीत व्यक्त झाले आहे ते धाडस. शत्रूच्या गोटात पोचून त्याच्याजवळील महाकाय तोफेला निकामी करण्याची कारवाई दोस्त सैन्यातील एक गट करतो आणि त्यामुळे युद्धनौकांची समुद्रातील वाहतूक सुरळीत व सुरक्षित होते. आपल्याकडे असा विषय सहसा कथा-कादंबऱ्यांसाठी घेतला जात नाही. याला अपवाद कै.गो.नी. दांडेकर यांची एक कथा आहे. त्या कथेत खिंडीमध्ये बसवलेल्या मोक्याच्या जागी असलेल्या अशाच एका महाकाय तोफेला एक डोंबारी कुटुंब निकामी करते, असे दाखवले आहे. या कथेचे रूपांतर चित्रपटात मात्र झाले नाही.

आपल्या जनतेची मानसिकता ही बव्हंशी भावनेवर आधारलेली असते. त्यामुळे प्रेमकथा, वात्सल्यकथा अशासारख्या विषयांवर भरपूर लिखाण व चित्रीकरण केले जाते. शिवाजीच्या स्वराज्यस्थापनेसाठी कितीतरी धाडसी मोहिमांचे प्रसंग निवडून त्यावर कथा, कादंबऱ्या व चित्रपट करता येण्याजोगे आहेत. पण चित्रपट निर्मिते हे असले प्रसंग निवडत नाहीत. यावर ओतलेला पैसा परत मिळणार नाही, चित्रपट तोट्यात जाईल, अशी त्यांना भीती वाटते. याचे कारण तो चित्रपट परिणामकारक करण्याची कुवत त्यांच्यात नसते. चित्रपट एवढा मनाची पकड घेणारा हवा की प्रेक्षकांना तो परत परत पाहावासा वाटला पाहिजे. त्यासाठी अफाट तपशील गोळा करणे, अभ्यास करणे, वगैरे आले. ते कोण करेल? असो! परंतु मराठीत साहसकथा किंवा साहसकादंबऱ्या निर्माण होत नाहीत हे खरेच आहे. होत असतील तर त्यांचे प्रमाण नगण्य आहे.

'द गन्स ऑफ नॅव्हारन' चित्रपटाची मोहिनी अजूनही रसिकांच्या मनावर आहे. त्याची मूळ कादंबरी मात्र वेगळी आहे. तरीही ती वाचताना पुन्हा एकदा वाचकाच्या डोळ्यांपुढे नवीन दृश्ये उलगडत जातील, याची मला खात्री आहे.

– अशोक पाध्ये

अनुक्रमणिका

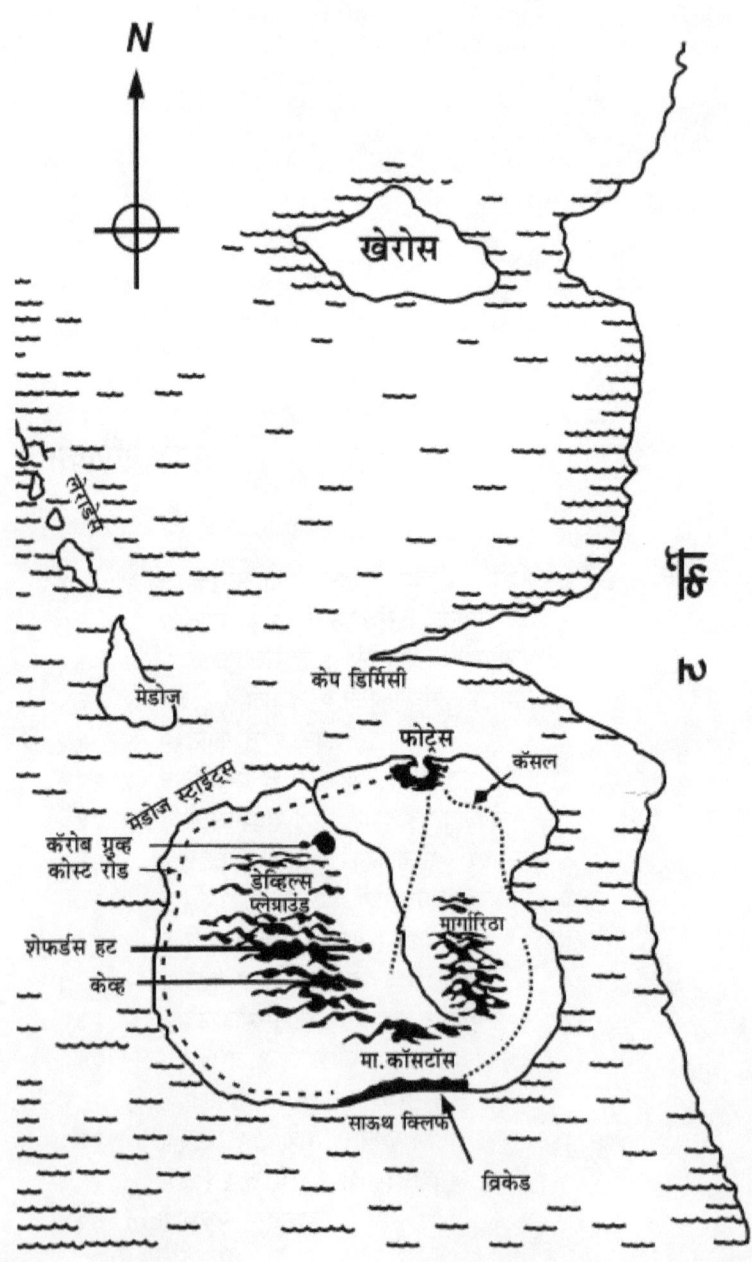

खेरोस

क्रीथ

मेडोज

केप डिर्मिसी

फोट्रेस

कॅसल

कॅरोब ग्रूव्ह
कोस्ट रोड

डेव्हिल्स
प्लेग्राउंड

मार्गारिठा

शेफर्ड्स हट

केव्ह

मा. कॉंसटॉंस

साऊथ क्लिफ

ब्रिकेड

मेडोज स्ट्रॅईट्स

N

एक

रविवार : पहाटे १ ते सकाळी ९

आम्ही त्या पत्र्याच्या शेडमध्ये उभे होतो. ते पत्रे पार गंजून गेले होते. त्याच्या खरबरीत पृष्ठभागावर आगपेटीतील काडी ओढली. अंगावर शहारे आणणारा आवाज झाला आणि ती काडी पेटली. तिच्या भोवती प्रकाशाचे वलय निर्माण झाले. त्या निश्चल रात्रीमध्ये गडद अंधारात असा फडफडणारा प्रकाश एकदम प्रगट होणे हे अगदी विसंगत होते. ज्याने ती काडी ओढली होती त्याने त्या काडीच्या ज्वालेभोवती आपले दोन्ही पंजे धरले होते. तो आपल्या ओठांतील सिगारेट पेटवत होता. मॅलरीने आपल्या ग्रूप-कॅप्टनकडे पाहिले. ग्रूप-कॅप्टनने आपल्या मिशा व्यवस्थित कोरलेल्या होत्या. त्याच्या सिगारेट पेटवण्याकडे लक्ष देत असताना त्याचा चेहरा तसाच निश्चल आहे, कोरा आहे असे मॅलरीच्या लक्षात आले. ती काडी अखेर विझली. ती खालच्या वाळूत टाकून दिली गेली. एका विमानतळाच्या परिघाबाहेर ते दोघे उभे होते.

ग्रूप-कॅप्टन हळू आवाजात म्हणाला, ''ते येत आहेत. मला त्यांच्या विमानाचा बारीक आवाज ऐकू येतो आहे. पाच मिनिटांत ते येथे पोहोचतील. यापेक्षा जास्त वेळ लागणार नाही. आज रात्री वारा पडलेला आहे. नंबर दोनच्या धावपट्टीवर ते उतरतील. कर्मॉन. आपण त्यांना इंटरॉगेशन रूममध्ये भेटू या.'' एवढे बोलून तो थांबला व त्याने मॅलरीकडे कोड्यात पडल्यासारखे पाहिले. ग्रूप-कॅप्टनच्या चेहऱ्यावर एक स्मितहास्य उमटल्याचा भास मॅलरीला झाला. पण अंधारामुळे नीट दिसत नव्हते. ग्रूप-कॅप्टन म्हणत होता, ''थोडा धीर धर. आता थोडाच वेळ वाट पाहावी लागणार. आज रात्री जे काही घडत गेले ते ठीक नव्हते. तुझ्या सगळ्या प्रश्नांची उत्तरे तुला लवकरच मिळतील.'' एवढे बोलून तो झटकन पाठ फिरवून विमानतळाच्या

बुटक्या इमारतींच्या दिशेने चालू लागला. क्षितिजरेषेच्या पार्श्वभूमीवर अंधारात त्या इमारती अस्पष्टशा दिसत होत्या.

मॅलरीने आपले खांदे उडवले आणि तोही त्याच्या मागून चालत जाऊ लागला; पण तो त्याच्यापेक्षा अधिक सावकाश चालत होता. ग्रूप-कॅप्टनचा देह जाडजूड होता. त्याच्या हालचाली डौलदार असायच्या. असे शरीर कमवायला ग्रूप-कॅप्टन जेन्सनला किती काळ व्यायाम करावा लागला असेल? आता तो अगदी खराखुरा आरमारातील नौसैनिक वाटत होता. जेन्सनने त्यासाठी नौदलात तीस वर्षे काढली होती. एवढा अनुभव गाठी असलेला कोणताही माणूस हर्षभरित झाला असता. पण येथे हा काही मुद्दा नाही. जेन्सन हा नौदलात विध्वंसक मोहिमांचा प्रमुख होता, कैरोमध्ये तो तत्सम मोहिमांवर एक्झिक्युटिव्ह होता. त्याच्या मोहिमांमध्ये शत्रूला फसवणे, चकवा देणे, गोंधळात टाकणे, वेशांतर करून हवे तो साध्य करून घेणे अशी कार्ये असत. कॅप्टन जेम्स जेन्सन याचा हुद्दा DSO, रॉयल नेव्ही, असा होता. त्याने ॲलेक्झान्ड्रेटापासून ॲलेक्झान्ड्रिया बंदरापर्यंत सर्व ठिकाणी जहाजावरचा माल चढवणे व उतरवणे ही कामे अशी करून दाखवली होती की, त्याने तिथल्या डॉकमधल्या मजुरांची वाहवा मिळवली होती. ती माणसे त्याच्याबद्दल खूप आदर दाखवत होती. त्याने एकदा उंटावर बसून सांडणीस्वाराचे काम असे काही सफाईने करून दाखवले होते की, ते पाहून वाळवंटातील बदाऊन टोळ्यांचे सांडणीस्वार चकित झाले होते. तसेच, अनेकदा विविध बाजारांत त्याने वेशांतर करून भिकाऱ्याची भूमिका अशी काही बेमालूम वठवली होती की, इतका करुण अवस्थेतला भिकारी आजवर कोणीही पाहिला नसावा. जेन्सन हा एक उत्कृष्ट बहुरूपी होता. हेरगिरीत पटाईत होता. आज रात्री मात्र एका साध्या खलाशाची भूमिका तो वठवत होता. त्याने आज डोक्यावरील टोपीपासून पायातील बुटांपर्यंत नखशिखांत असा पांढरा वेश धारण केला होता. त्याच्या टोपीवर व खांद्यावरील पट्टीला जे सोनेरी धाग्यांचे विणकाम केले होते तेवढेच फक्त ताऱ्यांच्या प्रकाशात चमकून उठत होते.

पायाखालची वाळू घट्ट दाबलेली व कडक होती. त्यावरून ते दोघे चालत होते. चालताना दोघांची पावले एकसारखी तालात पडत होती. जेव्हा ते धावपट्टीवरून चालू लागले तेव्हा त्यांच्या पावलांचा आवाज मोठा होऊ लागला. ग्रूप-कॅप्टन घाईघाईत चालत होता. त्यामुळे मध्येच त्याची आकृती अदृश्य झाल्यासारखी वाटे. मॅलरीने एक खोल श्वास घेतला व तो अचानक वळून जेन्सनला सामोरा गेला.

तो जेन्सनला म्हणाला, "असे पाहा सर, हे काय चालले आहे? उगाच का धावपळ चालली आहे? कशासाठी गुप्तता बाळगली जात आहे? या साऱ्या प्रकारात मला का गोवले आहे? गुडलॉर्ड, सर, अहो कालच क्रीट बेटावरून डिस्चार्ज देऊन सोडले होते. त्यासाठी मला अवघी आठ तास आधी नोटीस दिली

होती. एक महिन्याची रजा मंजूर झाल्याचे मला सांगितले. अन् आता मला इथल्या कामात अडकवले आहे. काय प्रकार आहे हा सारा?''

जेन्सन सावकाश पुटपुटत म्हणाला, ''वेल, काय चालले आहे?''

मॅलरी कडवटपणे म्हणाला, ''रजा दिल्याचे सांगून प्रत्यक्षात तशी दिली नाही. मला एक रात्रभर झोप घेऊ दिली नाही. एसओईच्या हेडक्वार्टरमध्ये तासन् तास कामे करावी लागली. मला अनेक चमत्कारिक व मूर्ख प्रश्न विचारले गेले. दक्षिण आल्प्स पर्वतावर कसे चढून जाता येईल? अशासारखे भलतेसलते प्रश्न विचारले जात होते. रात्री बारा वाजता मला झोपेतून उठवण्यात आले व तुम्हाला भेटायला सांगितले. मी मग त्या वाळवंटातून कित्येक तास मोटारीतून प्रवास करत होतो. माझा ड्रायव्हर हा एक मॅड स्कॉटिश माणूस होता. तो दारू प्यायल्यासारखा कसली तरी गाणी बरळत होता आणि मला मूर्खासारखे व चमत्कारिक शेकडो प्रश्न विचारीत होता.''

जेन्सन स्वत:वर खूश होत म्हणाला, ''मी नेहमी विचार करतो की माझे सर्वांत जास्त परिणामकारक व बेमालूम झालेले वेशांतर कोणते असेल? व्यक्तिश: मला तो प्रवास चांगलाच करमणूक करणारा वाटला होता!''

''म्हणजे तुम्ही...'' मॅलरी एकदम ओरडून म्हणाला. आदल्या रात्रीचा प्रवास त्याला आठवला. त्या गाडी चालवणाऱ्या त्या स्कॉटिश कॅप्टनविरुद्ध आपण आत्ताच काय बोललो ते आठवून तो वरमला व पुढे म्हणाला, ''सर, तुम्हीच होता होय तो ड्रायव्हर? आय ॲम टेरिब्ली सॉरी. मला आत्तापर्यंत कल्पना नव्हती की–''

''होय, मला तेही ठाऊक होते. तुम्हाला बिलकूल कल्पना आली नाही. तशी कल्पना येऊ नये हेच आमचे उद्दिष्ट होते. मला फक्त आमच्या कामासाठी तुम्ही योग्य व लायक माणूस आहात का ते पाहायचे होते. माझी तशी आधीपासून खातरीच होती म्हणा. पण ती रजेची कल्पना कुठून तुमच्या डोक्यात घुसली ते मला समजत नाही. एसओईच्या समजूतदारपणाबद्दल नेहमीच शंका उपस्थित केल्या जातात. पण तरीही ज्यूनिअर ऑफिसरसाठी जाण्यायेण्यासाठी एखादी फ्लाइंग बोट दिली नाही आणि महिनाभर कैरो येथे मौजमजा करण्यासाठी जाऊ दिले नाही.'' त्याने रुक्षपणे व उपरोधिकपणे म्हटले.

''पण तरीही मला समजत नाही की–''

''संयम, संयम धर जरा बेटा. तुमचा हा ग्रूप-कॅप्टन तुम्हाला सांगतो आहे. काळ हा अनंत आहे. जरा धीर धरा व वाट पाहा. पूर्वेकडचे धोरण हे नेहमी असेच असते.''

मॅलरी कुरकुरत म्हणाला, ''गेल्या तीन दिवसांत मला एकूण फक्त चार तास झोप मिळाली आहे. बस्स, एवढीच झोप. आजही झोप मिळणार नाही असे दिसते... हे पाहा, आलेच बघा ते.''

धावपट्टीवरील लॅन्डिंग लाइट्स लागले. त्यांचे प्रखर झोत डोळ्यांत घुसल्यामुळे त्यांनी आपोआप आपली नजर आकाशाकडे वळवली. उजळून निघालेली धावपट्टी शेवटी काळोखात लुप्त झालेली होती. एका मिनिटातच पहिले बॉम्बर विमान धावपट्टीवर उतरून धावू लागले. त्याचे हे धावणे थोडेसे मुश्किलीने झाल्यासारखे वाटत होते. हळूहळू आपला धावण्याचा वेग कमी करत ते शेवटी त्या दोघांपाशीच येऊन थांबले. बॉम्बर विमानावरचा करडा रंग हा मुद्दाम आकाशात सहजासहजी दिसू नये यासाठी दिलेला होता. आता त्या रंगाला जागोजागी विमानविरोधी मशीनगनच्या गोळ्यांनी भोके पडली होती. मागच्या सुकाणूपासच्या छोट्या पंखावर – टेल प्लेनवर – तिथेही बऱ्याच गोळ्या लागल्याच्या खुणा दिसत होत्या. तसेच काही तोफगोळे लागल्याचेही कळून येत होते. विमान एका बाजूला कलवण्यासाठी एका एलिरॉनच्या तर पार चिंध्या झालेल्या दिसत होत्या. पोर्ट आउटर इंजिन बंद पडले होते व ते तेलाने न्हाऊन निघाले होते. वैमानिकाच्या डोक्यावर जे पारदर्शक पर्स्पेक्सचे छत होते, तेही जागोजाग फुटले होते. त्यावर गेलेले तडे असे काही दिसत होते की, अनेक रेघांचे तारे त्यावर रंगवले आहेत. यावरून त्या बॉम्बर विमानावर किती मारा झाला असेल व त्यातून केवळ नशिबानेच ते विमान व त्यातील कर्मचारी बचावले, हेही समजून येत होते.

विमानाची पार चाळण झालेली होती. त्या भोकांकडे जेन्सन टक लावून बघत होता. मग त्याने आपले डोके खेदाने हलवले व दुसरीकडे तो पाहू लागला.

तो शांतपणे मॅलरीला म्हणाला, ''कॅप्टन मॅलरी, तुम्ही जी चार तास झोप घेतलीत तीही सुदैवाने तुम्हाला खूप वेळ मिळाली, असे मी म्हणेन.''

त्या इंटरॉगेशन रूममध्ये दोन प्रखर दिवे लावले होते व त्या दिव्यांना शेड नव्हत्या. त्यामुळे तिथे डोळ्यांना थोडासा त्रासच होत होता. तिथली हवाही कुंद झाल्यासारखी वाटत होती. तिथल्या टेबलावर काही फाटके नकाशे व चार्ट ठेवले होते. टेबलाला पॉलिशही केलेले नव्हते. घाईघाईत बनवून ते येथे आणलेले समजत होते. त्याच्या भोवतालच्या खुर्च्या कुरकुर वाजणाऱ्या होत्या. तिथे जो ग्रूप-कॅप्टन बसला होता त्याच्या दोन्ही बाजूला जेन्सन व मॅलरी बसले होते. अचानक खोलीचे दार उघडले गेले व विमानातून आलेली वैमानिक मंडळी व अन्य काही कर्मचाऱ्यांपैकी पहिला माणूस आत आला. तिथल्या प्रखर प्रकाशामुळे त्याने आपले डोळे थोडेसे किलकिले केले. त्याच्या मागोमाग बाकीचे आत शिरले. जो पहिला वैमानिक आत आला त्याचे डोक्यावरचे केस काळे व दाट होते. त्याने आपल्या डाव्या हातात फ्लाइंग सूट व डोक्यावरचे शिरस्त्राण धरले होते. त्याच्या खाकी गणवेशावरील

खांद्यावर AUSTRALIA अशी पांढ्ऱ्या रंगातील अक्षरे होती. कपाळावर आठ्या घालीत, चकार शब्द न बोलता व कोणाचीही परवानगी न घेता तो एका खुर्चीवर जाऊन बसला. तो त्या तिघांसमोर बसला आणि आपल्या खिशातून त्याने एक सिगारेटचे पाकीट बाहेर काढले, आगपेटी काढली व त्यातली एक काडी टेबलावर घासून ती पेटवली. मॅलरीने आपल्या ग्रूप-कॅप्टनकडे चोरून पाहिले. पण तो ग्रूप-कॅप्टन आपल्याच विचारात मग्न झालेला दिसत होता. ग्रूप-कॅप्टन त्या वैमानिकाची ओळख करून देऊ लागला, ''जन्टलमेन, हे ग्रूप-कॅप्टन स्क्वॉड्रन लीडर टॉरन्स, स्क्वॉड्रन लीडर टॉरन्स हे ऑस्ट्रेलियन आहेत.'' ते ऑस्ट्रेलियन असल्याचे सांगण्याची गरज नव्हती. पण तसे सांगण्यामुळे काही गोष्टींचा खुलासा कदाचित त्याला करायचा असावा. तो पुढे सांगू लागला, ''नॅव्हारनवर आज रात्री हल्ला करण्याचे नेतृत्व त्यांनी केले होते. अन् बिल, यांची मी ओळख करून देतो. हे रॉयल नेव्हीतील कॅप्टन जेन्सन तसेच लाँग रेंज डेझर्ट ग्रूपमधील हे कॅप्टन मॅलरी. त्यांना नॅव्हारनमध्ये खास रस आहे. मग आज रात्री तुमचा हल्ला कितपत व कसा झाला?'' शेवटचा प्रश्न समोर बसलेल्या वैमानिकाला उद्देशून होता.

नॅव्हारन! म्हणजे त्यावरील मोहिमेसाठी मला येथे आणले गेले आहे, हे मॅलरीने मनात ओळखले. त्याला नॅव्हारन चांगले ठाऊक होते. तिथला इंच न् इंच त्याला परिचित होता. भूमध्य समुद्रात पूर्वेकडे असलेले हे बेट व त्यावरील डोंगरावरील अभेद्य किल्ला हा तुर्कस्तानच्या किनाऱ्याजवळ होता. ती युद्धाच्या दृष्टीने एक मोक्याची जागा होती. आज तो किल्ला जर्मन गॅरिसन व इटालियन यांच्या ताब्यात होता. अद्यापपर्यंत दोस्त फौजांना ते बेट व तो किल्ला मिळवता आला नव्हता. मॅलरी टोरान्सचे बोलणे ऐकत होता. तो सावकाश पण थोडेसे हेल काढून बोलत होता. मोहीम अयशस्वी झाल्याचा आपल्या मनातील राग तो काबूत ठेवून बोलत होता.

अचानक तो भडाभडा बोलू लागला, ''ब्लडी ऑफुल सर. ही मोहीम तशी आम्हाला आत्महत्या करायला लावण्यासारखी होती.'' मग त्याने आपले ओठ घट्ट आवळून धरले. तोंडातून सोडलेल्या सिगारेटच्या धुरामधून पाहत तो पुढे म्हणाला, ''पण तशा मोहिमेवर पुन्हा तिथे जाण्याची माझी इच्छा आहे. माझे सहकारी व कर्मचारीही त्यासाठी तयार आहेत. एकदा तरी आम्हाला तिकडे पाठवले पाहिजे. परतीच्या वाटेवर असतानाच आम्ही तसे आपापसात बोलत होतो.'' त्याच्या मागे व आजूबाजूला त्याचे सहकारी येऊन बसले होते. ते हळू आवाजात त्याच्या म्हणण्याला दुजोरा देत असल्याचे मॅलरीने ऐकले. तो पुढे जरासा रागाने म्हणाला, ''या कोण्या विदूषकाने ही मोहीम आखली त्यालाही बरोबर त्या वेळी नेले पाहिजे. तिथे त्याला दहा हजार फुटांवरून नॅव्हारनवर ढकलून दिले पाहिजे अन् तेही पॅराशूटवाचून. म्हणजे मग त्याला कळेल की तिथली परिस्थिती कशी आहे!''

"बिल, इतकी ही अवघड मोहीम आहे?"

"होय सर. आम्हाला या मोहिमेत मारा करण्याची संधीच मिळाली नाही. आम्ही तिथे सरळ वर गेलो. तसे करायला नको होते. मुळात येथून निघाल्यावर हवा आमच्या विरुद्ध होती. पण हवामानखात्यातील विदूषकांनी नेहमीप्रमाणेच 'हवा ठीक आहे' असे कळवले होते."

"त्यांनी स्वच्छ हवामान आहे असे कळवले होते?"

"होय, क्लिअर वेदर! अगदी आमच्या लक्ष्यापाशी शंभर टक्के स्वच्छ हवा आहे असे सांगितले होते." टोरान्स कडवटपणे सांगत होता, "मग वरून आम्हाला खाली दीड हजार फूट तिथे यावे लागले. त्याने फारसा फरक पडत नव्हता म्हणा. त्याहीपेक्षा आम्ही खाली जाऊ शकलो असतो. समुद्रसपाटीपासून ३००० फुटांवर उतरू शकलो असतो आणि तिथून सरळ वर आलो असतो. त्या कड्याच्या उभ्या पृष्ठभागावर मध्येच ते लक्ष्य होते. मग आम्ही अगदी आरामात त्यावर 'आपल्या तोफा बंद करा' असा इशारा देणारी पत्रकेही सहज टाकू शकलो असतो. पण त्यांची तिथली विमानविरोधी तोफ सतत चालू ठेवली होती. ती तोफ ५० अंशातून फिरत आमच्या दिशेने मारा करत होती. अन् नेमक्या त्याच कोनाच्या जागेतून आम्हाला आमच्या लक्ष्यापाशी जायचे होते. आमच्या बरोबरचे रूस व कॉन्रॉय हे अशा मारगिरीच्या कामात तरबेज होते. पण ते त्या कड्याच्या लक्ष्यापर्यंत निम्मे अंतरही जवळ जाऊ शकले नाहीत. त्यांना मारा करायची संधीच मिळाली नाही."

यावर आमचा ग्रूप-कॅप्टन जड अंतःकरणाने म्हणाला, "आय नो, आय नो. मला कल्पना आहे त्याची. आम्ही याबद्दल वायरलेसवर ऐकले होते. अन् अॅलेक्सच्या उत्तरेला मॅक्लीव्हीनचे विमान पडले ना?"

"होय. पण तो ठीक असेल. वाचला असणार. आम्ही निघालो तेव्हा त्याचे विमान पाण्यावर तरंगत होते. त्यातून एक मोठी डिंगी बोट बाहेर काढून तो त्यात बसला होता. तो ठीक असेल." टॉरन्स म्हणाला.

यावर पुन्हा आमच्या ग्रूप-कॅप्टनने आपली मान डोलवली. त्याच्या बाहीला जेन्सनने स्पर्श केला आणि विचारले, "मी स्क्वॉड्रन लीडरशी बोलू शकतो का?"

"ऑफकोर्स कॅप्टन. त्यासाठी परवानगी मागण्याची गरज नाही."

"थँक्स," असे जेन्सनने म्हटले व समोरच्या त्या जाडगेल्याशा ऑस्ट्रेलियन वैमानिकाकडे पाहून स्मित केले व त्याला विचारले, "एकच छोटा प्रश्न मी विचारतो. तुम्हाला तिथे परत जाण्यास खरेच मनापासून आवडेल काय?"

"अगदी बरोबर विचारले. आमची जायची इच्छा आहे. पण पुन्हा असल्या परिस्थितीत जाण्यास बिलकूल आवडणार नाही."

"कारण काय?"

"कारण तसे करणे म्हणजे आत्महत्या करण्यासारखे आहे. काहीही कारण नसताना आपले विमान, दारूगोळा व आपली माणसे का आम्ही गमवायची? शिवाय मी काही परमेश्वर नाही. त्यामुळे अशक्य ते शक्य असे कसे करता येईल?" टॉरन्स अगदी निक्षून सांगत होता. त्याचे म्हणणे खोडून काढणे अशक्यच होते.

मग जेन्सन म्हणाला, "तेव्हा तुमच्या मताप्रमाणे ही असली मोहीम अशक्य आहे. हो ना? अन् ही गोष्ट फार महत्त्वाची आहे."

"त्याचबरोबर माझे आयुष्यही महत्त्वाचे आहे. तसेच वरिष्ठांमधल्या विदूषकांचेही आयुष्य महत्त्वाचे आहे. निदान आमच्यापुरते तरी मी म्हणेन की, असली मोहीम यशस्वी करणे आम्हाला अशक्य आहे." मग आपला हाताचा पंजा आपल्या गालावर ठेवत तो पुढे म्हणाला, "कदाचित एखादी डॉर्निअर जातीची फ्लाइंग बोट आणि नवीन वायरलेसच्या नियंत्रणाखाली उडवले जाणारे बॉम्ब आहेत, त्यामुळे कदाचित ते साध्य होऊ शकेल. यापेक्षा मला जास्त सांगता येणार नाही. पण एक सांगतो, तुमच्या बाजूने अनुकूल संधी तुम्हाला कदापिही मिळणार नाही." मग तो पुढे कडवटपणे म्हणाला, "एक शक्यता आहे. तुम्ही एखाद्या मॉस्क्विटो विमानात ठासून टीएनटीचा दारूगोळा भरा आणि वैमानिकाने चारशे फूट खाली सूर मारून सरळ त्या कड्याच्या खिंडारातून तोंड बाहेर काढलेल्या दोन्ही तोफांवर स्वत:चे विमान झोकून द्यायचे. अशी हाराकिरी केल्याखेरीज तिथल्या तोफा बंद पडणार नाहीत. अशा मार्गानेच तुम्हाला यश मिळेल, नक्की मिळेल!"

"थँक यू, स्क्वॉड्रन लीडर, ॲन्ड ऑल ऑफ यू." असे म्हणून उठून उभे राहत जेन्सन पुढे म्हणाला, "तुम्ही तुमच्या परीने प्रयत्नांची पराकाष्ठा केल्याचे मी बघतो आहे. इतरांनी एवढाही प्रयत्न केला नसता. हो ना ग्रूप-कॅप्टन?"

"होय." मग त्याने मागे बसलेल्या चश्मिष्ट इंटेलिजन्स ऑफिसरकडे पाहून आपली मान हलवली. तो व बाकीची मोहिमेतली माणसे उठली व दार उघडून आपापल्या क्वार्टरकडे निघून गेली.

"तर असा हा सारा प्रकार आहे," असे म्हणून आमच्या ग्रूप-कॅप्टनने एका वाइनच्या बाटलीचे बूच उघडले, काही ग्लास आणले व पुढे म्हटले, "जेन्सन, त्यांचे म्हणणे तुम्हाला मान्य करावे लागेलच. बिल टॉरन्स हा एक ज्येष्ठ व अत्यंत अनुभवी वैमानिक आहे. त्याने आफ्रिकेत खूप अनुभव मिळवला आहे. प्लोएस्ती येथील तेलाचा साठा असलेले गोदाम त्यानेच उद्ध्वस्त करून दाखवले. आजची मोहीम जर यशस्वी झाली असती तर तीही बिलमुळेच झाली असती. असा हा माणूस 'अशक्य' शब्द उच्चारतो म्हणजे त्याच्यावर आपल्याला विश्वास ठेवायला हवा. असल्या तऱ्हेच्या मोहिमा परत यशस्वी होणार नाहीत."

"होय," जेन्सन म्हणाला. तो आपल्या हातात असलेल्या सोनेरी झाक असलेल्या

तपकिरी ग्लासकडे उदासपणे पाहत होता. तो पुढे म्हणाला, "होय, असे काही होणार हे मला आधीच ठाऊक होते. पण माझी तशी खातरी नव्हती आणि उगाच आधी तसे बोलून पुढे माझे म्हणणे खोटे ठरले तर? म्हणून मी तसे काही बोललो नाही. ...पण हे सिद्ध करायला या मोहिमेत डझनभर माणसांचा बळी जावा लागला याचे मला फार दु:ख होते... तेव्हा आता फक्त नॅव्हारनच्या तोफा बंद पाडायचा एकच मार्ग उरला आहे. त्याखेरीज आता गत्यंतर नाही."

"होय, एकच मार्ग उरला आहे." आमचा ग्रूप-कॅप्टन जेन्सनचे म्हणणे उचलून धरीत म्हणाला. त्याने आपला हातातला ग्लास उंचावला व आपले डोके हलवत तो म्हणाला, "खेरोस यशस्वी होवो!" जेन्सनने जणू काही त्याच्या वाक्याचा प्रतिध्वनी उमटवत म्हटले. त्याचा चेहरा गंभीर झाला होता.

मॅलरीला त्यांचे बोलणे कळेना. 'खेरोस' म्हणजे काय? तो म्हणाला, "असे पाहा, मला तुमचे बोलणे समजत नाही. कोणी मला हा 'खेरोस' प्रकार सांगेल का?"

जेन्सन म्हणाला, "खेरोस! यंग मॅन, हा तुमचा आता परवलीचा शब्द झाला आहे असे धरून चाला. बेटा, सबंध जग आता एक रंगमंच बनले आहे. आणि या विशिष्ट सुखांतिकेच्या नाट्यात तुम्ही प्रवेश करत आहात." जेन्सनच्या चेहऱ्यावरील स्मितहास्य आनंद दर्शवत नव्हते. तो म्हणत होता, "सॉरी, तुम्ही या नाट्याचे पहिले दोन अंक पाहिले नाहीत. पण आताच्या अंकात मात्र तुम्ही आहात. मग तुमची तशी इच्छा असो वा नसो. तेव्हा खेरोस नाटक, अंक ३, प्रवेश १. कॅप्टन कीथ मॅलरी यांचा प्रवेश होत आहे."

गेल्या दहा मिनिटांत त्यांच्यापैकी कोणीही तोंडातून शब्द काढला नव्हता. जेन्सन काल जशी वाळवंटातून आत्मविश्वासाने गाडी चालवत होता, तशीच कमांडची भली मोठी गाडी आताही चालवत होता. त्या वेळेसारखाच तो आत्ताही तणावाखाली अजिबात नव्हता. मॅलरीने आपल्या मांडीवर एक नकाशा पसरला होता. तो नकाशा मोठ्या आकाराचा ॲडमिरॅल्टीने करून घेतला होता. त्यावर डॅशबोर्डवरच्या दिव्यांचा प्रकाश पडला होता. नकाशातील 'स्पोरॅडेस' व 'उत्तर डोडीकॅनिज्' या भागांना लाल पेन्सिलीने चौकोन केलेले होते. बऱ्याच वेळाने वाकून बसलेला मॅलरी ताठ झाला आणि त्याचे अंग शहारले. इजिप्तमध्ये नोव्हेंबर महिन्यातील रात्रीही खूपच थंड असतात. त्याने जेन्सनकडे पाहिले.

"मला वाटते की मला ते आता समजले आहे, सर." तो म्हणाला.

"गुड," असे म्हणून जेन्सनने समोर दिसत असलेल्या करड्या रंगाच्या रस्त्याकडे पाहिले. वाळवंटातील अंधारात मोटारीच्या हेडलाइट्सचा प्रकाश रस्ता

उजळून टाकत होता. तो प्रकाशित रस्ता अंधाराला कापून जात आहे असे भासत होते. रस्त्यावरचे खड्डे पार करताना हेडलाइट्सच्या प्रकाशाचे झोत वर उचलले जाऊन खाली वळत होते. असे सारखेच होत होते. त्यामुळे मोटारीच्या स्प्रिंग्ज सारख्या दबत होत्या व पूर्ववत सरळ व्हायच्या. ''गुड!'' त्याने परत तो शब्द उच्चारला व तो पुढे म्हणाला, ''आता पुन्हा एकदा नकाशावर नजर टाका आणि अशी कल्पना करा की, तुम्ही नॅव्हारन गावात मध्यभागी उभे आहात– म्हणजे तुम्ही बेटाच्या उत्तरेकडे समुद्राचा आत घुसलेला गोलाकार भाग आहे तिथे आहात, अशी कल्पना करा. आता मला सांगा, तिथे उभे राहिल्यावर तुम्हाला काय दिसते ते.''

मॅलरी यावर हसला. तो म्हणाला, ''सर, त्यासाठी मला परत या नकाशावर नजर टाकण्याची गरज नाही. मला पूर्वेकडे चार मैलांवर तुर्कस्तानचा किनारा दिसतो आहे. तो उत्तरेकडे वळत जात नॅव्हारनच्या पश्चिमेला पसरला आहे. नंतर परत तो किनारा एकदम पूर्वेकडून वळून जातो. थोडक्यात हे समुद्रातील एक भूशिर बनले आहे. त्याला केप डिमिर्स म्हणतात. हे नॅव्हारनच्या उत्तरेस १६ मैलांवर आहे. बरोबर? त्याच्याही पलीकडे उत्तरेला खेरोस बेट आहे. शेवटी पश्चिमेला सहा मैल गेलं की मेडोस बेट आहे. लेराडस बेटांची जी मालिका आहे त्यातले हे सर्वांत मोठे बेट आहे. वायव्येच्या दिशेने ५० मैल ते पसरले असावे.''

''पन्नास नाही, साठ मैल,'' जेन्सन मान हलवत पुढे सांगू लागला, ''तुम्हाला नकाशांची चांगलीच ओळख आहे असे दिसते. तुमच्यात धैर्य आहे व तुम्हाला अनुभवही आहे. क्रीट बेटावर धैर्य व अनुभव याखेरीज १८ महिने कोणीही टिकू शकणार नाही. तसेच, जाता जाता मी हेही सांगतो की तुमच्यामध्ये एक-दोन वैशिष्ट्ये अधिक आहेत.'' एवढे बोलून जो क्षणभर थांबला. मग आपले डोके सावकाश हलवत म्हणाला, ''फक्त तुमच्या बाजूने नशिबाने तुम्हाला साथ द्यावी अशी मी आशा करतो. ते नशीब शेवटपर्यंत तुमच्याबरोबर राहावे. तुम्हाला त्याची कितपत गरज आहे, हे फक्त परमेश्वरच जाणे.''

यापुढे जेन्सन आणखी काय बोलेल याची मॅलरी वाट पाहू लागला. पण तो आपल्याच विचारात गढून गेला होता. अशीच तीन मिनिटे शांततेत गेली. कदाचित पाच मिनिटेही झाली असतील. फिरणाऱ्या चाकांच्या टायरचा स्विश्ऽऽ असा आवाज येत होता. इंजिनाचा हम्ऽऽ असा आवाज खालच्या पातळीवर होता. मग जेन्सन पुन्हा एकदा शांतपणे बोलू लागला. पण बोलताना त्याने आपली रस्त्यावरची नजर काढून घेतली नाही.

''आज रविवार आहे– म्हणजे आज तशी रविवारची पहाट चालू झाली आहे. खेरोस बेटावर १२०० माणसे आहेत. ते सारे ब्रिटिश सैनिक आहेत. येत्या शनिवारपर्यंत ते सर्व जण मारले जातील, जखमी होतील किंवा युद्धकैदी बनतील. परंतु ते ठार

होण्याचीच शक्यता सर्वांत जास्त आहे.'' मग प्रथमच जेन्सनने आपली रस्त्यावरची नजर काढून मॅलरीकडे पाहिले व तो हसला. ते एक छोटेसे पण गंभीरपणे केलेले हास्य होते. ते हास्य लगेच विरून गेले. तो पुढे म्हणाला, ''कॅप्टन मॅलरी, ते हजार बाराशे जीव तुमच्यावर अवलंबून राहिले आहेत असे कळले, तर तुम्हाला कसे वाटेल?''

जेन्सनने आपला चेहरा निर्विकार ठेवला होता. त्याच्याकडे बरेच सेकंद मॅलरी पाहत राहिला, नंतर त्याने दुसरीकडे आपली नजर वळवली. त्याने नकाशाकडे रोखून पाहिले. खेरोस बेटावरचे १२०० जीव हे मृत्यूची वाट पाहत होते. खेरोस व नॅव्हारन खेरोस आणि नॅव्हारन! ती कोणती कविता होती बरे? खूप वर्षांपूर्वी डोंगराळ भागातील गुराख्यांच्या तोंडून त्याने ती ऐकली होती. क्वीनस्टाऊन गावाबाहेरचे गुराखी त्यांचे ते गीत गात होते. कोणते गीत होते ते? हं, चिम्बोराझो. हेच ते गीत. 'चिम्बोराझो व कोटापॅक्सी, यू हॅव स्टोलन माय हार्ट अवे' हेच ते गीत. त्यातील शब्दांप्रमाणेच आता 'खेरोस व नॅव्हारन' या शब्दांनी तीच पूर्वीची व्याकूळ भावना जागृत झाली, तशाच दोन शब्दांनी त्याच्या मनात भावनांचा कल्लोळ उमटला होता. खेरोस व नॅव्हारन येथील माणसे जीव वाचवण्यासाठी जणू काही आपल्याला आर्त विनवणी करत आहेत, असे त्याला वाटले. त्याने आपले डोके झटकल्यासारखे हलवले आणि तो आपल्या समोरच्या प्रश्नावर मन एकाग्र करू लागला. त्या चित्राच्या कोड्याचे तुकडे आता सावकाश एकमेकांशी जुळू लागले. हळूहळू त्याला उमगत चालले होते.

जेन्सनने त्या शांततेचा भंग केला. तो म्हणत होता, ''तुम्हाला आठवते आहे, दीड वर्षापूर्वी ग्रीसचा पाडाव झाल्यानंतर जर्मन सैन्याने स्पोरॅडिस येथली सर्व बेटे आपल्या ताब्यात घेतली होती. तर इटालियन सैन्याने डोडीकॅनिस येथील सर्व बेटांवर आधीच कब्जा मिळवला होता. मग नंतर आपण हळूहळू या बेटांकडे आपल्या मोहिमा वळवू लागलो. तुमच्या त्या लाँग रेंज डेझर्ट ग्रूपमधील लोकांना आघाडीवर ठेवून त्यांच्यामार्फत मोहिमा चालवल्या होत्या किंवा स्पेशल बोट सर्व्हिसची माणसेही त्यासाठी नेमली होती. गेल्या सप्टेंबरपर्यंत आपण सर्व मोठी बेटे परत मिळवली. याला अपवाद फक्त नॅव्हारन बेटाचा. हे बेट मात्र आपल्या हातात येणे कठीण जात होते व अजूनही तीच स्थिती आहे. त्यामुळे आपल्या लष्करी हालचालीत हे बेट वगळून आपल्या काही गॅरिसन तुकड्या व बटॅलियन्स यांची ताकद एकत्र केली.'' मग मॅलरीकडे हसून पाहत तो पुढे म्हणाला, ''त्या वेळी तुम्ही व्हाइट पर्वतावरील एखाद्या गुहेत घुटमळत असाल. पण जर्मनांकडून कशी प्रतिक्रिया झाली असेल याची तुम्ही कल्पना करू शकता.''

''फार तीव्र प्रतिक्रिया झाली ना?''

जेन्सनने यावर आपली मान होकारार्थी हलवली.

''अगदी बरोबर. अत्यंत तीव्र प्रतिक्रिया झाली. जगाच्या या भागात तुर्कस्तानचे

राजकीय महत्त्व टाळता येणे कठीण आहे. अन् या देशाचा सुप्त कल हा दोस्त राष्ट्रांकडे आहे. बहुतेक सर्व बेटे ही तुर्कस्तानपासून काही मैलांवरची आहेत. तेव्हा तुर्कस्तानचा जर्मन सामर्थ्यावर विश्वास बसणे आवश्यक आहे व तातडीचे आहे, असे जर्मनीला वाटले.''

''मग?''

''मग जर्मनीने आपले सगळे बळ एकवटले. त्यांनी पॅराटूपर सैनिकांच्या तुकड्या, पर्वतीय भागातील युद्धातील ब्रिगेड, नौसैनिक वगैरे सर्व प्रकारचे सैनिक त्या बेटांवर उतरवून ती बेटे काबीज केली. मला असे सांगण्यात आले की त्यासाठी त्यांनी इटालियन बॉम्बर विमाने वापरली. आपल्या जवळची सर्व ताकद ओतून ती बेटे जिंकली. काही आठवड्यांच्या या आक्रमणात आमचे दहा हजार सैनिक व ती बेटे आम्हाला गमवावी लागली. याला अपवाद फक्त खेरोस बेट आहे.''

''तेव्हा आता खेरोस बेट गमावण्याची पाळी आली आहे. असेच ना?''

''होय.'' असे म्हणून जेन्सनने आपल्या सिगारेटच्या पाकिटातून दोन सिगारेट काढल्या. मॅलरीने एक सिगारेट घेतली व आगपेटीतील काडीने ती पेटवली. ती काडी खिडकीबाहेर भिरभिरत फेकून दिली. त्याच्या बाजूला भूमध्य समुद्र होता व समुद्रकिनाऱ्याच्या कडेने त्यांचा रस्ता जात होता.

''होय, आता खेरोसवर ते तुटून पडतील हे नक्की. ते बेट वाचवण्यासाठी आपण फार काहीही करू शकणार नाही. या इथल्या भूमध्य समुद्रावरील आकाशात जर्मनांचे पूर्णपणे प्रभुत्व आहे...'' जेन्सन म्हणाला.

''पण याच आठवड्यात खेरोसवर हल्ला होईल, याबद्दल तुम्हाला कशी खातरी वाटते?''

जेन्सनने यावर एक निःश्वास टाकला. तो म्हणाला, ''ग्रीस देश हा दोस्त राष्ट्रांच्या प्रतिनिधींबरोबर गुप्तपणे बोलणी करत आहे. नुसत्या ग्रीसमधील अथेन्स-पिरीअस भागात आपले गुप्त एजन्ट किंवा हेर दोनशेपेक्षा जात आहेत. आणि–''

''दोनशे!'' मॅलरीने जेन्सनचे वाक्य तोडीत म्हटले, ''तुम्ही नक्की हाच आकडा म्हणालात–''

''होय! हा तसा एक क्षुल्लक आकडा आहे, हे मी सांगतो. विशेषतः कैरो व अलेक्झांड्रिया येथील आपल्या दोस्तशहरात शत्रूचे हेर तर यापेक्षा कितीतरी अधिक पटीने आहेत.'' जेन्सन एकदम गंभीर बनला. तो पुढे म्हणाला, ''काहीही असो, आमची माहिती खरी आहे. पिरीयस बंदरातून त्यांचा नाविक काफिला येत्या बुधवारी पहाटे बाहेर पडेल आणि प्रत्येक बेटापाशी रात्री थांबत थांबत पहाटे जाईल. किती चमत्कारिक स्थिती आहे नाही? आपण दिवसा तिथल्या समुद्रात जाऊन त्या काफिल्याला अडवणार नाही. अन्यथा आपल्यावर बॉम्ब टाकले जातील. जर्मन विमाने रात्री बाहेर पडण्याचे धाडस

करत नाहीत. आपल्या आरमारातील विनाशिका आणि गनबोटी या सूर्यास्ताच्या सुमारास समुद्रात प्रवेश करतील, तर विनाशिका पहाटेच्या आत दक्षिणेला जातील. छोट्या बोटी या एकेकट्या बेटाच्या खाडीत लपून राहतील. त्या तिथे शनिवारी किंवा रविवारी असतील. त्यांचे बेटावर सैनिक उतरवणे आणि आपली विमाने तिथे पोहोचणे या वेळा एकच असतील, असे ते पाहतील. त्यांच्याबरोबरच विमानातून सैनिक खाली पॅराशूटने उतरतील. अथेन्सच्या बाहेर 'जंकर्स ५२' ही तुकडी वाट पाहत असेल. एक दोन दिवस खेरोस टिकाव धरेल. यापेक्षा जास्त काळ नाही.'' जेन्सन हा अगदी सहजपणे सांगत होता. तो वस्तुस्थिती सांगत होता; पण त्याच्या स्वरातून यावर त्याचाच विश्वास नाही, हे जाणवत होते.

पण मॅलरी मात्र त्याच्या सांगण्यावर विश्वास ठेवत होता. तो भूमध्य समुद्राच्या पृष्ठभागाकडे टक लावून पाहत होता. पाण्यावर असंख्य बिंदू ताऱ्यासारखे चमचमत होते. मग एकदम तो जेन्सनकडे वळाला व म्हणाला, ''पण सर, आपले आरमार! त्याच्या साहाय्याने बेटावरील आपले सैन्य काढून घेता येईल. शेवटी आरमार असे मदतीला येईल!''

''आरमार!'' जेन्सन मॅलरीचे बोलणे तोडून म्हणत होता, ''आपले आरमार तेवढे सक्षम नाही. ते दुबळे झाले आहे, आजारी पडले आहे असे समजा आणि भूमध्य समुद्र, पूर्वेकडचे समुद्र येथे युद्धात भाग घेऊन ते थकले आहेत. आपण आपल्या दोन युद्धनौका गमावल्या आहेत, आठ क्रूझर्स निकामी झाली आहेत, त्यातली चार तर बुडाली आहेत आणि डझनभर विनाशिका हातून गेल्या आहेत. याखेरीज किती लहान लहान बोटी आपण गमावल्या याची गणतीच नाही. अन् हे सारे कशासाठी? तर आपल्या हाय कमांडच्या हेतूंसाठी. तीच तीच युद्धाची चाल ते खेळत आलेले आहेत. किल्ल्याचा ताबा कोणाकडे असावा? जर्मनीकडे की आपल्याकडे? आपले हायकमांड आणि जर्मनांचे बर्लीनमधील हायकमांड यांच्यात खेळ चालू आहे. त्यांचे खेळ होतात, पण या खेळात किती नौसैनिकांना, हजारो जणांना आपले प्राण गमवावे लागतात. १० हजार सैनिक आपण आजवर गमावले आहेत. त्यात इंग्लंडचे सैनिक, ग्रीसचे सैनिक, हिंदुस्थानचे सैनिक हे पोळून निघाले आणि त्या बेटांवर मरण पावले. मरताना आपण का मरत आहोत, हेही त्या बिचाऱ्यांना कधी समजले नाही.''

जेन्सनचे स्टिअरिंगवरचे हात घट्ट आवळले गेल्याने पांढरे पडले होते. त्याचे तोंड कडवट झाले होते. ओठ घट्ट आवळले गेले होते. मॅलरीला त्याचे फार आश्चर्य वाटले. जेन्सनचे एवढे भावनाविवश होणे पाहून त्याला एकप्रकारे धक्काच बसला होता. जेन्सनच्या एकूण स्वभावाच्या हे विरुद्ध आहे, असे मॅलरीला वाटले. किंवा त्याच्या स्वभावाचा हा एक भाग असावा, असाही तर्क त्याने केला. कदाचित जेन्सनला आतल्या गोटातील बरीच माहिती ठाऊक असावी. आत काय चालले,

काय चालत आहे, हे त्याला नेहमी कळत असावे.

मॅलरी शांतपणे म्हणाला, "सर, तुम्ही बाराशे माणसे म्हणालात ना? खेरोसवर तेवढी आपली माणसे आहेत ना?"

यावर जेन्सनने त्याच्याकडे एक कटाक्ष टाकला व तो मान वळवून दुसरीकडे पाहू लागला. थोड्या वेळाने तो म्हणाला, "होय, बाराशे माणसे. बरोबर, बाराशेच माणसे. आपल्याला त्यांना तसेच तिथे सोडून देता येणार नाही. आपले आरमार काय करायचे ते करेलच. तिथे दोन किंवा तीन विनाशिका नेऊन– पण सॉरी, बॉय, आय ॲम सॉरी! पुन्हा मी तिकडेच वळत होतो... आता ऐक, नीट ऐक."

मग तो गंभीरपणे पुढे बोलू लागला, "आरमाराकडून तिथली ही बाराशे माणसे, शस्त्रास्त्रे व दारूगोळा सारे काढून घ्यायचे म्हटले तर ते एक रात्रभर चालणारे काम आहे. दिवसा ते बेट खाली करणे शक्यच नाही. आपल्या अवघ्या दोन-तीन स्टुकास बोटी आपल्या रॉयल नेव्हीच्या विनाशिकांची वाट पाहत हे काम करू शकणार नाहीत. विनाशिकांखेरीज अन्य बोटी या मंद गतीने प्रवास करतात. त्यामुळे त्या कामाच्या नाहीत. शिवाय त्या उत्तरेला जाऊ शकणार नाहीत. त्यांचा प्रवास दीर्घकाळ चालेल, कित्येक तास चालेल अन् तोही दिवसाउजेडी. फार धोक्याचे आहे हे. उत्तरेला लेराडस बेटांची साखळी आहे, पण तेथवर ते पोहोचले तर ना!"

"पण सर, त्या बेटांच्या साखळीमधून आपल्या विनाशिका सहज जातील ना?"

"अशक्य! केवळ अशक्य! तिथे शत्रूने पाणसुरुंग पेरून ठेवले असतील. त्यातून जा-ये करणे फार धोक्याचे आहे."

"आणि नॅव्हारनच्या उत्तरेला असलेल्या मेडोस सामुद्रधुनीतून प्रवास केला तर? का तिथेही पाणसुरुंग असतील?"

"नाही, तो एक 'क्लिअर चॅनेल' आहे. तिथे तसे कोणतेही सुरुंग समुद्रतळावर लावून ठेवले नाहीत. फार खोल पाण्यात जाऊन पाणसुरुंग लावणे कठीण असते."

"म्हणजे हाच मार्ग स्वीकारणे भाग आहे. हो ना? पण त्या मार्गाला लागूनच तुर्कस्तानची सागरी हद्द सुरू होते. आणि आपण तर–"

"आपण उद्या तुर्कस्तानच्या सागरी हद्दीतून जाणार आहोत, अन् तेही दिवसाढवळ्या. त्याखेरीज पर्याय नाही. आपली अशी जा-ये होईल याची अटकळ तुर्की सैन्याला आहे आणि जर्मनांनाही आहे. पण दोही बाजूंचे सर्व घटक समान आहेत हे पाहून आपण पश्चिमेची खाडी घेऊन त्यातून जाऊ. त्यामुळे आंतरराष्ट्रीय सीमाभंगासारखी फारशी काही गुंतागुंत निर्माण होणार नाही."

"दोन्ही बाजूंच्या कोणत्या गोष्टी समान आहेत?"

"नॅव्हारनच्या तोफा." एवढे बोलून जेन्सन बराच वेळ बोलायचे थांबला. मग तेच शब्द त्याने परत सावकाश उच्चारले, निर्विकारपणे उच्चारले. एखाद्या प्राचीन

दुष्ट शक्तीची भीती वाटावी, अशा स्वरात त्याने ते उच्चारले. ''नॅव्हारनच्या तोफा! यामुळे दोन्ही बाजू समसमान होतात. दोन्ही चॅनेलमधे उत्तरेकडून प्रवेश करण्याचे मार्ग त्यामुळे रोखून धरले जातात. आज रात्री आपण खेरोसवरील आपली बाराशे माणसे नॅव्हारनच्या तोफा बंद पाडण्यासाठी वापरू शकतो.''

मॅलरी गप्प बसला होता. तो काहीच बोलला नाही. त्याला आता हळूहळू उमगत चालले असावे.

जेन्सन पुढे शांतपणे सांगू लागला, ''त्या तोफा या काही साध्यासुध्या तोफा नाहीत. आपले आरमारातील तज्ज्ञ सांगतात की, त्या तोफेच्या नळीचा व्यास नऊ इंच आहे. माझ्या मते २१० एम एम व्यासाच्या 'क्रंच' तोफांचीच ती सुधारित आवृत्ती असावी. अशा तोफा जर्मन सैन्य सध्या इटलीत वापरीत आहे. त्यामुळे आपले सैनिक सर्वांत जास्त त्या तोफांना घाबरतात व त्यांना नाके मुरडतात. अशा तोफा म्हणजे एक भयंकर हत्यार आहे. त्यातून उडवलेला तोफगोळा हवेतून फारसा वेगाने जात नाही. पण त्यामुळेच त्याचा आपल्या लक्ष्यावरील मारा अचूक होतो.'' मग तो गंभीरपणे पुढे म्हणाला, ''ते काहीही असले तरी त्या तोफांमुळे पाच मिनिटांत सायबरीस नष्ट होईल.''

मॅलरीने यावर आपली मान सावकाश हलवली. ''सायबरीस? मी कुठे हे नाव ऐकले–''

''सायबरीस ही एक क्रूझर बोट होती. त्यावर आठ इंची नळी असलेली तोफ होती. त्या रानटी शत्रूच्या माऱ्यातून ती कितपत टिकते हे पाहण्यासाठी म्हणून तिला त्या मार्गावरून नेहमीप्रमाणे फिरवून आणले जात होते. पण नॅव्हारनच्या तोफांनी ती पार उद्ध्वस्त करून टाकली. त्यावरील फक्त १७ माणसे वाचली.

''बापरे! मला हे ठाऊक नव्हते.'' मॅलरीला ते ऐकून धक्का बसल्याचे जाणवत होते.

''दोन महिन्यांपूर्वी नॅव्हारनवर आम्ही मोठ्या प्रमाणात एक चढाई केली. त्यासाठी पाण्यावर व जमिनीवर चालणारी ॲम्फीबियस बोटी वापरल्या.'' जेन्सन बोलत राहिला. ''त्या चढाईमध्ये कमांडो, रॉयल मरिन कमांडो आणि स्पेशल बोट सर्व्हिस आम्ही वापरली. आम्हाला ठाऊक होते की, ज्या कड्याच्या गुहेतून ती तोफ आपले तोंड बाहेर काढते, तो सरळसोट उंच कडा हा अर्धवर्तुळाकृती होता. त्यावर चढून जाणे अशक्य होते. पण अशा कड्यांवर चढण्याचे कसब असलेली खास माणसेच आम्ही निवडली होती. ती माणसे असले हल्ले करण्यात पारंगत होती, तज्ज्ञ होती.'' मग क्षणभर जेन्सन बोलायचे थांबला. एक मिनिटभर तो थांबला होता. मग तो सावकाश म्हणाला, ''पण ती सारी माणसे मारली गेली. त्यांची पार कत्तल झाली. एकही माणूस त्या हत्याकांडामधून वाचला नाही.

''शेवटी गेल्या दहा दिवसांत दोनदा आम्ही खेरोसवर हल्ले झालेले पाहिले. आम्हाला ते अपेक्षित होतेच. मग आम्ही स्पेशल बोट सर्व्हिसची माणसे हवाई छत्रीने

खेरोसवर उतरवली.'' मग आपले खांदे थरथर हलवत तो खेदाने म्हणाला, ''पण पुढे त्यांचा काही पत्ता लागला नाही. जणू काही ती माणसे अदृश्य झाली होती.''

''अदृश्य झाली?''

''होय, तसेच म्हटले पाहिजे. आता आज रात्री शेवटचा डाव खेळायचा आहे. जुगारात हरलेला माणूस शेवटचा प्रयत्न करतो तसे केले जाणार आहे.'' एवढे बोलून जेन्सन कसनुसे हसला. ''त्या चौकशीच्या खोलीत मी याबद्दल काही बोललो नाही. नॅव्हारनवर चढाई करण्याचे मी बोललो असतो, तर 'विदूषक' म्हणून माझी संभावना केली गेली असती. अर्थात मी त्यासाठी त्यांना दोष दिला नसता. पण तरीही मला ही चढाईची मोहीम आखायलाच हवी आहे. जरी आता ती फारशी आशादायक वाटत नसली तरी; पण तरीही हे केलेच पाहिजे.''

ती मोठी 'हंबर' जातीची मोटरगाडी आता हळू जाऊ लागली. आता रस्त्याला लागून काही खोपटी दिसू लागली होती. अधूनमधून छोटी दुकाने, टपऱ्या होत्या. अलेक्झांड्रिया शहर जवळ आल्याची ती खूण होती. समोरचे क्षितिज किंचित उजळू लागले होते. लवकर पहाटेचे किरण उगवणार होते.

मग मॅलरी आपली शंका व्यक्त करत म्हणाला, ''पण मला पॅराशूटमधून उतरणे जमणार नाही, असे वाटते. खरे सांगायचे तर पॅराशूट मी कधी जवळून पाहिलेही नाही. याबाबतीतला माझा अनुभव शून्य आहे.''

त्यावर जेन्सन म्हणाला, ''काही काळजी करू नका. तुम्हाला पॅराशूट वापरावे लागणार नाही. नॅव्हारनमध्ये तुम्ही जमिनीवरूनच प्रवेश करणार, चालत जाणार.''

आणखीन काय सांगितले जाणार आहे याची मॅलरी वाट पाहू लागला; पण जेन्सन गप्प बसला होता. तो रस्त्यातील मोठे खड्डे टाळून गाडी चालवण्याकडे लक्ष देऊ लागला.

मग थोड्या वेळाने मॅलरीने विचारले, ''कॅप्टन जेन्सन, या मोहिमेत मला का घेतलेले आहे?''

जेन्सनच्या चेहऱ्यावरील स्मितहास्य त्या अंधुक प्रकाशात दिसणे कठीण होते. त्याने एकदम गाडी वळवून समोर आलेला मोठा खड्डा टाळला व परत सरळ रस्ता धरला.

''का बरे? तुम्ही घाबरलात?'' त्याने विचारले.

''अर्थातच, मला भीती वाटते आहे. मी काही तुमच्या मोहिमेला विरोध करत नाही. पण तुम्ही ज्या तऱ्हेने ती मोहीम सांगता आहात त्यामुळे ऐकणारा नक्कीच हादरून जाईल...''

''बरोबर आहे. माझी तशी बोलण्याची पद्धतच आहे. तुम्हाला का या मोहिमेत घेतले आहे ते सांगू? कारण तुम्हाला ग्रीक भाषा येते. एखाद्या ग्रीक माणसासारखे

तुम्ही उत्कृष्ट ग्रीक बोलू शकता. तसेच एखाद्या जर्मन माणसासारखे जर्मनही बोलू शकता. शिवाय तुम्ही विध्वंस घडवून आणणाऱ्या कृत्यातही तरबेज आहात. एक उत्कृष्ट संघटक आहात. तसेच क्रीट बेटावरील व्हाइट पर्वतावर तुम्ही एकट्याने १८ महिने काढली आहेत. शत्रूच्या प्रदेशात तुम्ही टिकून राहू शकता, हे त्यावरून सिद्ध होते. तुम्हाला आश्चर्य वाटेल, पण मी तुमच्याबद्दलची सर्व माहिती गोळा करून एक फाइल बनवली आहे.''

यावर मॅलरी म्हणाला, ''त्याबद्दल मी काही म्हणत नाही. पण माझ्यासारखेच विशेष क्वालिफिकेशन्स असलेले आणखी तीन अधिकारीही आहेत.''

जेन्सन ते मान्य करत म्हणाला, ''होय, आहेत ना. पण ते मॅलरी नाहीत. मॅलरी हा मॅलरी आहे. त्याच्यासारखे दुसरे कोणीही नाही. कीथ मॅलरीचे नाव महायुद्धापूर्वी सर्वांना ठाऊक होते. एक उत्कृष्ट गिर्यारोहक, न्यूझीलंडमधील अवघड कडे चढून जाणारा माणूस, अशी जगात मॅलरीची ओळख होती. जणू काही एखादी मानवी माशी असावी, असा हा गिर्यारोहक कोणत्याही अवघड पर्वतावर सहज चढून जाणारा म्हणून ख्याती होती. जिथे कोणीही पर्वतावर चढाई करू शकायचे नाहीत, तिथे मॅलरी सहज चढून जायचा. नॅव्हारनचा संपूर्ण दक्षिण किनारा हा अवघड चढ असलेला डोंगराचा भाग आहे.''

मॅलरी पुटपुटत म्हणाला, ''खरे आहे, तुम्ही म्हणता ते. अवघड मार्गाने नॅव्हारनला पोहोचायचे आहे तर. असेच तुम्हाला म्हणायचे आहे ना?''

जेन्सन आपली मान हलवत म्हणाला, ''होय, तुम्ही व तुमच्याबरोबरची चार माणसे हे करून दाखवाल. नक्की करून दाखवाल. जी चार माणसे तुम्हाला दिली आहेत ती सर्व जण कोणत्या ना कोणत्या तरी गुणांनी एकमेवाद्वितीय अशी आहेत. आज दुपारी तुम्ही त्यांना भेटालच.''

पुढची दहा मिनिटे ते प्रवास करत राहिले. आता कोणीच बोलत नव्हते. आता त्यांची मोटरगाडी बंदरापाशी आली होती. तिथून ते वळून दुसऱ्या एका रस्त्याला लागले. आता खड्डे संपले होते. दगडी गोट्यांच्या रस्त्यावरून ते चालले होते. अलेक्झांड्रिया गावात शिरून ते महंमद अली चौकात आले. तिथे वळून ते शेरीफ पाशाकडे गेले.

मॅलरीने जेन्सनचा चेहरा पाहिला. आताच्या अंधुक प्रकाशात तो स्पष्टपणे दिसत होता.

''सर, आपण आता कोठे जाणार?''

जेन्सन म्हणाला, ''मध्यपूर्व देशात फक्त एकच माणूस असा आहे की तो आता आपल्याला या मोहिमेसाठी मदत करू शकेल. त्याचे नाव आहे नॅव्हारनचा यूजिन व्ह्लाचोस.''

हादरलेला यूजिन व्हलाचोस हा अस्वस्थपणे आपल्या मिशीला पीळ भरत मॅलरीला म्हणाला, "कॅप्टन मॅलरी, तुम्ही एक शूर माणूस आहात." मग थोडे थांबून तो पुढे म्हणाला, "शूर व एक मूर्ख माणूस, असे मी म्हणेन. पण तुम्हाला मूर्ख म्हणण्यात काही अर्थ नाही; कारण तुम्ही फक्त वरिष्ठांच्या आज्ञा पाळत आहात." एवढे बोलून त्याने टेबलावर पसरलेल्या मोठ्या नकाशाकडे पाहिले. जेन्सनचा चेहरा मात्र निर्विकार होता.

"कॅप्टन जेन्सन, याऐवजी दुसरा काही मार्ग नाही का?" यूजिन व्हलाचोसने विचारले.

जेन्सनने आपली मान सावकाश हलवत म्हटले, "आहेत ना. पण आम्ही ते सर्व मार्ग चोखाळून पाहिले आहेत. त्या मार्गाने अपयशच येते, असा अनुभव आम्ही घेतला. हाच एकमेव असा शेवटचा मार्ग उरला आहे."

"म्हणजे मॅलरी त्यांना या मार्गाने जावेच लागणार तर?"

"खेरोसमध्ये आजही हजारएक माणसे आहेत, सर."

यावर व्हलचोसने आपली मान मुकाट्याने होकारार्थी हलवली. मग त्याने मॅलरीकडे पाहून एक स्मित केले आणि त्याला म्हटले, "तुमचे हे रॉयल नेव्हीतील कॅप्टन जेन्सनसाहेब हे माझ्यासारख्या एक गरीब माणसाला, एक छोटे हॉटेल चालवणाऱ्याला 'सर' म्हणून संबोधतात. मला हा एवढा मान दिल्याने माझ्यासारख्या वयस्कर माणसाला बरे वाटते." एवढे बोलून तो थांबला व दूरवर कुठेतरी नजर लावून बसला. मग थोड्या वेळाने तो कंटाळला. कोणत्या तरी जुन्या स्मृतीमध्ये तो हरवला असावा. तो पुढे म्हणाला, "कॅप्टन मॅलरी, मी आता एक वृद्ध माणूस झालो आहे, गरीब बनलो आहे आणि खूप दुःखीही आहे. पण पूर्वी जेव्हा एक मध्यमवयीन माणूस होतो तेव्हा श्रीमंत होतो व समाधानी होतो. त्या वेळी माझ्याकडे शंभर चौरस मैलांचा एक जमिनीचा तुकडा होता. ती जमीन अत्यंत सुंदर होती. जणू काही देवानंच पृथ्वीवरील माणसांना खूश करण्यासाठी निर्माण केलेली होती. माझे त्या जमिनीवर अतिशय प्रेम होते."

मग तो स्वत:शीच हसला व आपल्या दाट केसातून आपली बोटे फिरवू लागला. "बरं ते असो. ती जमीन सुंदर का वाटते ते पाहणाऱ्याच्या दृष्टीवर अवलंबून आहे." व्हलाचोस नॅव्हारनच्या बेटावरील आपल्या जमिनीबद्दल भावुक होऊन बोलत होता.

मी त्याला म्हटले, "हो, तसे ते बेट सुंदर आहे खरे."

"अन् तो खडकाळ डोंगर!" कॅप्टन जेन्सनला म्हणाला.

मग व्हलाचोसने जेन्सनच्या गंभीर चेहऱ्याकडे पाहिले, "ते काहीही असले तरी त्याला आपण दोघेही 'नॅव्हारन' असेच म्हणतो ना." जेन्सन म्हणाला.

मॅलरीने दचकून जेन्सनकडे पाहिले. जेन्सन आपली मान हलवत होता. तो सांगू

लागला. व्हलाचोस यांच्या कुटुंबाकडे साऱ्या नॅव्हारनची मालकी होती. कित्येक पिढ्या तो मालकीहक्क भोगत आल्या होत्या. पण १८ महिन्यांपूर्वी आम्हाला व्हलाचोस यांना तेथून घाईघाईने हलवून येथे आणावे लागले. कारण तिथे जर्मनांनी आक्रमण केले होते.

यावर व्हलाचोस म्हणाला, ''त्यांनी मला अगदी वेळेत हलवले. मी थोडक्यात बचावलो. मी आणि माझी दोन मुले यांच्यासाठी जर्मनांनी किल्ल्यावरील अंधारकोठडी राखून ठेवली होती. ...पण आमची ही दुर्दैवी कथा राहू द्या. तरुण पोरा, मी आजवर नॅव्हारनमध्ये चाळीस वर्षं आणि चार दिवस घालवले आहेत.'' टेबलावरील नकाशाकडे निर्देश करत तो म्हणाला, ''हा नकाशा व मी देत असलेली माहिती अत्यंत खरी आहे. तुम्ही त्यावर डोळे झाकून विश्वास ठेवा. नॅव्हारनमध्ये बरेच बदल झालेले असतील, पण तिथल्या काही गोष्टी कधीच बदलणार नाहीत. तिथला डोंगर, उपसागर, खिंडी, गुहा, रस्ते, घरे आणि सर्वांत महत्त्वाचा तिथला किल्ला. हे सर्व कित्येक शतके जसे आहे तसेच आहे, बरं का कॅप्टन मॅलरी.''

टेबलावरील नकाशाची घडी घालीत मॅलरी त्याला म्हणाला, ''मी समजू शकतो ते.'' त्याने तो नकाशा आपल्या कोटाच्या खिशात ठेवून दिला आणि म्हणाला, ''हा नकाशा बरोबर असला म्हणजे कसलीही अडचण येणार नाही. थँक यू व्हेरी मच!''

''तशी नकाशामुळे थोडीशीच मदत होईल. किती होईल ते देव जाणे.'' व्हलाचोस टेबलावर आपल्या बोटांनी ताल धरीत म्हणाला. मग त्याने मॅलरीकडे पाहत म्हटले, ''कॅप्टन जेन्सन यांनी मला सांगितले आहे की, तुम्ही ग्रीक भाषा अस्खलित बोलू शकता. तसेच तुम्ही ग्रीक शेतकऱ्याच्या वेशात जाणार आहात. बरोबर बनावट कागदपत्रे, ओळखपत्रे बाळगणार आहात. हे ठीकच आहे. तुम्ही एक स्वयंपूर्ण माणूस म्हणून जाणार आहात. जे जे काही लागेल ते ते बरोबर नेणार आहात. कोणावरही अवलंबून राहणार नाही. तुम्ही स्वत: होऊन पाहिजे तो निर्णय घ्याल व मोहीम पुरी कराल.'' एवढे बोलून तो थांबला.

मग तो मोठ्या कळकळीने सांगू लागला, ''पण कृपा करून तुमच्या कामात नॅव्हारनवरील कोणत्याही स्थानिक माणसाची मदत घेऊ नका. वाटेल ते करून ते टाळा. ती जर्मन माणसे अत्यंत क्रूर आहेत. तुम्हाला एखाद्याने मदत केली आहे असे त्यांना कळले, तर ते त्या माणसाला ठार तर करतीलच; पण तो ज्या खेड्यातील आहे तिथल्या सर्वांची ते कत्तल करून टाकतील. मग तसे करताना ते वृद्ध माणसे, बायका, लहान मुले यांचीही पर्वा करणार नाहीत. पूर्वी असे घडलेले आहे. पुन्हाही तसे घडू शकेल.''

मॅलरी त्याच्याशी सहमत होत शांतपणे म्हणाला, ''होय, मी क्रीट बेटावर पूर्वी असे पाहिले होते''

व्ह्लाचोस मान हलवत म्हणाला, "आणि नॅव्हारनवरील लोकांमध्ये गनिमी काव्यासाठी लागणारे कोणतेही गुण नाहीत. शिवाय त्यांना तशी संधी कधीच मिळणार नाही. तिथे त्यांच्यावर जर्मनांची कडक नजर असते."

"मी आपल्याला तसे वचन देतो, सर-" मॅलरी बोलू लागला.

पण व्ह्लाचोसने आपला हात उचलून त्याचे बोलणे थांबवले. तो पुढे म्हणाला, "जस्ट अ मोमेन्ट. जर तुम्हाला फारच, अगदी फारच गरज वाटली तर तुम्ही दोन माणसांकडे जाऊ शकता. मार्गारिटा खेड्यातील चौकातील एका झाडाखाली ते राहतात. डोंगरावरील किल्ल्यापासून निघणाऱ्या दरीत तीन किलोमीटर अंतरावर त्यांचे घर आहे. त्या माणसाचे नाव 'लौकी' असे आहे. तो आमच्या घरी गेली कित्येक वर्षे नोकर म्हणून काम करत होता. पूर्वी त्याने ब्रिटिशांनाही मदत केली होती. कॅप्टन जेन्सन यांना हे ठाऊक आहे. या माझ्या माणसावर तुम्ही डोळे मिटून विश्वास ठेवा. त्याचा एक मित्र आहे. त्याचे नाव 'पनायीस' असे आहे. त्यानेही पूर्वी तशीच मदत केली होती."

"थँक यू, सर. मी हे लक्षात ठेवीन. लौकी, पनायीस व मार्गारिटा. चौकातल्या पहिल्या झाडाखाली."

"अन् तुम्ही बाकी कोणाचीही मदत घेऊ नका. सरळ नाकारा. फक्त लौकी व पनायीस यांचीच मदत घ्या." व्ह्लाचोसने त्याला आवर्जून बजावले.

"मी तसा आपल्याला शब्द देतो, सर. जितक्या कमी लोकांशी संपर्क येईल तेवढी अधिक सुरक्षितता लाभेल." मॅलरी म्हणाला. त्याला व्ह्लाचोसच्या कळकळीचे व काळजीचे कौतुक वाटले.

व्ह्लाचोस भारावून जाऊन म्हणाला, "आय होप सो, आय होप सो!"

मग मॅलरी उठला आणि निरोप घेण्यासाठी त्याने आपला हात पुढे केला.

"सर, तुम्ही बाकी कशाचीही काळजी करू नका. जर्मनांना तुम्ही दिसणार नाही. आणि तुम्हालाही ते दृष्टीस न पडो. आपली नजर फक्त एकाच गोष्टीवर म्हणजे त्या दोन तोफांवर पडो."

"होय, त्या भयानक तोफांवर. पण समजा..."

"ते जाऊ द्या आता. सारे काही ठीक होईल." मॅलरी त्याचे बोलणे तोडीत म्हणाला, "आम्ही तिथल्या स्थानिक लोकांना बिलकूल संकटात टाकणार नाही. तुम्ही काळजी करू नका."

मग तो वृद्ध माणूस कुजबुजत म्हणाला, "आज रात्री देव तुमच्या पाठीशी राहो! जमले तर मीही तुमच्या पाठीशी राहिलो असतो."

दोन

रविवार : संध्याकाळी ७ ते पहाटे २

"सर, कॉफी घेणार?"

कोणीतरी मॅलरीला विचारीत होते. तो झोपला होता. गाढ निद्रेत बुडाला होता. पण तरीही ते शब्द त्याच्या मनात घुसलेच. त्याने अस्वस्थ हालचाल केली. जरासा तो खाकरला आणि हळूहळू भानावर येऊ लागला. एका धातूच्या खुर्चीवर तो बसला होता. बसल्या बसल्या त्याला झोप लागली होती. ती झोप जागरणामुळे त्याला आली होती आणि विमानाच्या आवाजामुळे आली होती. तो खरोखरीच विमानातून प्रवास करत होता. ती धातूची खुर्ची तेवढी आरामदायी नव्हती. कारण ती त्या विमानदलाच्या विमानातील होती. खुर्ची कसली, ही तर एक बादली आहे असे त्याच्या मनात आले. विमानदल कधी या खुर्च्यांना गाद्या बसवून घेईल, हा प्रश्न त्याच्या मनात आला. आता मात्र तो पूर्णपणे जागा झाला होता. अजूनही तो थकलेला होता. त्याने आपल्या जड झालेल्या पापण्या कशाबशा उचलल्या. आपल्या मनगटावरील घड्याळात पाहण्यासाठी त्यावर आपली नजर त्याने केंद्रित केली. संध्याकाळचे सात वाजले होते. म्हणजे आपण कसेबसे दोन तास झोपलो होतो तर. अजून कितीतरी झोप काढायची आहे, पण हे लोक आपल्याला का झोपू देत नाहीत?

"सर, कॉफी घेणार ना?" विमानातून मशीनगनचा मारा करणारा तरुण एअरगनर त्याला विचारीत होता. तो त्याच्या खुर्चीपुढे उभा होता. त्याच्या हातात एक ट्रे होता. दारूगोळ्याच्या पेटीचे एक झाकण ट्रेसाठी त्याने वापरले होते.

"सॉरी, बॉय सॉरी." मॅलरी धडपडत खुर्चीत ताठ बसत त्याला म्हणाला. त्याने

हात पुढे करून ट्रेमधील गरम कॉफीचा कप उचलला आणि त्या कॉफीचा वास हुंगला. वास तर छान येत होता. "थँक यू! अगदी खऱ्या कॉफीसारखा वास येतो आहे."

"आहेच ती खरीखुरी कॉफी." तो एअरगनर अभिमानाने म्हणाला. "यासाठी एक कॉफी फिल्टरही आम्ही ठेवला आहे."

"विमानात कॉफी फिल्टर! पर्कोलेटर!" असे म्हणून मॅलरीने आपले डोके अविश्वासाने हलवले. तो पुढे म्हणाला, "यि गॉड्स! युद्धाच्या धामधुमीत रॉयल एअरफोर्स हे असेही करू शकते!" मॅलरीने जरासे मागे रेलून कॉफी पिण्यास सुरुवात केली. एक घोट घेतल्यावर त्याचे समाधान झाले. पण दुसऱ्याच क्षणी तो उठून उभा राहिला. ती गरम कॉफी विमान हिंदकळल्यामुळे त्याच्या उघड्या गुडघ्यावर सांडली होती. त्याने बाजूच्या खिडकीतून बाहेर पाहिले. बाहेर खाली डोंगराळ भाग दिसत होता. एवढ्यात आपण या ठिकाणी कसे पोहोचलो याचे आश्चर्य वाटून तशा अर्थाने एअरगनरकडे पाहिले.

"काय चालले आहे तरी काय? संध्याकाळचे दोन तास कसेबसे झाले आहेत! वैमानिकाने–"

"सर, आपण सायप्रस बेटावरून उडत आहोत." एअरगनर हसत म्हणाला. "तुम्हाला क्षितिजावर ऑलिम्पस डोंगरही दिसेल. कॅस्टेलरोसोला जाताना आम्ही नेहमीप्रमाणे मोठे अंतर लांबून वळसा घेऊन एका दमात काटले आहे. खालून कोणी आपले विमान पाहू नये म्हणून ही अंधारातील झेप घेतली आहे. यामुळे आपण लवकरच ऱ्होडस बेटापासूनही दूर जाऊ."

"विमान कोणी पाहू नये. शत्रूला कळू नये, म्हणूनच ना?" मॅलरी खाली बसत म्हणाला. विमानाची घरघर त्याला खुर्चीतून येणाऱ्या कंपनामुळे जाणवत होती. विमानातील स्पीकर शांत होता. ती खुर्ची खरोखरीच माणसाला अवघडून टाकणारी होती. मॅलरीचे गुडघे त्याच्या हनुवटीपासून काही इंचावर आले होते. मॅलरी म्हणत होता, "कोणाला आपल्या विमानाची फ्लाइट दिसू नये म्हणून एवढा आटापिटा. सायप्रसवरून उड्डाण. अ‍ॅलेक्सपासून वीस मैलावरून उड्डाण. म्हणजे तिथल्या किनाऱ्यावरून पाहणाऱ्याला आपल्याबद्दल शंका येऊ नये. माय गॉड! अन् आता यानंतर काय?" असे म्हणून तो आपल्या आसनात जरासा कुरकुरत ताठ बसला. मग त्याने खिडकीतून परत एकदा बाहेर पाहिले व परत तो खुर्चीत रेलून बसला. एवढ्या कृतीमुळेही त्याची दमछाक झाली होती. तो विचारीत होता, "यानंतर काय? मग आम्हाला खाली टाकण्यासाठी त्या पांढऱ्या पॅकिंगमध्ये कोंबणार ना? त्या पॅकिंगचा पांढरा रंग एवढा ठळक ठेवला आहे की, अंधारात कोणाही आंधळ्या माणसालासुद्धा शेकडो मैलावरून दिसावा. अन् आता तर अंधार पडू लागला आहे.

त्यासाठीच ती तयारी केली आहे ना?''

''पण सर, त्या पॅकिंगमुळे आत उकडत नाही.'' तो तरुण एअरगनर दिलासा देण्याच्या हेतूने म्हणाला.

''अरे बेटा, उकडण्याची मला काळजी वाटत नाही.''

आता विमानाची घरघर अधिक कठोर होत गेली. ''मला उष्णतेची काळजी वाटत नाही. उलट गरम असले की मला अधिक बरे वाटते. मला काळजी वाटते ती खालून येणाऱ्या तोफगोळ्यांची आणि विमानविरोधी गोळ्यांची. त्यामुळे माणसाच्या शरीराची पार चाळणी होऊन जाते.'' एवढे म्हणून त्याने आपल्या आसनात थोडीशी हालचाल केली व आपले डोळे मिटून घेतले. पाहता पाहता त्याला झोप येऊ लागली.

तरुण गनरने आपली मान हलवत हसून मॅलरीला म्हटले, ''सर, थोडी काळजी वाटते ना आपल्याला?''

यावर मॅलरी हसला. कंट्रोल रूममध्ये निघून जाणाऱ्या गनरकडे त्याने पाहिले. आपली कपातील उरलीसुरली कॉफी तो सावकाश पिऊ लागला. मग पॅसेजमध्ये झोपलेल्या चार जणांच्या आकृतीकडे त्याने पाहिले. त्यात डस्टी मिलर होता. तो एक अमेरिकी सैन्यातील कॉर्पोरल होता. नुकताच वाळवंटी युद्धाच्या खास तुकडीत तो सामील झाला होता. तुकडीचे नाव होते, 'लाँग रेंज डेझर्ट फोर्स'. हा माणूस आपल्याला नक्कीच उपयोगी पडेल, असा मॅलरीला विश्वास वाटत होता.

त्याने आजूबाजूला इतरांकडे पाहिले आणि समाधानाने आपली मान हलवली. ती सर्व माणसे खरोखरीच चांगले सहकारी होते, उपयोगी पडणारे होते. क्रीट बेटावर मॅलरी १८ महिने राहिला होता. तिथे घेतलेल्या अनुभवांमुळे माणसे अचूक जोखण्याची वृत्ती त्याच्यात निर्माण झाली होती. विशेषत: एखाद्या विचित्र प्रकारच्या लढाईत, संघर्षात माणसे कशी वागतात हे त्याला चांगले समजून आले होते. कारण तशा अनेक प्रसंगांतून तो अनेकदा गेला होता. त्या चार माणसांना वाचवण्यासाठी व आपल्या मोहिमेत सामील करून घेण्यासाठी त्याने खूप कष्ट घेतले होते. तसे करताना कॅप्टन जेन्सनची त्याला बरीच मदत झाली होती. जरी त्याला ही माणसे नवीन होती, अपरिचित होती तरी कॅ. जेन्सनने त्यांच्या फायली त्याला दाखवल्या. त्या वाचून त्याला त्या माणसांचे अफलातून गुण व कर्तृत्व दिसून आले. तो खूश झाला होता. त्याला समाधान वाटले होते. आपली मोहीम यशस्वी होणार अशी त्याची खातरी पटली. जेन्सनने या माणसांची खूप काळजीपूर्वक निवड केलेली होती व त्यांचे गुणावगुण सारे पारखून घेतले होते. यामुळे मॅलरी नि:शंक झाला होता.

त्या माणसांमधील स्टीव्हन्सच्या बाबतीत एक किंचित शंका मॅलरीला वाटत होती. त्याने स्टीव्हन्सकडे पाहिले. तो एक पोरगेलासा व सोनेरी झाक असलेले केस

असणारा माणूस होता. आता तो विमानाच्या पंखाकडे टक लावून पाहत होता. लेफ्टनंट ॲन्डी स्टीव्हन्स RNVR, याला त्या मोहिमेत तीन कारणांसाठी निवडले होते. नॅव्हारनकडे ज्या छोट्या बोटीतून जायचे त्या बोटीचे सारथ्य तो करणार होता. तसेच तो एक उत्कृष्ट गिर्यारोहक होता. त्याने आल्प्स पर्वतावर अनेकदा चढाई केली होती. त्यासंबंधात अनेक स्पर्धा त्याने जिंकल्या होत्या. शिवाय त्याने विद्यापीठात जाऊन आपले शिक्षण पुरे केले होते. त्याला प्राचीन ग्रीक भाषा व आधुनिक ग्रीक भाषा अस्खलितपणे बोलता येत होत्या. शिवाय युद्धापूर्वी त्याने ग्रीसमधील अथेन्स शहरात पर्यटकांसाठी गाईड म्हणून दोन सुट्यांत काम केले होते. पण तो या मोहिमेतील एक अत्यंत तरुण पोऱ्या होता. त्याच्याकडे पाहिल्यावर मॅलरीला वाटले की, एवढा तरुण पोरगा या मोहिमेत असणे तसे धोकादायक आहे. त्या बेटावरील गनिमी काव्याच्या युद्धात जीव जाण्याचीच शक्यता खूप होती. एवढ्या कोवळ्या मुलाला अशा मोहिमेत सामील करणे मॅलरीला पसंत नव्हते. तारुण्यातील जोम, जोष, उत्साह हा त्याच्याकडे नको तितका होता. कदाचित त्यामुळेच काही आफत ओढवू शकणार होती. हे एक नेहमीचे मैदानातील व बिगुल वाजवून सुरू होणारे युद्ध नव्हते, तर भयानक छुपे युद्ध खेळायचे होते. येथे मदतीला रणगाडे नव्हते. संख्याबळ नव्हते. या युद्धात फार संयम ठेवावा लागणार होता, फार चिवटपणे ठाम राहावे लागणार होते. कावेबाजपणा करावा लागणार होता. वेळप्रसंगी क्रौर्य व कठोरता दाखवावी लागणार होती. अन् हे गुण तरुण पोरात अजून निर्माण झालेले नसतात. ...पण त्याच्याकडे पाहिले की असे वाटे, हा पोऱ्या सारे काही झटपट शिकून आत्मसात करेल. तो कधीही समस्या निर्माण करणार नाही.

आता मॅलरीने मोहिमेत सामील केलेल्या दुसऱ्या व्यक्तीकडे, डस्टी मिलर याच्याकडे एक दृष्टिक्षेप टाकला. या मिलरकडे मोहिमेसाठी आवश्यक असलेले सारे गुण आहेत आणि ते त्याने फार पूर्वीच आत्मसात केले असावेत, असे मॅलरीला वाटले. सैन्यात पूर्वी हा काय करत असेल? एका पांढऱ्या घोड्यावर बसून आपल्या मागच्या सैन्याच्या तुकडीचे नेतृत्व करत असेल. शत्रूवर चढाई करण्यासाठी इशारा करण्यासाठी त्याने तोंडात एका हाताने बिगुल धरला असेल, असे चित्र त्याच्या नजरेपुढे आले. पण मिलरचा स्वभाव पाहता हे चित्र त्याला पटेना. मिलर केवळ बरीच वर्षे सैन्यात होता, एवढेच.

कॉर्पोरेट मिलर याने आत्तापर्यंत सैन्यात चाळीस वर्षे काढली होती. त्याचा जन्म अमेरिकेतील कॅलिफोर्नियात झाला होता. त्याचे वाडवडील व मातुल घराणे पाहता त्याच्यात ७५ टक्के आयरिश रक्त होते व २५ टक्के मध्य युरोपीय रक्त होते. त्याने गेल्या शतकाच्या शेवटच्या काही वर्षांत अनेकदा लष्करी चकमकीत भाग घेतला होता. तितक्या वेळा चकमकीत भाग घेण्यासाठी इतरांना १०-१२ जन्मांतून

जावे लागले असते. याशिवाय नेव्हाडा राज्यातील चांदीच्या खाणीत त्याने काम केले होते. कॅनडात बोगदे खणले होते आणि जगभरातील तेल विहिरीवर कामे केली होती. मिलरचा अनुभव हा फार दांडगा होता व इतरांना मागे सारणारा होता. जेव्हा हिटलरने पोलंडवर हल्ला केला तेव्हा तो सौदी अरेबियात होता. एकोणिसाव्या शतकाच्या शेवटी त्याच्या आईच्या घराण्यातील एक पूर्वज पोलंडच्या वॉर्सा शहरात राहत होता. पण मिलरने या माहितीचा उपयोग विमानदलात शिरताना केला नाही. पोलंडवर हल्ला सुरू होताच पहिले विमान पकडून तो इंग्लंडला गेला. त्याला विमानदलाचे अतीव आकर्षण असल्याने वाटेल त्या थापा मारून विमानदलात प्रवेश मिळवला. पण एवढ्या वयस्कर व अनुभवी माणसाचा उपयोग नीट करून न घेतल्यामुळे मिलर निराश झाला. त्याला बॉम्बर विमानातील मागच्या बाजूला असलेल्या मशीनगन चालवण्याच्या कामावर नेमण्यात आले.

युद्धाच्या कामगिरीवर त्याच्या विमानाने पहिले उड्डाण केले खरे; पण हे पहिले उड्डाण शेवटचे ठरले. अथेन्स शहराच्या मेनिदी विमानतळावरून त्याच्या विमानाने १९४१ च्या जानेवारी महिन्यातील एका रात्री उड्डाण केले खरे; पण काही मिनिटांतच इंजिन बंद पडल्याने विमानाला जमिनीवर उतरावे लागले. ती जमीन विमानतळाची नव्हती. ते भाताचे एक शेत होते. त्या शेताच्या चिखलात विमान कसलाही धक्का न बसता अगदी आरामात गादीवर उतरल्यासारखे उतरले. उरलेला हिवाळा मिलरला मेनिदी विमानतळाच्या एका स्वयंपाकगृहात काढावा लागला. तो अत्यंत निराश झाला. काहीतरी कर्तृत्व, शौर्य गाजवून दाखवू अशी त्याला मोठी उमेद होती. त्यावर पाणी पडले. शेवटी कोणालाही न सांगता, कोणाचाही सल्ला न घेता त्याने एप्रिल महिन्यात विमानदलाचा राजीनामा दिला. मग तो उत्तरेच्या दिशेने जाऊ लागला. अल्बानिया देशाच्या सरहद्दीवर उत्तरेकडून आलेले जर्मन सैन्य पुढे सरकत होते. नंतर मिलरच्या सांगण्यावरून असे कळते की, तो त्या वेळी नॉप्लिऑन गावापाशी पोहोचला. तिथे जवळच जर्मनांची एक पॅन्झर डिव्हिजन पोहोचली होती. तेथून माघार घेऊन बऱ्याच जणांनी 'स्लामत' जहाजातून पलायन केले. मिलरही त्यांच्यात होता. ही बोट जर्मनांनी बुडवली. पण पाण्यात पडलेल्या सर्वांना 'रायनेक' या विनाशिकेने उचलले. पण जर्मनांनी तीही बोट बुडवली. शेवटी तो कसाबसा एका प्राचीन ग्रीक जहाजातून अलेक्झांड्रिया येथे आला. त्याच्यापाशी आता अंगावरच्या कपड्यांखेरीज काहीही उरलेले नव्हते. पण आता त्याने पक्का निश्चय केला होता की कधीही विमाने व बोटी यांच्या वाटेला जायचे नाही. काही महिन्यांनी लिबियातील शत्रुसैन्यावर मागच्या बाजूने हल्ला करणाऱ्या 'लाँग रेंज स्ट्रायकिंग फोर्स' या तुकडीत शिरकाव करून घेतला होता.

हा मिलर म्हणजे लेफ्टनंट स्टीव्हन्सच्या नेमका उलटा आहे. स्टीव्हन्स हा

तरुण, उत्साही, ताजातवाना, अचूक कृती करणारा, नीटनेटके कपडे घालणारा होता. तर मिलर नेमका त्याविरुद्ध दिसत होता. वयस्कर, थोडासा वाकलेला, मळके कपडे घालणारा, कातडीवरील शिरा उठून दिसत असलेला, काटक व बुटाला पॉलिश करण्याची प्रवृत्ती नसलेला होता. त्याचे 'डस्टी' हे नाव तो खरोखरीच सार्थ करत होता. शिवाय स्टीव्हन्सप्रमाणे मिलरने कधीही आयुष्यात एकदाही गिर्यारोहण केले नव्हते. त्याला फक्त काही ग्रीक शब्द ठाऊक होते. अन् ते शब्दही आता शब्दकोशातून काढून टाकलेले होते. परंतु या दोन्ही गोष्टी महत्त्वाच्या नव्हत्या. त्याला एकाच कारणामुळे निवडून मोहिमेत सामील करून घेतले होते. स्फोटक द्रव्य हाताळण्यात तो अत्यंत वाकबगार होता. त्यातली माहिती व ज्ञान त्याच्याजवळ भरपूर होते. शिवाय त्या स्फोटक द्रव्यांची हाताळणी तो अत्यंत थंडपणे करे. त्याची कृती अचूक असे. त्यामुळे मध्यपूर्वेतील हेरखात्यात मिलर हा स्फोटकांमार्फत घातपाती कृत्ये करण्यात तरबेज असलेला एक भरवशाचा वाकबगार माणूस आहे, असे समजले गेले होते. म्हणूनच त्याला या मोहिमेत सामील करून घेण्यात आले होते.

मिलरच्या मागे कॅसी ब्राऊन बसला होता. बुटका, रापलेला व लहान चणीचा हा एक तारायंत्रामधला निष्णात माणूस होता. शांततेच्या काळात तो मोठी नौका तयार करण्याच्या कंपनीत एक इंजिनिअर म्हणून काम करत होता. नौकेवर यंत्रसामग्री बसवणे व त्यांची चाचणी घेणे ही कामे तो करत होता. नौकेच्या इंजिनरूममध्ये तो एक 'आर्टिफिसर' म्हणून उत्कृष्ट कामे करत होता. पण हे उघड दिसत असूनही आरमाराने त्याला चुकून 'दळणवळण' (Communication) विभागात दाखल केले. पण ब्राऊनचे जे वाईट नशीब होते ते मॅलरीचे सुदैव ठरले. ब्राऊनकडून आता नॅव्हारनला बोटीने जाताना बोटीचे इंजिन चालविण्याचे काम देण्याचे मॅलरीने ठरवले. त्याच बरोबर तो बिनतारी यंत्राची संपर्क-यंत्रणा चालवून मुख्य तळाला वेळोवेळी आपली बातमी देणार होता. शिवाय तो गनिमी काव्याने लढण्यात तरबेज होता. कारण स्पेशल बोट सर्व्हिसमध्ये त्याने अशा कामाचा खूप अनुभव घेतला होता. लिबियापासच्या समुद्रात त्याने केलेल्या अशा कामाबद्दल त्याला DCM आणि DSM ही पदके दिली गेली होती.

मोहिमेतील पाचवा व शेवटचा सभासद हा थेट मॅलरीच्या मागेच बसला होता. त्याच्याकडे पाहण्यासाठी मॅलरीला आपले डोके मागे वळवून पाहण्याची गरज नव्हती. त्याला तो पूर्णपणे ठाऊक होता. जगातील कोणत्याही अन्य माणसांपेक्षा त्याला हा माणूस सर्वांत जास्त ठाऊक होता. अगदी आपल्या आईपेक्षाही तो याला जास्त ओळखत होता. क्रीट बेटावर मॅलरीने १८ महिने काढले होते. तेव्हा हाच माणूस, म्हणजे लेफ्टनंट अँड्रिया हा त्याचा उजवा हात होता. चांगला जाडजूड, सतत हसत खिदळत असणारा. अशा या माणसाचा भूतकाळ मात्र करुण होता. याच्याबरोबर

मॅलरीने खाल्ले होते, जेवण केले होते, एकत्र राहिले होते, दोघांनी गुहेत झोप घेतली होती, जर्मनांच्या धाकामुळे सतत धनगर मंडळींच्या रिकाम्या झोपड्यात राहण्याचे टाळले होते. त्या भागात जर्मनांची गस्त फार कडक होती. वरून आकाशातून जर्मन विमानेही सतत टेहळणी करत असत. त्या दडपणाच्या काळात ॲन्ड्रिया कसा वागत होता, कसा विचार करत होता हे सारे मॅलरीला पूर्णपणे ठाऊक झाले होते. ॲन्ड्रिया केवळ ग्रीक माणूस म्हणून मोहिमेत सामील झाला नव्हता, तर त्याला नॅव्हारनच्या बेटावरील लोकांची बोलीभाषा व्यवस्थित बोलता येत होती. त्यांचे रीतिरिवाज ठाऊक होते. याचा फायदा मोहिमेला होणार होता. मोहिमेला संरक्षण मिळवता येणार होते. ॲन्ड्रिया हा अत्यंत संयमी व सहनशील होता, शांत होता व तसाच तो वेळप्रसंगी अतिखतरनाक बनत होता. त्याने दात विचकताच समोरच्या माणसाला त्याच्या दातातील सुळे पाहून भीती वाटे. हातघाईची लढाई करताना ॲन्ड्रिया हा एक अक्षरशः यंत्रमानव बने, झुंजणारे यंत्र बने. ॲन्ड्रिया बरोबर असल्यावर अपयश कधीच जवळ येणार नव्हते. ॲन्ड्रिया म्हणजे यशासाठी उतरवलेला विमा होता.

मॅलरीने आता परत खिडकीतून बाहेर पाहिले व समाधानाने आपली मान हलवली. आपल्यासारखी टीम ही जेन्सनला सबंध युरोपातून कधीही निर्माण करता आली नसती. जेन्सनने आपल्या सर्वांना जाणीवपूर्वक निवडले असावे, असे मॅलरीला आता एकदम वाटू लागले. मिलर व ब्राऊन यांना अलेक्झांड्राला महिन्यापूर्वी कसे काय बोलावले गेले? स्टीव्हन्स हाही त्याच वेळी माल्टामध्ये क्रूझरवर कसा पाठवला गेला होता. नंतर व्हाइट पर्वतावर चढाई करताना एका घळईमध्ये त्याच्या जवळील बॅटरी-चार्जिंग इंजिन निसटून पडले होते. मग जवळच्याच एका लिस्निंग ठाण्यावरील माणसाला जेन्सनने कळवल्यावर तो पन्नास मैलांचे बर्फाच्छादित अंतर एका आठवड्यात तुडवत तिथे पोहोचला होता. एक आठवडा लागण्याचे कारण त्या भागात सतत शत्रूकडून गस्त घातली जात होती. मग त्या माणसाला, रनरला ॲन्ड्रिया शोधण्यासाठी आणखी पाच दिवस लागले. हा प्रसंग घडला नसता तर ॲन्ड्रिया आणि आपण पंधरा दिवस आधी अलेक्झांड्रियात भेटलो असतो. जेन्सनने प्रयत्नांची शर्थ करून मोहिमेसाठी ॲन्ड्रियाला आणले होते. जेन्सनबद्दल मॅलरीचे मत खूप चांगले होते. ते मत आणखी चांगले झाले. तो एक दूरदूरच्या गोष्टी पाहणारा माणूस होता. नॅव्हारनवर याआधी दोनदा पॅराशूटमधून उतरण्याचे प्रयत्न विफल झाले होते. त्यातून बोध घेऊन जेन्सनने आता आपली नवीन मोहीम हुशारीने जमवून आणली होती.

आता रात्रीचे आठ वाजले होते आणि विमानात पूर्णपणे अंधार झाला होता. मग मॅलरी उठला व विमानाच्या कंट्रोल केबिनकडे चालत गेला. वैमानिकाचा चेहरा धुरात

बुडून गेला होता. कारण तो एवढा वेळ सारखा धूम्रपान करत होता. आता तो कपातून कॉफी पीत होता. सहवैमानिक विमान चालवत होता. आपण आता आपल्या लक्ष्याच्या जवळ आलो आहोत, हे त्याने खिडकीतून पाहत एके ठिकाणी बोट करून दाखवले. मग तो समोरच्या पॅनेलवरचे सर्व मीटर्स पुन्हा एकदा पाहू लागला.

मॅलरी हसत हसत त्यांना म्हणाला, "गुड इव्हनिंग, मी आत यायला आपली हरकत नाही ना?"

मग तो वैमानिक आपली मान वळवून म्हणाला, "माझ्या ऑफिसात आपले स्वागत असो. परवानगी मागण्याची गरज नाही."

"मला वाटले की तुम्ही खूप कामात गर्क असाल," एवढे म्हणून मॅलरी गप्प बसला. हे दोघे वैमानिक तसे काहीच करत नव्हते. त्याने पुढे विचारले, "विमान कोण चालवत आहे?"

"जॉर्ज चालवत आहे. आमच्या ऑटो पायलटला, म्हणजे स्वयंचलित यंत्रणेला आम्ही 'जॉर्ज' हे नाव ठेवले आहे." असे म्हणून त्याने आपल्या हातातील कॉफीचा कप एका काळ्या चपट्या पेटीच्या दिशेने रोखला. काळोखात मॅलरीला त्या पेटीची आकृती कशीबशी दिसली. "या यंत्रणेमुळे विमान चालवण्यात फारशा चुका होत नाहीत आणि आम्हाला आमच्या लक्ष्याकडे नीट पाहता येते, पुढचा विचार करायला अवसर मिळतो. आणखी काही विचारायचे आहे, कॅ. मॅलरी?"

"होय, आज रात्रीसाठी तुम्हाला काय सूचना दिल्या गेल्या आहेत?"

"तुम्हा लोकांना खाली कॅस्टेलरोसोपाशी सोडून द्यायचे. मात्र त्या वेळी खाली मिट्ट काळोख असायला हवा." एवढे म्हणून तो वैमानिक जरासा थांबला व पुढे म्हणाला, "मला हे कळत नाही की एक छोटी बोट आणि त्यामध्ये काही यंत्रसामग्री, शिवाय बोटीत पाच जण या सर्वांना कॅस्टेलरोसोवर का सोडून द्यायचे? अन् तेही काळोख पडल्यावर? मागच्या वेळी येथे एक विमान काळोखात पाडले गेले होते. पाण्यातून कोणी वर विरोध केला होता का ते समजले नाही. त्यातून फक्त दोघेजणच वाचले."

"मला ठाऊक आहे ती बातमी. मी ऐकली होती. आय ॲम सॉरी. पण मला वरून काही आदेश मिळाले आहेत. ते बाकीचे सर्व काही तुम्ही सोडून द्या, विसरून जा– तुमच्या विमानातील कर्मचाऱ्यांनी आमच्याबद्दल कुठेही बोलू नये, एवढे त्यांच्या मनावर बिंबवा. त्यांनी आम्हाला कधीच पाहिले नाही, असे त्यांच्यावर ठसवा."

यावर त्या वैमानिकाने आपली मान गंभीरपणे हलवली. तो म्हणाला, "होय, आम्हाला तशीच तंबी दिली गेली आहे. नाही तर वेळप्रसंगी आमच्यावर कोर्ट मार्शल केले जाईल, असेही सांगण्यात आले आहे. हे युद्ध आहेच तसे भयानक."

"हो ना... आम्ही जाताना एक-दोन पेट्या मागे ठेवून जाणार आहोत. आम्ही

वेगळ्या कपड्यात किनाऱ्यावर पाऊल टाकणार आहोत. जेव्हा तुम्ही पराल तेव्हा तुमचे कोणीतरी स्वागत करेल आणि ते सामान घेईल.''

''रॉजर, समजले मला. तुम्हाला माझ्या 'बेस्ट ऑफ लक' कॅप्टन. अधिकृत गोपनीयता असो किंवा नसो. पण तुम्हाला या 'बेस्ट ऑफ लक'ची जरुरी आहे, हे नक्की.''

''तसे असेल तर आम्हाला चांगला निरोप द्या. आम्हाला खाली समुद्रात सुखरूप व धडधाकट उतरवा म्हणजे झाले.''

''त्याची तुम्ही खातरीच बाळगा.'' वैमानिक ठामपणे म्हणत होता, ''तुम्ही नि:शंक राहा. मी या विमानाचा चालक आहे हे विसरू नका.''

ती छोटी नाव विमानातून बाहेर सोडून देण्यात आली. तिचा आकार एखाद्या टॉर्पेडोसारखा पुढे निमुळता होत गेलेला होता. त्यात मोहिमेवरची पाच माणसे व काही यंत्रसामग्री होती. सर्व बाजूंनी ती नाव पांढऱ्या आवरणाने बंदिस्त होती. त्या नावेला एक मोठे पॅराशूट लावलेले होते. काळोखात विमानामधून ती नाव हळूच बाहेर पडली. खाली नाक करून ती समुद्राकडे झेपावत चालली होती. नाव सोडून देण्याआधी निरोपाची काहीही बोलणी झाली नाहीत. नावेतून खाली झेपावतानाही त्या पाचही जणांच्या कानात विमानाचा घरघराट आठवत होता. खाली कॅस्टेलरोसो येथे एक छोटा धक्का होता. आकाशातून समुद्रावर नावेचे अवतरण अवघ्या एका मिनिटात झाले. पाण्यावर उतरल्यावर पॅराशूट व आवरण गुंडाळून ठेवले गेले व ती नाव सुरू करून जवळच्या एका जुन्या छोट्या व दगडी धक्क्यापाशी आतल्या लोकांनी आणली. मग त्यांनी दोन दोर धक्क्यावर काळोखात फेकले. वर कोणातरी सराईत हातांनी ते दोर घेऊन त्याची टोके एका दगडाला पक्की बांधली. सारे काही ठरल्याप्रमाणे पटापट घडत गेले. धक्क्याला लागलेल्या नावेजवळ एक गंजलेली लोखंडी शिडी होती. त्यावर चढून मॅलरी प्रथम वरच्या काळोखात गेला. रात्रीच्या अंधारात त्याच्यापुढे एक आकृती येऊन उभी राहिली. ''

त्या व्यक्तीने विचारले, ''आपण कॅप्टन मॅलरीच ना?''

''होय.''

''मी कॅप्टन ब्रिग्ज. सैन्यात असतो. तुमच्या माणसांना येथेच थांबू द्या. आमच्या कर्नलला तुम्हाला आधी भेटायचे आहे.'' कॅप्टन ब्रिग्जचे बोलणे नाकातल्या आवाजात होते. तसेच त्याच्या आवाजातून बतावणी व्यक्त होत होती. यामुळे मॅलरीला त्याचा थोडासा राग आला, पण त्याने यावर आपली प्रतिक्रिया व्यक्त केली नाही. ब्रिग्जला बिछान्यात झोपणे व रात्री जिन पिणे हे सर्वांत जास्त आवडत

असावे, असे मॅलरीला वाटले. मॅलरी व त्याच्या माणसांचे रात्री उशिरा येण्यामुळे ब्रिग्जच्या रोजच्या कार्यक्रमात बहुतेक खंड पडला असावा. हे युद्ध किती जणांना विविध तऱ्हेने विचलित करत आहे, असे त्याला वाटून गेले.

दरम्यान, दहा मिनिटांत तिथे मॅलरीकडे मोहिमेतील दोघेजण आले. त्यांच्या मागे एक तिसरा माणूस येत होता. ते तिघे धक्क्याच्या टोकाशी उभे राहिले. मॅलरीने त्यांना निरखून पाहत विचारले, "अन् मिलर कुठे आहे? तो नाही दिसत?"

"बॉस, मी येथे आहे." मिलर शिडी चढून वर येता येता म्हणाला, "थोडीशी विश्रांती घेत होतो. डुलकी लागली होती. हा प्रवास तसा थोडासा थकवा आणणारा होता."

"तुम्ही सारेजण तयार झाला आहात ना?" ब्रिग्जने जरासे कडक स्वरात विचारले. "तुमच्या क्वार्टरकडे मॅथ्यूज तुम्हाला घेऊन जाईल. तिथे तुम्हाला कॅप्टनचा निरोप येईल. तोपर्यंत वाट पाहत राहा. हे कॅप्टन मॅथ्यूज कर्नलच्या हाताखाली कामे करतात. ते तुम्हाला तिकडे नेतील." कर्नलच्या आज्ञा या खुळचट असतात, असा अर्थ ब्रिग्जच्या स्वरातून ध्वनित होता. तो पुढे म्हणाला, "अन् कॅप्टन, कर्नलसाहेब म्हणाले की फक्त दोन तास."

"होय बाबा, होय." मॅलरी कंटाळून म्हणाला, "मला हे कर्नलसाहेब चांगलेच ठाऊक आहेत. मी पूर्वी त्यांचे बोलणे ऐकले होते. ठीक आहे तर." मग आपल्या माणसांकडे पाहत मॅलरी म्हणाला, "ऑल राईट. बॉईज, तुम्ही तयार आहात ना?"

"सर, पण आपले बरोबर अंगावर बाळगायचे सामान?" स्टीव्हन्सने धीटपणे विचारले.

"ते तिथेच राहू द्या. राइट. मॅथ्यूज तू सर्वांना घेऊन जा."

मग त्या धक्क्यावरून मॅथ्यूज सर्वांना घेऊन जिना चढत वर गेला. जिन्याच्या दगडी पायऱ्या झिजल्या होत्या. भारतातील लोक प्रवास करताना जसे एकामागोमाग एकेक रांगेने जात असतात, तशा पद्धतीने सर्व जण एकामागोमाग जात तो जिना चढून वर गेले. त्यांच्या पायातील बुटांना रबरी तळवे असल्याने चालताना आवाज होत नव्हता. वर गेल्यावर ते सारे उजवीकडे वळले. ती एक वस्तीमधली अरुंद गल्ली होती. मग एका घराचा जिना चढून ते वर गेले. जिन्याच्या जुन्या लाकडी पायऱ्या कुरकुरत होत्या. वरच्या व्हरांड्यातील पहिले दार त्यांना उघडून दिले गेले.

"सर, येथे तुम्ही राहणार आहात. मी बाहेर व्हरांड्यात थांबतो."

पण मॅलरी त्याला म्हणाला, "त्यापेक्षा तुम्ही खाली जाऊन थांबलात तर बरे पडेल. तुम्ही आमचे बोलणे जितके कमी ऐकाल तितके ते तुमच्या फायद्याचे ठरेल. राग नाही ना आला?"

मॅलरी दोघांच्या मागून त्या खोलीत गेला. आपल्यामागे त्याने दार लावून

टाकले. ती एक छोटी खोली होती. तिला जिकडे तिकडे पडदे लावलेले होते. मध्यभागी एक टेबल होते व त्याभोवती सहा खुर्च्या ठेवल्या होत्या. एवढ्यामुळे ती खोली खूपच व्यापली गेली होती. एका कोपऱ्यात लोखंडी पलंग होता. त्याच्या स्प्रिंग्ज आवाज करायच्या. कॉर्पोरल मिलरने त्यावर आपले अंग टाकून दिले. त्याने आपले दोन्ही हात डोक्यामागे पकडून एक आरामशीर स्थिती धारण केली.

तो पुटपुटत म्हणाला, "घर असल्यासारखे हे हॉटेल वाटते आहे. ठीक आहे." मग एक शंका मनात आल्यावर त्याने बाकीच्यांना विचारले, "अन् तुम्ही सारेजण कुठे झोपणार?"

"आम्ही झोपणार नाही," मॅलरी सांगू लागला, "तसाच तूही झोपणार नाही. आपल्याला दोन तासात येथून बाहेर पडायचे आहे." मग मॅलरीने कठोरपणे आज्ञा दिली, "ऑन युवर फीट, सोल्जर्स!"

याबर मिलरने घशातून आवाज करत आपले पाय हवेतून जमिनीवर भिरकावले आणि तो पलंगावरून उतरून उभा राहिला. त्याने ॲन्ड्रियाकडे कुतूहलाने पाहिले. तो धिप्पाड ग्रीक खोलीची तपासणी करत होता. टेबलाची ड्रॉवर्स ओढून पाहत होता, भिंतीवरील चित्रे उलटून पाहत होता, खिडक्यांचे पडदे सारून त्यामागे आणि बिछान्याखालीही वाकून काहीतरी शोधत होता.

मिलरने विचारले, "हा काय शोधतो आहे? धूळ शोधतो आहे काय?"

मॅलरी म्हणाला, "चोरून ऐकण्यासाठी कुठे माइक लपवले आहेत काय, हे तो पाहत आहे. म्हणून ॲन्ड्रिया व मी इतका वेळ फारसे बोलत नव्हतो." एवढे म्हणून त्याने आपल्या कोटाच्या खिशातून एक गडद निळ्या रंगाचा पोशाख बाहेर काढला. तो आरमारातील एक बॅटलड्रेस होता. त्याच्यावर कसलीही अक्षरे नव्हती की खुणा नव्हत्या. मग त्याने खिशातून एक नकाशा आणि एक कागद बाहेर काढला. व्हलाचोसने त्याला ते दिले होते. दोन्ही कागदांच्या घड्या उलगडून त्याने ते पसरले. मग तो सर्वांना म्हणाला, "इकडे टेबलापाशी सारेजण या. गेले दोन आठवडे तुमच्या मनात उत्सुकता भरून राहिली होती. मनात अनेक प्रश्न निर्माण झाले असतील. त्या प्रश्नांची उत्तरे तुम्हाला आता येथे मिळतील. ...तुम्हाला आता मी नकाशात नॅव्हारन हे बेट दाखवतो."

मॅलरीच्या घड्याळात रात्रीचे ११ वाजले होते. खुर्चीवर बसून ते दोन्ही कागद घडी करून बाजूला ठेवत त्याने त्या चौघांच्या प्रश्नार्थक चेहऱ्याकडे पाहिले. त्याने मोहीम कशासाठी आहे, कुठे जायचे आहे आणि काय काय करायचे आहे, हे एव्हाना सांगितले होते.

तो सांगत होता, "तर जेन्टलमेन, हा सारा प्रकार असा आहे." मग किंचित

हसत म्हणाला, ''झकास आहे ना? हा जर तुम्हाला एक चित्रपट वाटत असेल तर चित्रपटातल्यासारखे एक वाक्य मला उच्चारता येईल, एनी क्वेश्चन्स मेन? पण मी तसे काही आत्ता म्हणणार नाही. कारण तसे काही प्रश्न, शंका कोणी विचारल्या तर त्यावर माझ्याकडे उत्तरे, खुलासे, वगैरे काहीही नाही. तुम्हा सर्वांना जे आता ठाऊक झाले तेवढेच मला ठाऊक आहे.''

मिलर आपल्या टिनच्या डब्यातून तंबाखू काढून त्याची एक सिगारेटची गुंडाळी बनवत होता. तो खाली पाहत व मान वर न करता म्हणाला, ''पाव मैलावरचा एक उभा सरळसोट कडा. त्याची उंची ४०० फूट. आपल्या सैन्याच्या संरक्षणासाठी आपल्याला त्यावर चढाई करावी लागणार. एवढा एकच एक उपाय आपल्या हातात उरला आहे तर. पण बॉस, हा प्रकार मला वेडेपणाचा वाटतो. मला तर एखाद्या साध्या शिडीवर चढता येत नाही. चढताना मी सारखा पडतो.'' असे म्हणून त्याने आपल्या नवीन सिगारेटचा एक खोल झुरका घेऊन हवेत धूर सोडला. ''हा सारा प्रकार म्हणजे एक प्रकारे आत्महत्या करण्यासारखा आहे. हजारात एखादाच असा प्रयत्न यशस्वी होईल. त्या तोफांपासून पाच मैल अंतराच्या त्रिज्येतही कोणी पोहोचू शकणार नाही.''

''हजारात एक प्रयत्न यशस्वी होईल?'' असे म्हणून मॅलरीने त्याच्याकडे बराच वेळ न बोलता पाहिले. मग तो पुढे म्हणाला, ''मिलर, एक सांग मला, खेरोस बेटावर जे आपले सैनिक आहेत त्यांच्यापुढे ज्या अडचणी आहेत त्याबद्दल तू काय म्हणशील?''

यावर मिलरने आपली मान जडपणे हलवत म्हटले, ''होय. खेरोसवरील आपल्या सैनिकांना मी विसरलो होतो. मी फक्त स्वत:बद्दल आणि त्या सरळसोट कड्याबद्दल बोलत होतो.'' एवढे बोलून त्याने धिप्पाड अॅन्ड्रियाकडे पाहिले आणि पुढे म्हटले, ''किंवा कदाचित अॅन्ड्रिया मला उचलून कडा चढून जाईल. त्याला हे सहज जमेल. कारण तो चांगलाच ताकदवान आहे.''

यावर अॅन्ड्रियाने काहीच प्रतिक्रिया व्यक्त केली नाही. त्याने आपले डोळे अर्धवट मिटले होते. त्याच्या मनातले विचार त्याला हजारो मैल दूरवर घेऊन गेले असावेत.

स्टीव्हन्स आता कठोरपणे बोलू लागला, ''तुम्ही सर्व जण आपापले हात-पाय बांधून घ्या, मग तुम्हाला दोराने वर तोफांपर्यंत खेचून घेण्याची व्यवस्था करता येईल. फक्त त्यासाठी आपल्याला एक मजबूत दोर लागेल.'' त्याच्या सांगण्यात थोडीशी विनोदाची छटा होती, पण त्याच्या चेहऱ्यावर स्पष्टपणे चिंता पसरलेली दिसत होती. मॅलरीखेरीज स्टीव्हन्सला अंधारात तो अज्ञात उभा कडा चढून जाण्यातील अडचणींची नीट जाणीव होती. त्याने मॅलरीकडे पाहून प्रश्नार्थक स्वरात विचारले, ''सर, आपण तो कडा चढून जायचे, किंवा–''

"एक्सक्यूज मी प्लीज," त्याचे बोलणे तोडीत अॅन्ड्रिया एकदम पुढे वाकून म्हणाला. तो आपल्या खर्जातील आवाजात भरभर बोलत होता. मॅलरीबरोबर दीर्घ काळ सहवासात राहिल्याने तो इंग्लिश शिकलेला होता. त्याने एका कागदाच्या तुकड्यावर घाईघाईने काहीतरी खरडले आणि म्हटले, "तो कडा चढून जाण्याची एक योजना माझ्याकडे आहे. या कागदावर त्याचा आराखडा मी काढला आहे. कॅप्टनसाहेबांना हा आराखडा शक्य वाटतो का ते त्यांनी पाहावे."

त्याने तो कागद मॅलरीपुढे धरला. मॅलरीने तो कागद घेऊन पाहिला. दोनदा त्यावर नजर टाकून विचार केला. त्या कागदावर कसलाही आराखडा रेखाटलेला नव्हता. फक्त दोनच शब्द मोठ्या अक्षरात लिहिलेले होते : KEEP TALKING. 'बोलत राहा. थांबू नका' अशा अर्थाची ती सूचना होती.

मॅलरीने भानावर येऊन विचार करत म्हटले, "ओह, आय सी! ठीक आहे! अॅन्ड्रिया, व्हेरी गुड. हीसुद्धा एक शक्यता आहे खरी." एवढे म्हणून त्याने तो कागद उलटा करून सर्वांना दिसेल असा धरला. एव्हाना अॅन्ड्रिया ताडकन खुर्चीवरून उठला होता. त्यामुळे ती खुर्ची मागच्या मागे धाडकन पडली. मग तो मांजराच्या पावलाने अजिबात आवाज न करता दाराकडे गेला. तरीही जाता जाता आपण संभाषणात गर्क आहोत असे भासवण्यासाठी तो म्हणाला, "कॉर्पोरल मिलर, काय नामी कल्पना आहे ना? यामुळे आपल्या बऱ्याच अडचणी दूर होतील."

आपला चेहरा आहे तसाच मख्ख ठेवत मिलर म्हणाला, "होय, खरे आहे!" त्याचे डोळे तसेच अर्धवट मिटलेले होते. त्याच्या चेहऱ्यासमोर सिगारेटचा धूर जमला होता. त्याचा हात त्याने खाली सोडला होता व त्यामध्ये त्याने एक सिगारेट बोटात पकडून धरलेली होती. तो म्हणत होता, "अॅन्ड्रिया, खरोखरच यामुळे आपल्या समस्या सुटणार आहेत. अन् मी वरपर्यंत धडधाकट नक्की पोहोचेन." एवढे म्हणून तो सहजपणे हसला. आता तो आपल्या एका हाताने दुसऱ्या हातातील एका खास पिस्तुलाच्या नळीला कुरवाळत होता. ते पिस्तूल त्याने इतक्या सफाईने आणि झटपट बाहेर काढले होते की जणू काही ते जादूने त्याच्या हातात उगवले, असे वाटत होते. तो पुढे म्हणाला, "पण ते चमत्कारिक वाक्य व त्यानंतरचा पूर्णविराम याचा अर्थ मला नीट—"

दोन सेकंदात तिथले दृश्य बदलले होते. अॅन्ड्रियाने बिलकूल आवाज न करता खोलीचे दार सपाट्याने एका हाताने उघडले व दुसरा हात बाहेर काढून कोणाला तरी पकडून आत खेचले. आत खेचलेल्या माणसाला त्याने जमिनीवर ढकलले आणि दार पुन्हा आतून लावून घेतले. हे सारे त्याने बिलकूल आवाज न करता कमालीच्या चपळाईने केले. आत खेचलेला माणूस दाराबाहेर उभा राहून चोरून आतले संभाषण ऐकत असला पाहिजे, हे सर्वांना कळून चुकले. तो एक लेव्हन्टाईन

ग्रीक माणूस होता. त्याचा चेहरा कुऱ्हाडीच्या पात्यासारखा फताडा होता, रंगाने तो काळा होता आणि त्याच्या अंगातील निळी पॅन्ट व पांढरा शर्ट हे त्याच्या मापाचे नव्हते. तो आता उठून उभा राहिला होता. त्याला धक्का बसला होता हे त्याचा चेहरा सांगत होता. आतल्या प्रकाशाला त्याचे डोळे सरावलेले नसल्याने तो सारखी त्यांची उघडझाप करत होता. त्याने एकदम आपले हात आपल्या शर्टात खुपसले.

"लुक आउट! सांभाळा!" मिलर ओरडून म्हणाला. मॅलरीने आपले पिस्तूल नकळत त्याच्यावर रोखून धरले.

मग मॅलरी हळू आवाजात म्हणाला, "आता नीट पाहा!"

टेबलापाशी उभ्या असलेल्या त्या माणसाचा हात एकदम शर्टातून बाहेर आला. त्या हातात एक चाकू होता आणि त्याचे पाते चमकत होते. त्याने हात वर करून वेगाने खाली आणला. पण वाटेतच त्याचा हात थांबला. ॲन्ड्रियाच्या छातीपासून दोन इंच अंतरावर ते पाते थांबले होते. त्या ग्रीक माणसाचे मनगट ॲन्ड्रियाने पकडले होते. एवढ्या जोरात पकडले होते की, तो माणूस कळवळून ओरडला. त्याच्या मनगटातील हाडे मोडल्याचा आवाज ऐकू आला. ॲन्ड्रियाने तो चाकू आपल्या दोन बोटात त्याचे पाते धरून हळूच काढून घेतला. एखाद्या खोडकर मुलाच्या हातून त्याची आई जशी अलगद खेळणे काढून घेते तसे त्याने केले होते. मग तोच चाकू उलटा धरून त्याचे पाते ॲन्ड्रियाने त्या ग्रीक माणसाच्या गळ्याकडे रोखले. ॲन्ड्रिया आता त्याच्या भेदरलेल्या डोळ्यांत पाहून स्मित करत होता.

मिलरने एक अर्धवट निःश्वास टाकला आणि त्यामुळे त्याच्या तोंडून शिट्टीसारखा एक आवाज झाला. तो म्हणाला, "ज्या चपळाईने ॲन्ड्रियाने ती हालचाल केली ते पाहता त्याने अशा गोष्टी पूर्वी केल्या असाव्यात."

"शक्य आहे," मॅलरी म्हणाला. तो पुढे म्हणाला, "आता आपल्यासमोर जो पुरावा आला आहे त्याकडे आपण पाहू."

मग ॲन्ड्रियाने त्या माणसाला टेबलाजवळ आणखी खेचले. तो आपल्या डाव्या हाताने उजव्या हाताचे मनगट चोळत होता. आपला चेहरा टाकून तो उभा होता. त्याच्या डोळ्यांत वेदना व भीती ओतप्रोत उतरली होती.

मॅलरीने ॲन्ड्रियाला विचारले, "हा माणूस किती वेळ दाराबाहेर उभा असल्याचे तुला जाणवले?"

ॲन्ड्रियाने आपल्या विस्तृत पंजाने डोक्यावरचे दाट केस नीट केले. तो म्हणाला, "कॅप्टन, तसे मला नक्की सांगता यायचे नाही. मला वाटते की मी दाराबाहेर काहीतरी आवाज दहा मिनिटांपूर्वी ऐकला. मला वाटले की मला भास झाला असावा. पण एका मिनिटापूर्वी मला तसाच आवाज ऐकू आला. मग मात्र माझी खातरीच पटली. कोणीतरी ऐकते आहे असे वाटल्यावर मला भीती वाटली–"

"म्हणजे यात दहा मिनिटे गेली ना?" मॅलरीने विचार करत आपल्या कैद्याकडे पाहत एकदम त्याला विचारले, "तुझे नाव काय रे? दाराबाहेर काय करत होतास?" शेवटचे वाक्य त्याने ओरडून म्हटले.

पण तो माणूस गप्पच बसला. आपले तोंड त्याने उघडले नाही. ते पाहून अॅन्ड्रिया चिडला. त्याने फटकन एक जोरदार फटका त्याच्यावर मारला. अॅन्ड्रिया त्याला ओरडून म्हणाला, "कॅप्टनने तुला एक प्रश्न विचारला आहे." पण तरीही तो कैदी गप्प बसला. ते पाहून अॅन्ड्रियाने मघापेक्षा आणखी एक जोरदार तडाखा त्याला हाणला व ओरडून म्हटले, "उत्तर दे!"

मग तो अनोळखी माणूस जोरजोरात हावभाव करत घाईघाईत बोलू लागला. पण तो इंग्लिशमध्ये बोलत नव्हता. त्याच्या भाषेतील शब्दांचा बोध होत नव्हता. मग अॅन्ड्रियाने त्याला तडाखा न मारता त्याचा गळा पकडला.

मॅलरीने अॅन्ड्रियाकडे प्रश्नार्थक नजरेने पाहिले; पण अॅन्ड्रियाने आपली मान खेदाने हलवली.

तो म्हणाला, "कॅप्टन, हा माणूस कुर्दिस्तानी किंवा आर्मेनेशियन असावा. तो काय बोलतो आहे ते मला समजत नाही."

"मलाही त्याची भाषा ओळखता येत नाही," असे म्हणून मॅलरीने त्या कैद्याला फटकन विचारले, "डू यू स्पीक इंग्लिश?"

पण त्या काळ्या माणसाने रागाने कॅप्टनकडे पाहिले. तो गप्पच राहिला. अॅन्ड्रियाने परत त्याला एक तडाखा मारला.

"डू यू स्पीक इंग्लिश?" मॅलरीने कठोर स्वरात परत तोच प्रश्न त्याला केला.

"ईन्लिश? ईन्लिश?" असे म्हणून त्याने आपले खांदे उडवले. ती एक 'ठाऊक नसल्याची' युगानुयुगे चालत आलेली खूण होती. त्याने पुढे म्हटले, "का ईन्लिश!"

मिलर ते ऐकून खर्जात म्हणाला, "तो म्हणतो आहे की त्याला इंग्लिश येत नाही."

"त्याला कदाचित इंग्लिश येत नसेल किंवा येत असेलही; पण तो चोरून ऐकत होता एवढे मात्र नक्की आहे. अन् आपण कोणताही धोका पत्करायचा नाही." मग मॅलरी कठोर स्वरात एकदम बोलला. त्याचे डोळे गंभीर भाव दाखवत होते. "अॅन्ड्रिया."

"येस कॅप्टन?"

"तुझ्याजवळ चाकू आहे. त्याचे पाते साफ करून तो ताबडतोब चालव. त्याच्या गळ्यावरून चालव!"

ते ऐकताच स्टीव्हन्स भीतीने किंचाळला व खुर्चीतून उठून उभा राहिला. त्याची

खुर्ची मागे आडवी होऊन धाडकन पडली. तो म्हणाला, "गुड गॉड! सर, तुम्ही असे काही करू शकणार नाही–"

पण त्याचे वाक्य त्याला पुरे करता आले नाही. त्याने आश्चर्याने पाहिले की कॅप्टनची आज्ञा ऐकताच ताबडतोब तो कैदी तेथून धावत सुटला व समोरच्या भिंतीच्या कोपऱ्यात धडकून तो आदळला. त्याने आपल्या स्वसंरक्षणासाठी आपला उजवा हात वर नेला होता. त्याच्या चेहऱ्यावर भीती दाटून आलेली होती. स्टीव्हन्सने ॲन्ड्रियाकडे पाहिले. त्याच्या चेहऱ्यावर एक विजयी हास्य उमटले होते. तसेच ब्राऊन आणि मिलर यांनाही खरे काय ते कळून चुकले होते. फक्त आपल्यालाच कॅप्टनच्या आज्ञेमागचा हेतू कळला नाही व आपण मठ्ठ ठरलो हे त्याला उमगले.

आता मिलर प्रथम बोलू लागला, "वेल, वेल. यातून काय समजले की या पठ्ठ्याला इंग्लिश समजते. मग त्याला बोलता येत नसले तरी."

मॅलरी यावर म्हणाला, "कदाचित बोलताही येत असेल. जर एखाद्याला इंग्लिशमधील एकही शब्द समजत नसेल, तर तो दहा मिनिटे दाराच्या किल्लीतील भोकाला कान लावून कशाला थांबेल? ...मिस्टर ब्राऊन मॅथ्यूजला बोलावून घ्या. ताबडतोब."

थोड्याच वेळात खोलीच्या दारात पाहारेकरी मॅथ्यूज अवतीर्ण झाला.

मॅलरीने त्याला हुकूम सोडला, "ताबडतोब कॅप्टन ब्रिग्ज यांना येथे बोलावून घ्या. आत्ताच्या आत्ता."

यावर तो पहारेकरी तसे करण्यास कचरू लागला. तो म्हणाला, "कॅ. ब्रिग्ज हे झोपायला गेले आहेत. एव्हाना ते गाढ झोपले असतील. त्यांनी मला स्पष्टपणे सांगून ठेवले आहे की, आपल्याला आता कोणीही उठवू नये."

"कॅप्टन ब्रिग्ज यांच्याबद्दल वाईट वाटते. पण त्यांची झोपमोड करणे मला भाग आहे. मी गेल्या संपूर्ण आठवड्यात जेवढा झोपलो त्यापेक्षा जास्त झोप त्यांना दिवसा मिळाली असेल." एवढे म्हणून मॅलरीने आपल्या हातातील घड्याळाकडे पाहिले. त्याच्या दोन्ही जाड भुवया त्याच्या शिणलेल्या डोळ्यावर सरळ रेषेत आल्या होत्या. "आम्हाला उगाच वेळ घालवायचा नाही. त्यांना ताबडतोब येथे घेऊन या. समजले? अगदी ताबडतोब!"

तो पहारेकरी कॅप्टनला सॅल्यूट करून तेथून निघून गेला. नंतर मिलरने आपला घसा खाकरून साफ केला आणि त्याने जिभेने चुक् चुक् असा आवाज दुःखाने काढला. तो पुढे म्हणाला, "सगळी हॉटेल्स सारखीच असतात. येथे जे काही प्रत्यक्षात घडत असते, ते पाहिले की तुमचा आपल्या डोळ्यांवर विश्वास बसणार नाही. एकदा मी अमेरिकेतील सिनसिनाटी शहरात एका परिषदेसाठी गेलो होतो. तिथे–"

मॅलरी यावर आपली मान हलवून त्याचे वाक्य तोडीत म्हणाला, "कॉर्पोरल,

तुमची मते ही हॉटेल्सबद्दलची आहेत. पण हा एक मिलीटरीचा तळ आहे आणि येथे सैन्यातील अधिकारी राहतात. त्यांची ही घरे आहेत.''

यावर मिलर काही बोलणार होता, पण त्याने आपला विचार बदलला. लोकांबद्दल तो पटकन आपली मते तयार करून ती फटकळपणे मांडे. तसेच गमतीने तो दुसऱ्यावर बोचक विनोद करे. पण कोणावर असा विनोद करावा किंवा करू नये हे त्याला कळत नव्हते. त्यामुळे त्याचे बोलणे वाया जाई. मिलरच्या मते ही मोहीम म्हणजे एक प्रकारे आत्महत्या करण्याचा प्रकार आहे. असे असताना त्यांनी मॅलरीसारख्या चिवट न्यूझीलंडरकडे मोहिमेचे नेतृत्व का दिले आहे?

पुढची पाच मिनिटे शांततेत गेली. कोणीच बोलत नव्हते. समोरचे दार कधी उघडले जाते त्याकडे सारेजण लक्ष ठेवून बसले होते. शेवटी कॅ. ब्रिग्ज आला व दारात उभा राहिला. त्याच्या डोक्यावर हॅट नव्हती. त्याने आपल्या गळ्याभोवती एक पांढरा रेशमी मफलर गुंडाळला होता. तिथे कॉलर व टाय नव्हता. त्याचा चेहरा लाल होता, गर्दन जाडजूड होती. त्यापुढे हा पांढरा मफलर एकदम विसंगत वाटत होता. कॅ. ब्रिग्जचा लाल चेहराच सुरुवातीला पाहणाराच्या मनावर ठसला जाई. त्याला रक्तदाबाचा विकार होता म्हणून तसे झाले असेल किंवा त्याचे खाणे पौष्टिक असेल म्हणूनही तसे झाले असेल. मॅलरीला त्याच्या गडद लाल रंगाच्या चेहऱ्याबद्दल आता असे वाटले की कदाचित त्याला आत्ता येथे झोपेतून उठवून आणल्याबद्दल राग आला असेल. त्याचे डोळे व चेहरा तसेच दर्शवत होता हे खरे.

आल्या आल्या तो म्हणाला, ''कॅप्टन मॅलरी, मला वाटते की हे जरा जास्तच होते आहे!'' त्याच्या वरच्या पट्टीतल्या आवाजातून खरोखरीच राग प्रगट झाला होता. आवाज नेहमीपेक्षा अधिक अनुनासिक स्वरात येत होता. ''मी काही येथे हरकाम्या पोऱ्या म्हणून काम करत नाही. आजचा पूर्ण दिवस माझा अत्यंत कष्टाचा गेला आहे आणि–''

''हे सारे तुमच्या आत्मचरित्रात लिहा,'' मॅलरी रुक्षपणे बोलला, ''आणि त्यामध्ये या इसमाचाही उल्लेख करा.'' एवढे म्हणून त्याने त्या कोपऱ्यातील ग्रीक कैद्याकडे बोट केले.

ब्रिग्जचा चेहरा आता अधिक लाल झाला. त्याने दारातून खोलीत प्रवेश केला. त्याच्या हाताच्या मुठी वळल्या होत्या. जेव्हा त्याने त्या पकडलेल्या माणसाकडे पाहिले तेव्हा धक्का बसला. तो म्हणाला, ''गुड गॉड! निकोलाय!''

''म्हणजे तुम्हाला हा माणूस ठाऊक आहे तर.'' मॅलरी म्हणाला. त्याने हा प्रश्न केला नव्हता, एक विधान केले होते.

''अर्थातच मला हा माणूस ठाऊक आहे, येथल्या प्रत्येकाला तो ठाऊक आहे. हा आमचा धोबी आहे.''

"तुमचा धोबी! मग त्याला काय रात्रीच्या वेळी कोणाच्याही दाराला कान लावून आतले बोलणे ऐकण्याची ड्यूटी दिली होती काय?"

"म्हणजे काय?"

मग मॅलरी शांतपणे सांगू लागला, "म्हणजे असे की, त्याला आम्ही दाराबाहेर कान लावून आतले बोलणे ऐकताना पकडले."

"निकोलायने असे केले? माझा विश्वासच बसत नाही."

आता मिलर गुरगुरत म्हणाला, "मिस्टर, जरा जपून बोला. आम्ही त्याला तसे करताना प्रत्यक्ष पाहिले. उलट तुम्हीच आम्हाला खोटे ठरवत आहात. जरा जपून असा."

ब्रिग्जने मिलरच्या हातातील पिस्तूल पाहिले. त्याची नळी सहजगत्या हलत असली तरी तिने ब्रिग्जकडे एक सर्वसाधारण रोख धरला होता. मग त्याने एक आवंढा गिळला व दुसरीकडे पाहिले. आपल्या चहेऱ्यावर बळेबळेच एक हसू आणत म्हटले, "हे तुम्ही काय केलेत? निकोलायला एकही इंग्रजी शब्द बोलता येत नाही."

"नसेल येत," मॅलरी रुक्षपणे बोलू लागला, "पण त्याला दुसऱ्याने बोललेले इंग्रजी पुरेसे समजते." मग आपला हात उचलून तो पुढे म्हणाला, "मी तुमच्याशी यावर रात्रभर वाद घालत बसणार नाही. मला तेवढा वेळही नाही. कृपा करून या माणसाला तुम्ही ताबडतोब अटक करा आणि त्याची कैद एकांतवासात ठेवा. त्याच्याकडे कोणीही जायचे नाही, की बोलायचे नाही. निदान एक आठवडा तरी त्याच्याशी कोणीही कसलाही संवाद करायचा नाही. अन् ही गोष्ट पक्की समजा. तो एखादा हेर आहे किंवा जादा कुतूहल असणारा माणूस आहे, हे नंतर बघा. पण त्याला खूप काही ठाऊक झालेले आहे; अगदी नको तितके ठाऊक झालेले आहे. नंतर त्याचे काय करायचे ते तुम्हीच ठरवा. माझा तुम्हाला सल्ला आहे की याला कॅस्टेलरोसो बेटावरून लाथ मारून बाहेर हाकलून द्यावे."

"हा तुमचा सल्ला आहे!" ब्रिग्ज म्हणाला. त्याच्या चेहऱ्यावरचा मूळचा रंग व धैर्य परत येत होते. तो पुढे म्हणाला, "पण मला सल्ला किंवा हुकूम सोडणारे तुम्ही कोण कॅप्टन मॅलरी?" कॅप्टन शब्द उच्चारताना त्याने त्या शब्दावर नको तितका जोर दिला होता.

यावर मॅलरी कंटाळून त्याला म्हणाला, "तुम्हाला हा माझा हुकूम वाटत असेल, तर ही विनंती समजून माझ्यावर उपकार करा. यामागचे कारण मी सांगू शकत नाही, पण ते कारण अत्यंत महत्त्वाचे आहे. शेकडो लोकांचे प्राण त्यावर–"

"शेकडो लोकांचे प्राण..." ब्रिग्ज मॅलरीचे वाक्य तोडीत म्हणाला, "हा सगळा एक नाटकी शब्दप्रयोग आहे, मूर्खपणा नुसता!" मग कसनुसे हसून तो पुढे

म्हणाला, ''ही असली वाक्ये तुम्ही तुमच्या स्वत:च्या त्या छुप्या आत्मचरित्रात वापरा, कॅप्टन मॅलरी.''

आता मॅलरी उठला, टेबलाला वळसा घालून ब्रिग्जसमोर काही फुटांवर येऊन थांबला. त्याचे ब्राऊन डोळे अजूनही थंड होते. तो म्हणाला, ''मी तुमच्या कर्नलकडे जाऊ शकतो, हे लक्षात घ्या. पण मला तुमच्याशी वाद घालत बसण्यात बिलकूल रस नाही. मी सांगेन तसेच नेमके करा. नाहीतर मी सरळ कैरोतील आरमाराच्या हेडक्वार्टरशी रेडिओ-टेलिफोनने संपर्क साधेन. मी जर तसे केले, तर लगेच तुमची रवानगी जहाजातून इंग्लंडला केली जाईल अन् तीही डेकवरून प्रवास करण्याच्या साध्या सैनिकांसमवेत. तुमचा दर्जाही त्या वेळी तोच झालेला असेल.''

त्या छोट्या खोलीत त्याच्या वाक्यातील शेवटचे शब्द प्रतिध्वनी पावत आहेत, असा भास सर्वांना झाला. त्यानंतर तिथे कोणीच बोलत नव्हते. नंतरची शांतता फार तीव्र होती. तिथे एक प्रकारचा तणाव पसरला होता. पण अचानक तो तणाव संपला. ब्रिग्जचा चेहरा उतरला होता. त्यावर पराभव झाल्याचा दुर्मुखलेला भाव पसरला होता. तो म्हणाला, ''ठीक आहे, ठीक आहे. या असल्या वेडगळ धमक्या मला देण्याची जरुरी नाही. भले तुम्हाला त्यांची गरज वाटत असली तरी.'' त्याच्या रागाच्या फाडून चिंध्या केल्या गेल्या असल्याने तो आपली प्रतिष्ठा उचलून धरण्यासाठी असे करुणास्पद रीतीने बोलत होता. त्याने दाराकडे तोंड करून हुकूम सोडला, ''मॅथ्यूज, पहारेकऱ्यांना बोलव.''

विमानातून समुद्रात उतरलेली ती टॉर्पेडोच्या आकाराची बोट आता पाण्यावरून वेगाने धावत होती. तिचा वेग एवढा जोरात होता की, तिचा पुढचा भाग पाण्याच्या पृष्ठभागावरून वर हवेत उचलला जाई आणि नंतर धाडकन खाली पाण्यावर कोसळे. अन् हे उचलणे व आपटणे सतत एका तालात होत राहिले होते. समुद्रात समोरून येणारे जे फुगवटे होते ते कापत ही टॉर्पेडो-बोट पुढे प्रवास करत होती. मॅलरी सारखा आपल्या हातातील घड्याळाकडे पाहत होता. आता त्याने शंभराव्या वेळी आपल्या घड्याळात पाहिले असेल.

''सर, आपल्या वेळापत्रकानुसार आपण उशिरा जात आहोत का?'' स्टीव्हन्सने विचारले.

यावर मॅलरीने होकारार्थी आपली मान हलवली.

''आपण सन्डरलॅन्डहूनच सरळ या बोटीतून इकडे यायला हवे होते. उगाच विमानाने येथे येण्यात आपला वेळ गेला.''

यावर ब्राऊन घोगरट आवाजात म्हणाला, ''त्या नेहमीच्या बोटीमध्ये इंजिनात

बिघाड झाला. म्हणून ऐन वेळी सारा बदल केला गेला.''

"होय, असे झाले खरे.'' मॅलरी मान वर करून बघत म्हणाला. त्याला आश्चर्य वाटले होते, म्हणून त्याने विचारले, "पण तुम्हाला कसे हे ठाऊक झाले?''

"याचे कारण या मोटरबोटी नेहमी असाच ऐन वेळी दगा देतात. एखाद्या सिनेमातल्या नटाप्रमाणे त्या लहरी आहेत.''

ते ज्या केबिनमध्ये बसले होते तिथे आता शांतता पसरली. त्या छोट्या केबिनला बाहेरून काळा रंग दिलेला होता. खिडक्यांच्या काचा अधूनमधून थरथरल्याने जो आवाज होई त्यामुळे तिथली शांतता भंग पावे. जणू काही आरमारातील काचांचा थरथराट होणे ही एक परंपरा बनली होती. वर्षानुवर्षे खिडक्यांच्या रचनेत बदल केला गेला नव्हता.

शेवटी मिलर म्हणाला, "जर आपल्याला उशीर झाला असेल तर आपल्या बोटीचा वेग का वाढवला जात नाही? या बोटीचा वेग ४० ते ५० नॉट्सवर जाऊ शकतो असे ते नेहमी सांगत आलेले आहेत.''

स्टीव्हन्स त्याला यावर म्हणाला, "तू आत्ता खूप उत्साही वाटतो आहेस. याचा अर्थ तू या आधी मोटरबोटीतून खवळलेल्या समुद्रात कधी प्रवास केला नाहीस म्हणून खुशीत आहेस.''

मिलर काही क्षण शांत बसला. तो काहीच बोलेना. याचा अर्थ तो काहीतरी कलह टाळू पाहत होता. तो म्हणाला, "कॅप्टन?''

"येस, काय म्हणायचे आहे?'' मॅलरीने पेंगुळलेल्या अवस्थेत त्याला विचारले. त्याने तिथल्या एका लांबलचक बाकावर ताणून दिली होती. त्या बाकावर एक तेवढ्याच मापाची गादी बसवली असल्याने तो त्याचा पलंग झाला होता. त्याच्या हातात दारूचा एक ग्लास होता. तो रिकामा होता. मिलर जरासा चाचरत बोलू लागला, "म्हणजे असं की हे मी बोलणे माझ्या अधिकारात नाही, म्हणून मी विचारू नये. पण तरीही विचारतोच. जर तशीच वेळ आली असती तर ब्रिग्जला दिलेली धमकी तुम्ही खरी करून दाखवली असती?''

यावर मॅलरी हसून म्हणाला, "होय, हे विचारणे तुमच्या अधिकारातील नाही, पण मी तसे काही केले नसते, हेही तितकेच खरे. कारण तसे मी करूच शकत नव्हतो. कारण तेवढे पुरेसे अधिकार मला दिलेले नाहीत अन् कॅस्टेलरोसोमध्ये एखादा रेडिओ-टेलिफोन आहे की नाही हेही मला ठाऊक नाही.''

"मला तशी शंका आलीच होती.'' कॉर्पोरल मिलर आपली हनुवटीवरील छोटी दाढी कुरवाळत म्हणाला. "अन् जर त्याने तरीही तुमच्यावर खोटे बोलण्याचा आरोप कला असता, तर मग तुम्ही काय केले असते?''

यावर मॅलरी अत्यंत शांतपणे म्हणाला, "मी त्या निकोलायला सरळ गोळी

घालून संपवला असता. अन् जर ब्रिग्जचा साहेब असलेल्या त्या कर्नलने माझी बाजू मानली नसती, तरीही मी निकोलायला संपवले असते. माझ्यापुढे दुसरा पर्यायच राहिला नसता.''

''होय, मला ठाऊक आहे ते. तुम्ही जे सांगता ते मी मान्य करतो. तुम्ही नक्कीच निकोलायला गोळी घातली असती. तुम्ही जेव्हा दारातून बाहेर पडला तेव्हा त्या ब्रिग्जच्या चेहऱ्यावरील भाव हे तुम्हाला खाऊ का गिळू असे मी पाहिले होते. त्यामुळे निकोलायला तुम्ही संपवले असते तर ब्रिग्जने चिडून नक्की तुम्हाला गोळी घातली असती. कारण तुम्ही त्याची प्रतिष्ठा तुडवत गेला होता.''

मॅलरीच्या हातातील ग्लास आता गळून पडला होता. त्याला आता गाढ झोप लागली होती. त्यामुळे मिलरच्या बोलण्याला त्याने काहीही उत्तर दिले नाही. आता मोटरबोटीचा आवाज मोठा होऊन ऐकू येऊ लागला होता. कारण दोन्ही बाजूला उंच तट असलेल्या व शांत असलेल्या ऱ्होडस चॅनेलमधे मोटरबोट शिरली होती. तिथेच त्या चॅनेलमध्ये मॅलरी निद्रेच्या गर्तेत बुडत जात होता. त्या गर्तेला तळ नव्हता.

तीन

सोमवार : सकाळी ७ ते संध्याकाळी ५

मॅलरीच्या तुकडीसमोर मेजर रटलेज म्हणत होता, ''दोस्तहो, तुम्ही मला खूपच अवघडल्यासारखे करून टाकले आहे.'' त्याच्या हातात माशा मारण्याची एक छडी होती. छडीला एक हस्तिदंती मूठ होती व दुसऱ्या टोकाला एक जाळीदार पंजा होता. तो पंजा आपल्या पॅन्टवर आपटीत तो अधिकारी बोलत होता. एवढे म्हणून त्याने समोरच्या नौकेकडे छडीचा रोख केला. ती एक प्राचीन पद्धतीची अत्यंत हलकी नौका होती. त्यावर दोन डोलकाठ्या होत्या. एका जुन्या लाकडी धक्क्याला ती नौका जखडून ठेवली होती. त्याच धक्क्यावर ते सर्व जण उभे होते. तो अधिकारी पुढे सांगू लागला, ''ही असली मोडकी व जुनीपुराणी नौका तुम्हाला देताना मला खरोखरीच शरमल्यासारखे वाटते आहे. पण आमच्या रटलेज आणि मंडळींच्या अशिलांना जे काही सर्वोत्तम असेल तेच आम्ही नेहमी देत असतो, असे मी ठामपणे आपल्याला सांगतो.''

क्षणभर मॅलरीला घुसमटल्यासारखे वाटले. मेजर रटलेज हा उत्तमोत्तम अशा शिक्षणसंस्थेतून शिकून वर आला होता. प्रत्येक गोष्टीत तो आपल्या सवयी काटेकोरपणे पाळत आला होता. अगदी मिशीमधील प्रत्येक केसन् केस तो असे काही विंचरायचा की जणू काही ती मिशी त्याने टूथब्रशने विंचरली आहे, असे वाटावे. तर सेव्हाईल रो हा आपले खाकी कपडे कमालीची काळजी घेऊन नीट ठेवत होता. तो येथल्या वनश्रीने नटलेल्या बेटावर अगदीच वेगळा वाटत होता. या बेटावरील ते वरिष्ठ अधिकारी होते. मॅलरीच्या मोहिमेला आता ते साहाय्य करणार होते.

''हो ना, आम्हाला अशीच मदत हवी आहे.'' मॅलरी म्हणाला.

''पण मला कळत नाही, खरोखरीच कळत नाही,'' असे म्हणून मेजर रटलेजने हवेतील एक माशी आपल्या छडीच्या पंजाने फटकन मारून टाकली. तो म्हणत होता, ''मी आपल्या सैनिकांना गेल्या आठ नऊ महिन्यांत प्राचीन पद्धतीच्या नौका, लाँचेस, यॉट्स मासेमारीच्या बोटी, इत्यादी सारे काही पुरवत आलो होतो. पण मला कोणीही अद्याप मोडकळीस आलेली, टाकाऊ, निरुपयोगी वाटणारी नौका मागितली नाही. अशी नौका चालवणे हे मोठेच कौशल्याचे काम असते, हे मी तुम्हाला सांगतो. ही असली मागणी तुमच्याकडून कशी काय केली गेली ते मला समजत नाही. आत्तापर्यंत मला कोणत्याही बेटावरील सैनिकांनी अशी मागणी केली नाही.''

''कोणते सैनिक?'' मॅलरीने कुतूहलाने विचारले.

मग उत्तर व पश्चिमेला हाताने त्या बाजूच्या बेटांकडे त्याने निर्देश केला.

''पण ती बेटे तर शत्रूच्या ताब्यात आहेत–''

''हो ना, अन् हे बेटसुद्धा जवळ-जवळ तसेच आहे. सर्व बाजूंनी शत्रूने वेढलेले आहे. आम्हाला जवळच कुठेतरी आमचे हेडक्वार्टर असायला हवे.'' रटलेज शांतपणे परिस्थिती समजावून सांगत होता. एकदम त्याचा चेहरा उत्तेजित झाला आणि तो म्हणाला, ''असे पाहा, ओल्ड बॉय, तुमच्या बाबतीत तुम्हाला अशीच बोट हवी की जी शत्रूच्या दृष्टीत भरणार नाही, ते त्याकडे दुर्लक्ष करतील. मला कैरोतील हेडक्वार्टरकडून असेच बजावण्यात आले होते. माझ्या मते अशा वेळी सरळ जर्मन ई-बोट वापरावी. म्हणजे शत्रू पुरेपूर फसेल. पाहिजे असेल तर मी तशी बोट तुमच्यासाठी मिळवून देऊ शकतो. बोड्रम गावात माझा एक मित्र आहे. त्याच्याकडे अशी बोट आहे–''

''बोड्रम? पण ते गाव तर तुर्कस्तानात आहे. हो ना?'' मॅलरी म्हणाला.

''तुर्कस्तान? होय, आहे खरे तिथे. पण आमचा हा मित्र पाहिजे तो माल कोठूनही आणून मिळवून देणारा आहे.'' मेजर रटलेज आपला मुद्दा आवरता घेत म्हणाला.

मॅलरी यावर हसून म्हणाला, ''आपल्या मदतीबद्दल आपले आभार. पण आम्हाला अशीच जुनी बोट हवी होती. अन् आता नवीन बोट आणण्यासाठी आमची थांबायची तयारी नाही.''

''ठीक आहे, तुम्ही तुमच्या विचाराप्रमाणे वागा.'' असे म्हणून रटलेजने आपले हात हवेत पसरले व पुढे म्हटले, ''तुमचे सामानसुमान त्या नौकेवर चढवण्याचे काम माझी दोन माणसे करतील.''

''त्याबद्दल धन्यवाद'' मॅलरी हसून म्हणाला, ''पण ते कामही आमची माणसेच करतील. कारण आमच्याजवळचे सामानही तसेच खास आहे. ते नीट हाताळावे लागते.''

"मग ठीक आहे," मेजरने ते मान्य करत पुढे म्हटले, "मी आता तुम्हाला कसलेही प्रश्न विचारणार नाही. तुम्हाला आता लवकर निघायचे आहे?"

मॅलरीने आपले घड्याळ पाहून म्हटले, "सर, आम्ही अर्ध्या तासात निघू."

"मग मी दहा मिनिटांत आपल्याला बेकन, उकडलेली अंडी व कॉफी पाठवतो. नाश्ता करूनच जा."

"थँक्स! हे मात्र आम्ही आनंदाने स्वीकारू."

एवढे बोलून रटलेज पाठ वळवून धक्क्यावरून चालत गेला. त्या बेटावरील वातावरणात वनस्पतींचा वास मिसळलेला होता. ती सुगंधी हवा छातीत भरून घेण्यासाठी त्याने खोलवर श्वास घेतला. नुकतीच पहाट संपून सूर्योदय होऊ लागला होता. समुद्रावरील हवेचा खारटपणा जाणवू लागला. त्याचबरोबर बेटावरील वनश्रीचा गोड वासही जाणवत होता. पेपरमिन्टच्या वासासारखा तो वास होता. तो वास, ती दरवळ एकदा जो कोणी अनुभवेल तो कधीही विसरू शकणार नाही. बेटावर किनाऱ्यापासून थोडे आत पाइन वृक्षांची वनराई होती. त्यामध्ये अक्रोडाचीही झाडे होती. तिथून येणारे वारे सुगंधित होते. दूरवरून शेळ्यामेंढ्यांच्या गळ्यातील घंटांचा आवाज ऐकू येत होता. ते सारे वातावरणच जणू काही स्वर्गातील भासत होते. येथे येऊन निवांतपणे आपले आयुष्य घालवावे, असा मोह कोणालाही होण्याजोगा होता.

मॅलरीने आपले डोके हलवले व तो धक्क्याच्या शेवटापर्यंत चालत गेला. त्याची बाकीची माणसे आपल्या मोटरबोटीपाशी, टॉर्पिडो आकाराच्या बोटीपाशी बसून राहिलेली होती. ते सर्व जण येथे पहाटेच त्या बोटीने येथे आले होते. मिलरने खूश होऊन आपली हॅट डोक्यावरून काढून उगवत्या सूर्याच्या दिशेने हलवून त्याला अभिवादन केले.

मॅलरीने त्यांच्यापाशी जाऊन म्हटले, "आपल्याला आता अर्ध्या तासात येथून निघायचे आहे. दहा मिनिटांत आपल्याला नाश्ता मिळणार आहे. तोपर्यंत आपले सामान आपण या नवीन नौकेवर चढवू या." मग तो ब्राऊनकडे वळून म्हणाला, "तुम्हाला जर नवीन नौकेचे इंजिन पाहायचे असेल तर पाहून घ्या."

ब्राऊन जडपणे उठला. त्याने त्या मोडकळीस आलेल्या जुनाट नौकेकडे पाहिले. तिच्यावरचा रंग जागोजागी उडून गेला होता. त्या रंगाचे पोपडे निघत चालले होते. तो म्हणाला, "ठीक आहे, सर. पण जर ते इंजिन या मोडक्या नौकेला मानवणारे नसेल तर..." एवढे बोलून त्याने गंभीरपणे आपली मान एखाद्या ज्योतिषाने हलवावी तशी हलवली. मग धक्क्यावरून तो त्या नौकेत गेला. बरोबर नेण्याची सामग्री दोघाजणांनी आणून ठेवली. ती घेऊन मॅलरी व ॲन्ड्रिया नौकेत शिरले. प्रथम त्यांनी जुनेपुराणे कपडे असलेले एक पोते आत नीट योग्य जागी, म्हणजे दिसणार नाही अशा ठिकाणी ठेवून दिले. मग खाण्यापिण्याची सामग्री नीट

लावून ठेवली. एक पम्प मारायचा स्टोव्ह, त्यासाठीचा इंधनाचा डबा, जाडजूड खास बूट, मोठमोठे अणकुचीदार खास कुऱ्हाडी खिळे – जे चढाई करताना डोंगरात ठोकण्यासाठी लागणार होते, तसेच काही खास दोर अशी सामग्री बरोबर घेतली होती. त्या खास दोरांच्या पोटातून एक चिवट तार गेलेली होती. शिवाय एक वायरलेस ट्रान्समीटर आणि एक विद्युत जनित्राचा संच बरोबर घेतला होता. त्या जनित्राचे इंजिन सुरू करताना जुन्या पद्धतीनुसार एक हॅन्डल त्याला होते. शिवाय काही हत्यारेही घेतली होती. दोन श्मायसर पिस्तुले, दोन ब्रेन गन, एक मॉसर पिस्तूल व एक कोल्ट पिस्तूल सामानात होते. याखेरीज दोन टॉर्च, आरसे, ओळखपत्रांचे दोन दोन संच आणि काही दारूच्या बाटल्याही बरोबर घेतल्या होत्या.

त्यांनी हे सर्व सामान अत्यंत काळजीपूर्वक रीतीने दोन लाकडी पेट्यात ठेवून दिले. एक पेटी हिरव्या रंगाची, मध्यम आकाराची व पितळी खिळे मारून जोडलेली होती. दुसरी पेटी लहान आकाराची व काळ्या रंगाची होती. त्या हिरव्या पेटीत अत्यंत जहाल समजला जाणारा टीएनटी, ॲमाटॉल व डायनामाईटच्या काही कांड्या अशी स्फोटके होती. शिवाय हातबॉम्ब, गन कॉटनची प्रायमर्स आणि कॅनव्हासचे पाइप होते. पेटीच्या एका कोपऱ्यात पृष्ठभाग घासण्यासाठी वापरल्या जाणाऱ्या एमरी पावडरची एक पिशवी होती. शिवाय एक दुधी काच होती व पोटॅशियम असलेला एक सीलबंद बुधला होता. या शेवटच्या तीन वस्तूंमुळे ऐनवेळी हिकमती मिलरला घातपात, स्फोट घडवता येणे शक्य होते. त्यासाठी त्याच्याकडे अनेक युक्त्या-प्रयुक्त्या होत्या. काळ्या पेटीत फक्त डिटोनेटर्स होते, वायरिंगसाठीची साधने होती. ती डिटोनेटर्स आधी स्फोट पावत व त्यांच्या लहान स्फोटामुळे मुख्य दारूगोळ्याचा स्फोट होई. डिटोनेटर्सच्या छोट्या डब्या होत्या. डब्यांमध्ये मर्क्युरी फल्मिनेट नावाचे रासायनिक द्रव्य होते. हे रसायनशास्त्रदृष्ट्या अत्यंत स्थिर असते. या डबीत विजेची ठिणगी पाडली की डिटोनेटरच्या डबीचा स्फोट होत असतो. तसेच मर्क्युरी फल्मिनेट या रसायनवर एखादे पक्ष्याचे पीस जरी अलगद पडले तरी त्याचा स्फोट होऊ शकतो, एवढे ते अस्थिर होते. अन् म्हणूनच ते अत्यंत काळजीपूर्वक हाताळावे लागे.

शेवटची पेटी नीट लावून ठेवली जात असताना इंजिनाच्या वर असलेल्या झाकणामधून ब्राऊन आत पाहू लागला. त्याने सावकाश निरीक्षण करत आपली दृष्टी वर डोलकाठीकडे नेली. मग तो नौकेच्या पुढील बाजूचे निरीक्षण करू लागला. त्याने आपला चेहरा निर्विकार ठेवला होता. त्याने मॅलरीकडे पाहून विचारले, "डोलकाठीला लावायला आपण शिडे आणली आहेत काय?"

"नाही. पण असे का विचारता?"

"तशी शिडे वेळ आली तर उपयोगात येतात. आपल्यावर तशी वेळ येणार

आहे की नाही हे फक्त देवच जाणू शकतो.'' ब्राऊन कडवटपणे म्हणाला. तो पुढे सांगू लागला, ''या इंजिनरूमकडे पाहा. ही काय इंजिनरूम वाटते? सारा भंगार माल वाटेल तसा आत पडलेला आहे असे दिसते. आणि या बोटीच्या पंख्याचा शाफ्ट पार गंजून गेलेला आहे. अन् हे दोन सिलिंडर असलेले इंजिन तीस वर्षांपूर्वीचे केल्व्हिन या नावाने ओळखले जाणारे आहे.'' असे म्हणून ब्राऊनने निराशेने आपली मान हलवली. त्याला खूप दुःख झालेले दिसत होते. तो पुढे सांगू लागला, ''या इंजिनाचे अनेक छोटे छोटे भाग गेल्या तीस वर्षात वेगळे होत गेले होते. त्या जागी जरी नवीन भाग बसवले गेले तरी ते जुने भाग तिथेच आसपास अजूनही पडून राहिलेले आहेत.''

मॅलरी मलूलपणे म्हणाला, ''मेजर रटलेज मला म्हणाले की या नौकेचे इंजिन फक्त कालच त्यांनी चालवून पाहिले होते. बरं, ते काही असो. आता किनाऱ्यावर चला. आपला नाश्ता आला असेल. तसेच निघताना आपल्याला काही दगड नौकेत घ्यायचे आहेत याची मला निघण्यापूर्वी आठवण करा.''

यावर मिलर घाबरून मॅलरीकडे पाहत म्हणाला, ''दगड? नौकेवर घ्यायचे? कशासाठी?''

यावर मॅलरीने फक्त एक स्मितहास्य केले.

मिलर निषेध करत म्हणाला, ''ती भिकार नौका काही न करता बुडणारच आहे. मग दगड कशाला?''

''वेळ येईल तेव्हा ते दिसेलच तुम्हाला.''

तीन तासानंतर मिलरला दिसले की अखेर ती नौका डुचमळत समुद्रातून प्रवास करत चालली होती. समुद्राचा पृष्ठभाग काचेसारखा गुळगुळीत वाटत होता. कारण वारा पडलेला होता. हवा स्तब्ध झालेली होती. कुठेही किंचितशीसुद्धा वाऱ्याची झुळूक नव्हती. तुर्कस्तानचा किनारा मैलभर मागे पडला होता. मग मिलरने आपल्या अंगावरचा निळा गणवेश दुःखाने काढला आणि त्याचा एक गोळा करून बाजूला ठेवला. त्यात एक दगड घालून तो गणवेश समुद्रात बुडवण्यात आला. नौकेत आणून ठेवलेले दगड असे वापरल्याने कुठेही दिसत नव्हते, सर्वांनीच ते वापरून आपले गणवेश बुडवले होते.

नौकेच्या पुढच्या बाजूला सुकाणूचक्र असलेली छोटी केबिन होती. त्याच्या दारावर एक आरसा होता. त्यामध्ये त्याने आपले नवीन कपड्यातील रूप उदासपणे न्याहाळले. त्याने एक गर्द जांभळ्या रंगातील कापडी शेला कमरेला गुंडाळला होता. अंगात एक भरतकामाची कलाकुसर केलेले जाकीट चढवलेले होते. जाकिटाचा

नवीनपणा जाऊन ते आता जुनाट झाले होते. त्याच्या अंगावरचे सर्व कपडे काळ्या रंगाचे होते. शर्ट, जाकीट व पॅन्ट हे काळ्या रंगाचे होते. पायातील बुटावरही लेसच्या साहाय्याने नक्षीकाम केलेले होते. इतकंच काय, पण त्याचे भुरे केसही कलप लावून काळे केलेले होते.

आपले हे आरशातील रूप पाहून तो थरथरला आणि पाठ फिरवून तिथून निघून गेला.

'नशीब की या कपड्यात मला घरचे कोणी आता पाहू शकत नाही.' त्याने स्वत:शी म्हटले. मग तो बाकीच्यांकडे बारकाईने निरखून पाहू लागला. त्यांनीही वेगळे कपडे अंगावर धारण केले होते. प्रत्येकाच्या कपड्यात थोडाफार फरक होता. पोत्यातील सर्व जुने कपडे सर्वांनी अंगावर चढवले होते. 'ठीक आहे, त्यामानाने आपले कपडे तसे बरे दिसत आहेत,' असे तो मनात म्हणाला. ''पण हा झटपट बदल कशासाठी?'' असा प्रश्न त्याने आपल्या तुकडी-प्रमुखाला, म्हणजे मॅलरीला विचारला.

''मला असे कळले आहे की जर्मन आघाडीच्या मागे तुम्ही दोनदा होता. एकदा एक शेतकरी म्हणून आणि एकदा एक मेकॅनिक म्हणून.'' असे म्हणून मॅलरीने आपल्या अंगावरून उतरवलेल्या गणवेशाचा एक गोळा करून त्यात एक दगड ठेवून दिला. तो पुढे त्याला म्हणाला, ''अन् आता तुम्ही जो पोषाख अंगावर चढवला आहे त्यामुळे तुम्ही नॉर्वेतला सभ्य माणूस वाटता.''

''मी दोनदा कपडे बदलले. एकदा विमानात आणि आता येथे नौकेत. असे का? हा काय प्रकार आहे?''

''सैन्यातली खाकी विजार व आरमारातील पांढरे कपडे अलेक्समध्ये घातले. मग कॅस्टेलरोसोमध्ये निळा गणवेश चढवला, आणि आता ग्रीक कपड्यात तुम्ही आहात. अॅलेक्स, कॅस्टेलरोसो आणि त्या मेजर रटलेजच्या बेटावर आपण कपडे बदलत गेलो. जमिनीवरून विमानात बसल्यावर, नंतर मोटरबोटीत आणि आता येथे कपडे बदलत गेल्याने आपण आपला माग मागे ठेवत नाही कॉर्पोरल. ही खबरदारी आपल्याला घेणे भागच आहे.''

मिलरला आता खुलासा झाल्याने त्याने आपली मान हलवली. त्याने आपल्या पायाशी असलेल्या कपड्याच्या पिशवीकडे पाहिले. त्यात दिसणारे काही पांढरे कपडे बाहेर काढून बराच वेळ त्याने पाहिले आणि शेवट तो म्हणाला, ''अन् हे कपडे काय सैनिकांच्या स्मशानभूमीतून जाताना अंगावर चढवायचे का? म्हणजे स्मशानातून भुते फिरत आहेत असे वाटेल.'' त्याने उपरोधाने म्हटले.

''नाही. बर्फवृष्टी झाल्यावर सर्वत्र पांढरे होऊन जाते. त्यात मिसळून जाताना हे कपडे घालायचे. म्हणजे लांबून आपण दिसणार नाही.''

बापरे! यांनी किती विचारपूर्वक तयारी केली आहे, हे उमगल्यावर तो थक्क झाला. शेवटी तो डेकवर जाऊन पाठीवर पडून राहिला, हातपाय ताणून आळस दिला, आपल्या डोक्याखाली हाताची उशी करून तो झोपून गेला. ॲन्ड्रियाकडे पाहून मॅलरी हसला.

मॅलरीच्या मनात आले, 'एखाद्याला बर्फमय आर्क्टिक भागात कामगिरीसाठी पाठवण्याअगोदर त्याला सूर्यप्रकाशात भरपूर वेळ पडून राहू देण्यासारखाच हा प्रकार आहे. ते काहीही असले तरी यामुळे त्याला काही प्रमाणात झोप तरी घेता येईल. आता मी दोन-एक तास या नौकेच्या प्रवासावर लक्ष ठेवण्याचे काम करेन.'

ती जुनाट ग्रीक नौका पाच तास प्रवास करत राहिली. तुर्कस्तानच्या किनाऱ्याला दोन मैल अंतरावरून समांतर अशी ती जात राहिली. नोव्हेंबर महिन्यातील सूर्यप्रकाशामुळे वातावरण उबदार झाले होते. त्या वातावरणात काहीही न करता नुसते पडून राहण्यात खूपच सुख वाटत होते. नौकेच्या पुढच्या भागातील दोन्ही भिंतीमध्ये मॅलरी बसला होता. तो सतत आकाशावर व क्षितिजावर लक्ष ठेवून होता. ॲन्ड्रिया व मिलर हे डेकवर झोपलेले होते. कॅसी ब्राऊन हा इंजिनरूममध्ये जेवढ्या दुरुस्त्या लवकर आटोपता येतील तेवढ्या करत होता. त्याला तिथून लवकर बाहेर पडायचे होते. अधूनमधून तो डेकवर येऊन खुल्या हवेत श्वास घेऊन जायचा. त्याचे वर येण्याचे प्रमाण पुढे पुढे कमी होत गेले. कारण त्या जुन्या केल्व्हिन कंपनीच्या इंजिनातल्या दुरुस्त्या हळूहळू वाढतच गेल्या. वंगणाच्या तेलाचा इंजिनाला होणारा पुरवठा ठिबकणाऱ्या थेंबांनी होत होता. त्यात सातत्य आणण्यासाठी तो धडपडत होता. इंजिनात खेचल्या जाणाऱ्या हवेच्या पुरवठ्यावर नियंत्रण ठेवण्यासाठी तो सारखा एक स्क्रू मागेपुढे फिरवत होता. त्याची बोटे जणू काही इंजिनिअरिंगची हत्यारे बनली होती. त्या इंजिनाबद्दल तो नाखूश होता. हळूहळू त्याला पेंग येऊ लागली. त्याचे डोके दुखू लागले. त्याच्या डोक्यावर डेकवर जाण्यासाठी एक अरुंद भोक होते. तिथून जी काही बाहेरची हवा आत येई तेवढीच शुद्ध हवा त्याला मिळत होती

ॲन्डी स्टीव्हन्स हा सुकाणूचक्र असलेल्या डेकवरच्या केबिनमध्ये एकटाच होता. ती केबिन अगदीच छोटी होती. तो सारखा डावीकडे असलेल्या तुर्कस्तानच्या किनाऱ्यावर लक्ष ठेवून असे. मॅलरीप्रमाणेच त्याचेही डोळे किनारा व समुद्र यावर नजर ठेवण्यासाठी सारखे भिरभिरत होते. मग त्यांनी किनाऱ्या किनाऱ्याने जाण्याऐवजी नकाशानुसार पुढे जाण्याचे ठरवले. नकाशातील बेटांच्या रोखाने त्यांची ही छोटी बोट जाऊ लागली. ती बेटे डावीकडे होती. परंतु समुद्राच्या झगझगीत निळाईमुळे

त्या बेटांची स्थाने साध्या डोळ्यांना नीट अजमावता येईना. ती स्थाने सतत बदलत आहेत असे वाटत होते. होकायंत्रातील चुंबकीय तबकडी आतल्या अल्कोहोलमध्ये सतत कशीही फिरत होती. त्यामुळे दिशांचा गोंधळ होऊ लागला होता. ते होकायंत्र खूप जुने होते. त्यातली जिम्बल्स खरवडल्यासारखी झाली होती. अधूनमधून तो वर आकाशात नजर टाके किंवा समोरचे १८० अंशातून दिसणारे क्षितिज न्याहाळे. जर्मन विमाने किंवा गस्तीच्या बोटी कुठे दिसत आहेत का ते तो पाही. त्या सुकाणूघराच्या केबिनमध्ये एक असंख्य टवके गेलेला, ठिकठिकाणी पारा उडालेला एक आरसा टांगलेला होता. पण तो त्या आरशात पाहण्याचे टाळीत होता.

त्याचे हात कोपरापासून दुखू लागले. त्याने एक दोनदा आपले हात सुकाणूचक्रावर आपटून पाहिले. तरीही ते असह्यपणे दुखत राहिले होते. तडे गेलेल्या सुकाणूचक्रावरील त्याचे गोरे हात हे हस्तिदंती वाटत होते. तो सतत हात झटकून त्यात भरलेल्या वेदना घालवायचा प्रयत्न करत होता. त्याच्या हातातील वेदना या आता पार खांद्यापर्यंत चढत गेल्या होत्या. पण तरीही त्याने आपले सुकाणूचक्रांवरील हात दूर केले नाहीत. घट्ट हाताने ते चाक त्याने धरून ठेवले. त्या जुनाट नौकेचे नौकानयन तो करत राहिला. त्याच्या तोंडात आता एक चमत्कारिक चव तरळू लागली. कोरड्या तोंडात खारट व तुरट चव घोळू लागली. त्याने ती चव घालवण्यासाठी किती तरी वेळा तोंडातली लाळ गिळून टाकली होती. शेजारीच खुज्यात ठेवलेले पाणी तो अधूनमधून पीत राहिला. पण तरीही ती चव तोंडातून जाईना. आपल्या पोटात एक गोळा फिरत आहे असा भास त्याला होऊ लागला. मग आपल्या उजव्या पायातून एक चमत्कारिक थरथर होत आहे हे त्याला जाणवले. ही जाणीव सतत अधूनमधून त्याला होत राहिली.

लेफ्टनंट ॲन्डी स्टीव्हन्स आता घाबरला. असले काम त्याने एवढा वेळ पूर्वी कधी केले नव्हते. या संदर्भातील एक जुनी आठवण त्याच्या स्मृतीमधून वर आली. त्या वेळी तो लहान होता, प्राथमिक शाळेत शिकत होता. त्याचे वडील त्यावेळचे एक प्रसिद्ध गिर्यारोहक होते. त्यांनी आपल्या या लहान मुलाला उचलून सरळ पोहण्याच्या तलावात फेकून दिले होते. ''पोहणे शिकण्याचा हाच फक्त एकमेव मार्ग आहे,'' असे ते त्या वेळी म्हणाले होते. त्या वेळी तो जिवाच्या आकांताने पाण्यात धडपडत कसाबसा कडेच्या भिंतीला आला. तेव्हा तो भीतीने गांगरला होता, बेभान झाला होता. त्याच्या नाकातोंडात पाणी शिरल्याने त्याला श्वासोच्छ्वास करणे जड जात होते. आपल्या पोटात खड्डा पडल्याचे त्याला जाणवू लागले. त्याचे पोट चमत्कारिकरीत्या दुखू लागले होते.

आपले वडील व दोन मोठे भाऊ आपली ही अवस्था पाहताना कसा आनंद व्यक्त करत होते हे त्याने पाहिले. त्याला पुन्हा वडिलांनी उचलून पाण्यात फेकून

दिले; मात्र त्या वेळी त्यांच्या डोळ्यांत पाणी आलेले त्याने पाहिले.

आता ही स्मृती त्याचा जन्मभर पाठलाग करत राहिली. ती स्मृती आता वर उफाळून आली होती. त्यामुळे त्याचे आत्तापर्यंतचे आयुष्य अत्यंत दुःखाचे गेले होते...

त्याच्या शालेय काळात त्याचे भाऊ व वडील असेच नेहमी वागत आलेले त्याने पाहिले होते. त्या तिघांनी मिळून त्याचे जगणे दुःखदायक, त्रासदायक करून ठेवले होते. ते सर्व जण अत्यंत काटक, चिवट व दिलखुलासपणे वागणारे होते. तसेच ते बलोपासक होते आणि अॅथलेटिक्स क्रीडेचे भोक्ते होते. १५ फूट उंचीवरून स्प्रिंगबोर्डवरून पाण्यात सूर मारणे यात काही जणांना कसा आनंद वाटत नाही, याचे त्यांना आश्चर्य वाटे. डोंगरमाथ्यावर चढून जाणे किंवा वादळी हवेत शिडांची नौका चालवणे यातली मौज, थरार ते नेहमी घेत असत. या सर्व गोष्टी त्यांनी त्याला करायला लावल्या होत्या. तसे करताना तो त्यात अनेकदा अयशस्वी झाला होता. त्याच्या या अपयशाचे त्याच्या वडिलांना व भावांना नवल वाटे. 'असे कसे याला जमत नाही?' असा प्रश्न त्यांच्या मनात उमटे. पण ती काही निर्दय माणसे नव्हती. कारण तसल्या धाडसी खेळात ते निष्णात झाले होते. पण आपल्याला जसे येते तसेच आपल्या या अॅन्डीलाही यावे असे त्यांना मनापासून वाटे. हा त्यांचा केवळ मूर्ख हट्ट होता हे त्यांना समजत नव्हते. परंतु त्याला येणाऱ्या शारीरिक अपयशाची भीती त्याच्या मनात खोलवर जाऊन दडली होती. कोणत्याही कृत्यात आपल्याला शेवटी अपयश येईल अशीच मानसिक भावना त्याच्यात रुतून बसली होती. अन् अपयश आल्यानंतर आपल्याला उद्देशून वेडावून दाखवणे, टोमणे मारले जाणे, टर उडवली जाणे, याचीही त्याला भीती वाटत असे. त्याला ते सहन होत नसे. कारण तो अत्यंत संवेदनशील होता. शेवटी शेवटी तर त्याला अशा गोष्टींची भीती वाटण्याचीच भीती वाटू लागली. अखेर या दुहेरी भीतीवर मात करण्यासाठी वयाच्या बाराव्या वर्षानंतर त्याने गिर्यारोहण प्रकार आत्मसात करण्याचे ठरवले. त्याच्या या प्रयत्नात मात्र त्याला यश आले. गिर्यारोहण प्रकारात तो एवढा तरबेज झाला, प्रख्यात झाला, की त्याचे भाऊ व वडील त्याच्याशी नीट वागू लागले, त्याला आदर दाखवू लागले. पण त्याच्या मनातील भीतीच्या भावनेवर मात्र तो मात करू शकला नाही. ती भावना तशीच त्याच्या मनात रुतून बसलेली राहिली. उलट त्याच्या धाडसी प्रयत्नांमुळे वेळोवेळी ती भावना वाढतच गेली. विशेषतः एखादा खास दुर्गम डोंगर चढून जायची त्याच्यावर पाळी येई तेव्हा तर ती भीती एकदम मनात उचंबळून येई. तो एक प्रकारचा भयगंड त्याला कायमचा चिकटून बसला होता. अशा वेळी चढून जाताना त्याची पकड पक्की नसायची. खाली पडून मरण पावून जाऊ, अशी त्याला भीती वाटे. हा भयगंड त्याच्या सुप्त मनात दडून

बसला होता. आत्ताही त्याला तशी भीती वाटू लागली होती. तो त्यावर मात करण्याची धडपड करू लागला. आपण मनातून घाबरलो आहोत हे बाहेर दिसू नये म्हणून तो प्रयत्न करू लागला. आपल्याला ऐनवेळी भीती वाटेल याचीच भीती त्याला वाटू लागली. भीतीची लाट त्याच्यावर चालून आली. यापासून कसे रक्षण करावे हे त्याला कळेना. आपली ही केविलवाणी स्थिती इतरांना समजू नये म्हणून तो धडपडू लागला.

समुद्र कमालीचा शांत होता आणि अत्यंत गडद निळा झाला होता. तर त्या पार्श्वभूमीवर डोंगरांची क्षितिजरेषा धूसर व चंदेरी वाटत होती. आजूबाजूची बेटे, त्यावरचे डोंगर व समुद्र यांच्यामुळे निळ्या, जांभळ्या रंगांचे एक जादूई मिश्रण आजूबाजूला पसरलेले वाटत होते. आग्नेयेकडून मंद वारा येत होता. तो वारा आपल्याबरोबर जमिनीवर येणारा फुलांचा मंद वास वाहून आणत होता. सर्वत्र शांतता पसरली होती. डेकवरही सर्व काही शांत होते. फक्त या नौकेच्या जुन्या इंजिनाचा थम्पऽ थम्पऽ असा लयबद्ध आवाज होत होता... पण तेवढे सोडले तर बाकी सारे काही शांत, समाधानी व उबदार असे वातावरण तिथे होते. अशा वातावरणात कोणाच्याही मनात भीतीची भावना उद्‌भवू शकणार नव्हती. बाकीचे जग आणि दुसरे महायुद्ध हे फार दूर राहिले होते. किती शांत व निवांत दुपार होती ती!

पण मागे पडलेले ते युद्ध फार मागे पडले नसावे. त्याची जाणीव करून देणारी छोटी छोटी दृश्ये अधूनमधून दिसत होती. जर्मनांची 'आर्डो' जातीची पाण्यावर उतरणारी विमाने अधूनमधून आकाशात प्रगट होत आणि त्यांच्या नौकेवर घिरट्या घालून जात. दोनदा तर इटालियन सॅव्हिया व फियाट विमानांनी खाली सूर मारून नौकेच्या जवळून उड्डाण केले. नक्कीच त्यांना कुतूहल किंवा संशय वाटला असावा. पण नंतर ती शांतपणे आपापल्या वाटेने निघून गेली. म्हणजे या नौकेबद्दल त्यांचा संशय फिटला असावा. ती विमाने ऱ्होडस बेटावरून आली असावीत. तिथे त्यांचा हवाई तळ असावा. त्या इटालियन विमानातील वैमानिक नक्की जर्मन असावेत. इटलीने जर्मनांपुढे शरणागती पत्करल्यावर त्यांचे वैमानिक त्याच ऱ्होंड बेटावर कैदेत ठेवले होते. त्या वैमानिकांची विमाने जर्मन वैमानिक गस्तीसाठी वापरीत होते. सकाळीच मॅलरीला दूरवर एक भली मोठी नौका संचार करताना दिसली होती. तिच्यावर जर्मन राष्ट्रध्वज फडकत होता. नौकेच्या पुढच्या आणि मागच्या बाजूला मशीनगन बसवलेल्या होत्या. मग दुपारी आणखी एक जर्मन लाँच दिसली होती. ती मोठ्याने आवाज करत त्यांच्या जवळून निघून गेली होती. त्यामुळे त्यांची नौका जोरजोरात डुचमळू लागली होती. ते पाहून जर्मन लाँचवरील खलाशी उपहासाने हसू लागले होते आणि याचा निषेध म्हणून मॅलरीच्या माणसांनी त्यांच्याकडे रागाने पाहून

आपल्या मुठी आवळल्या होत्या. पण त्या जर्मन लाँचने त्यांना बाकी कसलाही त्रास दिला नाही. कारण ते आता तटस्थ असलेल्या तुर्कस्तानच्या हद्दीतील समुद्रात होते. अन् या तटस्थतेचा भंग ब्रिटन व जर्मनीही करत नव्हते. अज्ञात विमाने व बोटी यांना कोणी हटकत नव्हते. परंतु सज्जन माणसांजवळ असलेल्या कोणत्या तरी चमत्कारिक उदारतेनुसार जवळून जाणारे जहाज, विमान हे शत्रूचे असले तरी त्याकडे दुर्लक्ष करत राहिलेले होते. एक प्रकारची अघोषित तटस्थता तिथे नकळत पाळली जात होती. एकमेकांशी युद्धे खेळणाऱ्या दोन राष्ट्रांच्या राजदूतांनी तटस्थ राष्ट्राच्या राजधानीत जसे एकमेकाशी थंडपणे वागावे तसा हा प्रकार होता. परंतु ही जहाजे आपल्या शत्रूच्या जहाजाची, विमानाची खरेच दखल घेत नव्हती, का तसे भासवत होती?

अनेकदा जवळून शत्रूची विमाने, बोटी गेल्या की मनात त्याची बोचणी लागे. मग भले ती शत्रूची वाहने निरुपद्रवी असली तरी. ही काही शांतता नव्हती, हा एक केवळ शांततेचा आभास निर्माण केला जात आहे, अशी आठवण त्यामुळे करून दिली जात होती. हे सारे तात्पुरते आहे, क्षणभंगुर आहे, हेही त्यामुळे कळून चुकत होते. मिनिटकाट्याच्या संथ गतीने काळ पुढे चालला होता. मॅलरीची नौका नॅव्हारनच्या त्या उभ्या कड्याकडे फुटाफुटाने जवळ जात चालली होती. आता तो कडा फक्त आठ तासांच्या अंतरावर आला होता. तिथे पोहोचल्यावर मात्र काहीही करून तो कडा चढून जायला हवे. आता त्या कड्यापासून ते फक्त ५० मैलांवर आले होते. त्यांना नॅव्हारन बेटावरच्या पर्वताचा कडा दिसू लागला. त्याची शिखरे, सुळके हे आकाशाच्या पार्श्वभूमीवर उठून दिसू लागले. ती शिखरे चमकत्या क्षितिजरेषेच्याही वर गेली होती. पार्श्वभूमीवरचे निळे आकाश हे परके वाटू लागले होते आणि ते एक प्रकारची धमकी देत आहे असाही भास होऊ लागला होता. जणू काही ते म्हणत होते, 'या पाहू माझ्याशी टक्कर घ्यायला.'

दुपारी २.३० वाजता नौकेतले इंजिन अचानक बंद पडले. पण बंद पडताना जसा इंजिनाचा तालबद्ध आवाज बिघडून ते खोकत खोकत आवाज करते तसे अजिबात झाले नाही. इंजिनाचे लयबद्ध स्ट्रोक्स बिघडले नाहीत की पटर्र पटर्र आवाज आला नाही. ते एकदम शांत होऊन बंद पडले होते.

इंजिनरूमच्या वर हवा व प्रकाश येण्यासाठी जी मोठी झडप होती तिथे मॅलरी प्रथम पोहोचला. त्याने आत डोकावून म्हटले, "ब्राऊन काय झाले बाबा?" त्याच्या आवाजात पुरेपूर काळजी व चिंता भरलेली होती. तो पुढे म्हणाला, "इंजिन मोडून पडले का? फेल कसे झाले?"

"असे काहीही झाले नाही सर," ब्राऊन म्हणाला. तो अजूनही इंजिनावर वाकलेला होता. तो सरळ उभा राहत म्हणाला, "मीच ते आता बंद केले आहे." मग त्याने वर हात करून झडपेमधून स्वत:ला वर उचलले. झडपेच्या काठावर बसून आपले पाय आत सोडून तो हलवत बसला. त्याचा रापलेला चेहरा पांढरा पडलेला होता.

मॅलरीने त्याच्याकडे काळजीपूर्वक पाहिले आणि म्हटले, "अरे, तुमचा चेहरा भीतीने किती पांढराफटक पडला आहे!"

आपली मान हलवत ब्राऊन म्हणाला, "नाही, तसे काहीही नाही. गेले दोन-तीन तास त्या खालच्या कोंदट जागेत माझ्या शरीरात विष शिरत राहिले होते. मला ते आत्ता समजले. सर, इंजिनातून बाहेर पडणारा कार्बन मोनॉक्साईड हा वायू विषारी असतो ना."

"म्हणजे एक्झॉस्टमधून बाहेर पडणारा धूर तुमच्या येथे गळत होता काय?"

"होय, तसेच दिसते; पण त्यापेक्षाही जरा हे गंभीर आहे," असे म्हणून ब्राऊनने खाली इंजिनाकडे बोट केले. त्या इंजिनाला पाइपांच्या स्टॅन्डचा आधार दिलेला पाहा. शिवाय इंजिनावर एक मोठा लोखंडी गोळा आहे... इंजिन थंड ठेवण्यासाठी त्यात गार पाणी भरले आहे. त्यातले पाणी पाइपामधून जाते. पण कुठेतरी त्या पातळ पत्र्याच्या पाइपाला भेग गेली असावी. त्यातून पाणी गळत असावे. तळाच्या फ्लॅन्जवर ती गळती काही तास चालली असावी. त्या पाइपाला आता एक मिनिटापूर्वी एक मोठे भोक पडले. मग इंजिनातून सहा इंच लांबीच्या ज्वाळा बाहेर पडू लागल्या. मग मात्र मला ताबडतोब इंजिन बंद करावे लागले. दुसरा इलाजच नव्हता."

यावर मॅलरीने सावकाश आपली मान गंभीरपणे हलवली. त्याला इंजिनाची अवस्था समजून आली. त्याने विचारले, "मग आता काय करणार? तुम्हाला इंजिन दुरुस्त करता येईल?"

"तशी शक्यता मला दिसत नाही." ब्राऊन आपले डोके ठामपणे हलवत म्हणाला. तो पुढे सांगू लागला, "जिथे गळती होते आहे तिथे ब्रेझिंग किंवा वेल्डिंग करावे लागेल. पण खाली जे भंगार सामान पडले आहे त्यात मला एक जादा पार्ट सापडला आहे; पण तो पार्ट पूर्ण गंजून गेला आहे. तो कितपत वापरता येईल याबद्दल मला शंकाच आहे... पण काहीतरी करून पाहायलाच हवे, सर."

यावर मिलर म्हणाला, "मी त्यासाठी ब्राऊनला मदत करेन."

"थँक्स! ब्राऊन, या दुरुस्तीला किती वेळ लागेल?"

"देव जाणे! काही सांगता येत नाही. दोन तास किंवा चार तासही लागतील. गंजामुळे त्या पार्टमधले नट व बोल्ट पार जाम होऊन बसले आहेत. त्यांना हॅक्सॉ

करवतीने कापूनच काढावे लागेल. मग तसेच दुसरे नट बोल्ट शोधून बसवावे लागतील.''

यावर मॅलरी काहीही बोलला नाही. मोठ्या कष्टाने त्याने आपली मान हलवून दुसरीकडे वळवली. त्याच्या नजरेस स्टीव्हन्स पडला. ते सुकाणूचक्र सोडून जिथे शिडे गुंडाळून बंद करून ठेवली होती, ती सोडवण्यासाठी त्यावर वाकला होता. मॅलरी त्याच्यापाशी गेल्यावर त्याने मॅलरीकडे प्रश्नार्थक नजरेने पाहिले. मॅलरी त्याला म्हणाला, ''ठीक आहे, पुढे जाण्यासाठी ती शिडे वर चढवा. आपला प्रवास अजून चार तास तरी चालेल असे ब्राऊन म्हणतो आहे. मी आणि अँड्रिया जमेल तेवढी मदत करतो आहोच.''

दोन तासांनी ते इंजिन चालू होऊ शकले नव्हते. अजूनही त्यांची नौका कोणत्याही राष्ट्राच्या सागरी हद्दीमध्ये शिरली नव्हती. आठ मैलावर असलेल्या एका बेटाच्या दिशेने ती चालली होती. बऱ्यापैकी जोरदार वारा वाहत होता. पूर्वेकडचे क्षितिज काळे होत चालले होते. तिथे गडगडाटी ढग जमू लागले होते. नौकेवर फक्त एक त्रिकोणी शीड व त्याला खाली लांब दांडा होता. याच्या साहाय्यानेच आता पुढे जाणे भाग होते. जवळच्या त्या बेटाकडे यामुळे कसेबसे पोहोचू असे मॅलरीला वाटत होते. आपले तिथले अस्तित्व हे या उघड्या समुद्रातून कोणाच्याही लक्षात येणार नाही. त्याने आपल्या घड्याळाकडे पाहिले व दूरवरच्या तुर्कस्तानच्या किनाऱ्याकडे पाहिले. त्या किनाऱ्यावर मात्र फारशी सुरक्षितता मिळणार नव्हती. एकदम तो ताठ झाला, क्षितिजरेषेकडे निरखून पाहू लागला. अँड्रियाला तो म्हणाला, ''अँड्रिया, तुला दिसले का ते–''

''येस, कॅप्टन. मला दिसले ते. तीन मैलावर एक मोठी लाँच आली आहे. ती सरळ आपल्या दिशेनेच येते आहे.'' शेवटचे वाक्य तो हळू म्हणाला.

मग मॅलरीने वेळ न घालवता सर्वांना एकत्र बोलावून घेतले. तो त्यांना सांगू लागला, ''आपल्याला त्या लाँचकडून थांबवले जाईल आणि आपली झडती घेतली जाईल. ती मोठी लाँच सकाळीच आपल्या शेजारून गेल्याचे मी पाहिले होते. कसा काय कोण जाणे, पण त्यांना आपला नक्की संशय आल्याचे दिसते आहे. कुणीतरी आपल्याविरुद्ध त्यांच्याकडे तसा संशय व्यक्त केला असावा. आता चांगलाच संघर्ष उडणार असे दिसते. त्यांच्याजवळ शस्त्रास्त्रे असणार हे नक्की. ते आपली चौकशी करून आपल्याला सोडून देणार नाहीत, हे तुम्ही पक्के लक्षात ठेवा. एक तर ते आपल्यावर मात करतील नाही तर आपण त्यांच्यावर मात करू. आपल्या नौकेच्या झडतीमध्ये आपले बरेच काही उघडे पडेल. आपल्याजवळची खास साधने आपण समुद्रात फेकून देणार नाही, हेही तुम्ही लक्षात ठेवा.'' मग त्याने आपली पुढची योजना भरभर सर्वांना सांगितली. स्टीव्हन्स सुकाणूघरातून बाहेर वाकून ऐकत होता.

त्याची जुनी पोटदुखी एकदम उफाळून आली. सुकाणूघरात त्याच्या कमरेपासून खालच्या शरीराला झाडलेल्या गोळ्यांपासून संरक्षण लाभणार होते; पण आता त्याचे पाय थरथरू लागले होते. त्याच्या आवाजात तोतरेपणा आला होता. तो म्हणत होता, "पण सर... सर..."

"येस, येस! स्टीव्हन्स, काय सांगायचे आहे?" असे म्हणून मॅलरीने त्याच्याकडे पाहिले. घाईत असूनही मॅलरीला स्टीव्हन्सचा पांढरा पडलेला चेहरा लक्षात आला. तसेच त्याने आधारासाठी खिडकीला गच्च पकडून धरलेलेही मॅलरीच्या लक्षात आले.

स्टीव्हन्सच्या मनावर खूप ताण आलेला होता म्हणून तो थरथरत्या आवाजात बोलू लागला. काही क्षण तर त्याचे तोंड नुसतेच हलत होते. त्यातून शब्द फुटत होते. काही क्षणानंतर तो भडाभडा बोलू लागला. तो म्हणत होता, "पण, पण सर, ही एक कत्तल ठरेल. आपण खून पाडायचे?"

"शट अप! गप्प बैस पोरा." मिलर गुरगुरत म्हणाला.

"हे बघा, हे सारे असेच करावे लागणार आहे. समजले?" मॅलरी तीव्र स्वरात बोलला. त्याने त्या अमेरिकी स्टीव्हन्सकडे थंड नजरेने बराच वेळ पाहिले. तो पुढे म्हणाला, "असे पाहा, युद्ध जिंकण्यासाठी जी कल्पना आपण लढवतो आहोत त्यामुळे तुमच्या शत्रूची कोंडी होईल अशी परिस्थिती आपण निर्माण करतो आहोत. त्यासाठी एकही संधी आपण गमवायची नाही. आपण जर त्यांना ठार केले नाही, तर ते आपल्याला ठार करतील हे नक्की. एक तर त्यांनी माघार घेतली पाहिजे, नाही तर आपल्याला माघार घ्यावी लागेल. अन् खेरोस बेटावर आपली हजार माणसे आहेत हे लक्षात घ्या. तेव्हा आपली भूमिका इतकी स्वच्छ व सोपी आहे हे लक्षात घ्या. यात कुठेही सद्सद्विवेकबुद्धीचा प्रश्न उद्भवत नाही, हेही लक्षात ठेवा."

नंतर बरेच सेकंद स्टीव्हन्स मॅलरीकडे न बोलता टक लावून पाहत राहिला. सर्व जण आपल्याकडेच बघत आहेत याचे भान मॅलरीला अस्पष्टपणे होते. त्या क्षणी स्टीव्हन्सच्या मनात मॅलरीबद्दल राग निर्माण झाला. मॅलरीचे युद्धाबद्दलचे जे तर्कशास्त्र होते त्याचा त्याला राग आला होता. हे तर्कशास्त्र कठोर आहे, निर्घृण आहे अशी त्याची त्या क्षणी खातरी पटली होती. एवढ्याचसाठी त्याला मॅलरीचा राग आला होता. तो मॅलरीकडे हाताच्या मुठी वळून पाहत राहिला.

प्रत्येक तरुण गिर्यारोहकांचा मॅलरी हा एक आदर्श पुरुष होता. युद्धापूर्वीच्या काळात मॅलरीबद्दल इंग्लंडमध्ये अशी भावना होती. त्या काळात मॅलरी एकामागोमाग एकेक पर्वतशिखरे पादाक्रांत करत जात होता. विशेषत: १९३८-१९३९ च्या कालावधीत तर तशा बातम्यांना पूर आला होता. आपला गिर्यारोहणाचा छंद चालवण्यासाठी मॅलरीने आत्तापर्यंत तीन वेळा सैन्यातली बढती नाकारली होती.

आपला छंद आपण चालवत राहिलो तरच आपली लोकप्रियता टिकेल, या विचारापोटी त्याने तसे केले होते. मॅलरीच्या मनात आपल्या लोकप्रियतेचे हेही विचार येऊन गेले आणि क्षणभर तो गोंधळला. त्याने मान वर करून स्टीव्हन्सचा रापलेला व भावुक चेहरा पाहिला. स्टीव्हन्सच्या तपकिरी भुवया वर गेल्या होत्या. त्याचे डोळे निर्विकार भासत होते. एकदम स्टीव्हन्स शरमला. आपल्या सारासार विचारांपलीकडे, जाणिवेपलीकडे कॅप्टन मॅलरी आहे, हे त्याला कळून चुकले. मग तो स्मितहास्य चेहऱ्यावर आणीत हळू आवाजात म्हणाला, ''आय ॲम व्हेरी सॉरी! मला माफ करा! मी कारण नसताना मध्येच एकदम बोललो, सॉरी.'' एवढे बोलून तो नौकेच्या मागच्या भागाकडे पाहू लागला. पुन्हा त्याला भीती वाटू लागली. आता पुढे काय होणार याची चित्रे त्याच्या मनात तरळू लागली. तो म्हणाला, ''सर, मी तुमच्या शब्दाबाहेर जाणार नाही.'' हे बोलताना मात्र त्याचा आवाज या वेळी थरथरला नाही.

''छान! तू तसे काही करशील असे मला कधीच वाटले नव्हते.'' मॅलरी हसून म्हणाला. त्याने मिलर व ब्राऊन यांच्याकडे पाहून म्हटले, ''तेव्हा आता तुम्ही सांगितल्याप्रमाणे त्या गोष्टी, सामान तयार ठेवा. ठेवाल ना? अन् ते करताना उगाच धावपळ करू नका. अगदी सहजतेने करा आणि त्या गोष्टी लपवून ठेवा. कारण आत्ता जर्मन्स आपल्याकडे दुर्बिणीतून नजर ठेवून आहेत.''

एवढे बोलून तो वळून निघाला. ॲन्ड्रिया त्याच्या मागोमाग गेला. तो म्हणाला, ''सर, तुम्ही त्या पोराला जरासे कठोर बोललात. त्याला तुमच्यावर टीका करायची नव्हती. त्याने केवळ आपले एक मत मांडले होते.''

मॅलरी खांदे उडवून म्हणाला, ''मला ठाऊक आहे ते. पण मला त्याचे मत न आवडल्याने मी ते खोडून काढले एवढेच.''

''पण ते जर्मन्स जवळ आल्यावर थांबवण्यासाठी तोफा डागतील असे वाटते तुम्हाला?''

''कदाचित करतीलही तसे. आपण काही संशयास्पद कामगिरी करतो आहोत की नाही, याची खातरी पटेपर्यंत ते आपला पिच्छा सोडणार नाहीत. थांबण्याची सूचना देणारा जो तोफगोळा आधी बोटीच्या दिशेने डागला जातो तसे ते करतील असे मला वाटत नाही. आपण आता आपल्याकडून खबरदारी घेऊन पवित्रा घेतला आहे. लक्षात ठेवा, मी काय सांगतो त्या इशाऱ्याची नीट वाट पाहा. तो इशारा तुम्हाला ऐकू येईल, समजेल असे पाहा.'' एवढे रुक्षपणे बोलून तो थांबला.

नौकेच्या पुढे सरकत जाण्यामुळे एक लाट निर्माण होऊन ती दोन्ही बाजूला पसरत जात होती. शेवटी ती विरून जात होती. डिझेल इंजिनाचा धडधड आवाज थांबला होता. अन् त्याच वेळी ती जर्मन बोट समोरून आली. त्या दोन्ही नौकात आता फक्त सहा फुटांचे अंतर राहिले होते. मॅलरी एका फिश-बॉक्सवर बसून एका

जुन्या कोटाला सुईदोऱ्याने बटण शिवत बसला होता. निदान कामात तो गर्क झाल्याचे दाखवत होता. तो कोट त्याने आपल्या दोन गुडघ्यात पकडून ठेवला होता. जर्मनांच्या बोटीवर मॅलरीला सहा माणसे दिसली. ती सर्व जर्मन आरमाराच्या गणवेशात होती. बोटीच्या मागच्या बाजूला एक मशीनगन तिपाईवर पट्ट्याने जखडून ठेवली होती. तिच्या मागे एक जर्मन तयारीत बसला होता. त्याच्या मागे एक तोफ होती. तीन माणसे ऑटोमॅटिक कार्बाईनसारखी शस्त्रे घेऊन इतस्तत: बोटीत उभी होती. ती शस्त्रे म्हणजे 'श्मायसर' या स्वयंचलित बंदुका आहेत, हे मॅलरीने ओळखले. बोटीचा कॅप्टन हा एक तरुण लेफ्टनंट होता. त्याचा चेहरा कठोर वाटत होता. त्याच्या गणवेशावर 'आयर्न क्रॉस' हे लष्करी सन्मानचिन्ह लटकलेले होते. तो सुकाणूघरात होता आणि त्यातून मॅलरीच्या नौकेकडे बघत होता. इंजिनरूमच्यावर असलेल्या झडपेमधून एक डोके वर उगवले. मॅलरी जिथे बसला होता तेथून त्याला जर्मनांच्या बोटीच्या मागच्या बाजूचा डेक दिसत नव्हता. जे शीड मॅलरीने उभे केले होते ते वाऱ्याने सारखे फुगायचे आणि तो फुगवटा समोरच्या दृश्याला अर्धवट झाकत असलेला त्याला दिसायचा. पण तरीही त्याने बोटीच्या पुढच्या व मागच्या बाजूला असलेल्या मशीनगन टिपल्या. त्यांच्या टप्प्यात आपल्या नौकेवरची सारी माणसे येत आहेत हे त्याच्या ध्यानात आले. त्या मशीनगन्सचा रोख सतत आपल्याच माणसांवर धरला जात आहे, हेही त्याच्या लक्षात आले.

तो कठोर चेहऱ्याचा जर्मन लेफ्टनंट हा हिटलरच्या प्रचारामुळे झालेला एक अतिउत्साही तरुण आहे असे मॅलरीला वाटले. तो लेफ्टनंट सुकाणूघरातून वाकून आपल्या तोंडाभोवती दोन्ही हात धरून त्यांना ओरडून इंग्रजीत म्हणाला, "लोअर युवर सेल्स!" तुमची शिडे खाली आणा, असे तो बजावत होता. इंग्रजीत हुकूम दिल्यानुसार जर मॅलरीच्या नौकेतील माणसे वागली, तर ती ब्रिटनची आहेत हे उघड होणार होते. तो एक सापळा होता. त्याच्या हुकमाला कोणी जरी इंग्रजीत उत्तर दिले, तरी सापळ्यात ते अडकणार होते. सहजगत्या चटकन उत्तर देण्याची प्रवृत्ती असलेला माणूस तसे सहज करू शकणार होता. जर्मन हुशार होते यात शंकाच नाही.

मॅलरीला हा सापळा कळल्याने तो एकदम ताठ झाला. त्याचे सारे शरीर गोठून गेले. आपल्याला जर्मनांनी शेवटी ओळखलेच. सुईदोऱ्याने तो कोटाचे बटण शिवत होता. पण या धोक्याच्या जाणिवेने एकदम त्याच्या हातातील सुई त्याच्या डाव्या तळहातात घुसली. जर्मन लेफ्टनंट इंग्रजीत बोलला. स्टीव्हन्स एवढा तरुण होता की, त्याला असल्या शाब्दिक युक्त्यांचा अनुभव नव्हता. तो कदाचित इंग्रजीत बोलेल अशी मॅलरीला खातरी वाटल्याने तो मनातून हादरला होता.

पण स्टीव्हन्स या युक्तीला फसला नव्हता. त्याने सुकाणूघराचे दार उघडून

बाहेर डोकावून त्या जर्मनाकडे पाहत आपला एक हात कानाभोवती असा धरला की, जणू काही त्याला नीट ऐकू न आल्याने किंवा न समजल्याने तसे केले आहे, असे पाहणाऱ्याला वाटले असते. स्टीव्हन्सने आपले तोंड वासले होते. त्याने हा अभिनय एवढा सुरेख वठवला की, कोणालाही तो खराच वाटला असता. त्याच्या या अभिनयावर मॅलरी जाम खूश झाला. स्टीव्हन्सच्या अंगात काळी पॅन्ट आणि बेंगरूळ कपडे होते. त्याचे डोक्यावरचे केसही विस्कटलेले होते. त्यामुळे कोणालाही तो एक मासेमारी करणारा कोळी माणूस वाटला असता.

स्टीव्हन्सने ओरडून म्हटले, "आँऽऽ?"

"लोअर युवर सेल्स. आम्ही तुमच्या बोटीवर येतो आहोत." पुन्हा त्या जर्मनाकडून इंग्रजीत उत्तर आले. हा जर्मन आपला बोलण्याचा सापळा सारखा लावतो आहे, हे मॅलरीला समजून चुकले. नक्कीच हा एक ठाम निश्चय केलेला जर्मन अधिकारी आहे.

इकडून स्टीव्हन्सने ओरडून उत्तर दिले, "माफ करा. मला तुमची जर्मन भाषा कळत नाही. तुम्ही माझ्या भाषेत का नाही बोलत?" स्टीव्हन्सने ही वाक्ये ग्रीक भाषेत बोलली. त्याचे ग्रीक बोलणे अचूक व व्याकरणशुद्ध होते. अशी ग्रीक भाषा ग्रीक कोळी कसे बोलतील; परंतु सुदैवाने हा फरक त्या जर्मनाला कळला नाही.

त्या जर्मन लेफ्टनंटने आपले डोके हताशपणे हलवले व तो सावकाश, थांबत थांबत, ग्रीक भाषेत म्हणाला, "तुमची बोट थांबवा. ताबडतोब थांबवा. आम्ही तुमच्या बोटीवर येतो आहोत."

"आमची बोट थांबवायची!" स्टीव्हन्स रागावून ग्रीकमध्ये म्हणाला. त्याचा राग आल्याचा अभिनय अगदी अस्सल वाटत होता. त्याचे रागवणे त्या जर्मनाला एवढे खरेखुरे वाटले की तो क्षणभर दचकलाच. स्टीव्हन्स म्हणत होता, "अन् तुमच्यासाठी आमची बोट का थांबवायची?"

पण त्याचे बोलणे तोडीत जर्मन लेफ्टनंट म्हणाला, "मी तुम्हाला दहा सेकंद वेळ देतो. नंतर मात्र मी गोळ्या झाडायला लागेन." त्याच्या आवाजात ठामपणा होता, धमकी होती आणि निश्चय प्रगट होत होता.

स्टीव्हन्सने आपला पराभव झाल्याचे दर्शवत ॲन्ड्रिया व मॅलरीकडे पाहिले. तो त्यांना म्हणाला, "या माणसांनी आपल्यावर मात केली आहे. ते आपल्याला शिडे उतरवायला सांगत आहेत."

मग ताबडतोब मॅलरीच्या माणसांनी ते उभारलेले शीड उतरवले. मॅलरीने शीड गोळा करून आपल्या काखेत पकडले आणि तो परत आपल्या मूळच्या जागेवर येऊन बसला. त्याने आपला चेहरा पडलेला आणि दुर्मुखलेला ठेवला होता. त्याला ठाऊक होते की शत्रूचे डझनभर डोळे आपली कृती पाहत आहेत. त्याने उकिडवे

बसून ते शीड आपल्या दोन्ही गुडघ्यावर पसरले. आपले दोन्ही हात मात्र त्याने शिडाखाली घातले होते. चेहऱ्यावर त्याने दाट निराशा प्रगट केली होती. एकदम शिडाला धरून ठेवणारा आडवा खांब धडधडत डोलकाठीवरून खाली कोसळला. ॲन्ड्रिया धावत त्या खांबावरून काही पावले गेला व थांबला.

एव्हाना दोन्ही बोटी एकमेकांना समांतर जात होत्या. पण जर्मन बोट जरा मागे होती. अचानक त्या बोटीचे इंजिन सुरू झाल्याचा आवाज झाला आणि ती जर्मन बोट आता पुढे सरकून मॅलरीच्या नौकेला खेटून भिडली. ती मोठी बोट आता नौकेला घासू लागली. तीन जर्मन माणसांनी हातात श्मायसर शस्त्रे घेऊन ताबडतोब मॅलरीच्या नौकेवर उड्या मारल्या. मात्र त्यांच्या मशीनगनच्या रेषेत न येण्याची काळजी त्यांनी घेतली होती. मॅलरीच्या ते सहज लक्षात आले. त्याला आणखी एक मशीनगन जर्मन बोटीवर स्पष्टपणे दिसली. त्या तीन जर्मनांपैकी एकजण नौकेच्या पुढच्या बाजूला पळत गेला. त्याने आपली ऑटोमॅटिक कार्बाईन बंदूक डोलकाठीच्या वरच्या टोकाच्या दिशेने फिरवली आणि नंतर डेकवरील सर्वांवरून फिरवली; पण त्याने मॅलरीवरून फिरवली नाही. कारण मॅलरी हा जर्मन मशीनगनच्या टप्प्यात येत होता. हे सारे मॅलरीच्या लक्षात आले. जर्मनांच्या हालचालीमागची योजनाबद्ध अचूकता हेरली. त्याबद्दल त्याला त्यांचे कौतुक वाटले. त्यांनी अशा प्रसंगाचा सराव आधी अनेकदा केला असावा, हेही त्याच्या लक्षात आले.

मग मॅलरीने आपले डोके वर उचलून सावकाश आजूबाजूला आपली नजर तटस्थपणे फिरवली. इंजिनरूमच्या झडपेपाशी ब्राऊन उकिडवा बसला होता. त्याने इंजिनावर असलेला तो सायलेन्सरचा गोळा काढून घेतला होता व त्याची काहीतरी दुरुस्ती करत होता. त्याच्यापासून पुढे दोन पावले अंतरावर मिलर होता. कशात तरी गर्क झाल्यासारख्या त्याच्या भुवया झाल्या होत्या. तो एक कसलातरी इंजिनाचा लोखंडी भाग कापू पाहत होता. त्याच्या डाव्या हातात वायर्स कापण्याची पक्कड होती. पण मॅलरीला ठाऊक होते की तो काही डावखुरा नाही. स्टीव्हन्स व ॲन्ड्रिया आपापल्या जागेवरून हलले नाही. डोलकाठीजवळचा जर्मन तसाच उभा होता. त्याच्या डोळ्यांची पापणीही लवत नव्हती. बाकीचे दोन जर्मन्स हे मागच्या बाजूला सावकाश जात होते. ॲन्ड्रियाजवळून ते गेले. त्यांच्या हावभावावरून असे दिसले की त्यांचा संशय दूर झाला आहे आणि म्हणून त्यांनी आपल्या हातातील श्मायसर बंदुका खाली केल्या होत्या. तसेच सर्व परिस्थितीवर आपलेच नियंत्रण आहे याची त्यांना खातरी पटली होती. येथून पुढे काही गोंधळ होईल, असे त्यांना बिलकूल वाटत नव्हते.

मॅलरीने गुडघ्यावरील आपला कोट व शिडाचे कापड यातून आपले दोन्ही हात सावकाश पुढे सरकवले आणि काहीतरी केले. त्यामुळे त्या जर्मन बोटीवरील

मशीनगनधारी माणसाला मॅलरीची गोळी लागली. ती गोळी त्याच्या हृदयाचा वेध घेऊन घेऊन गेली होती. मॅलरीच्या कोटाखाली एक ब्रेनगन आधीपासून लपवलेली होती. ती त्याने चालवली होती. आधी ठरवल्याप्रमाणे त्याने ती कृती केली होती. तो ब्रेनगन आडवी फिरवत गेला. त्या धडधडणाऱ्या ब्रेनगनने चटकन दुसरा बळी घेतला तो डोलकाठीपाशी उभ्या राहिलेल्या माणसाचा. पण तो माणूस गोळ्या लागला तरी अजूनही उभा होता, खाली पडला नव्हता. त्या वेळी चार गोष्टी एकाच वेळी घडून आल्या. ब्राऊन हा इंजिनाच्या सायलेन्सरवर, म्हणजे त्या गोळ्यावर काम करत होता. तिथेच त्याने मिलरचे एक ऑटोमॅटिक पिस्तूल लपवून ठेवले होते. आता त्याने ते पिस्तूल उचलून चार वेळा झाडले. मिलरजवळ एक पत्र्याची पेटी ऊर्फ बॉम्ब होता. हातातल्या पकडीने त्याने त्या बॉम्बचा फ्यूज दाबून चेमटवून टाकत चालू करून दिला आणि ती पेटी ऊर्फ बॉम्ब जर्मनांच्या बोटीवर फेकला. इंजिनरूमच्या वरची जी झडप उघडी होती त्यावर नेम धरून फेकल्याने तो बॉम्ब आत इंजिनरूममध्ये जाऊन पडला. त्याच वेळी स्टीव्हन्सने वळून एक हातबॉम्ब जर्मन बोटीच्या सुकाणूघरात टाकला. ॲन्ड्रियाचे हात लांबलचक व मजबूत होते. त्याने त्याच वेळी त्या हातांनी दोन दांडकी उचलून वेगाने श्मायसर बंदूक घेऊन आलेल्या माणसांच्या डोक्यात हाणली. त्या चार जणांनी एवढ्या साऱ्या कृती एकाच क्षणी एका दमात केल्या अन् मग त्या सर्व जणांनी एकदम डेकवर आपले अंग झोकून दिले आणि ते पालथे पडून राहिले. पुढच्या क्षणाला प्रचंड आवाज करत जर्मन बोटीत स्फोट झाला. जर्मन बोटीचे तुकडे झाले व ती जळू लागली. त्यातून ज्वाळा व धूर निघू लागला. छोटे छोटे तुकडे हवेत उडून खाली पडू लागले. लवकरच स्फोटाचा आवाज उघड्या समुद्रावर विरून गेला. जर्मन बोटीवरील मशीनगन चालवणारा माणूस मरून पडला होता. पण त्याचे बोट मशीनगनच्या चापावर तसेच दाबलेले असल्याने त्या मशीनगनमधून थडथडत गोळ्या सुटत होत्या; पण ती मशीनगन तिवईवरून निसटून तिचे तोंड आकाशाकडे झाले होते. त्यामुळे सर्व गोळ्या आकाशात फेकल्या जात होत्या. थोड्या वेळातच सर्व गोळ्या संपून गेल्या आणि सारे काही शांत झाले. पण आताची शांतता पूर्वीपेक्षाही जास्त गडद वाटत होती.

हातबॉम्ब व इंजिनरूममध्ये फेकलेला बॉम्ब या दोन स्फोटांमुळे मॅलरीच्या कानठळ्या बसल्या होत्या. मोठ्या कष्टाने तो उठून उभा राहिला. त्याचे पाय थरथरत होते. त्याची पहिली प्रतिक्रिया ही आश्चर्याची होती. आपल्या नौकेवरून फेकलेले बॉम्ब जर्मन बोटीवर, म्हणजे तसे अगदी जवळच फुटले होते. त्यांच्या धमाक्यामुळे तो हादला होता.

आता ती जर्मन बोट बुडू लागली होती. सुरुवातीला हळूहळू पण नंतर काही

सेकंदातच वेगाने बुडू लागली. इंजिनरूममध्ये फेकलेला तो बॉम्ब मिलरने तयार केला होता. एका पत्र्याच्या पेटीत डायनामाईटच्या कांड्या ठेवून त्यांना त्याने फ्यूज जोडला होता. त्या बॉम्बस्फोटामुळे बोटीचा तळ फुटला, तिथे भगदाड पडले आणि वेगाने आत पाणी घुसू लागले. संपूर्ण बोटीला एक भीषण आग लागली होती. त्या जाळातून धुराचे लोट खूप उंच उठतील, अशी भीती आता मॅलरीला वाटू लागली. त्यामुळे दूरवरच्या बोटींचे व विमानांचे लक्ष वेधले जाऊ शकत होते. मग शत्रूची विमाने येथे धावत येणार होती. परंतु लवकरच त्या बोटीचे लाकूड, वाळलेल्या वस्तू, रेझिनसारखी द्रव्ये धडाडून पेटली. त्यातून अजिबात धूर निघत नव्हता. बोट आता पोर्ट साइडला, म्हणजे डाव्या बाजूला कलू लागली होती. याचा अर्थ लवकरच ती पूर्णपणे बुडून जाणार होती. मॅलरीने त्या बोटीवरील उद्ध्वस्त झालेले सुकाणूघर पाहिले आणि क्षणभर त्याचा श्वास थांबला. त्या सुकाणूघरातील माणूस कशावर तरी ओणवा झाला होता. त्याचा देह म्हणजे मानवी शरीराचे एक भयानक व्यंगचित्र वाटत होते. स्टीव्हन्सनेही ते दृश्य पाहिले असणार याची मॅलरीला खातरी होती. त्या बुडत जाणाऱ्या बोटीमधून आता आणखी एक प्रचंड आवाज वर आला. त्या बोटीची इंधनाची टाकी फाटली होती. तो आवाज पाण्याखालून आल्याने जरासा दबका होता. त्या इंजिनरूममधून मग एक तेलकट काळ्या धुराचा लोट बाहेर पडला. ती बोट जणू काही तरंगत राहण्यासाठी अजूनही धडपडत होती. बोटीच्या वरच्या भागावर समुद्राचे पाणी चढले होते. मग थोड्याच वेळात हिस्सऽऽ आवाज करत बोटीचा सर्व डेक पाण्याने भरून गेला. मग त्या ज्वाला व ती बोट पाहता पाहता पाण्याखाली गेली आणि अदृश्य झाली. तिची डोलकाठी सरळ उभीच्या उभी पाण्यात जाताना दिसली. समुद्राच्या पाण्याच्या फेसात आणि पाण्यातून वर येणाऱ्या तेलकट बुडबुड्यात तो अदृश्य झाला. आता समुद्र पुन्हा पहिल्यासारखा शांत झाला होता. तिथे काही उत्पात काही मिनिटांपूर्वी झाला होता असे आता वाटत नव्हते. काही जळकी व काळी पडलेली फळकुटे पाण्यावर तरंगत होती. एक उलटे झालेले शिरस्त्राण पाण्यावर डुचमळत होते. ते हळूहळू दूर चालले होते. समुद्राचा पृष्ठभाग नेहमीसारखाच चमकत होता.

तो सर्व संघर्ष एकाच क्षणी झाला. गोळ्या झाडणे, दोन बॉम्ब फेकणे आणि नौकेवर आलेल्या जर्मनांना तडाखे मारून लोळवणे हे आधी ठरवलेल्या योजनेनुसार घडले. काय होते आहे हे जर्मनांना कळायच्या आत सारे काही धाडधाड आवाज होऊन घडले. सर्व जर्मन्स गारद झाले, त्यांची बोट स्फोटांमुळे फुटली आणि बुडून समुद्राच्या पोटात गेली. सारे काही शांत झाले. असा प्रसंग घडल्याची नामोनिशाणीही तिथे उरली नाही.

त्या दोन स्फोटांच्या एकाच वेळी झालेल्या आवाजामुळे खुद्द मॅलरीही हादरला

होता. तो कसाबसा, सावकाश आपल्या जागेवरून उठला. या संग्रामात आपला १०० टक्के विजय झाला आहे हे लक्षात येण्यास त्याला काही सेकंद लागले. मग तो उत्साहाने डेकवर चालत जाऊन मध्यभागी उभा राहिला. त्याच्या योजनेनुसार जे काही घडवायचे होते ते अचूक घडले होते. सर्वांनी मिळून शत्रूच्या बेसावध क्षणी एकाच वेळी हल्ले चढवायचे होते. कोणी काय करायचे ते सारे आधी ठरवून दिले होते. त्यामुळे मॅलरीने ब्रेनगन झाडताच बाकीच्या सर्वांनी आपापली नियोजित कृती केली होती. या डावात एकाच वेळी सर्वांची कृती होणे आवश्यक होते. त्यावरच सारे यश अवलंबून होते. ते अखेर जमले. डायनामाईटचा स्फोट आणि सुकाणूघरावर फेकलेला हॅन्डग्रेनेडचा स्फोट हे एकाच वेळी झाले. जर्मनांची बोट खेटून उभी राहिल्याने दोन्ही स्फोट काही हातांच्या अंतरावर घडले. त्यामुळे त्यांच्या आवाजाने सर्वांचे कान अक्षरश: बधिर होऊन गेले होते. स्फोटाच्या या जबरदस्त धमाक्याचा अंदाज मॅलरीला आधी आला नव्हता.

मॅलरीने मोठ्या कष्टाने आपल्या नौकेची पाहणी करण्यास सुरुवात केली. प्रथम त्याने आपली सारी माणसे न्याहाळली. ब्राऊन व मिलरी हे उठून नीट उभे राहिले होते. जर्मन बोट बुडालेल्या जागेकडे ते टक लावून पाहत होते. स्टीव्हन्स सुकाणूघराच्या दारात उभा होता. त्या तिघांना काहीही लागले नव्हते; पण त्याचा चेहरा पांढराफटक पडला होता. ऐन क्षणाला त्याने न कचरता हॅन्डग्रेनेड फेकण्याची कृती केली होती खरी; पण आता त्यानंतर त्याला धक्का बसला होता. विशेषत: जर्मन बोटीच्या सुकाणूघरातील माणसाचा अर्धवट सांगाडा पाहिल्यावर तो सुन्न झाला होता. ॲन्ड्रियाच्या गालाला जखम झाली होती आणि त्यातून रक्त वाहत होते. त्याच्या पायाशी मरून पडलेल्या व श्मायसर हातात घेतलेल्या जर्मन सैनिकांकडे तो पाहत होता. मॅलरी त्यांच्याकडे बराच वेळ पाहत होता. शेवटी त्याने समजल्यासारखी आपली मान हलवली. त्याने ऑन्ड्रियाला विचारले, ''ते मेलेत ना?''

''होय, मी त्यांच्या डोक्यावर फार जोराने मारले.'' जड आवाजात तो म्हणाला.

मॅलरी तेथून वळला. आपल्या सर्व माणसात ॲन्ड्रिया हा शत्रूचा द्वेष सर्वांत जास्त करतो हे मॅलरीला ठाऊक होते. त्याने म्हणूनच त्वेषाने फटके मारून त्या जर्मनांना संपवले होते. शत्रूला मारायचंच असेल तर संपूर्ण ताकदीनिशी त्यांच्यावर आघात केला पाहिजे, असे त्याचे स्वत:चे मत होते. मुळात तो दयाळू होता. त्याच्या मनात नेहमी यावर द्वंद्व चालत आलेले होते. तरीही त्याच्या व्यावहारिक भूमिकेत एक प्रकारची प्रामाणिकता दिसून येई. त्याने कधीही सुडापोटी अथवा द्वेषापोटी कोणाचीही हत्या केली नव्हती. तसेच राष्ट्रवादासाठी किंवा कोणत्याही तत्त्वप्रणालीसाठीही हत्या केली नव्हती. याउलट मूर्ख माणसे भलत्याच तत्त्वांनी भारावून जाऊन युद्धभूमीवर मोठ्या प्रमाणात नरसंहार घडवून आणतात. 'जगात अधिक चांगली

माणसे जगावीत' एवढेच तत्त्व अ‍ॅन्ड्रिया कोणत्याही हत्येमागे बाळगत असे.

"कोणाला काही लागले आहे का? नाही? छान! आता येथून आपल्याला लवकर दूर गेले पाहिजे. जितक्या लवकर आपण येथून जाऊ तितके ते सर्वांना सुरक्षित ठरेल." मग त्याने आपल्या घड्याळाकडे पाहून म्हटले, "आता चार वाजले आहेत. कैरोतल्या आपल्या ऑफिसशी संपर्क साधण्याची वेळ झाली आहे. कोणीतरी ते डेकवर पडलेले स्फोटातले तुकडे उचलून जागा साफ करा." मग त्याने पूर्वेकडे पाहत त्या बाजूचे आकाश न्याहाळले. तिथे जांभळट छटा असलेले ढग जमत होते. ते पाहून तो आपली मान हलवत म्हणाला, "आता वायरलेसवर हवामानाचा अहवाल आपण ऐकलाच पाहिजे."

ब्राऊनने वायरलेस सेट चालू केला; पण पलीकडून ऐकू येणारा आवाज फारच मंद होता. त्याचबरोबर खरखर आवाजही फार होत होता. ती खरखर आकाशातील ढगांवर असलेल्या विद्युत्‌भारामुळे होत होती. वरच्या ढगांनी हळूहळू आक्रमण करत निम्मे आकाश व्यापून टाकले होते. पण तरीही पलीकडून येणारा वायरलेसमधला आवाज ब्राऊन प्राण एकवटून ऐकत होता. त्या छोट्या लाउडस्पीकरमधून येणारा आवाज एकदम मोठा होई आणि नंतर लहान लहान होत विरून जाई. खरखरीच्या पार्श्वभूमीवर हे सतत चालले होते.

ब्राऊन ते सांकेतिक शब्द ऐकत होता. "व्हूबर्ब कॉलिंग पिंपरनेल! व्हूबर्ब कॉलिंग पिंपरनेल!" मॅलरीची बाजू ही पिंपरनेल नावाने ठरवली होती आणि कैरोतील ऑफिसची बाजू ही व्हूबर्ब नावाने ठरवली होती. पलीकडून आवाज आला, "आर यू रिसिव्हिंग मी? माझे बोलणे तुम्हाला ऐकू येते का?" पलीकडून विचारणा झाली.

यावर 'होय' अशा अर्थी ब्राऊनने ठक्‌ठक्‌ आवाज केला. मग परत स्पीकर चालू झाला.

"व्हूबर्ब कॉलिंग पिंपरनेल. नाऊ एक्स मायनस वन. रिपीट एक्स मायनस वन." 'एक्स' म्हणजे 'शनिवारची पहाट' असे आधी ठरवले होते. त्या वेळी जर्मन सैन्य खेरोस बेटावर हल्ला करणार, असा अंदाज मिलिटरी हेरखात्याने केलेला होता. त्यामुळे त्याचा सांकेतिक उल्लेख वायरलेसवरच्या निरोपात केला गेला होता. जेन्सन हा अधिकारी तर त्या आधीच एक दिवस असा हल्ला होईल हे धरून चालला होता. म्हणून त्याने एक्स म्हणजे शुक्रवारच धरला होता. आज सोमवार असल्याने त्या शुक्रवारला आता तीन दिवस बाकी होते.

मॅलरी शांतपणे ब्राऊनला म्हणाला, "एक्स मायनस वन हे नीट समजले, असा निरोप पाठवा."

वायरलेसवरचा पलीकडचा माणूस थंड आवाजात सांगत होता, "पुढचा अंदाज. ईस्ट आन्लिया." याचा अर्थ 'उत्तर स्पोरॅडिस' ही जागा. वायरलेसवरचे

पुढचे बोलणे ऐकू आले, ''आज संध्याकाळी विजेची बरीच वादळे संभाव्य आहेत. त्याचबरोबर मुसळधार पाऊसही पडू शकेल. तसेच दृश्यमानताही खूपच खाली जाऊन अंधुक दिसेल. तापमान घसरू लागले आहे. चोवीस तास ते घसरतच जाईल. वारे पूर्व-आग्नेय अशी दिशा धरतील. त्यांचा जोर सहा असेल. स्थानिक ठिकाणी तर आठ असेल. उद्यापर्यंत जोर मध्यम होईल.''

मॅलरी तेथून निघाला. जे शीड खाली डेकवर उतरवले होते ते आता अधूनमधून वाऱ्याने फुगले होते. त्याने त्या फुगवट्यात आपले डोके घातले आणि तो सावकाश खालून पुढे सरकू लागला. त्याच्या मनात आले : सारा विचका झाला आहे. नॅव्हारन बेटावर जे काही करायचे आहे त्यासाठी फक्त तीन दिवसांचा अवधी बाकी आहे. इकडे इंजिन बंद ठेवावे लागत आहे आणि समोरून वादळ येत आहे. क्षणभर तो विचार करत राहिला. हवामान खात्याबद्दल स्क्वॉड्रन लीडर टॉरेन्स याचे मत चांगले नव्हते. त्यांचे अंदाज हे फसवेच निघतात, असे तो म्हणे. टॉरेन्सचे मत आता खरे ठरो, अशी आशा मॅलरी करू लागला. परंतु नेमके त्याच्या विरुद्ध असे समोर आकाशात घडताना दिसत होते. आता त्यांच्या डोक्यावर वादळी ढगांची दाटी झालेली होती. निसर्ग कोणत्याही क्षणी त्यांना फटका मारू शकत होता.

''हे भलतेच बिघडलेले दिसत आहे. हो ना?'' कोणीतरी आपल्या अनुनासिक आवाजात मॅलरीला मागून विचारत होते.

मिलर म्हणाला, ''बॉस, हा आठ तीव्रतेचा जोर काय आहे?''

''ते वाऱ्याचे एक प्रमाण आहे. या एवढ्या जोराच्या वाऱ्यात आपल्या नौकेच्या आकाराएवढ्या नौका, नावा तग धरतील. पण जर तुमच्यामध्ये धैर्य नसेल तर एवढ्या आठ तीव्रतेच्या वाऱ्याच्या जोराला तुम्ही तोंड देऊ शकणार नाही.''

यावर मिलरने विषण्णपणे आपली मान हलवली. तो म्हणाला, ''मला कल्पना आहे त्याची.'' असे म्हणून त्याने एक सुस्कारा टाकला. जर्मनांचे संकट टळले नि वादळाचे संकट आ वासून उभे राहिले होते. जवळच तीन मैलांवरील एक बेट दिसत होते. त्याकडे बोट करून तो म्हणाला, ''तिथेही काही वेगळी परिस्थिती असेल असे वाटत नाही.''

मॅलरी यावर म्हणाला, ''तसे येथून तिकडे पाहून समजणार नाही. पण नकाशात तिथे एक खाडी दाखवलेली असून तेथील बेटाला काटकोनात एक वळण मिळालेले आहे. आपण या समुद्रावर आणि वाऱ्यावर मात करून तिकडे जाऊ.''

''त्या बेटावर वस्ती असेल?''

''शक्य आहे.''

''ते जर्मन्स असतील?''

''तेही शक्य आहे.''

मॅलरीचे उत्तर ऐकून मिलर निराश झाला. त्याने खेदाने आपले डोके हलवले आणि ब्राऊनला मदत करण्यासाठी तो खाली इंजिनरूममध्ये उतरला. चाळीस मिनिटांनी अंधुक संध्याप्रकाशात आणि मुसळधार पावसात त्यांची नौका त्या बेटाच्या दोन भूशिरांमधून चाललेली होती. तिचा नांगर दोन्ही बाजूंना असलेल्या तीव्र उताराच्या भिंतीमधून लोंबकळत जात होता. ते वातावरण अत्यंत सर्द होते आणि तिथे स्मशानशांतता पसरली होती. मदतीची कोणतीही शक्यता तिथे शून्य होती.

चार

सोमवार : संध्याकाळी ५ ते रात्री ११.३०

"वा! काय झकास वातावरण आहे," मॅलरी उपरोधिकपणे म्हणत होता. "एखाद्या कोळ्याने एखाद्या माशीचे आपल्या जाळ्यात स्वागत करावे तसला हा परिसर आहे."

त्याचा हिरमोड झाला होता. तो निराश झाला होता. सुरक्षेसाठी बेटाच्या जवळच्या खाडीत आपण येऊन पोहोचलो याचे त्याला काहीच वाटत नव्हते. खाडीतून आतील डोंगराच्या कड्यापर्यंत समुद्राच्या पाण्याच्या लाटा जात होत्या आणि ओसरून मागे येत होत्या. काही वेळ तो त्या लाटांचे शन्टिंग पाहत राहिला. आता दृश्यमानता वाढली होती. कड्यापर्यंतचे सारे काही स्वच्छ दिसत होते. मघाशी होऊन गेलेल्या मुसळधार पावसामुळे हवा पार धुतली गेली होती. त्यातले धुळीचे कण खाली बसले होते. अजूनही पाऊस भुरभुर पडत होता. आकाशात पांढरे व करडे ढग पुढे सरकत होते; परंतु क्षितिजावर अजूनही वादळी ढग रेंगाळतच होते. पश्चिमेला सूर्य मावळत होता. त्याची लाल किरणे समुद्राची मर्यादा कोठवर आहे हे दाखवत होती. त्यांची नौका एका दरीत शिरलेली असल्याने त्यावर छाया पडलेली होती. त्यामुळे ते दिसणे शक्यच नव्हते. फक्त वरून जर कोणी पाहिले तर मात्र ती ओळखू येऊ शकत होती. समुद्राला मिळणाऱ्या एका नदीमध्ये ते शिरले होते. ती नदी चिंचोळी असल्याने एका दरीत शिरल्यासारखे त्यांना वाटत होते. तिथून काठावर १०० फूट अंतरावर जर्मनांनी एक टेहळणी मनोरा उभा केला होता. त्या मनोऱ्याचा दगड व त्यावरील पोलाद उन्हात चमकत होते. तसेच मनोऱ्याच्या वरच्या टोकाला असलेल्या मशीनगनची नळीही चमकत होती. शिवाय तिथे एक

जर्मन ध्वज लावला होता. त्यावर स्वस्तिकचे चिन्ह ठसठशीतपणे चितारलेले होते. तो दगडी मनोरा अभेद्य वाटत होता. ऊन-पावसात अनेक वर्षे तो सहज टिकून राहू शकणार होता. मनोऱ्यावरून जेथवर दृष्टी पोहोचू शकत होती तेथवर जर्मनांना मशीनगनमधून मारा करणे सहज शक्य होते. थोडक्यात, त्या मनोऱ्यांची सत्ता आजूबाजूच्या जमिनीवर, नदीवर व समुद्रावर होती. त्या नदीतच स्टीव्हन्सने आपली नौका नांगरून ठेवली होती. तिथून पुढे कड्याच्या पायथ्यापर्यंतच नदीचा तो प्रवाह अस्तित्वात होता.

सावकाश व नाखुशीने मॅलरी वळला आणि त्याने हळूच ती उचललेली ताडपत्री खाली ठेवली. आपण कुठे थांबलो आहोत ते त्याने पाहिले. मग ज्या वेळी तो अँड्रिया व स्टीव्हन्स यांच्याकडे वळून पाहू लागला, तेव्हा त्याचा चेहरा गंभीर झाला होता. आता संध्याप्रकाशातील छाया रेखीव न राहता धूसर होत चालल्या होत्या. मॅलरी उपरोधाने म्हणाला, ''वा! झकास! मी कमालच केली आहे. इथल्या शंभरएक बेटांमध्ये व शंभरएक खाड्यांमध्ये नेमकी हीच खाडी निवडली. येथेच एक जर्मन पहारेकरी खडा पहारा करतो आहे. आता मला त्याला जाऊन भेटले पाहिजे किंवा भिडले पाहिजे. स्टीव्हन्स, त्या नकाशात परत बघ जरा, आपण नक्की कुठे आलो आहोत?''

स्टीव्हन्सने तो नकाशा मॅलरीकडे दिला आणि तो मॅलरीचा चेहरा न्याहाळू लागला. मॅलरी त्या ताडपत्रीखाली बसून एक सिगारेट ओढत होता. त्याला सिगारेटची चव आता कडवट व शिळी वाटू लागली. पण त्यातली तंबाखू मात्र अगदी ताजी आहे, हे त्याला ठाऊक होते. त्याच्या मनातली तीच ती जुनी भीती उफाळून आली. त्याने स्टीव्हन्सकडे पाहिले. त्यानेच येथे थांबण्यासाठी किनाऱ्यावर असलेली ती चबुतऱ्याची जागा शोधून आपली नौका तिथे थांबवली होती. त्याला स्टीव्हन्सचा त्यासाठी राग आला. त्याच्यावर तो चिडला. त्या चबुतऱ्यावरच जर्मन्स आपली तोफ आणून ठेवत असतील. कारण त्याखेरीज त्यांना या खाडीवर, नदीवर आपला ताबा ठेवता येणार नाही. भीतीने त्याचे पाय थरथरू लागले होते. ती थरथर थांबवण्यासाठी त्याने आपली मांडी पकडून दाबून धरली. पण ती थरथर एवढी आतून खोलवरून येत होती की ती थांबली नाही. त्याला काहीतरी बोलायचे होते, पण त्याच्या तोंडून शब्द उमटेना.

''सर, तुम्ही नकाशा पाहण्यात वेळ वाया घालवत आहात. हीच एकमेव व योग्य जागा आपल्याला थांबण्यासाठी प्रथम सापडली. ही जागा सोडून दुसरीकडे कुठेही अशी जागा नाही. विशेषत: वादळात एवढी सुरक्षित जागा कुठेही सापडणार नाही.''

''खरे आहे बाबा तू म्हणतोस ते.'' असे म्हणून मॅलरीने आपल्या हातातील

नकाशाची घडी करून तो परत स्टीव्हन्सला दिला. तो म्हणाला, ''या जागेखेरीज आपण दुसरीकडे कुठे थांबूच शकलो नसतो. वादळात याच्या इतपत थांबण्याजोगी जागा दुसऱ्या ठिकाणी नसणार. अन् हेच ओळखून जर्मनांनी आपले पहाऱ्याचे ठाणे येथे ठेवले आहे. पण आता इलाज नाही. तुम्ही येथे नौका थांबवल्याने येणाऱ्या प्रसंगाला आता तोंड दिले पाहिजे.'' मग त्याने आपला आवाज चढवून ब्राऊनला हाक मारली.

ब्राऊनने त्याला इंजिनरूममधून ओ दिली. मॅलरी त्याला विचारीत होता, ''काय, कसे काय चालले आहे?''

''फार काही वाईट नाही. कसेबसे जमवतो आहे.''

''दुरुस्तीला किती वेळ लागेल? एक तास?''

''होय सर. तेवढ्या वेळात नक्की दुरुस्ती संपेल.''

''एक तास!'' असे म्हणून मॅलरीने एक निःश्वास सोडला आणि ॲन्ड्रिया व स्टीव्हन्स यांच्याकडे पाहत म्हटले, ''एक तास! फक्त एका तासात आपण येथून निघायचे आहे. म्हणजे आपल्याला वरून पाहणाऱ्या जर्मनांना आपण अंधारात दिसणार नाही. अंधार असला तरी या खाडीतून, नदीतून बाहेर पडण्यापुरता अंधुक प्रकाश आपल्याला पुरेसा असेल.''

''सर, जर्मन्स आपल्याला थोपवतील का?'' स्टीव्हन्सने अगदी सहज विचारले. आपल्या मनातील शंकेला मॅलरी उत्तर देईल, अशी त्याची खातरी होती.

''हे बघा, किनाऱ्यावर सर्व जर्मन मंडळी रांगेत शिस्तीत उभे राहून आपल्याला मानवंदना देतील असे वाटते का तुम्हाला? ॲन्ड्रिया, त्या मनोऱ्यात एकूण किती जर्मन माणसे असतील?''

ॲन्ड्रिया विचार करून म्हणाला, ''मला आत्तापर्यंत दोन जर्मन्स हिंडताना दिसले. तेव्हा कदाचित तीन किंवा चार जण असतील. हे एक जर्मनांचे छोटे ठाणे आहे. यापेक्षा जास्त माणसे येथे असणार नाहीत. उगाच जादा माणसे गुंतवून ठेवण्याचा वेडेपणा ते करणार नाहीत.''

''होय, बरोबर आहे. मलाही तसेच वाटते आहे,'' मॅलरी त्याच्याशी सहमत होत पुढे म्हणाला, ''बहुतेक सर्व जर्मन्स हे खेडोपाडी मोहिमेत ठेवलेले असणार. ती खेडी नकाशानुसार येथून सात मैलांवर आहेत. तेव्हा तसे काही–''

बोलता बोलता तो एकदम थांबला, त्याचे शरीर ताठ झाले. कोणीतरी त्यांना उद्देशून हाक मारीत होते. जर्मन पहारेकऱ्याखेरीज दुसरे कोण त्यांना हाक मारणार? पुन्हा एकदा जर्मनाची हाक ऐकू आली. या वेळी मोठ्या आवाजात हाक मारलेली होती. त्या आवाजात जरब होती. मॅलरीने वाटेतील ताडपत्री बाजूला सारली आणि तो सावकाश डेकवर जाऊन उभा राहिला. त्याने कोणतेही शस्त्र जवळ घेतले नाही,

फक्त दारूची एक अर्धी भरलेली बाटली घेतली. त्यात 'मॉसेल' नावाने प्रसिद्ध असलेली दारू होती. तो ती बाटली डाव्या हातात हलवत पुढे गेला. हे सारे आगाऊ ठरवलेल्या योजनेनुसार तो करत होता.

ती बाटली हातात घेऊन डेकवर काही वेळ तो रेंगाळला. तो आपल्या हालचाली अगदी सहजगत्या वाटेल अशा करत होता. मग त्याने काठाकडे सहज आपली दृष्टी टाकल्यासारखे केले. त्याच्यापासून तीस फुटांवर एक पहारेकरी त्याला दिसला. त्या पहारेकऱ्याकडे एक ऑटोमॅटिक कार्बाईन बंदूक आहे हे मॅलरीच्या लक्षात आले. त्या बंदुकीचा पट्टा खांद्यावर टाकून त्याने ती अडकवली होती. मग मॅलरीने अगदी सहजच दारूची बाटली आपल्या तोंडाला लावली, थोडी दारू तोंडात घेऊन गिळली आणि नंतरच तो बोलू लागला. कठड्याकडे जाताना तो मुद्दामच अडखळत गेला.

तो जर्मन सैनिक सडपातळ होता आणि त्याचा चेहरा रापलेला होता. त्याला राग येत चालला आहे हे मॅलरीला दिसून आले; पण त्याकडे मॅलरीने दुर्लक्ष केले. मग तो सावकाश हालचाली करू लागला. आपल्या कोटाच्या बाहीने त्याने ओठ पुसले आणि सावकाश मान वर करून त्या सैनिकाकडे पाहिले. त्याची ही मुद्दाम केलेली कृती त्या सैनिकाला भडकावण्यासाठी होती.

"बोला," मॅलरीने स्थानिक भाषेत त्याला सावकाश विचारले, "तुम्हाला काय पाहिजे आहे?"

त्या संध्याप्रकाशातही मॅलरीला त्या सैनिकाची कार्बाईनच्या चापावरची बोटे अधिक आवळली जात आहेत हे कळून आले. मग एकदम मॅलरीला कळून चुकले की आपण त्याला नको इतके भडकावले आहे. परंतु त्याच्यापासून आपल्याला फारसा धोका नाही हेही त्याला कळले होते. इंजिनरूममधील आवाज बंद असल्याने शांतता होती. मिलरचा हात त्याच्या ऑटोमॅटिक पिस्तुलाजवळ होता. पण आता कोणालाच संघर्ष नको होता. शिवाय त्या टेहळणी मनोऱ्यावरील दोन मशीनगन त्यांच्यावर रोखलेल्या असल्याचे त्यांना ठाऊक होते.

त्या जर्मन सैनिकाने कसाबसा आपला राग काबूत आणला. तेव्हा आपण अशी काही कृती किंवा बोलणे केले पाहिजे की त्यामुळे तो आणखी शांत होऊ शकण्यास मदत होईल. मॅलरीने आपण गडबडून गेलो आहोत, गोंधळलो आहोत असे त्याला भासवले. अशीच प्रतिक्रिया त्या सैनिकालाही अपेक्षित असणार, असे त्याला वाटले. कोणताही ग्रीक माणूस, जरी तो दारूच्या अर्धवट धुंदीत असला तरी तुच्छतेने समोरच्या माणसाशी वागणार नाही.

तो सैनिक ग्रीक भाषेत विचारू लागला, "ही कसली बोट आहे? अन् तुम्ही कोठे जाणार आहात?" त्याचे ग्रीक बोलणे थांबून थांबून व सावकाश होत होते.

मग मॅलरीने हातातील बाटली जरा तिरपी करून पुन्हा दारूचा एक घोट घेतला, आपले ओठ पुसले आणि चेहऱ्यावर समाधानाचा भाव आणला. मग ती बाटली जरा दूर धरून तिच्याकडे त्याने आदराने पाहिले.

मॅलरी मोठ्याने बोलू लागला, "तुम्हा जर्मन लोकांबद्दलची एक गोष्ट मला ठाऊक आहे. तुम्हाला चांगली वाइन कशी करायचे ते ठाऊक आहे. तुम्ही जर ही बाटली घ्यायला लागतात तर तुम्ही तसे करू नये म्हणून मी तुमच्यापुढे याचना करत राहीन. पण तुमच्या मेनलॅन्डमध्ये जी वाइन बनवतात ती मात्र फारच जहाल असते, पार एकदम पेट घेणारी असते." मग क्षणभर विचार करून तो पुढे म्हणाला, "पण तुम्ही जर योग्य माणसांकडे गेलात तर मात्र ते तुम्हाला ती 'औझो' वाइन बनवून देतील. आमच्यापैकी काही जण तसली वाइन मिळवू शकतात. शिवाय उत्कृष्ट 'हॉक्स' आणि सर्वोत्कृष्ट 'मोझेलिस' वाइनही ते मिळवू शकतात."

त्या सैनिकाला ही बडबड ऐकण्याचा कंटाळा आला. कपाळाला आठ्या घालीत थंडपणे तो म्हणाला, "मी तुम्हाला एक प्रश्न विचारला होता. तुमच्या बोटीचे नाव काय आणि ती कुठे चालली आहे?"

"आमच्या नौकेचे नाव 'ऐगिऑन' हे आहे." मॅलरीने अभिमानाने म्हटले, "आणि ती सॅमोस येथे जात आहे. आम्हाला तसे हुकूमच आहेत."

"कोणाचे हुकूम आहेत?" त्या सैनिकाने मोठ्या गुर्मीत विचारले. त्याची गुर्मी ही वरवरची आहे हे मॅलरीच्या लक्षात आले. प्रत्यक्षात तो दबला आहे हे मॅलरीला समजून आले.

मॅलरीने हळुवार आवाजात सांगितले, "वार्थी येथले हेर कमांडंट. म्हणजे हेर जनरल ग्रीबेल. तुम्ही त्यांच्याबद्दल ऐकले असेलच ना?" एवढे सांगितल्यावर आता हा जर्मन आपल्याला काही करणार नाही, याची मॅलरीला आशा वाटू लागली. जनरल ग्रीबेल याची कीर्ती 'तो एक कडक शिस्तीचा पॅराटूप कमांडर आहे' अशी आसपासच्या सर्व बेटावर होती.

ग्रीबेलचे नाव ऐकताच त्या जर्मनाचा चेहरा उतरला; पण तरीही त्याने उसने अवसान आणून विचारले, "तुमच्याकडे तशी कागदपत्रे आहेत? तुम्हाला तसे अधिकार दिले आहेत?"

यावर मॅलरीने एक निःश्वास टाकला आणि मागे तोंड वळवून जोरात हाक मारली, "अॅन्ड्रिया."

"तुम्हाला काय पाहिजे?" अॅन्ड्रियाने आपला अगडबंब देह इंजिनरूमच्या झडपेतून बाहेर काढीत विचारले. मॅलरी व जर्मन सैनिक यांच्यात वर झालेले सर्व संवाद त्याने आत ऐकलेले होते. त्यातून त्याने पुढे काय करायचे याचा बोध घेतला होता. त्याने आपल्या रुंद तळहातामध्ये नुकतेच बूच उघडलेली एक वाइनची

बाटली धरली होती. मग जरा घुश्शातच त्याने ग्रीक भाषेत म्हटले, "तुम्हाला कळत नाही का मी किती कामात आहे ते?" मग त्याने आपली नजर जर्मन सैनिकावर टाकली आणि त्याने दचकल्यासारखे केले. तो पुढे चिडून म्हणाला, "या अर्धवटाला काय पाहिजे आहे?"

"जनरलकडून आपल्याला मिळालेले ते अधिकारपत्र व वाहतुकीचे पास हवे आहेत. ती कागदपत्रे खालीच आहेत."

मग ॲन्ड्रिया खाली निघून गेला. जाताना तो आपल्या घशातून चिडल्यासारखा आवाज काढीत होता. मग मॅलरीने काठावर एक दोर फेकला. तो दोर ओढून त्या सैनिकाने तेथील दगडाभोवती गुंडाळून बांधला. प्रवाहातील नौका आता स्थिर झाली. ॲन्ड्रियाने काही कागदपत्रे वर आणून मॅलरीला दिली. ती त्याने जर्मन सैनिकाच्या हातात सुपूर्द केली. जर नॅव्हारनच्या मोहिमेमध्ये काही आणीबाणी निर्माण झाली तर जर्मनांच्या डोळ्यांत धूळफेक करण्यासाठी ती बनावट कागदपत्रे कैरोतील मुख्यालयात तयार करण्यात आली होती. नेहमीच्या कागदपत्रांपेक्षा ती कागदपत्रे वेगळी वाटत होती. पण शेवटी ती आणीबाणीच्या प्रसंगासाठी बनवली असल्याने वेगळीच भासणार, असा युक्तिवाद सहज चालू शकला असता. त्या कागदपत्रांवरील जनरल ग्रीबेलच्या सहीचे छायाचित्र घेऊन तशी हुबेहूब नक्कल तिथे उमटवली होती. ही सारी कागदपत्रे कैरोतील जेन्सन्स ब्यूरोच्या ऑफिसात एका दिवसात तयार करण्यात आली होती.

त्या जर्मन सैनिकाने ती कागदपत्रे पाहिली आणि त्यांची घडी करून परत देऊन टाकली. देताना त्याने 'धन्यवाद' अशा अर्थी काही शब्द पुटपुटले. तो जर्मन सैनिक १९ वर्षांपेक्षा मोठा दिसत नव्हता. तसा जर तो असता तर त्याच्या चेहऱ्यावरील भाव मॅलरीला समजले नसते. पण तो एक आनंदी, उत्साही व दिलखुलास व्यक्तिमत्त्वाचा वाटत होता. जर्मनांच्या एस. एस. पॅन्झर तुकडीमध्ये असा चेहरा सहसा दृष्टीस पडत नसे. त्याऐवजी कठोर व माथेफिरू तरुण दिसत असत. शिवाय हा तरुण फार सडपातळ होता. मॅलरीला आता हायसे वाटले होते. वेळ पडलीच तर आपल्याला या झकास दिसणाऱ्या तरुणाला गोळी घालून ठार करावे लागले असते. तसा प्रसंग आपल्यावर ओढवला नाही म्हणून त्याला बरे वाटले. पण अजून काम पूर्ण झाले नव्हते. त्याने स्टीव्हन्सला ते जवळजवळ रिकामे झालेले खोके दिले. जेन्सनला याची गंमत वाटली होती. वा! किती सर्व बारीकसारीक गोष्टींचा आधीच विचार करून ठेवला आहे! मॅलरीने त्या टेहळणी मनोऱ्याकडे हात करून जर्मन सैनिकराला विचारले, "तुम्ही किती जण तिथे वर आहात?"

ते ऐकताच त्या तरुण सैनिकाला एकदम संशय आला. त्याचा चेहरा कठोर झाला, तिथे शत्रुत्वाचे भाव उमटू लागले.

"तुम्ही हे का बरे विचारता आहात?" त्याने जरासे घुश्श्यात विचारले.

यावर मॅलरीने घशातून थोडासा चमत्कारिक आवाज काढला. आपले दोन्ही हात खेदाने हवेत पसरून तो अॅन्ड्रियाकडे वळला.

मग तो दुःखाने तक्रारीच्या सुरात त्याला म्हणाला, "पाहिलेत? आपले सांगणे, विचारणे त्यांना खरे वाटत नाही. कोणावर आपण विश्वास ठेवायचा? प्रत्येक जण हा चमत्कारिक..." एवढे बोलून तो एकदम बोलायचे थांबला. मग त्या सैनिकाकडे पुन्हा वळून त्याला म्हणाला, "असं पाहा, आम्ही नंतर येथे जेव्हा जेव्हा परत येऊ तेव्हा आम्हाला आत्तासारखा परत त्रास व्हायला नको. एक दोन दिवसांनी आम्ही सॅमोस बंदरातून परत येण्यासाठी निघू. अन् आमच्याकडे अजून एक मोझेल दारूचे भरलेले खोके आहे. जनरल ग्रीबेल आमच्याकडची वाइनची भरलेली खोकी मुद्दाम ठेवतो. त्याला खास राजदूतांची सरबराई करायची असते ना... तिकडे उन्हातान्हात कामे करत राहिल्याने वारंवार तहान लागून वाइन पिण्याची इच्छा होते. तेव्हा आम्ही आता तुम्हाला प्रत्येकाला एकेक बाटली देतो. किती बाटल्या देऊ?"

मॅलरीच्या बोलण्यातून जर्मन सैनिकाला कळून चुकले की मंडळी येथे परत येणार आहेत; तसेच ग्रीबेलचे नाव त्यांच्या बोलण्यात येते आहे, म्हणजे ते खरे बोलत असावेत. त्याचे मन दोलायमान होत होते. पण जर हे सारे आपल्या बरोबरच्या सहकाऱ्यांना सांगितले, तर 'त्या वाइनच्या बाटल्या तू का नाकारल्यास?' असे म्हणून ते आपल्यावर चिडतील.

शेवटी त्याच्या मनातील दोलायमान अवस्था, संशय वगैरे संपून तो म्हणाला, "आम्ही येथे फक्त तिघेजण आहोत."

यावर मॅलरी आनंदाने म्हणाला, "तीन जण आहात तर. उत्तम! पुढच्या वेळी आम्ही येऊ तेव्हा 'हॉक' वाइन तुमच्यासाठी घेऊन येऊ" मग त्याने आपल्या हातातील बाटली तोंडात तिरपी करून ओतली आणि तो खुशीत म्हणाला, "प्रोसित, झकासच आहे!" मग त्या जर्मनाला खूश करण्यासाठी जर्मन भाषेत मोठ्या गर्वाने म्हणाला, "आउफ विडरशेन!"

यावर त्या जर्मनाने प्रतिसाद देणारे काही तरी जर्मन शब्द पुटपुटले. तो क्षणभर कचरत राहिला. त्याला मॅलरीने तीन बाटल्या दिल्या. थोडासा शरमल्यासारखा चेहरा करून आपल्या हातात त्या बाटल्या धरून तो पळत-पळत दूर जाऊ लागला.

मॅलरी विचारात पडून स्वतःशी म्हणाला, "येथे फक्त तीनच जर्मन पहारेकरी आहेत. म्हणजे आता सारे सोपे होईल."

"वेल डन, सर! तुम्ही झकास काम केलेत." स्टीव्हन्स मागून येऊन म्हणाला. त्याच्या चेहऱ्यावर मॅलरीबद्दलचे कौतुकाचे भाव होते. "तुम्ही उत्कृष्ट नाटक वठवलेत!"

"उत्कृष्ट नाटक!" मिलर त्याची नक्कल करत म्हणाला. त्याने इंजिनरूमच्या वरच्या झडपेवर वाकून पाहत म्हटले, "गुड! मला तुमच्या बोलण्यातील एक शब्दही कळत नव्हता. पण तुमचे नाटक अगदी ऑस्कर ॲवॉर्ड देण्याइतपत उत्कृष्ट वठले होते. बॉस, टेरिफिक केले तुम्ही!"

मॅलरी पुटपुटत सर्वांना म्हणाला, "थँक्यू! पण तुमचे हे अभिनंदन जरासे वेळेच्या आधीच होते आहे."

मॅलरीच्या आवाजात अचानक प्रगट झालेली भीतिदायक शंका ऐकून सर्वांना धक्का बसला, मॅलरीने एक बोट सरळ पुढे करून कशाकडे तरी निर्देश केला. त्या दिशेने सारे पाहू लागले. "बघा तिकडे!" तो शेवटी म्हणाला.

काठाकाठाने भरभर चालत जाणारा तो जर्मन सैनिक ६०० फुटांवर अचानक थांबला आणि त्याच्या डावीकडे असलेल्या जंगलाकडे दचकून पाहू लागला. त्याला कशाचे तरी आश्चर्य वाटत होते. पुढच्याच क्षणाला तो झाडीमध्ये वेगाने घुसला. काही वेळाने बोटीवरील लोकांना आणखी एक जर्मन सैनिक तिथे दिसला. तो त्या पोरगेल्याशा सैनिकाशी तावातावाने बोलत होता, बोलताना तो मध्येच बोटीकडे आपला हात रोखत होता. थोड्या वेळाने ते दोघे आत निघून गेले, जंगलात गडप झाले.

"झाले! आपले सगळे नाटक, सगळी बतावणी गेली केरात!" मॅलरी हळुवार आवाजात म्हणाला. मग तो वळून सर्वांना उद्देशून म्हणाला, "ठीक आहे, जे झाले ते झाले. आता सर्व जणांनी आपापल्या जागेवर जावे. झाला प्रसंग विसरून जाणे कठीणच आहे म्हणा, पण आपण सर्व जण येथे चर्चा करत असलेले जर त्यांना दिसले, तर मात्र त्यांना आणखी संशय येईल."

मिलर व ब्राऊन हे दोघे झडपेमधून इंजिनरूममध्ये उतरले आणि स्टीव्हन्स केबिनच्या दिशेने पुढे गेला. मॅलरी व ॲन्ड्रिया हे डेकवरच रेंगाळत राहिले. प्रत्येकाच्या हातात एकेक बाटली होती. आता पावसाचे भुरभुरणे थांबले होते. पूर्णपणे उघडीप झाली होती; पण वाऱ्याचा जोर अजूनही वाढत चालला होता. जमिनीवरच्या उंच पाइनच्या झाडांचे माथे त्यामुळे वाकू लागले होते. त्यांना वाऱ्याचे तात्पुरते संरक्षण मिळत होते; पण हे फार काळ चालणार नव्हते. मॅलरीने बाह्य वातावरणावर विचार करणे बंद केले, मुद्दाम बंद केले. त्यांना आता समुद्रात शिरायचे होते. स्पॅन्डॉसकडून परवानगी मिळाली तर.

"सर, काय झाले असावे?" स्टीव्हन्सचा आवाज केबिनच्या धूसर प्रकाशातून उमटला.

"जे काही घडले ते उघड-उघड घडले, हो ना?" मॅलरीने विचारले. सर्वांना ऐकू जावे म्हणून तो मोठ्या आवाजात बोलला. "त्यांना आपल्याबद्दल कुणी तरी

माहिती पुरवली असावी. कशी पुरवली असेल, हे मला विचारू नका. अन् हे दुसऱ्यांदा घडते आहे. त्यांना आलेला संशय आता अधिक पक्का झालेला असणार. कारण त्यांची एक बोट नाहीशी झालेली आहे आणि ते तिचा शोध घेत असणार. त्या बोटीवर वायरलेसची एरियल होती, आठवते ना?''

''पण, आपल्याबद्दल एकदम त्यांना का संशय वाटू लागला? बॉस, मला याचे कारण कळत नाही.'' मिलरने विचारले.

''ते नक्कीच त्या वेळी त्यांच्या हेडक्वार्टरशी वायरलेसवर बोलत असणार किंवा वायरलेस टेलिफोनवर बोलत असणार. कदाचित ते मोर्स कोड वापरून तारायंत्राने माहिती कळवत असतील. सर्व बाजूने विचार केला तरी भीती वाटण्याजोगीच परिस्थिती आहे.''

''मग आता कदाचित ते आपल्यावर एखादी छोटी तुकडी समाचार घेण्यासाठी सोडतील.'' मिलर खिन्न होत म्हणाला.

यावर मॅलरीने ठामपणे आपली मान हलवली. त्याचे मन आता झटपट काम करू लागले होते. लवकर त्याने कोणतातरी निष्कर्ष काढला असावा. कारण त्याच्या चेहऱ्यावर आता आत्मविश्वास दिसू लागला होता.

''छे! शक्यच नाही. येथून अगदी सरळ रेषेत त्या मनोऱ्याकडे सात मैल होतात, फार तर दहा मैल किंवा बारा मैल. म्हणजे ही समोरची टेकडी व जंगल यावरून काढलेली सरळ रेषा. त्यातून आता तर ठार काळोख झाला आहे. पहारेकऱ्यांच्या मनात असा आपल्यावर चालून येण्याचा विचार येणे शक्यच नाही. त्यातून आज रात्री तर त्यांचा जल्लोष चालू असणार. त्यांच्याकडे वायरलेस नसावा. नाहीतर त्यांनी आपल्याला जाऊ दिले नसते.''

''म्हणजे, समुद्रातून आता स्पॅन्डॉस मंडळी केव्हाही येतील तर? तशी अपेक्षा आपण करायची का?'' स्टीव्हन्सने आपली वास्तववादी व भयप्रद शंका बोलून दाखवली.

मॅलरीने यावर पुन्हा एकदा आपली मान नकारार्थी हलवली.

''नाही, जर्मन्स समुद्रातून आपल्याकडे येणार नाहीत. माझी त्याबद्दल खातरी आहे. मग भले त्यांना कितीही संशय वाटला तरी. आपली छोटी बोट आणि आपण तुटपुंजे लोक हे त्यांना भीती वाटण्याजोगे नक्कीच नाही. तसेच जरी येथल्या पहारेकऱ्यांनी वायरलेसवर सांगायचे ठरवले तरी आपण त्यांना समाधानकारक कागदपत्रे दाखवली आहेत. त्यावर जनरल ग्रीबेल याची सही आहे. त्यांनी तसे आपल्याबद्दल कळवले, तर उलट त्यांनाच गोळ्या घालण्यासाठी त्यांच्यावर एक फायरिंग स्क्वॉड जर्मन सोडतील. आता असे समजा की, येथला मुख्य पहारेकरी आपल्यावर काही संशय येऊ नये किंवा बालंट येऊ नये म्हणून जनरल ग्रीबेल

याच्या मर्जीतल्या मूठभर लोकांना आपण कसे सोडून दिले ते सांकेतिक भाषेत वायरलेसने कळवले, असे धरून चालू. फुशारकी मारण्यासाठी तरी ते तसे करतील. वायरलेसने कळवल्यावर नंतर ते आपली नखे कुरतडत वाट पाहत बसतील. मग त्यांना काही वेळाने एक संदेश येईल की, ग्रीबेल अशा माणसांना ओळखत नसून कोणालाही त्याने तशी पत्रे किंवा परवानगी दिलेली नाही. उलट वर विचारले जाईल की, 'तुम्ही त्या सर्वांवर गोळ्या झाडून त्यांना ठार का नाही केले?''' एवढे बोलून त्याने आपल्या मनगटी घड्याळात पाहिले. तो पुढे म्हणाला, ''या गोष्टीला अर्धा तास लागेल. तेव्हा आपल्याकडे अजून अर्धा तास आहे.''

''दरम्यान, आपण सर्व जण कागद पेन्सिल घेऊन आपापले मृत्युपत्र लिहीत बसायचे काय? तेव्हा बॉस, आपल्याला काहीतरी केले पाहिजे.'' मिलर म्हणाला.

मॅलरीने यावर फक्त स्मित केले. तो म्हणाला, ''डोन्ट वरी कॉर्पोरल. आपण आता काहीतरी करणार आहोत. आता आपण एक दारू पार्टी येथेच वर करणार आहोत.''

पार्टी करताना ते दारू पीत होते, गाणी म्हणत होते. त्यात त्या काळातील गाजलेल्या 'विली मार्लिन' या गाण्याची भ्रष्ट जर्मन नक्कल होती. मघाशीच त्यांनी तिसरे गाणे म्हणून संपवले होते. संध्याकाळच्या हवेत ते गाणे विरून काही मिनिटे झाली होती. मनोऱ्याच्या उंच टोकावर बसलेल्या जर्मन पहारेकऱ्यांपर्यंत आपल्या गाण्यांचे, पायाने ताल धरल्याचे आवाज अर्धवट स्वरूपात पोहोचत असतील, अशी कल्पना मॅलरीने करून पाहिली. वाऱ्याची दिशा आवाजाच्या विरुद्ध असली तरी अधूनमधून तेथवर आवाज पोहोचत असणारच, अशी त्याची अटकळ होती. परंतु त्यामुळे आणि दूरवरून दिसणाऱ्या दृश्यामुळे बोटीवर जल्लोष चालू आहे, हे त्यांना नक्कीच कळले असणार. कशाबद्दल जल्लोष चालू आहे, असा प्रश्न जर्मनांना पडून ते गोंधळलेले असणार. हे असले लक्ष वेधणारे वागणे नक्कीच शत्रूच्या हेरांचे नसणार, असेच ते समजत असणार.

मॅलरीने आपल्या तोंडात बाटली तिरपी केली आणि काही सेकंद तशा अवस्थेत धरून ठेवली व नंतर खाली जमिनीवर ठेवली. त्यातली वाइन तो प्यायला नव्हता. त्याने नुसता तसे पिण्याचा अभिनय केला होता. मग त्याने सावकाश आजूबाजूला आपली नजर टाकली. समोर मिलर, स्टीव्हन्स व ब्राऊन डेकवर उकिडवे बसले होते. ॲन्ड्रिया तिथे नव्हता. पण त्याला शोधण्यासाठी मॅलरीला आपली मान फिरवण्याची गरज नव्हती. कारण ॲन्ड्रिया सुकाणूघरात अंधारात वाकून बसला होता. त्याच्या जवळ एक वॉटरप्रूफ पिशवी होती आणि त्यात

हॅन्डग्रेनेड्स भरलेले होते. त्याने आपल्या कमरेला एक पिस्तूल लटकावले होते. मॅलरीला हे सारे ठाऊक होते.

मॅलरी एकदम म्हणाला, "बरोबर. आता तुम्हाला नाटकातील अभिनयाचे ऑस्कर देण्यासाठी पुन्हा एक मोठी संधी चालून आली आहे. जे चालले आहे त्याची त्यांना खातरी पटवून देऊ या.'' एवढे बोलून तो पुढे वाकला आणि आपले बोट त्याने पुढे करून मिलरच्या छातीत खुपसले व तो जोराने त्याच्यावर ओरडला.

यावर मिलरही मॅलरीवर उलट ओरडला. मग काही क्षण ते रागाने एकमेकांविरुद्ध हातवारे करत बसले. त्याच वेळी तोंडाने ते शिवीगाळ करत एकमेकांशी भांडत होते. मिलर आता उठून आपल्या पायावर उभा राहिला; पण तो झोकांड्या खात होता, झिंगल्याचे नाटक करत होता, मॅलरीला धमक्या देत होता. मारण्यासाठी त्याने आपल्या मुठी आवळल्या. पण तेवढ्यात मॅलरी उठून उभा राहिल्याने तो मागे सरकला. पुढच्याच क्षणाला ते दोघे एकमेकांवर तुटून पडले होते, मारामारी करू लागले होते; एकमेकांना जोरजोरात ठोसे मारू लागले. मग एक ठोसा बसल्यावर मॅलरी धडपडत मागे जाऊन सुकाणूघरावर धडक देऊन पडला.

मॅलरी हळू आवाजात म्हणाला, "ॲन्ड्रिया, बरोबर चालले आहे ना? आता फक्त पाच सेकंद उरलेत. गुडलक!'' मग तो कसा तरी धडपडत उठून उभा राहिला. त्याने एका बाटलीची मान हातात धरून घेतली अन् मग मॅलरी मिलरकडे धावत सुटला, त्याने बाटली धरलेला आपला हात उंचावला होता. मिलरवर आघात करण्यासाठी त्याने हातातली बाटली जोराने खाली आणली. परंतु मिलरने तो आघात चुकवला आणि जोरात एक लाथ मॅलरीला मारली. परिणामी मॅलरी धडपडत कठड्यापर्यंत गेला. तिथल्या खाडीच्या अंधुक प्रकाशात त्याच्या आकृतीच्या बाह्यरेखा लांबूनही समजून येत होत्या. मग तो क्षणभर थांबला, आपले दोन्ही हात त्याने पसरले आणि धपकन तो सरळ खालच्या पाण्यात पडला. एक जोराचा थड् असा आवाज आला.

नंतरच्या अर्ध्या मिनिटांत ॲन्ड्रिया पाण्याखालून पोहत-पोहत बोटीला वळसा घालून किनाऱ्यावर पोहोचला होता. सर्व जण गोंधळल्यासारखे झाले होते आणि वाटेल तसा आरडाओरडा करत होते. मॅलरी पाण्यातून बेडकासारखा पोहत बोटीवर चढून येऊ पाहत होता. मिलरने एक दोरी पकडून तिच्या टोकाला असलेला हूक तो मॅलरीच्या डोक्यावर मारू पाहत होता. बाकीचे सर्व जण आता नीट उभे राहिले होते आणि त्यांनी सर्वांनी हात पसरून मिलरभोवती एक कडे केले व त्याला आवरायचा प्रयत्न करू लागले. शेवटी त्याला खाली पाडून डेकवर दाबून धरले. दरम्यान अंगावरचे पाणी निथळत असलेला मॅलरी चढून बोटीवर आला. एक मिनिटानंतर दारूड्या माणसासारखी मारामारी करणारांनी एकमेकांशी 'झाले गेले

विसरून जा' अशा अर्थी हस्तांदोलन केले आणि ते दोघे इंजिनरूमवरच्या झडपेवर जाऊन बसले. आता त्यांनी एकमेकांच्या गळ्यात गळे घातले होते आणि त्यांनी पुन्हा नवीन बाटल्या उघडून वाइन पिणे सुरू केले. निदान तसा देखावा चालू केला.

"वा! फारच छान जमले," मॅलरी कौतुकाने म्हणत होता, "फारच छान! कॉर्पोरल मिलर, आता तरी अभिनयाचे ऑस्कर पारितोषिक नक्की मिळेल."

यावर मिलर काहीही बोलला नाही. तो गप्प-गप्प राहिला होता, निराश झालेला दिसत होता. हातातल्या बाटलीकडे तो टक लावून बघत होता. शेवटी त्याने थोडीशी हालचाल केली.

तो विषण्णतेने म्हणाला, "बॉस, मला हे आवडत नाही. हे नाटक मला जरासे आवडले नाही. तुम्ही मला ॲन्ड्रियाबरोबर जाऊ द्यायला हवे होते. ॲन्ड्रिया तिथे मनोऱ्यावर गेल्यावर त्याला तिघांविरुद्ध झगडावे लागेल अन् ते पहारेकरी तर वाटच पाहत असणार, तयारीत असणार. कारण एव्हाना वायरलेसवरून त्यांना आपले ढोंग कळून आलेले असेल." मग मॅलरी दोषी असल्यासारखे त्याच्याकडे पाहत तो पुढे म्हणाला, "बॉस, डॅम इट टू हेल. तुम्ही नेहमी आम्हाला आपली ही मोहीम किती महत्त्वाची आहे ते सांगत आला आहात."

यावर मॅलरी त्याला शांतपणे म्हणाला, "होय, ते ठाऊक आहे मला. म्हणून तर मी तुला त्याच्याबरोबर पाठवले नाही. अन् आमच्यापैकीही कोणीच त्याच्याबरोबर गेले नाही. आपले त्याच्याबरोबर जाणे हे त्याला एक लोढणे ठरले असते आणि त्याच्या कामात त्यामुळे अडथळा आला असता. बेटा डस्टी, ॲन्ड्रिया हा काय माणूस आहे ते तुला ठाऊक नाही." मॅलरीने मिलरला प्रथमच पहिल्या नावाने संबोधले. त्याने दाखवलेल्या या अनपेक्षित जवळिकीमुळे मिलर सुखावला. मॅलरी पुढे सांगत गेला, "तुम्हाला कोणालाच ॲन्ड्रियाबद्दल नीट माहिती नाही. पण मला तो चांगलाच ठाऊक आहे." मग मॅलरीने त्या मनोऱ्याकडे हात केला. त्याची बाह्याकृती अंधुक प्रकाशात जाणवत होती. भिंतीची सरळ उभी रेषा माथ्याला एकदम काटकोनात वळलेली दिसत होती. पार्श्वभूमीवरच्या काळ्या आकाशात ती उठून दिसत होती. "तो एक जाडजूड, लठ्ठ व सुस्वभावी माणूस आहे. नेहमी तो हसत असतो व विनोद करत असतो." एवढे बोलून मॅलरी क्षणभर थांबला. मग पुन्हा आपली मान हलवत तो पुढे सावकाश सांगू लागला, "तो आता तिथे वर गेला आहे. जंगलातून तो एखाद्या मांजरासारखा आवाज न करता पुढे जात राहील. त्याच्यासारखे मोठे व भयंकर मांजर जगात कोणीही नाही, तुम्हाला कळेलच ते. जोपर्यंत शत्रू विरोध करत नाही तोपर्यंत ॲन्ड्रिया त्यांना कधीच ठार करत नसतो. त्या तिन्ही बिचाऱ्या जर्मनांविरुद्ध मी त्याला पाठवले आहे. जणू काही ते तिघे इलेक्ट्रिक खुर्चीत बसले असून शॉक देण्याचे बटण माझ्या हातात आले आहे."

मिलरला आता ॲन्ड्रियाबद्दल कौतुक वाटू लागले. तो म्हणाला, ''म्हणजे तुम्हाला तो खूप पूर्वीपासून ठाऊक आहे तर.'' त्याचे हे वाक्य म्हणजे एक अर्धा प्रश्न व अर्धे विधान केल्यासारखे होते.

''होय. फार पूर्वी ॲन्ड्रिया हा अल्बानियातल्या युद्धात उतरला होता. त्या वेळी तो सैन्यात रुजू होऊन नोकरी करत होता. मला असे कळले की, त्या वेळी इटालियन लोकांनी ॲन्ड्रियाच्या कामगिरीमुळे त्याचा मोठाच धसका घेतला होता. इटालियन सैन्याच्या डिव्हिजनविरुद्ध ॲन्ड्रिया आपली तुकडी घेऊन लांबवर गस्त घालून नजर ठेवत असे. त्या इटालियन डिव्हिजनला 'टस्कनी येथले लांडगे' असे नाव मिळाले होते. परंतु ॲन्ड्रियाचे कर्तृत्व एवढे होते की त्याने अल्बानियात इटालियन सैन्याचे धैर्य ढासळवण्यास खूप मदत केली. मी त्याबद्दल अनेक कथा ऐकल्या आहेत, ॲन्ड्रियाकडून नाही; पण त्या साऱ्या खूपच स्फूर्तिदायक आहेत आणि खऱ्याखुऱ्या आहेत. नंतर कधीतरी मी ॲन्ड्रियाला भेटलो त्या वेळी आम्ही 'सर्व्हिया पास' ही खिंड लढवत होतो. ती खिंड ताब्यात ठेवायचा आटोकाट प्रयत्न करत होतो. ॲन्झॅक ब्रिगेडमध्ये मी त्या वेळी एक 'जंगल लिऑन्झो लेफ्टनंट' होतो.'' मग आपल्या बोलण्याचा परिणाम साधण्यासाठी तो मुद्दाम थोडासा थांबला आणि पुढे म्हणाला, ''ॲन्ड्रिया हा १९व्या ग्रीक मोटराईज्ड डिव्हिजनमध्ये एक लेफ्टनंट-कर्नल होता.''

ते ऐकल्यावर मिलर आश्चर्याने म्हणाला, ''काय?'' स्टीव्हन्स व ब्राऊन यांनाही आश्चर्य वाटले होते.

''होय, तो लेफ्टनंट-कर्नल होता. माझ्यापेक्षा जरासा वरच होता, असे म्हणा हवे तर.'' मग हसून तो पुढे म्हणाला, ''ॲन्ड्रिया हा कसा वेगळा आहे ते कळले ना?''

यावर बाकीच्यांनी शांतपणे आपल्या माना डोलावल्या. ते काहीच बोलले नाही. मनमिळाऊ, सुस्वभावी व साधा सरळ असा ॲन्ड्रिया हा एक सिनिअर आर्मी ऑफिसर आहे, ही माहिती त्यांना नवीन होती. त्यांना अचानक मिळालेली ही माहिती पचवावयास जड जाऊ लागली. पण हळूहळू त्यांना यामागचा खरा अर्थ उमगू लागला. ॲन्ड्रियाचे आपल्या हालचालींवरचे संयमित नियंत्रण, त्याला नेहमी आत्मविश्वास असे, त्याच्या झटक्यात होणाऱ्या कृती आणि मॅलरीची त्याच्यावर असलेली निर्मळ श्रद्धा या सर्वांचाच खुलासा आता त्यांना झाला. मॅलरीची त्याच्याबद्दलची मते फार वरच्या दर्जाची असल्याने तो नेहमी ॲन्ड्रियाला आदर दाखवतो व त्याचा सल्ला घेतो, हेही त्यांना आता नीट उमगले. मिलरला आता हळूहळू आठवत गेले की, मॅलरीने ॲन्ड्रियाला कधीही आत्तापर्यंत थेट हुकूम सोडलेला नव्हता. मॅलरी आपली पायरी सांभाळून होता. तो ॲन्ड्रियाला मान देत होता.

मॅलरी पुढे सांगू लागला, ''सर्व्हियातील युद्धानंतर सर्वत्र गोंधळ माजलेला होता. टिक्काला हा एक छोटा देश होता. देश कसला, ते छोटेसे शहर होते. तिथे ॲन्ड्रियाची पत्नी आणि तीन कन्या राहत होत्या. स्टुकास व हेन्केल लोकांच्या आक्रमणापुढे या छोट्या शहराचा टिकाव लागला नाही. लोकांची वाताहत झाली. ॲन्ड्रिया तिकडे पोहोचला खरा, पण तिथे आता त्याचे घर नव्हते. त्याचा संसार उद्ध्वस्त झाला होता. त्याच्या घरावर सुरुंग उडून सारेकाही धुळीला मिळाले होते.''

एवढे बोलून मॅलरी थांबला, त्याने एक सिगारेट पेटवली. त्याने मनोऱ्याकडे पाहिले. तिथून आता धूर जाताना दिसत होता.

''ॲन्ड्रियाला तिथे फक्त त्याचा मेव्हणा भेटला. त्याचे नाव जॉर्ज होते. क्रीट बेटावर हा जॉर्ज आमच्याबरोबर होता. तो अजूनही तिथेच आहे. जॉर्जकडून आम्हाला प्रथमच कळले की, थ्रेस व मॅसिडोनिया येथे बल्गेरियाकडून जे क्रूर अत्याचार झाले, तिथेच ॲन्ड्रियाचे आई-वडील राहत होते. तेथून ते प्रोटीसामीला पळून गेले होते. ॲन्ड्रियाने एक जर्मन ट्रक ताब्यात घेतला, जर्मन गणवेश अंगावर चढवला आणि ती प्रोटोसामी येथे पोहोचला!'' मॅलरी हे बोलत असताना एकदम त्याच्या हातातील सिगारेट निसटली व गरगरत बाजूला पडली. मिलरला याचे आश्चर्य वाटले. ही एक भावनिक कृती केलेली होती काय, असा प्रश्न त्याच्या मनात आला.

परंतु मॅलरी पुढे सांगत गेला, ''प्रोटोसामी येथे मोठ्या प्रमाणात कत्तली केल्या गेल्या होत्या. त्या गावात ते संध्याकाळी पोहोचले. ॲन्ड्रिया तिथे कसा उभा राहिला हे जॉर्जने मला सांगितले. जर्मन गणवेशातील ॲन्ड्रिया हा समोरच्या ९-१० बल्गेरियन सैनिकांना पाहू लागला. ते सैनिक जोडप्यांना एकत्र बांधून नदीत फेकून देत होते. त्यातले पहिले जोडपे त्याचे वडील व सावत्र आई होती. ते दोघेही मेले.''

''माय गॉड! बापरे!'' ते ऐकून मिलरला धक्का बसला. नेहमी तो शांत असे. ''पण हे कसे काय शक्य-'' एवढे कसेबसे तो म्हणाला.

''तुम्हाला सारे काही अजून कळलेले नाही.'' मॅलरीने अस्वस्थ होत म्हटले. ''मॅसिडोनियात शेकडो ग्रीक लोकांना अशा रीतीनेच संपवण्यात आले. पण पाण्यात फेकून दिल्यावर ते सहसा तरंगत राहून बुडत नसत. बरेच जण यातून वाचले. यावरून तुम्हाला ग्रीक लोक बल्गेरियन लोकांचा तीव्र द्वेष का करतात हे लक्षात आले असेल. द्वेष ही चीज काय असते, हे तुम्हाला अजूनही नीटसे समजले नाही... ॲन्ड्रियाने मग बल्गेरियन सैनिकांना काही दारूच्या बाटल्या दिल्या. त्या वेळी ॲन्ड्रियाला बोलण्यातून कळून चुकले की, आज दुपारी आपल्या आई-वडिलांना समोरच्या सैनिकांच्या गटानेच नदीत फेकून दिले होते. मग मात्र ॲन्ड्रिया खवळला. तो अंधार पडण्याची वाट पाहू लागला. संध्याकाळनंतर ते सैनिक एका जुनाट पत्र्याच्या शेडमध्ये गेले. तिथे ते राहत होते. ॲन्ड्रिया यांच्या पाळतीवर होता.

त्याच्याजवळ शस्त्र म्हणून फक्त एक चाकू होता. त्या पत्राच्या आश्रयस्थानाबाहेर त्या सैनिकांनी आपला एक पहारेकरी ठेवला होता. ॲन्ड्रियाने त्याची मानच मोडून टाकली आणि तो आत गेला. आतून दार लावून त्याने तिथला तेलाचा दिवा फोडून टाकला. सर्वत्र अंधार झाला. ॲन्ड्रियाच्या डोळ्यांत आता खून चढला होता. पुढे काय झाले ते जॉर्जला ठाऊक नव्हते. दोन मिनिटांनी ॲन्ड्रिया बाहेर आला त्या वेळी त्याच्या अंगावरचा जर्मन गणवेश पूर्णपणे भिजून गेला होता. तो नखशिखांत रक्ताने थबथबलेला होता. आतून कसलाही आवाज आला नाही किंवा कोणी घशातून आवाज काढलेला ऐकू आला नाही, असे जॉर्ज सांगतो.''

मॅलरी सांगायचे पुन्हा थांबला. पण या वेळी त्याला कोणीही 'पुढे काय?' असे विचारले नाही. ते ऐकून स्टीव्हन्सला कापरे भरले. त्याने आपल्या अंगावरचे ते बेंगरूळ जाकीट अंगाभोवती घट्ट लपेटून घेतले. हवेतला गारठा एकदम वाढल्यासारखे सर्वांना वाटू लागले. मॅलरीने दुसरी सिगारेट पेटवली. तो मिलरकडे पाहून मंद हसला आणि त्याने मनोऱ्याकडे पाहून आपली मान हलवली.

"तेव्हा मला असे सांगायचे आहे की ॲन्ड्रिया हा एकट्याने सारे सांभाळायला समर्थ आहे. त्याच्याबरोबर दुसरे कोणी जाणे म्हणजे त्याचे लोढणे बनले असते.''

मिलर ते मान्य करत म्हणाला, "बरोबर आहे, बरोबर आहे. मलाही आता तसेच वाटते. मला आधी काहीही कल्पना नव्हती. आम्हाला कोणालाच नव्हती. पण ॲन्ड्रियाने त्या बल्गेरियन सैनिकांना मारले नसणार—''

"होय, त्यानेच आपल्या हाताने त्यांना ठार केले.'' मिलरचे वाक्य तोडीत मॅलरी म्हणाला. ''त्यानंतर बल्गेरियन सैनिक श्रेस गावात आपापल्या चौक्यात, आश्रयस्थानात राहण्यास घाबरू लागले. आता बल्गेरियन सैन्य ॲन्ड्रियाच्या मागे लागले. ॲन्ड्रिया डोंगराळ भागात पळून गेला. त्याला तिथे शोधण्यासाठी बल्गेरियन सैन्याने आपली एक अख्खी डिव्हिजन पाठवली. ऱ्होडोप डोंगरात ते त्याचा शोध घेऊ लागले. शेवटी कोणीतरी त्याचा विश्वासघात करून त्याला पकडून दिले. मग ॲन्ड्रिया, जॉर्ज आणि इतर चार जणांना बोटीने स्टाव्हरोस बंदराला पाठवून दिले गेले. तिथून पुढे सालोनिका शहरात त्यांच्यावर खटला भरला जाणार होता. पण त्या आधीच त्यांनी त्यांच्या पहारेकऱ्यांवर मात केली. ॲन्ड्रिया रात्रीच बोटीच्या डेकवरून निसटून पळाला. एका बोटीतून तो तुर्कस्तानला गेला. तुर्कस्तान त्याला तिथेच स्थानबद्ध करून ठेवणार होते. पण त्याला स्थानबद्ध करणे म्हणजे भूकंपासारख्या एका भयानक आपत्तीला स्थानबद्ध करण्याचा प्रयत्न होता. तिथूनही निसटून शेवटी तो पॅलेस्टाईनला पोहोचला. तिथे ग्रीक कमांडो बटॅलियनमध्ये भरती होण्याचा त्याने प्रयत्न केला. ती बटॅलियन नुकतीच मध्यपूर्वेत स्थापन करण्यात आली होती. अल्बानियन निर्वासितांमधून ती बटॅलियन निर्माण केलेली होती.'' मग मॅलरी

उदासपणे हसून पुढे म्हणाला, ''त्याला एक भटक्या नागरिक म्हणून अटकेत टाकण्यात आले. शेवटी त्याची सुटका झाली. पण आता त्याला ग्रीक सैन्यात जागा नव्हती. परंतु जेन्सन ब्यूरोने त्याच्याबद्दल बरेच ऐकले होते. त्याच्यासारखा माणूस हा घातपाती कृत्ये करणाऱ्या दलामध्ये लायक आहे, हे त्यांनी ओळखले आणि म्हणून तो त्या दलात दाखल होऊन क्रीट बेटावर गेला. मीही त्या वेळी त्याच्याबरोबर होतो. आमची दोघांची मैत्री येथून सुरू झाली.''

मॅलरी बोलायचे थांबला. तिथे आता शांतता पसरली. ती शांतता पाच मिनिटे चालली होती. कोणालाही आता बोलावेसे वाटत नव्हते. पहारेकऱ्यांच्या मनोऱ्यावरून आपल्यावर लक्ष ठेवले गेले असणार याचे सर्वांनाच भान होते. म्हणून ते सर्व जण अधूनमधून वाइनच्या बाटल्या तोंडाला लावण्याचे नाटक करत होते. आता तो अंधुक प्रकाशही कमी-कमी होत चालला होता. मनोऱ्यावरून जरी त्यांना पाहिले जात असले तरी त्यांना दुर्बिणीतूनसुद्धा इतक्या उंचावरून अंधुक प्रतिमाच दिसतील याची मॅलरीला खातरी होती. त्यांची ती जुनाट बोट आता पाण्यात डुचमळू लागली होती. कारण खुल्या समुद्रातून खाडीत शिरणाऱ्या लाटांचा जोर आता वाढत चालला होता. जमिनीवरील उंच पाइन वृक्ष आता रात्री काळ्या रंगाचे झाले होते. ती सुरूची झाडे वाटू लागली होती. तारकांनी खचाखच भरलेल्या आकाशाकडे ते झेपावत होते. खाडीत असल्यामुळे तिन्ही बाजूंनी हे वृक्ष आपल्यावर चालून येत आहेत असे पाहणाऱ्याला वाटत होते. जणू काही ते त्या बोटीला धमकी देत होते. समुद्रावरून येणारा वारा आता कमी झाला होता; पण त्याचा घोंगावणारा आवाज विव्हळल्यासारखा वाटत होता. झाडांमधून तो वारा जात असल्याने तसा आवाज निर्माण होत होता. झाडांचे शेंडे वाऱ्यामुळे डोलू लागले होते. ती एक सर्वसमावेशक अशी गूढ रात्र पसरली होती. ती रात्र भयप्रद होती. एक काहीतरी अशुभ संकट पुढे येणार आहे, असे सुचवणारी ती रात्र होती. क्षणाक्षणाला ती रात्र आणि ही भीतीची भावना वाढत चालली होती. अशी ही रात्र आकाशातून जमिनीवर उतरून प्राचीन काळातील भीती सर्वत्र जमिनीवर व समुद्रावर पसरवत होती. त्यातून प्राचीन काळातील स्मृती खाली उतरून पाठलाग करणार होत्या. त्या स्मृती या प्राचीन काळातील वंशवादाच्या होत्या. त्यांच्या नावाने अंधश्रद्धा आधीच लोक जोपासत होते. मानवी संस्कृतीचा वरचा पातळ पापुद्रा खरवडून ती भयप्रद अंधश्रद्धा आत शिरली होती. त्यामुळे भीतीने थरथर कापणाऱ्या प्रेतांनासुद्धा कोणीतरी आपल्या थडग्यावर चालत आहे असा भास होऊ शकत होता.

अचानक, ती गूढ व भयप्रद भावना एकदम फाटली. त्या अंधश्रद्धेचा शाप उखडला गेला. कारण ॲन्ड्रिया काठावर आला होता आणि उभे राहून त्यांना हाका मारू लागला होता. मग ते सारेजण ताडकन उठून उभे राहिले. ॲन्ड्रियाचे गंभीर व

आनंदी हास्य त्यांना ऐकू येऊ लागले अन् त्यामुळे भीती दाखवणारे ते वृक्षसुद्धा संकोचून थोडेसे मागे सरकले असावेत. बोटीची मागची बाजू काठाला लागण्याची वाट न पाहता ॲन्ड्रियाने सरळ खाडीच्या पाण्यात उडी ठोकली. मग दहा-बारा जोरदार हात मारीत तो बोटीपाशी पोहोचला आणि बोटीवर आला. तो हसत होता. एखाद्या केसाळ कुत्र्याने पाण्यातून आल्यावर आपले अंग झटकून हलवावे तसे त्याने केले आणि हात पुढे करून एक वाइनची बाटली उचलली.

मॅलरीने हसत हसत त्याला विचारले, ''कसे काय सारे पार पाडले, हे विचारायची गरज नाही ना?''

''अजिबात नाही. ते सारे काम फारच सोपे ठरले. ती सारी पोरगेलीशी माणसे होती आणि त्यांनी मला पाहिलेसुद्धा नाही.'' मग ॲन्ड्रियाने बाटलीतून एक मोठा घोट घेतला आणि तो हसू लागला. ''मी त्यांना माझे बोटसुद्धा लावण्याची वेळ आली नाही.'' पुढे तो विजयी स्वरात म्हणाला, ''तसे मी थोडेसे टकटक केले, पण ते सारेजण खाली वाकले होते. मी पोहोचलो त्या वेळी मला ते असे दिसले. मग मागून जाऊन मी त्यांना धरले, त्यांची पिस्तुले काढून घेतली आणि खालच्या तळघरात त्यांना कोंडून टाकले. बाहेरून दार बंद केले.''

तर ते सारे असे घडले आहे, असे मॅलरीने मनात खिन्नपणे म्हटले. या प्रकरणाचा आता असा शेवट झाला आहे, यामुळे परिणामी बऱ्याच गोष्टींचा शेवट होईल. मानवी धडपड, प्रयत्न, आशा, भय, प्रेम व हास्य हे लोप पावेल. युद्धाच्या संघर्षात सारे जळून जाईल. शेवटी हे असेच होणार आहे. आपल्या बाजूने जसा शेवट होतो आहे, तसाच शेवट 'खेरोस' बेटावरील हजारो तरुणांचा होणार आहे. त्याने अनवधानाने आपला हात उंचावला आणि आपले ओठ पुसले. त्याच्या ओठांवर समुद्राच्या खाऱ्या पाण्याचे तुषार वाऱ्याने उडले होते. मग त्याने आपले लाल झालेले डोळे पुसले आणि तो अंधारातील वादळाकडे खोलवर पाहण्याचा प्रयत्न करू लागला. क्षणभर त्याची उदासीनता निघून गेली; पण त्याच्या मनात कडवटपणा भरून राहिला. तो कडवटपणा सहन होण्याजोगा नव्हता. या आताच्या प्रकरणातून जे काही घडत जाईल त्यानुसार सारे काही संपेल, खरोखरीच सारे काही. फक्त नॅव्हारनच्या तोफा मात्र संपणार नाहीत. त्या तशाच अस्तित्वात राहतील, अविनाशी म्हणून समजल्या जातील. खड्ड्यात जावो त्या तोफा! डॅम देम, डॅम देम! हे परमेश्वरा, केवढा हा विनाश आणि निष्कारण अनेक गोष्टींचे वाया जाणे! त्यांची बोट आता मरायला टेकली होती. जिथे जिथे पत्र्याचे जोड होते ते आता फाटण्याच्या बेतात आले होते. तिची सर्व लक्षणे तशीच दिसत होती. त्या बोटीवर सतत

समुद्राच्या लाटांचे तडाखे बसत होते. त्या उथळ बोटीचा डेक समुद्राच्या पाण्याच्या पातळीपासून फार वर नव्हता. बोटीची मागची बाजू फरपटल्यासारखी ओढली जात होती. बोटीच्या बांधणीत आतमध्ये लाकडाचा उपयोग केला होता. फळ्या, वासे वापरलेले होते. त्यांच्या वरही समुद्रात होणाऱ्या बोटीच्या आदळआपटीचा परिणाम होत होता. डावीकडे, उजवीकडे डुचमळणाऱ्या बोटीचा पुढचा व मागचा भाग वादळी हवेत उचलला जाऊन परत खाली आपटला जायचा. किती काळ हे सुरू राहणार होते? ही जुनाट बोट आता खरोखरच मरायला टेकली होती. तिचे आयुष्य संपत आले होते.

पूर्ण अंधार झाल्यावर त्यांनी ही मरायला टेकलेली बोट खाडीतून बाहेर काढून समुद्राच्या खुल्या पाण्यात लोटली. आता त्यांनी उत्तरेकडची नॅव्हारनची दिशा पकडली होती. प्रवासात बोट दुभंगून तिचे दोन तुकडे होण्याच्या आत त्यांना नॅव्हारन गाठायचे होते. खाडीतून बाहेर पडल्यावरही बोट ५० अंशातून झोकांड्या खात चालली होती. तिच्या झोकांड्यांचा अंदाजच येत नव्हता. परंतु तिचे सांधे अजून निखळले नव्हते, हे एक प्रकारचे सुदैवच म्हटले पाहिजे. समुद्रातील लाटा शांतपणे आणि सतत तिच्यावर नियमितपणे चाल करून येत होत्या. वारा हळूहळू कमी होत गेला होता. बोटीच्या डेकवरील पाच-सहा फळ्या खिळखिळ्या होऊन त्यातून पाणी गळू लागले होते. वाऱ्याने आता आग्नेय दिशा धरली होती. बोटीच्या पंख्याच्या शॅफ्टमधून ग्लॅन्ड खराब झाल्याने समुद्राच्या पाण्याचा झिरपा चालू झाला होता. पण तरीही ती बोट अधिक वेगाने पाणी कापीत पुढे सरकत होती. बोटीत साचलेले पाणी हातपम्पाने काढून टाकण्याचा प्रयत्न सतत केला जात होता. वाऱ्यामुळे समुद्राच्या लाटांच्या हालचालींवर परिणाम होऊ लागला. त्या लाटा दाबून टाकल्या जाऊ लागल्या. त्याची दिशाही सारखी बदलत होती. हळूहळू त्याचा जोर दुप्पट झाला, तो घोंगावू लागला. नैर्ऋत्येकडून आग्नेयेकडे अशी दिशा मध्येच तो घेई. मग तो दक्षिणेकडून वाहू लागला. परिणामी ती खिळखिळी झालेली बोट वाऱ्यामुळे भरकटू लागली. तिला नीट आवरून मार्गावर ठेवणे अवघड होऊ लागले. ते अंदाजाने नॅव्हारनच्या पर्वतकड्याकडे आपले हे जलयान कसेबसे नेत होते. त्या गडद काळोखात तो पर्वतकडा त्यांना दिसत नव्हता. पण होकायंत्राच्या साहाय्याने ते अंदाजानेच पुढे सरकत होते.

क्षणभर मॅलरी ताठ झाला. त्याच्या पाठीतून अधूनमधून तीव्र कळा येत. त्याच्या मणक्याला फुटलेले हाडांचे काटे मध्येच त्याच्या स्नायूत घुसत. त्या वेळी त्याला खूप वेदना होत. कारण गेले दोन तास तो वाकून काम करत होता आणि सरळ होत होता. बोटीत जमलेले पाणी तो बादलीने भरून समुद्रात ओतत होता. अशा हजारएक बादल्या पाणी त्याने काढले असेल. मिलर त्याला मदत करत होता.

तळाशी असलेल्या कोठारातील पाणी तो बादलीत भरून देत होता. आपल्याला जर एवढा या श्रमाचा त्रास होतो आहे तर खाली मिलरला किती त्रास होत असेल ते देव जाणे, असे त्याच्या मनात येऊन गेले. सतत असे श्रम करत गेल्याने तो खरोखरीच आता आजारी पडण्याची वेळ आली होती. त्याचा चेहरा वेदनेमुळे भयंकर दिसू लागला. आपला मृत्यू जवळ येऊन ठेपला आहे, असे त्याला वाटू लागले. तो केवळ आपल्या बलदंड इच्छाशक्तीच्या जोरावर काम करत होता. पण शेवटी अशा गोष्टीलाही कुठेतरी मर्यादा पडतात. त्या मर्यादा तो ओलांडून जाऊ पाहत होता. त्याला मिलरची काळजी वाटू लागली. "हा पोऱ्या भलताच चिवट दिसतो आहे," असे तो पुटपुटला.

मॅलरीला धाप लागली होती. तो श्वासोच्छ्वास नीट घेण्यासाठी धडपडू लागला, दम खाऊ लागला. त्याने बोटीच्या मागील भागाकडे नजर वळवली. बाकीचे काय करत आहेत हे तो पाहू लागला. पण त्याला कॅसी ब्राऊन दिसेना. इंजिनरूममध्ये छोट्याशा बंदिस्त जागेत तो वाकलेल्या अवस्थेत काम करत होता. तोही सध्या आजारीच होता. त्याला प्रचंड डोकेदुखी जडली होती. इंजिनातील तेलाच्या धुरामुळे आणि इंजिनातून बाहेर पडणाऱ्या वायूंमुळे तसे झाले होते. त्या छोट्या इंजिनरूममध्ये काम करायचे म्हणजे असेच होणार. तिथे बाहेरची शुद्ध हवा आत येऊ शकत नव्हती. खाडीतून बोट समुद्रात शिरेपर्यंत त्याला वाकलेल्या अवस्थेत बसावे लागले होते. अधूनमधून तो उभा राहून आपले शरीर ताठ करत असे. ते इंजिन केल्व्हिन कंपनीचे होते. त्याचे या इंजिनावर खूप प्रेम होते. कारण ही एक इंजिन बनवणारी नावाजलेली कंपनी होती. त्यांचे इंजिनिअरिंग कौशल्य वादातीत होते. अधूनमधून ते थांबत थांबत चाले. पण तेवढे सोडले, तर एरवी ते ठीक होते. त्या सर्वांचा प्रवास, त्यांची मोहीम, त्यांची प्रवासातील आयुष्ये त्या इंजिनावर अवलंबून होती. ते बोटीचा पंखा चालवून बोटीला गती देत होते. त्यावरही त्यांचा समुद्री प्रवास अवलंबून होता. दोन सिलिंडरचे इंजिन हे बोटीचे हृदय होते. ते जर बंद पडले तर बोट संपलीच. मग बोटीवरची माणसेही संपलीच. त्यांची ती मोहीमही संपली. दोन लाटांच्या मधल्या वेळात बोट वळवावी लागत राहिल्याने इंजिनावर सतत ताण पडत होता. पुढे काय होणार ते देवच जाणे!

इंजिनरूमच्या पुढच्या बाजूला एका खांबाला लागून सुकाणूघर उभे होते. त्याच्या बहुतेक फळ्या निखळून गेल्याने त्याचा केवळ सांगाडा उभा होता. ॲन्ड्रिया पम्पाशी अस्वस्थपणे कामे करत होता. त्याला अक्षरश: डोके वर उचलून पाहायला सवड नव्हती. बोटीचे झोकांड्या खात पुढे जाणे, बोचरा वारा, थंडगार पाण्याच्या लाटेचे अंगावर येणारे तुषार यामुळे त्याचे उघडे हात व दंड हे पार बधिर होऊन गेले होते. त्याचा शर्ट पार भिजून त्याच्या अंगाला चिकटून बसला होता. तरीही

त्याचे हात अविरतपणे, न थांबता, सतत खालीवर होत कामे करत होते. जणू काही एखाद्या वादकाजवळच्या तालयंत्रासारखे त्याचे हात लयबद्धरीत्या हलत होते. तो तिथे जवळ-जवळ सतत तीन तास काम करत होता. त्याच्याकडे पाहिले तर असे वाटत होते की हा पठ्ठ्या असेच अनंत काळापर्यंत काम करत राहील. मॅलरीने पम्पावर फक्त वीस मिनिटे काम केल्यावर तो दमून गेला होता. पण अॅन्ड्रियाच्या सहनशक्तीला खरोखरीच अंत नाही, असे त्याला वाटले.

मॅलरीला आता स्टीव्हन्सची आठवण झाली. तो गेले चार तास सतत काम करत होता. एका यंत्रातील बिघाड शोधून काढताना शेवटी त्याला त्या यंत्रातील त्रास देणारे चाक सापडले. त्याने एक फार मोठे काम केले होते. या मोडक्या बोटीतली ही दुरुस्ती करून त्याने एक महत्कार्य केले, असेच मॅलरीला वाटले. त्याने पुढे तोंड करून त्याच्याकडे पाहण्याचा प्रयत्न केला. परंतु तेवढ्यात त्याच्या तोंडावर समुद्राच्या लाटेच्या पाण्याचा एक हबका बसला. खारे पाणी डोळ्यांत गेल्याने त्याचे डोळे चुरूचुरू लागले. त्याच्या डोळ्यांतून पाणी येऊ लागले. त्याने आपले डोळे मुकाट्याने बंद केले. त्याने आपले ओठ घट्ट मिटून घेतले होते. जागरण झालेले त्याचे डोळे खोल गेले होते. त्याच्या चेहऱ्यावर अंधुक पण फिके डाग उमटू लागले होते. सुकाणूघरावर मधूनच समुद्रात उठणाऱ्या नागमोडी लाटा चाल करून यायच्या, त्यांची उंचीही मोठी असायची. त्यामुळे सुकाणूघराच्या फळ्या खिळखिळ्या केल्या जायच्या. तसेच सुकाणूघराच्या खिडकीतून वारा एवढ्या जोरात अनपेक्षितपणे घुसायचा की त्यामुळे स्टीव्हन्सला सावरायची संधीही मिळायची नाही. त्यांच्या कपाळाच्या उजव्या बाजूला वर एक जखमेचा व्रण होता. तो खोलवर गेला होता आणि त्यामुळे स्टीव्हन्सचा चेहरा कुरूप वाटत होता. त्याच्या त्या व्रणाभोवतालून अनेकदा रक्तही गळू लागायचे. ते गळणारे रक्त खूप वेळ गळत सुकाणूघराच्या तळाशी साचलेल्या पाण्यात ठिबकत राहायचे.

मॅलरीला हे सारे आठवले आणि तो मनोमन दुःखी झाला. त्याने शेवटी खाली वाकून पाण्याने भरलेली दुसरी बादली उचलली आणि ती समुद्रात ओतली. काय पण आपली बोट! काय पण आपला खलाशीवर्ग! यावर त्याला आता पुन्हा विचार करायचा कंटाळा आला. मुळात आपली माणसे ही सैन्यातील आहेत, त्यामुळे असल्या कामांची त्यांना सवय नसल्याने त्यांना सारे माफ आहे.

आपल्या तोंडात कडवट चव तरळू लागली आहे हे त्याला जाणवले. पण समुद्राकडे पाहताना ती कडवट चव लाटांमुळे धुतली गेली. पण ते काहीही जरी असले तरी परमेश्वरा, या बिचाऱ्या माणसांवर असली कामे करण्याची पाळी यावी? नि यातच ते मरून गेले तर? मग कोणाचा दोष असेल? कदाचित या माणसांच्या मृत्यूच्या नावे खडे फोडण्यात अर्थ नसला तरी या माणसांच्या नशिबी कसलेही

कर्तृत्व गाजवून, यश प्राप्त करण्याचे का नसावे? त्यासाठीच तर ते या मोहिमेत सामील झालेले आहेत. अशा लोकांना निरर्थक मृत्यू येणे योग्य नाही. एका लॅटिन म्हणीनुसार, जर एक जण सुखाने जगू शकत असेल, तर त्यासाठी दुसरा मरण पावला म्हणून काय बिघडले? नकळत त्याने ओठ घट्ट मिटले. मग त्याला जेन्सनने हाय कमांडबद्दल मारलेला शेरा आठवला. 'हाय कमांड हे केवळ किल्ल्यातला राजा कोण असावा, याचाच खेळ खेळत असते.' आता मोहिमेवर निघाल्यावर आपण या खेळाच्या मैदानात मध्यभागी उतरलो आहोत. आता फक्त या खेळातील काही प्यादी सरकावयाची होती. ती कृती महत्त्वाची आहे. प्याद्यांना महत्त्व नाही. अशी हजारो प्यादी खेळात उतरवण्यासाठी त्यांच्याकडे उपलब्ध आहेत.

मॅलरी प्रथमच स्वत:बद्दल विचार करू लागला. मात्र तो कडवटपणे किंवा स्वत:बद्दलच्या दयेमुळे विचार करत नव्हता किंवा 'सारे काही संपले' असे वाटत असल्यामुळेही उदासीन होऊन तो विचार करत नव्हता. आपण फक्त या मोहिमेचा एक नेता आहोत, आत्ताच्या परिस्थितीत आपल्यावरच संपूर्ण जबाबदारी टाकलेली आहे. काही विपरीत घडले तर तो माझा दोष असेल, फक्त माझाच. मीच या सर्वांना निवडून येथे आणले आहे, त्यासाठी मीच त्यांना तयार केले होते. त्याचे एक मन त्याला असे सांगत होते की यात त्याचा कसलाच दोष नाही. कारण त्याच्यापुढे दुसरा पर्याय ठेवला नव्हता. आता कसली माघार घेणार? आहे या परिस्थितीत अधिक वाईट काही घडू नये, याची जबाबदारीही त्याच्यावरच होती. जर ते रात्रभर त्या खाडीतच थांबून राहिले असते, तर दुसऱ्या दिवशी सूर्य उगवण्याआधीच त्यांना संपवण्यात आले असते. त्यांची बोट त्यांच्यासकट समुद्रावरून पुसली गेली असती. पण तरीही वैतागून तो स्वत:लाच दोष देऊ लागला. त्याला शॅकलटनची आठवण झाली. सर्व माणसांत तोच एकटा आपल्याला मदत करणारा आहे. पण आत्ता या क्षणी मॅलरी अधिक काय करू शकत होता? मोहिमेमागील सर्व जण यातून काय शेवट होतो आहे याकडे लक्ष ठेवून होते; पण आपण आता या मोहिमेचे नेतृत्व करत असल्याने आपल्यावरच आता जबाबदारी आहे. तेव्हा आपणच आता काही योजना आखली पाहिजे. ...पण आपण तर आता काहीही करू शकत नाही. परमेश्वराच्या या पृथ्वीवर आता दुसरे कोणीही काहीही करू शकत नाही, हे वास्तव आहे. आपण कुठेतरी कमी पडत आहोत, अशा भावनेने त्याला व्यापून टाकले गेले. त्याला आपणच दोषी आहोत, असे वाटू लागले. ही भावना त्याच्या मनात खोलवर जाऊन रुतून बसली आणि त्याचे शरीर थरथरले.

त्याने आपल्या हातातील बादली खाली ठेवली. एक मोठी लाट आल्याने आधारासाठी त्याने बोटीची डोलकाठी पकडली. ती लाट बोटीच्या डेकवरून पुढे निघून गेली. लाटेतला फेस डेकवर रेंगाळत राहिला आणि तो रात्रीच्या अंधारात

चमकू लागला. लाटेतले मागे राहिलेले पाणी एखाद्या भुकेलेल्या कुत्र्यासारखे त्याच्या पायाशी घोटाळत राहिले. पण त्याने तिकडे दुर्लक्ष केले. तो बाहेरच्या अंधारात खोलवर पाहू लागला. हा अंधार म्हणजे एक सैतान आहे. ती जुनाट बोट डुचमळली आणि लाटेवर वर उचलली जाऊन खाली आपटली गेली. एका निर्वात पोकळीत आपण आपटले जाऊन आपले अवयव दूर जात आहेत असे त्याला वाटले. पुढची लाट केव्हा येऊन भिडेल याचा त्याला अंदाज येईना. समोर समुद्र पसरला होता, पण तो अदृश्य होता आणि धडकी भरवणारा होता.

मॅलरीने बोटीच्या डेकवरील झडपेतून खालील सामान ठेवायच्या जागेत डोकावून पाहिले. पण त्याला अंधुक प्रकाशात फक्त मिलरचा चेहरा धूसर स्वरूपात दिसला. त्याने चुकून तोंडावर उडालेले समुद्राचे पाणी गिळले होते. आता त्याला त्याचा त्रास होऊ लागला होता. कारण रक्तात मिसळलेल्या खाऱ्या पाण्याने त्याला शरीरभर वेदना होऊ लागल्या होत्या. पण मॅलरीने त्याच्याकडे दुर्लक्ष केले आणि नकळत त्याचे मन दुसरीकडे गेले. पूर्वीची काही दृश्ये, रेंगाळणाऱ्या स्मृती तो कमी करून टाकू लागला. त्या अल्पकालीन स्मृतींऐवजी तो एक सुसंगत निष्कर्षाकडे जाऊ पाहत होता. तसे करणे त्याला नितांत गरजेचे वाटत असल्याने तो धडपड करत होता. अजून एक मोठी लाट त्यांच्या बोटीवर येऊन धाडकन आदळली आणि तिथेच फुटली. अन् एकदम त्याला ते कळून चुकले.

वारा! वारा पडला होता. दर सेकंदागणिक त्याचा जोर कमी होत चालला होता. डोलकाठीला त्याने दोन्ही हातांनी घट्ट मिठी मारली होती तरीही पुढची लाट त्याला तडाखे देऊन त्याची मिठी सोडवू पाहत होती. त्याला एक जुनी आठवण झाली. त्या वेळी तो लहान होता. त्याच्या घराजवळ एक डोंगर होता. त्या डोंगराच्या एका कड्याच्या पायथ्याशी तो उभा होता. अंगावर येणाऱ्या जोरदार वाऱ्याला टाळण्यासाठी तो तिथे गेला होता. त्या वादळवाऱ्यातून त्याला कमीत कमी विरोध होणाऱ्या वाऱ्याच्या मार्गातून वाट काढायची होती. तिथली कड्याची भिंत ही वक्र होती. तिथे जाऊन तो उभा राहिला. वाऱ्यामध्ये एक पोकळी निर्माण झाली होती. गिर्यारोहण करणाऱ्या लोकांना अशा वाऱ्यातील पोकळ्यांचा नेहमी अनुभव येतो. अशा ठिकाणी वाऱ्याचा जोर कमी झालेला असतो. आत्ताही त्याला वाऱ्याचा जोर कमी झालेला जाणवत होता. याचा अर्थ काय? याचा अर्थ उघड होता. यावरून त्याला जे काही कळले ते क्षणभर त्याला हादरवून सोडणारे होते. म्हणजे आपण आत्ता एका कड्यापाशी आलो आहोत. हाच हाच तो डोंगर आणि हाच तो डोंगराचा कडा! ती जागा नॅव्हारनच्या डोंगराच्या कड्यापासची होती! त्यांचा पाण्यातला प्रवास आता संपला होता. बोट कड्यावर आदळणार होती.

त्याला या वास्तवतेचा साक्षात्कार होताच तो स्वतःची सुरक्षितता विसरून

बोटीच्या मागच्या बाजूला धावत गेला. वाटेत तो पडला. डेकवरील पाण्यातून पालथा घसरत तो इंजिनरूमच्या झडपेपाशी गेला.

"फुल ॲस्टर्न! थांबा, पुढे जाऊ नका. बास, बास, मागे फिरा." तो ओरडला. खाली कॅसी ब्राऊन उभा होता. त्याने एकदम दचकून आपला चेहरा वर केला. मॅलरी त्याच्याकडे पाहत ओरडला, "फॉर गॉड सेक, मॅन, फुल ॲस्टर्न! आपण कड्याच्या दिशेने जात आहोत."

मग तो कसाबसा धडपडत उठला आणि दोन ढांगा टाकत सुकाणूघरापाशी पोहोचला. त्याचा हात खिशातील फ्लेअरकडे गेला होता.

"स्टीव्हन्स, आला, नॅव्हारन डोंगराचा मागच्या बाजूचा कडा आला आहे. आपण त्याच्यावर जाऊन धडकणार होतो. ॲन्ड्रिया, मिलर अजूनही खालीच आहे."

त्याने खाली एक दृष्टिक्षेप टाकला. मिलरने आपली मान हलवून 'सर्व काही समजले' अशी खूण केली. त्याचा सर्व चेहरा रक्ताळलेला होता. त्याचे डोळे मात्र निर्विकार होते. मग मॅलरीने समोर कड्याच्या दिशेने पाहिले. तिथे समुद्राची एक रेषा चमकत होती. तिथेच कड्यावर लाटा आपटून फेसाची पांढरी चमकणारी रेषा निर्माण झाली होती. ती रेषा सलग होती. त्यांची बोट सरळ त्या कड्याकडे चालली होती. वाटेत उथळ समुद्रातल्या खडकावर ती आपटणार होती. पण सुदैवाने मॅलरीच्या वेळीच ध्यानात आल्याने तो अपघात टळला होता. ती रेषा मध्येच ठळक दिसायची आणि लगेच अंधारात लुप्त होऊन जायची. तो आपल्या खिशातील फ्लेअर चाचपडत शोधू लागला.

त्याने ती फ्लेअर पेटवून हवेत उडवली. तो एक दारूकामाचा बाण होता. त्याने डोंगराच्या कड्याच्या दिशेने तो सोडला होता. क्षणभर त्याला वाटले की आपला नेम चुकला, म्हणून त्याने कडवटपणे आपली मूठ आवळली. पण कड्याच्या दिशेने सोडलेला तो बाण प्रकाश टाकत शेवटी कड्यावर जाऊन आदळला आणि खाली पडला. पाण्यावर सुमारे बारा फूट आल्यावर तो तिथेच कड्याच्या खबदाडात कुठेतरी पडला आणि धूर सोडत राहिला. पाऊस पडत होता तरीही तो थोडासा जळत राहिला. तिथेच समुद्राच्या लाटा आपटून त्यांचे तुषार कड्यावर उडत होते. तरीही तो बाण शेवटपर्यंत जळत राहून शेवटी विझला.

त्यातून निघालेला प्रकाश तसा प्रखर नव्हता, मंदच होता. फ्लेअर सोडल्यामुळे त्याला तो कडा अवघ्या १५० फुटांवर उभा आहे हे कळले. त्या बाणाने आपल्या मागे प्रकाशाचे उभे लंबवर्तुळ हवेत रेखाटले होते. त्या लंबवर्तुळाची त्रिज्या सुमारे १५ फुटांची असावी. तिथे किनाऱ्यापासून आत सुमारे ५० फूट आत एक खडकांची रांग उभी होती. त्या रांगेतून खडकांचे सुळके वर आले होते. त्या रांगेची दोन्हीकडची टोके अंधारात विरून गेली होती.

"बोटीला वळवून मागे नेणे जमेल का?" त्याने स्टीव्हन्सला ओरडून विचारले.

"गॉड नोज! काही कल्पना नाही, पण बघतो प्रयत्न करून!" एवढे बोलून तो पुढे 'वळायला लागा' अशा अर्थी "स्टीअरेज वे" असे ओरडून कोणाला तरी उद्देशून म्हणाला, पण तोपर्यंत मॅलरी बोटीच्या पुढच्या भागाकडील केबिनकडे गेला होता. आणीबाणीच्या प्रसंगी त्याचे मन पुढच्या प्रसंगाचा वेध घेण्यासाठी लगेच धावू लागे. आत्ताही तसेच होत होते.

खालून काही टोकदार खिळे, एक हातोडा आणि एक दोर घेऊन मॅलरी काही सेकंदात वर डेकवर आला. त्या दोराच्या पोटातून एक तार गेलेली होती. मग तो स्तब्ध उभा राहिला. तो एकाच जागी खिळून पुतळ्यासारखा निश्चल उभा होता. त्याला समोर डोंगरातले उंच खडक दिसत होते. जणू काही ते खाली वाकून त्याच्याकडेच पाहत होते. एक खडक तर बोटीच्या डाव्या बाजूला येऊन भिडल्यासारखा भासत होता. तो बोटीवरील सुकाणूघराला येऊन भेटणार होता. पण अर्ध्या वाटेतच तो संपला होता. परंतु त्याच्या पाण्यातल्या भागावर बोट धडकली आणि त्या हादऱ्याने मॅलरी डेकवर खाली पडला. त्याच्या तोंडून चिरकल्यासारखा आवाज निघाला. निम्मा डेक तो घसरत गडबडा लोळत आणि बाजूच्या चिरफळ्या झालेल्या लाकडी कठड्यांना घासत गेला. तसा जात असतानाही तो "फुल ॲस्टर्न" असे ओरडत होता.

सुटकेचा एक दीर्घ सुस्कारा सोडून मॅलरीचा श्वासोच्छ्वास काही क्षण रोखला गेला होता. आपण नकळत श्वास रोखल्याचे त्याच्या गावीही नव्हते. त्याने घाईघाईने उठून ते दोराचे वेटोळे आपला गळा व डावी काख यामध्ये घेतले. एक हातोडी व काही अणकुचीदार मोठे खिळे ऊर्फ खुंट्या त्याने आपल्या कमरेच्या पट्ट्यात खोचल्या. ती बोट आता दिशाहीन झाल्यासारखी पाण्यात स्वत:भोवती फिरत होती. डाव्या बाजूला झुके, मग वर उचलली जाऊन खाली पडे आणि परत स्वत:भोवती फिरे. मग लाटांच्या मागच्या खळग्यात जाऊन तिथे पडत होती. हे सारे तिथल्या खळबळाटी पाण्यात घडत होते. तिथल्या लाटा आता छोट्या व तीव्र उताराच्या झाल्या होत्या. त्या लाटांना वारा जोर लावून पुढे ढकलीत होता. त्या लाटा कड्याच्या दिशेने जाऊन ओसरून मागे येत होत्या. पण त्यांची बोट अजूनही समुद्रातील पाण्याच्या मर्जीनुसार हलत होती. कड्याकडे ती एवढ्या वेगाने सरकत होती की कोणालाही त्याची भीती वाटली असती. आता मिळालेली संधी मी सोडता कामा नये. मॅलरी सारखा स्वत:शीच असे ओरडतच होता. आता ती कपार शोधून तिथे बोट बांधून ठेवली पाहिजे. पण ती कपार दूर असल्याने तेथपर्यंत जाणे अशक्य आहे. दैवाने असे काही करून शेवटच्या क्षणापर्यंत आपला छळ मांडला आहे! त्या कपारीपर्यंत जाणे म्हणजे आत्महत्या करण्यासारखे आहे. ॲन्ड्रिया आता ट्रकचे बाद

झालेले टायर्स डेकवर आणून त्यांची एक चळत रचत होता. त्याच्या चेहऱ्यावर मोठेच हसू पसरले होते. मग एकदम मॅलरीला आपले विचार करण्यात काहीतरी चुकत आहे असे जाणवले.

"कपारीचा विचार चालला आहे ना?" ॲन्ड्रियाने आपला रुंद व आश्वासक हात मॅलरीच्या खांद्यावर ठेवत त्याला विचारले.

मॅलरीने आपली मान होकारार्थी हलवली. त्याने बोटीतून उडी मारायचा पवित्रा घेतला. डेकवर निसरडे झाले होते ना. आपले गुडघे त्याने वळवले, हात पुढे केले.

"चला, उडी मारा. नंतर मात्र पाय ताठ व सरळ ठेवा." जवळ वेळ फारच थोडा होता. बोट आता चांगलीच डुचमळत होती, येणाऱ्या लाटेवर चढून खाली आपटत होती. मॅलरीला कळून चुकले की आपण आत्ताच काही प्रयत्न केले, तरच काही उपयोग आहे. नंतर अशी संधी परत येणार नाही. त्याने आपले हात शरीराच्या मागे नेले, गुडघे पुढे वाकवले. मग त्याने एक खोलवर श्वास घेऊन स्वत:ला बाहेर झोकून दिले. त्याचे हात समुद्रातून वर आलेल्या खडकावर पडले होते. बोटे कपारी शोधत होती. कुठे खाचा लागत आहेत का ते पाहत होती. त्याच्या बोटांना पुढे आलेली एक कपार सापडली होती. त्यामध्ये बोटे अडकवून तो लोंबकळू लागला. क्षणभर त्याला काहीही करता आले नाही. त्याच वेळी त्याच्या कानावर जहाजाची पुढची डोलकाठी आपटल्याचा आवाज त्याला ऐकू आला. ती डोलकाठी कपारीवर आदळली होती. तिचे दोन तुकडे झाले. त्याचा कपारीवरचा एक हात सुटला. तो एका हातावर अर्धवट लोंबकळू लागला, पण खालून पाण्याचा एक राक्षसी फुगवटा आला आणि त्याला वर रेटू लागला.

खाली घसरत असताना त्याच्या कमरेच्या पट्ट्याचे बक्कल वाटेत एका टोकदार खडकात अडकले होते. त्यामुळे तो लोंबकळत राहिला. पण आता ते बक्कल वर सरकत सरकत त्याच्या छातीपर्यंत आले होते. पण त्याने उगाच बिथरून जाऊन हाताने आधार पकडायचा प्रयत्न केला नाही, आपले शरीर वळवले नाही की आपले पाय झाडले नाहीत. यातले त्याने काहीही करायचा प्रयत्न केला असता, तर तो नक्कीच खाली पडला असता. लहानपणापासून त्याने गिर्यारोहण केले असल्याने असे प्रसंग त्याला नवीन नव्हते. त्या काळात तर 'या गिर्यारोहणाच्या विद्येत तो क्रमांक एकवर आहे' असे त्यावेळचे लोक म्हणत. जणू काही त्याला जन्मत:च या विद्येचे बाळकडू मिळाले होते.

सावकाश व पद्धतशीरपणे त्याने पुढे आलेल्या कपारीचा शरीराच्या स्पर्शाने अंदाज घेतला. तिथेच त्याला त्या कपारीत एक भेग अचानक सापडली. कपारीपासून मागे गेलेली होती. ती भेग जर समांतर असती तर अधिक बरे झाले असते. तशी त्या भेगेची रुंदी फार नव्हती, एखाद्या आगपेटीतील काडीच्या जाडीएवढी ती होती.

पण मॅलरीच्या दृष्टीने ती पुरेशी होती. त्याने अत्यंत काळजीपूर्वक आपल्या कमरेपाशी पट्ट्यात खोचलेली हातोडी व एक दोन लांब खुंट्या बाहेर काढल्या. त्यातला एक खिळा भेगेत ठोकून बसवला आणि एक आधार निर्माण केला. त्या खुंटीशेजारी काही इंच अंतरावर त्याने दुसरी खुंटी भेगेत ठोकून बसवली. तेवढ्या दोन खुंट्यांच्या आधारावर तो त्यावर चढून कपारीवर उभा राहिला.

मग मात्र त्याने पटापट हालचाली केल्या. त्या निसरड्या कपारीवर तो मांजराच्या पावलाने अत्यंत सावधपणे हालचाली करत होता. आता तो कड्याच्या भिंतीपाशी उभा होता, नीट ठामपणे आणि आधार घेऊन उभा होता. कपारीच्या वर त्याने एक गळ फेकला. त्या गळाला पुढे चार हूक चार दिशेला फाकलेले होते. म्हणून त्याला 'लवंगीचा गळ' असेही म्हटले जायचे. त्याने तो गळ वर फेकला आणि त्यामागचे दोराचे वेटोळे कपारीवरून ओढून घेतले. एवढे झाल्यावर मगच तो वळला आणि खाली पाहू लागला.

कड्याला त्यांची बोट भिडल्यानंतर एक मिनिट वेळ गेला असेल. पण आता या बोटीची अवस्था अत्यंत दयनीय झाली होती. तिची एक डोलकाठी मोडली होती. सुकाणूघराच्या चिरफळ्या झाल्या होत्या, कठडा जागोजागी मोडून पडला होता आणि अनेक ठिकाणचा पत्रा आतमध्ये वाकला असल्याने बोटीला पोचे आले होते. बोटीचे ते ध्यान पाहिल्यावर ही बोट आत्ताच फुटून गेली आहे, असे भासत होते. आता सात-आठ सेकंदात एखादी नागमोडी व राक्षसी लाट त्या बोटीवर सहज चालून येऊ शकत होती. मग ही बोट त्या लाटेच्या तडाख्याने सहज उडवली जाऊन कड्यावर भिरकावली जाणार होती. ॲन्ड्रियाने बोटीच्या बाहेरून जरी ते ट्रकचे टायर्स लावलेले असले तरीही त्या टायर्सकडून लाटेचा फारच थोडा धक्का शोषला गेला असता. त्यानंतर बोटीच्या लाकडी कठड्याच्या भिंतीचे बारीक-बारीक तुकडे झाले असते, बोटीला अनेक ठिकाणी भोके पडली असती, बोट दुभंगून गेली असती, सर्व लाकडी भागांच्या चिरफळ्या झाल्या असत्या. मग मात्र ती बोट आपल्या अंगावर समुद्रात पडली असती. आक्रमक समुद्राचे पाणी तिच्यात असंख्य ठिकाणाहून शिरले असते आणि अखेर तिचे पार तुकडे-तुकडे केले गेले असते.

त्या भग्न सुकाणूघरापाशी ते तिघे उभे होते. एकदम मॅलरीच्या लक्षात आले की त्यांच्यात कॅसी ब्राऊन नाही. तो कोठे गेला? पण अजून बोटीचे इंजिन चालू होते. त्याचा आवाज अनियमितपणे वाढायचा व कमी व्हायचा. ब्राऊन बोटीला मागे घेण्याची शिकस्त करत होता. त्यामुळे बोट कड्याच्या भिंतीला समांतर राहून सारखी मागेपुढे होत होती. बोटीची आहे ती अवस्था टिकवून धरण्याची धडपड ब्राऊन करत होता. कारण आता आपल्या कृतीवर व मॅलरीवर सर्वांचे प्राण अवलंबून आहेत हे

त्याने ओळखले होते. मॅलरी बोटीच्या मागेपुढे होण्यामुळे, तिच्या अस्थिर अवस्थेकडे पाहत चिडून तो म्हणाला, "मूर्खपणा! काय मूर्खपणा चालला आहे?"

बोटीच्या मागच्या बाजूला पाण्यात एक खळगा निर्माण झाल्यावर बोट त्यात घसरून शिरली व त्या जागी स्तब्ध राहिली. त्यानंतर ती परत कड्याच्या भिंतीला घासून सरकू लागली. त्या धक्क्यामुळे सुकाणूघराचे छप्पर कड्याला घासून मोडले व पुढे आले. हे सारे क्षणार्धात घडले. तो धक्का एवढा मोठा व अचानक झालेला होता की स्टीव्हन्सचे हात सुटले आणि तो कड्याच्या भिंतीवर फेकला गेला. आधार मिळावा म्हणून त्याने आपले हात पुढे केले होते; पण शेवटी कड्यावर आपटून तो खाली पाण्यात पडला. पाण्यात पडल्यावर मात्र त्याचे हातपाय व डोके शांत झाले, ते दुखायचे थांबले. पण यानंतर लाटेमुळे ती बोट कड्यावर धडकू लागणार होती. त्या धडकेत तो सापडला असता, तर त्याच्या शरीराचा पार पापड झाला असता. परंतु खालून वर असणाऱ्या पाण्याच्या फुगवट्याने त्याला एकच क्षण आधी वर हवेत भिरकावून दिले. मग तो पडला. पण पाण्यात पडायच्या ऐवजी खाली आलेल्या बोटीत पडला. अन्यथा बोट व कडा यांच्या चेंगरीत त्याचा प्राण कधीच गेला असता.

"कमॉन, फॉर गॉड्स सेक!" मॅलरी बेभान होऊन ओरडू लागला, "आता बोट एका मिनिटात नष्ट होईल. दोर घ्या, दोर बरोबर घ्या." ॲन्ड्रिया व मिलर एकमेकांशी काही तरी बोलत होते. घाईघाईत बोलत होते, मॅलरीने ते पाहिले. ते दोघे थरथरत काहीतरी वादावादी करत होते. स्टीव्हन्स तिथेच उभा राहिला होता. भांबावून जाऊन तो ओकाऱ्या काढीत पोटात गेलेले समुद्राचे खारे पाणी बाहेर टाकत होता; पण बाकी त्याला विशेष असे काहीही झाले नव्हते. तो चांगला शुद्धीवर होता. ॲन्ड्रिया मिलरच्या कानापाशी तोंड नेऊन त्याला काही सांगत होता, पटवून देऊ पाहत होता, त्याला हातात दोर देऊन काय करायचे ते सांगत होता. आता त्यांची बोट पुन्हा डुचमळू लागली होती. स्टीव्हन्सच्या हातांची दोरावरची पकड साहजिकच सैल होऊ लागली. ॲन्ड्रिया त्याला उत्तेजन देत होता. मॅलरीने आपला हात शक्य तितका लांब करून स्टीव्हन्सला पुढे कपारीच्या दगडावर ओढून घेतले. मग तो कड्यात ठोकलेल्या खिळ्यांना पकडून कड्याच्या भिंतीला पाठ लावून बसला. अजूनही तो भांबावलेला होता आणि आपले डोके हलवत होता, पण सुरक्षित होता.

"आता मिलर, तू इकडे ये, चल घाई कर. उडी मार इकडे." मॅलरी म्हणाला.

मिलरने त्याच्याकडे पाहिले. त्याच्या चेहऱ्यावर हसू पसरले होते. ॲन्ड्रियाकडून दोर घेण्याऐवजी त्याने बोटीच्या पुढच्या भागाकडे असलेल्या केबिनकडे पळ काढला.

पळता पळता तो ओरडला, "एक मिनिट बॉस, मी माझा टूथब्रश विसरलो आहे, तो आणतो."

केबिनमधून काही सेकंदातच तो बाहेर आला; पण त्याच्या हातात टूथब्रश नव्हता. त्याऐवजी त्याने स्फोटकांनी भरलेली एक हिरवी पेटी हातात घेतली होती. तो सारा प्रकार मॅलरीला कळून चुकला. पुढच्या क्षणाला ती ५० पौंड स्फोटकांनी भरलेली पेटी हवेत उडवली गेली होती. ॲन्ड्रियाच्या बळकट हातांनी तसे कले होते. ती पेटी कपारीवर पडली असती, तर त्या धक्क्याने तिचा स्फोट झाला असता. म्हणून कसलाही विचार न करता मॅलरीने दोन्ही हात पुढे करून ती पेटी वरच्या वर झेलली. पण तेवढ्या कृतीमुळे त्याचा तोल गेला आणि तो खाली पडला. पण तरीही त्याने हातातील पेटी सोडली नाही. मग तो एका झटक्यात उठून उभा राहिला. वरच्या खिळ्यांना हाताने धरून बसलेला स्टीव्हन्स आता उठून उभा राहिला. त्याने खिळ्यांवरील आपले हात सोडून मॅलरीच्या पट्ट्याला धरले. तो जबरदस्त थरथरत होता. त्याला थंडी वाजत होती. तो थकला होता आणि एक अनामिक भीती त्याला वाटू लागली होती. पण मॅलरीसारखाच तो डोंगरकडे चढून जाण्यात पटाईत होता.

मॅलरी उठून उभा राहिला होता आणि त्याने खालून त्याच्याकडे फेकलेला वायरलेस सेट पकडला होता. त्यावर वॉटरप्रूफ कापड गुंडाळले होते. त्याने तो सेट खाली ठेवला व तो बोटीकडे पाहू लागला.

''आता जे काही उरलेसुरले आहे ते जाऊ द्या, तिथेच सोडून द्या. अन् सर्व जण इकडे वर या.'' मॅलरी ओरडून त्यांना सांगत होता.

ज्या कपारीवर मॅलरी उभा होता तिथे त्याच्या पायाजवळ दोरांची दोन वेटोळी पडलेली होती. त्यानंतर खालून दोन पाठीवरच्या पिशव्या – रकसॅक्स – आल्या होत्या. त्यात अन्नसामग्री, कपडेलत्ते व पांघरुणे होती. बोटीत स्टीव्हन्स वर आणायच्या सर्व चीजवस्तू एका ठरावीक क्रमाने ठेवू पाहत होता.

मॅलरी त्याला वरून गुरकावून म्हणाला, ''तुला ऐकू येत नाही का? चल, इकडे ये ताबडतोब! अन् हा हुकूम आहे असे समज. ती बोट आता बुडायला लागली आहे मूर्खा!''

खरोखरच ती जुनाट नौका बुडत होती. तिच्यात भराभर पाणी शिरत होते. कॅसी ब्राऊन इंजिनरूममध्ये होता. ती पाण्याने भरून गेल्याने तो तिथून बाहेर पडला होता. परंतु बोट आता हलत नव्हती, स्थिर झाली होती. तशी थोडीशी ती डुचमळत होती, पण फार थोड्या अंशातून हलत होती. तरीही ती कड्यावर अधूनमधून आपटत होती. क्षणभर मॅलरीला भास झाला की समुद्राचे पाणी माघार घेत आहे. मग त्याच्या लक्षात आले की बोटीच्या सामानाच्या खोलीत शिरलेले पाणी हे काही टन असल्याने बोटीचा गुरुत्वमध्य खाली गेलेला आहे. परिणामी बोट हलायची थांबत आहे.

खाली बोटीवर मिलरने आपल्या कानावर हाताचा पंजा वाकडा करून धरला आणि तो मॅलरीला म्हणाला, ''बॉस, मला तुमचा एक शब्दही ऐकू येत नाही.

शिवाय आपली बोट अजूनही बुडालेली नाही.'' एवढे बोलून तो पुढच्या भागातील केबिनमध्ये झटपट शिरला.

नंतर तीस सेकंदानी सर्व पाचही माणसे अगदी घायकुतीला आल्यासारख्या झटपट हालचाली करत होती. बोटीतील सर्व आवश्यक साधनसामग्री वर कपारीवर चढवून ठेवली होती. आता ती बोट बुडू लागली. प्रथम तिचा पुढचा भाग पाण्याखाली गेला, नंतर सर्व डेक पाण्याने भरून गेला आणि इंजिनरूममध्ये जी काही थोडीफार पोकळी उरली होती, त्यात झडपेवरून पाणी आत शिरू लागले. ब्राऊन व अॅन्ड्रिया अजूनही बोटीवर उभे होते. ब्राऊन वर दोर फेकण्यासाठी धडपडत होता. वर चढलेल्या मिलरने तो दोर पकडला व ओढू लागला. त्याच वेळी अॅन्ड्रियाने बुडत चाललेल्या बोटीवरून उडी मारून कपारीची कड पकडली. त्याचे पाय आता हवेत लोंबकळू लागले. बोटीत आता वेगाने पाणी शिरू लागले. शेवटी ती खाली गेली, बुडाली, पार अदृश्य झाली. मोहिमेसाठी समुद्रप्रवासाचे आपले कर्तव्य तिने पार पाडले. बुडताना ती वेडीवाकडी झाली नाही, की तिच्यातून बुडबुडे वर आले नाहीत. तिने शांतपणे समुद्रात जलसमाधी घेतली.

त्या कपारीचा पुढे आलेला सपाट पृष्ठभाग हा जास्तीत जास्त तीन फूट रुंद होता. दोन्ही टोकांकडे तो कमी कमी रुंद होत गेला होता. एव्हाना लोंबकळणाऱ्या अॅन्ड्रियाने जोर लावून आपले शरीर वर उचलले आणि तो कपारीवर आला. तिथल्या थोड्याशा जागेत स्टीव्हन्सने सर्व सामग्री कशीबशी रचून ठेवलेली होती. त्या कपारीचा खडक पक्का नव्हता, तसेच तो निसरडा होता. अॅन्ड्रिया व मिलर हे कड्याच्या भिंतीला पाठ लावून उभे होते. त्यांनी आपले दोन्ही हात पसरले होते. पण हाताचे पंजे वळवून कड्याच्या भिंतीचा पृष्ठभाग कसाबसा पकडून धरला होता आणि ते आपला तोल सावरू पाहत होते. नंतर एका मिनिटात मॅलरीने आणखी दोन लांब खिळे कपारीवरच्या भिंतीत कपारीच्या वर वीस इंच अंतरावर ठोकून बसवले. त्या दोन्ही खिळ्यात त्याने दहा फुटांचे अंतर ठेवले होते. सर्व ठोकलेल्या खिळ्यांना एका आडव्या दोरात गुंफले गेले. मग त्या दोराच्या आधारे सर्व जण नीट उभे राहू शकले.

मिलर कंटाळून शेवटी खाली बसला. एका हाताने त्याने तो आडवा दोर वर पकडला होता. त्याने आपल्या वरच्या खिशात चाचपडून एक सिगारेटचे पाकीट बाहेर काढले आणि सर्वांपुढे फिरवले. वरून पावसाची भुरभुर चालूच असल्याने सर्व सिगारेट्स ताबडतोब ओल्या होऊ लागल्या. तो स्वत: पार भिजून गेला होता. कमरेपासून खाली पायापर्यंत त्याचे कपडे भिजून चिंब झाले होते. तसेच त्याचे दोन्ही गुडघे कड्याच्या भिंतीवर घासले गेल्याने चांगलेच खरचटले होते. त्याला आता थंडी वाजू लागली. वरून पावसाचा मारा आणि खालून समुद्राच्या येऊन आदळणाऱ्या

लाटांचे उडणारे तुषार यांनी सारेजणच भिजून चिंब झाले होते. हे सतत होत राहिले होते, अविरत होत होते. खडकाची कड धारदार असल्याने त्याच्या पोटऱ्यांना चांगलेच लागले होते. दोरापलीकडे त्याने आपले शरीर घुसवलेले असल्याने त्याला श्वास घ्यायला अडचण होत होती. त्याचा चेहरा राखाडी रंगाचा झाला होता. खूप वेळ त्याने श्रमाचे काम केल्याने आणि सी-सिकनेस झाल्याने तो हैराण झाला होता. पण जेव्हा तो बोलू लागला तेव्हा त्याच्या बोलण्यात अत्यंत कळकळ व गांभीर्य प्रगट होत होते.

पण शेवटी तो आदराने म्हणाला, ''माय गॉड, पण हे सारे किती झकास आहे!''

पाच

मंगळवार : पहाटे १ ते पहाटे २

त्यानंतर दीड तासाने मॅलरीला कड्यावरून वर सरकत जाताना एक नैसर्गिक जागा सापडली आणि त्यात त्याने स्वत:ला अडकवले. ती जागा म्हणजे सरळ वर चढत गेलेली कड्यामधील खोलगट जागा होती. त्याने खाली ठोकलेल्या लांब खिळ्यावर आपले पाय ठेवले आणि तो काही क्षण विश्रांतीसाठी थांबला. त्याचे पाय दुखू लागले होते, शरीर दमले होते. फक्त दोन मिनिटेच विश्रांती घ्यायची, असे त्याने आपल्या मनाला बजावले होते. एव्हाना त्याच्या खाली सोडलेल्या दोरीवरून ॲन्ड्रिया वर चढून त्याच्यापाशी येत होता. आपल्या खालची दोरी थरथरते आहे हे मॅलरीला जाणवले. वाऱ्याचे घोंगावणे एवढे कर्कश होते की त्याला ॲन्ड्रियाचा आवाज ऐकण्यासाठी कान तीक्ष्ण करावे लागत होते. ॲन्ड्रियाच्या बुटाचा धातूचा भाग कड्याला घासत होता आणि त्याचा आवाज होत होता. पाय ठेवण्यासाठी, नीट खोचण्यासाठी तो पायाने कड्याचा पृष्ठभाग चाचपडत असे. परंतु हा कडा अत्यंत दुर्गम होता. त्यापुढे या गिर्यारोहकांचा पराभव होत होता. ज्या काही अडथळ्यांवर ॲन्ड्रियाला मात करावी लागत होती, मॅलरीलाही तसेच करावे लागत होते. त्यासाठी आपले हात सोलून, खरचटून घ्यावे लागत होते. त्याचे शरीर दुखू लागले होते व थकून गेले होते. त्याच्या खांद्याच्या स्नायूत आग होऊ लागल्यासारख्या वेदना उमटत होत्या. छातीत धाप सुरू झाली होती. आपल्याला होणाऱ्या वेदनांचे विचार त्याने मनातून मोठ्या कष्टाने बाजूला सारले. त्याला आता विश्रांती घेण्याची सारखी इच्छा होऊ लागली. त्याच्या अंगावरची धातूची कडी कड्यावर आपटून त्याचा आवाज होत होता. आता तर तो आवाज एकदम मोठा झालेला ऐकू आला.

वाऱ्याच्या घोंगावण्यावर मात करून त्याला तो ऐकू आला होता... 'उरलेले वरचे वीस फूट हे अंतर चढून जाण्यासाठी आता अधिक सावध राहा, काळजीपूर्वक चढा,' हे त्याला अॅन्ड्रियाला सांगायचे होते. त्या दोघातले अंतरही तेवढेच वीस फूट होते.

'मोठ्याने आवाज करू नका,' असे निदान मॅलरीला तरी सांगायची गरज नव्हती. कडा चढताना आपल्या पायांचा आवाज या वेळी जरी त्याने करायचा प्रयत्न केला असता, तरी त्याला ते शक्य झाले नसते. कारण त्याने आपल्या पायातील बूट दोरावरून चढताना काढून आपल्या कमरेला बुटाच्याच वादीने बांधून टाकले होते, कारण त्याला बुटाने कड्याच्या पृष्ठभागाचा नीट अंदाज घेता येत नव्हता. परंतु पायमोजे घातलेल्या पायाने चढताना त्याच्या बोटांना चांगलीच दुखापत होऊन ते रक्ताळले होते. चढता-चढता वाटेतच एका धारदार दगडावर घासून बुटाची वादी तुटली व बूट खाली पडले.

त्या दोरीवरून सबंध कडा चढून जाणे हे एक दिव्य होते, अतिशय कष्टप्रद व वेदनादायक होते. त्यातून भणाणणारा वारा व पाऊस अडथळे आणत होता. परंतु अशा दुःखदायक वेदना व कष्ट यामुळेच मोहिमेतला धोका फारसा जाणवत नव्हता. तसेच, अंधारात शेकडो खिळे ठोकत, त्याला दोरी लावत इंचाइंचाने वर सरकताना पाऊस व वाऱ्यात अक्षरशः ब्रह्मांड आठवे. त्यातून कडा चढताना हाताची कातडी सोलून निघे. या असल्या चढाईचा मॅलरीला पूर्वी कधीही अनुभव आला नव्हता. पुन्हा असला कडा चढून जाण्याचा मूर्खपणा आपण कधीही करायचा नाही, हे त्याने मनोमन ठरवून टाकले. या चढाईत त्याचे सारे कौशल्य पणाला लागले होते, धैर्याची परीक्षा पाहिली जात होती. माणसात एवढे बळ व कौशल्य दडलेले असते, हे त्याला प्रथमच जाणवत होते. हा बळाचा झरा माणसाला किती वरपर्यंत पोहोचवतो! गिर्यारोहकाला हे असले आव्हान मिळणे ही तो एक गर्वाची बाब समजत असतो. ही असली अवघड चढाई करून जाणारा सबंध दक्षिण युरोपात मॅलरी हाच एकमेव पहिला माणूस असावा. वर चढत जाताना त्याला सारखी बोचणी लागून राहिली होती की आपल्याला जर उशीर झाला तर? तर काय होईल, या कल्पनेने तो अस्वस्थ होत होत होता. मग लवकरच जर्मनांच्या आक्रमणापुढे खेरोस बेटावरील सर्व ब्रिटिश सैनिकांची हत्या अटळ होती. पण शेवटचे अंतर चढून जाताना त्याने आपल्या मनातील सारे विचार बाजूला सारले होते, मन चढाई करण्यावर एकाग्र केले होते. एखाद्या यंत्रासारखा तो वर वर चढत गेला होता.

त्याच्या खालून येणारा अॅन्ड्रिया याला खिळ्याच्या खुंट्या ठोकण्याची आणि त्याला दोरी बांधण्याची गरज पडत नव्हती. मॅलरीने आधी लावलेल्या दोऱ्या पकडून वर चढत जाणे एवढेच त्याला करायचे होते. तो एका हाताने दोरी पकडून चढे

आणि लगेच दुसऱ्या हाताने तसेच करे. त्याने आपले पाय हवेत लोंबकळत ठेवले होते. आपले शरीर तो केवळ हाताने वर उचलून नेत होता. कड्याच्या पृष्ठभागाची वक्रता हळूहळू वाढत चालली होती. जणू काही त्याचे शरीर त्या दोरीला एखाद्या पताक्यासारखे लटकलेले होते आणि ती पताका सरसर वर चालली होती. आपल्या कमरेच्या पट्ट्यात त्याने त्या खिळ्यांच्या खुंट्या सर्वत्र खोचून ठेवलेल्या होत्या. त्याचा नेहमीचा रुंद हास्याचा चेहरा मात्र तसाच होता. यामुळे तो एका विनोदी संगितिकेमधील 'कॉर्सिकन बंडखोर' या पात्रासारखा दिसत होता. तो लवकरच मॅलरीच्या जवळ जाऊन पोहोचला. मग त्या उभ्या अर्धवर्तुळाकृति खाचेत त्याने आपले शरीर घुसवून पाठ व पाय यांनी कड्याला दाबून धरले. यामुळे तो तिथे हात सोडून स्थिर उभा राहू शकत होता. मग खिशातून रुमाल काढून त्याने आपल्या चेहऱ्यावरचा घाम पुसला.

मॅलरीने खाली त्याच्याकडे पाहिले व स्मित केले. हे काम ॲन्ड्रियाचे नाही, असा विचार त्याच्या मनात आला. हे काम स्टीव्हन्सने करायला हवे होते. पण तो अजून त्याला बसलेल्या धक्क्यातून सावरलेला नव्हता. तसेच त्याच्या अंगातून बरेच रक्त वाहून गेले होते. पहिला माणूस खुंट्या ठोकत दोरी बांधत वर सरकतो, तर त्याच्या नंतर खालून येणाऱ्या माणसाने त्या खुंट्या काढून घेऊन स्वत:कडे ठेवायच्या. दोरी गुंडाळून घ्यायची आणि वर सरकायचे. ठोकलेल्या खुंट्या व त्याला लावलेल्या दोऱ्या हे तिथे पुरावे म्हणून राहू द्यायचे नव्हते. शेवटी चढणाऱ्या माणसाचे ते काम होते. तसले काम फक्त तरबेज व अनुभवी गिर्यारोहकच करू शकतो. म्हणून मॅलरीने ते काम स्टीव्हन्सवर सोपवले होते. तो शेवटी वर येणार होता. या योजनेला स्टीव्हन्सने नाइलाजाने मान्यता दिली होती, कारण त्याला मॅलरीमागोमाग वर जायचे होते. आत्ता मॅलरी ॲन्ड्रियाच्या खांद्यावर होता. त्याने आपला एक पाय ॲन्ड्रियाने उलट्या केलेल्या एका तळहातावर आणि दुसरा पाय त्याच्या खांद्यावर ठेवलेला होता. मॅलरी वर एक खुंटी ठोकू लागला आणि तिला दोरी लावू लागला. ते दोघे असे करत करत वर वर चढत जात होते. प्रत्येक वेळी दहा दहा सेकंद थांबत खुंटी ठोकत वर जात होते. पण ॲन्ड्रियाने केव्हाही त्याबद्दल कुरकुर केली नव्हती. ॲन्ड्रिया हा खरोखरीच कधीही खचून जाणारा नव्हता, बळकट होता, फत्तरासारखा सहनशील होता. आदल्या संध्याकाळपासून ॲन्ड्रिया खूप मेहनतीचे काम करत आला होता. त्याच्याएवढे काम दोन माणसांनी जरी केले असते, तरी त्यांना ते झेपले नसते अन् अजूनही वर चढत असताना हा माणूस थकलेला नाही, असे मॅलरीच्या लक्षात आले.

मॅलरीने त्या अरुंद घळईसारख्या किंवा बिळासारख्या जागेतून वर पाहिले. अंधुक प्रकाश टाकणाऱ्या आकाशाच्या पार्श्वभूमीवर त्या घळईचे तोंड दिसत होते.

मग तो ॲन्ड्रियाला कुजबुजत म्हणाला, ''ॲन्ड्रिया, आता फक्त वीस फूट अंतरच राहिले आहे.'' हे बोलताना त्याला धाप लागलेली होती. तो पुढे म्हणाला, ''आता मला या घळईत एका बाजूला खूप भेगा गेलेल्या दिसत आहेत. त्या वरपर्यंत गेलेल्या असाव्यात अशी आशा आहे.''

ॲन्ड्रियाने वर पाहून आपली मान होकारार्थी हलवली. मॅलरीने पुढे सांगितले, ''म्हणून तुझे बूट आता पायातून काढून टाकलेस तर बरे. मी हाताने खुंट्या ठोकत वर सरकत जातो. दोरी लावत नाही. आपण दोघेही फक्त खुंट्यांच्याच आधारे वर जाऊ या.''

ॲन्ड्रिया यावर म्हणाला, ''आजच्या या अंधाऱ्या रात्री, भयाण वाऱ्यापावसात आणि कड्यासारख्या भागावर चढत जाणे कठीण आहे.'' ॲन्ड्रियाचे बोलणे एक प्रकारे प्रश्नार्थक होते. ते दोघे बराच काळ एकमेकांबरोबर वावरले होते, अनेक कामे त्यांनी मिळून केली होती. त्यामुळे एकमेकांना समजावून घेण्याचे त्यांना सहज जमत होते.

मॅलरीने आपली मान हलवून ॲन्ड्रियाच्या म्हणण्याला दुजोरा दिला. ॲन्ड्रियाने एक खुंटी काढून त्यावर दोरी गुंडाळून ठेवली. आधीच्या सर्व दोऱ्या त्या एकावर एकेक गुंडाळत गेल्याने त्यांचा एक चेंडू बनला होता. सर्व दोऱ्यांची मिळून होणारी लांबी कड्याच्या एकूण उंचीएवढी होती.

आता वरच्या अंतरापैकी पहिले दहा फूट अंतर ते दोघे आपले हात-पाय व पाठ घळईच्या भिंतीला दाबून धरीत वर गेले होते. मॅलरी अधूनमधून आपल्या चाकूचा उपयोग करत होता. चाकूचे पाते फटीत खुपसून वर जाऊ पाहत होता. त्या वेळी तो आपले दोन्ही पाय फाकून घळईच्या भिंतीवर दाब देऊन उभा राही. पण पुढे-पुढे घळई अधिकाधिक रुंद होत गेल्याने असे करणेही शक्य होईना. अखेर त्याच्या पायाला कड्याच्या पृष्ठभागात एक खाच सापडली आणि त्यात त्याने आपला पाय गुंतवला. दोन मिनिटांनी त्याच्या हाताला घळईच्या वरच्या तोंडाची दंतुर कड लागली.

अजिबात आवाज न करता आणि अतिसावधगिरीने त्याने घळईच्या तोंडापाशी असलेली आजूबाजूची जमीन हाताने चाचपडली. तिथे गवत व दगडगोटे होते. शेवटी त्याच्या हाताला एक खडक लागला. त्याने आपला गुडघा वाकवून पाऊल शक्य तितके वर नेले आणि सुदैवाने सापडलेल्या एका खाचेत अडकवले. मग जोर करून तो वर सरकला आणि शेवटी माथ्यावरच्या भोकातून त्याने आपले डोके कड्याबाहेर काढले. काही क्षण त्याने आपली नजर सभोवार फिरवत पाहणी केली. मग तो आपले शरीर वर खेचून कड्याच्या माथ्यावर येऊ लागला. त्याच्या सर्व जाणिवा त्याने कान व डोळे यात एकवटल्या होत्या. आपण अजूनही धोक्यात

आहोत आणि आपल्याला कोणाचीही मदत मिळू शकणार नाही, हाही विचार त्याच्या डोक्यात होता. आता आपण शत्रूच्या प्रदेशात आलो आहोत. आपण येताना मिलरजवळची ऑटोमॅटिक बंदूक आणायला हवी होती. तो याबद्दल स्वत:वरच चरफडू लागला.

त्याने दूरवर नजर टाकली. तिथे शेवटी क्षितिजाच्या खाली ९९ टक्के पूर्ण अंधार होता. वस्तूंचे आकार, कोन, उंचसखलपणा हे आकाशातील अंधुक प्रकाशाच्या पार्श्वभूमीवर समजत होते, उठून दिसत होते. त्या परिसराचे निरीक्षण करत असताना एकदम त्याला धक्का बसला, तो हादरला. त्या कड्याचे चित्र त्याने आधी पाहिले होते. ते आठवून तो हादरला होता. मॉन्शर व्हॉकोस या फ्रेंच चित्रकाराकडून ते काढून घेतले होते. त्या चित्रासारखाच देखावा येथे होता. अगदी हुबेहूब! अगदी जसाच्या तसाच. कड्याच्या भोवतालून पायथ्याशी जमिनीचा एक पट्टा समांतर जात होता. त्यामागे मोठमोठे धोंडे ढिगाने पडलेले होते. त्यानंतर एकदम उभा चढ सुरू होऊन त्यातून डोंगर उभा राहिला होता. हे सारे तंतोतंत तसेच आहे! पण यातला एक अत्यंत सुदैवाचा भाग असा होता की येथला कडा अतिदुर्गम असल्याने जर्मनांनी येथे पहारा ठेवला नव्हता. या दक्षिणेच्या बाजूने कोणीही कडा चढून वर येणार नव्हते. मॅलरीने हुश्श केले. अखेर आपण येथवर यशस्वी मजल मारली तर! त्याचा ऊर उत्साहाने भरून आला. त्याने आनंदाने आपले पाय सरळ करून ताठ केले. वरच्या भोकाबाहेर निम्मे शरीर त्याने बाहेर काढले होते. हात सरळ पुढे करून हाताच्या बोटांनी खडकातील खाच धरून ठेवली होती. पण नंतर एकदम तो स्तब्ध झाला, गोठून गेला, त्याचे हृदय धडधडू लागले.

तिथून पुढचा एक मोठा धोंडा सरकला होता. तो धोंडा वीसएक फूट दूर असेल. पण त्याची एक मोठी सावली पडली होती. त्या सावलीचा एक सरळ भाग मोठ्या सावलीपासून तुटून हलला. ती सावली हळूहळू कड्याच्या टोकाकडे चालली होती. मग अचानक ती सावली नाहीशी झाली. आपण जे पाहिले त्यात कसलीही चूक नव्हती, कसलाही भास नव्हता याची त्याला खातरी होती. लांबलचक जॅकबूट त्या सावलीच्या पायात होते. त्या आकृतीच्या अंगावर एक लांब कोट होता आणि त्यावर वॉटरप्रूफ रेनकोट होता. अशी आकृती त्याने अनेकदा पाहिली होती. तो एक जर्मन पहारेकरी होता. म्हणजे या कड्याच्या बाजूला पहारा नसतो, ही आपल्याला दिलेली माहिती खोटी आहे तर. डॅम व्हलाचोस, डॅम जेन्सन! 'सर्व काही आम्हाला ठाऊक असते' असा दावा करणाऱ्या अधिकाऱ्यांचा निषेध असो. या प्रकरणात तज्ज्ञ समजल्या जाणारांनी आपल्याला चुकीची माहिती देऊन मरणाच्या खाईत लोटले आहे. त्याच वेळी मॅलरीने स्वत:च्या निष्काळजीपणाला मनात शिव्या घातल्या. कारण असा काही अडथळा वाटेत येणार अशी त्याची अटकळ आधीपासूनच होती.

पहिले दोन-तीन सेकंद मॅलरी तसाच जमिनीवर स्तब्ध पडून राहिला. जणू काही तो मनाने व शरीराने तात्पुरता बेशुद्ध झाला होता. तो जर्मन पहारेकरी चार-पाच पावले त्याच्या दिशेने चालत आला. त्याच्या हातातील कार्बाईन बंदूक त्याने तयारीत ठेवली होती. तो आपले डोके सारखे इकडेतिकडे हलवून आवाजाचा अंदाज घेत होता. वाऱ्याचे घोंगावणे, दूरवरून येणाऱ्या समुद्राच्या लाटांच्या आवाजातून तो वेगळा आवाज शोधू पाहत होता. नक्कीच त्याला कसलातरी संशय आला होता. मॅलरी आता त्याला बसलेल्या धक्क्यातून भानावर आला. त्याचे मन आता पुन्हा नीट काम करू लागले. त्या कड्यावर चढून वरपर्यंत जाणे किती धोक्याचे आहे, याची त्याला आता कल्पना आली. असे करणे म्हणजे केवळ आत्महत्या करण्यासारखे आहे, हे त्याला पटले. वर येताना आपली धडपड पहारेकऱ्याला ऐकू येणार आणि तो सरळ आपल्याला गोळी घालणार, असे त्याला पूर्वीपासून वाटत आलेले होते. मॅलरी तसाच पडून राहिला. त्याच्याजवळ कसलेही शस्त्र नव्हते. कडा चढून आल्याने तो पुरता थकला होता. अशा वेळी एका शस्त्रधारी ताज्या दमाच्या माणसाशी लढा देणे अशक्यप्राय होते. यावर उपाय म्हणजे माघार घेणे. म्हणजे पुन्हा सरळ कडा उतरून खाली जाणे. तसे करताना एकेक इंच सावकाश-सावकाश खाली उतरत जावे लागेल. रात्रीच्या वेळी माणसाची डोळ्यांच्या कड्यापासची दृष्टी समोरच्या दृष्टीपेक्षा अधिक संवेदनशील असते. आपण आता तशी काही हालचाल किंचित जरी करू लागलो, तर समोर उगवलेल्या पहारेकऱ्याला डोळ्यांच्या कोपऱ्यातून जाणवेल, चटकन जाणवेल. मग तो आपल्याकडे पाहील. मग? मग खलास! रात्रीच्या काळोखात आपली आजवरची सारी धडपड, योजना व आपले जीवन यांचा शेवट होणार. मॅलरीने पुढचे सारे चित्र नजरेसमोर आणले. समजा, आपण काहीही हालचाल केली नाही तरीही कड्याच्या सरळ रेषेच्या पार्श्वभूमीवर आपल्या शरीराचा उंचवटा त्याला सहज कळू शकतो.

मग तो हालचाल करू लागला; कारण काहीतरी केलेच पाहिजे होते. पण ती हालचाल अक्षरश: मुंगीच्या अंतराने तो करत होता, अत्यंत हळुवारपणे करत होता. आपला श्वासोच्छ्वासही तो अति संथपणे करू लागला. तो हळूहळू आपले शरीर मागे मागे घेत होता, कड्याच्या दिशेने नेत होता. तरीही तो पहारेकरी कड्याकडे येतच राहिला. आपल्यापासून तो पंधरा फुटांवर आला आहे, असा मॅलरीने अंदाज केला. तो डावीकडून येत होता. पण त्याने आपली मान मॅलरीकडे वळवली नव्हती, तो दुसरीकडेच पाहत होता. तो वाऱ्याला कान देऊन काही ऐकण्याचा प्रयत्न करत होता. आता मॅलरी पूर्णपणे कड्यापलीकडे खाली गेला. फक्त त्याची बोटे कड्याच्या टोकाला त्याने अडकवली होती. तो आता ॲन्ड्रियाच्या धिप्पाड शरीराशेजारी आला होता. मग त्याने आपले तोंड ॲन्ड्रियाच्या कानापाशी नेले.

ॲन्ड्रिया त्याला विचारीत होता, ''काय झाले? वर कोणी आहे का?''

''एक पहारेकरी आहे,'' मॅलरी त्याच्या कानात कुजबुजला. ''त्याने काहीतरी आवाज ऐकला आणि तो आता आपल्याला शोधतो आहे.

एकदम मॅलरीने आपले शरीर ॲन्ड्रियापासून जरा दूर करून शरीराचा संकोच केला. ॲन्ड्रियानेही तसेच केले होते, पण ते मॅलरीच्या लक्षात आले नाही. मग पाठोपाठ एक प्रकाशाचा झोत आला. डोळे दिपून जाईल एवढा तो प्रखर होता. इतका वेळ अंधाराला डोळे सरावल्याने तर तो प्रकाश फारच प्रखर वाटत होता. कड्यावरूनच तो झोत आला होता आणि तो कड्यावर इकडे-तिकडे फिरत होता. तो जर्मन पहारेकरी अत्यंत पद्धतशीरपणे तपासणी करत होता. कड्याच्या अलीकडे एक-दोन फुटांवरून तो बॅटरीचा प्रकाश टाकतो आहे, हे मॅलरीने ओळखले. कड्याखालून कोणी हात वर काढून त्याच्या पायाचे घोटे पकडून त्याला ओढून कड्यावरून खाली ४०० फूट खोल टाकून दिले जाऊ शकते, असेही त्या पहारेकऱ्याला वाटले असावे, म्हणून तीही खबरदारी तो घेत असावा. नक्कीच त्याला येथे कोणीही नाही, याची पूर्ण खातरी करून घ्यायची असणार.

हळूहळू प्रकाशाचा झोत त्या दोघांकडे येऊ लागला. ते त्या प्रकाशात नक्कीच सापडणार होते. मॅलरीला एकदम जाणवले की त्या पहारेकऱ्याला नुसताच संशय आला नव्हता, तर त्याला येथे कोणीतरी आहे याची खातरी पटली होती. त्यांना शोधल्याखेरीज तो थांबणार नव्हता. ते दोघे आता काहीही करू शकणार नव्हते. अगदी काहीही नाही...

त्या दोघांची डोकी जवळ आली होती. ॲन्ड्रिया कुजबुजत म्हणाला, ''त्याच्या मागे एक धोंडा आहे.''

मग मॅलरीने सावकाश आपल्या उजव्या हाताने कड्यावरची जमीन चाचपडली. परंतु माती, गवत व बारीक खडे याखेरीज तिथे काहीही नव्हते. ॲन्ड्रियाने एकदम आपल्या हातातील काहीतरी त्या पहारेकऱ्याच्या दिशेने फेकले आणि आपले हात कमरेला खोचलेल्या अणकुचीदार खुंट्यांकडे नेले. कारण आता तो प्रकाशाचा झोत अगदी जवळ आला होता. मॅलरीला आता आपल्याकडे अजून काही तशा खुंट्या कमरेला लावल्या आहेत हे लक्षात आले.

ॲन्ड्रियाने हात मागे करून एक अणकुचीदार खुंटी अंधारात फेकली होती. त्या पहारेकऱ्याला फेकून मारली होती; पण त्याचा नेम चुकला होता. पहारेकऱ्याच्या बॅटरीचा झोत ॲन्ड्रियाच्या खांद्याजवळ आला असताना हे घडले होते. त्यानंतर लगेच एक आवाज उमटला. काहीतरी धातूची वस्तू खणखणत आपटल्यासारखा तो आवाज होता. ती खुंटी पहारेकऱ्याच्या मागच्या धोंड्यावर आपटली होती. मग तो प्रकाशाचा झोत थरथरला. मग तो पहारेकरी त्या मागच्या धोंड्याकडे धावत

सुटला. घाईघाईत धावताना त्याचे पाय घसरत होते. बॅटरीच्या प्रकाशात त्याच्या कार्बाईनची नळी स्पष्टपणे त्या दोघांना दिसली. तो तीसएक फूट दूर गेल्यावर ॲन्ड्रिया कड्यावरून वर आला. एखाद्या मोठ्या काळ्या मांजरासारखी ती हालचाल त्याने केली. अलगद पावले टाकत तो तिथल्या एका भल्यामोठ्या धोंड्याकडे गेला आणि त्यामागे तिथे तो लपला.

त्यांच्यापासून जर्मन पहारेकरी आता साठ फुटांवर होता. त्याच्या हातातील बॅटरीचा झोत प्रत्येक धोंड्यावर पडत होता. मग ॲन्ड्रियाने आपल्या चाकूने तिथल्या दगडावर दोन वेळा आघात करून आवाज केले. तो पहारेकरी एकदम गरकन वळला. त्याच्या बॅटरीचा झोत ते लपलेल्या धोंड्याकडेच येत होता. तो आता अडखळत चालत होता. वाऱ्यावर त्याच्या लांब कोटाची टोके फडफडत होती. आता प्रकाशाचा झोत सारखा इकडे-तिकडे होऊ लागला. मॅलरीला त्याचा पांढरा पडलेला चेहरा दिसला. त्याच्या डोक्यावरचे पोलादी शिरस्त्राण दिसले. त्याच्या डोक्यात नेमके कोणते घाबरलेले विचार चालत असतील, असा विचार मॅलरी करू लागला. पहारेक्याचे मन गोंधळून गेले होते. एकदा एका ठिकाणाहून धातू आपटल्याचा आवाज आला; तर आता दुसऱ्याच ठिकाणाहून दोनदा तसला आवाज आला. दोन्ही बाजूंकडून आवाज येतो याचा अर्थ काय? आपण घेरले जात तर नाही ना? या निर्मनुष्य कड्यावर हा काय भीतिदायक प्रकार चालू आहे? तो पहारेकरी भीतीने अंतर्बाह्य हादरून गेला होता. एकदम मॅलरीला त्याच्याबद्दल कणव वाटू लागली. तो पहारेकरी मूळचा सैनिक नाही. तो एक कोणाचा तरी प्रेमळ नवरा असेल, कोणाचा तरी प्रेमळ बाप असेल, भाऊ असेल, मुलगा असेल. तो फक्त त्याला दिलेले पहारा करण्याचे धोकादायक काम करतो आहे. आपले कर्तव्य तो चोख पार पाडतो आहे. बिचारा आत्ता एकटा आहे आणि आपले कर्तव्य बजावत असताना त्याला दुःख भोगावे लागते आहे, कष्ट करावे लागत आहे व भयाला तोंड द्यावे लागते आहे. अशा या माणसाला ठार करण्याची पाळी आपल्यावर आली आहे. नाइलाज आहे!... मग ते दोघे त्याच्या येरझाऱ्या करण्याच्या वेळा व अंतर यांचा अंदाज घेऊ लागले.

"धावा, धावा, मी पडतो आहे!" मॅलरी एकदम ओरडला. ते ऐकताच तो पहारेकरी थांबला व वळला. त्याच्यापासून तो धोंडा अवघा पाच फूट अंतरावर होता. त्या धोंड्यापलीकडून मॅलरीने आपले डोके वर केले. ते पाहून तो पहारेकरी थांबला व थिजला. मग त्याच्या उजव्या हातात असलेली ती कार्बाईन बंदूक त्याने झटकन वर केली. डावा हात त्याने नळीवर ठेवला. पण नंतर त्याने घशातून नुसताच हुंकार काढला. त्याच्या तोंडून फुप्फुसातील हवा बाहेर पडली. ॲन्ड्रियाने अंधारातून त्याच्या बरगडीत आपला चाकू खुपसला होता. पार मुठीपर्यंत आत खुपसला. मूठ आपटण्याचा आवाज मॅलरीलासुद्धा ऐकू आला. अगदी वाऱ्याच्या घोंगावण्यातसुद्धा!

मॅलरी मरून पडलेल्या पहारेकऱ्याकडे खाली पाहत होता. ॲन्ड्रियाचा चेहरा निर्विकार होता. त्याने त्या पहारेकऱ्याच्या कोटाला चाकूचे पाते पुसून स्वच्छ केले. मग तो सावकाश उठला, त्याने एक निःश्वास सोडला आणि चाकू म्यानात परत ठेवून दिला.

"मग काय म्हणतोस कीथ?" ॲन्ड्रिया मॅलरीला 'कॅप्टन' असे न संबोधता त्याच्या खासगी नावाने संबोधत होता. त्या दोघांची जवळीक फार पूर्वीपासून असल्याने ते खासगीत एकमेकांच्या नावाने हाका मारीत. तो म्हणाला, "या अशा गोष्टींना घाबरल्यानेच तुमचा तो तरुण लेफ्टनंट खालीच बसून राहिला. रक्तपाताला तो घाबरतो."

मॅलरी त्याला दुजोरा देत म्हणाला, "होय, खरे आहे ते. मला ते ठाऊक होते. तुलाही आता ते ठाऊक आहे तर. या मोहिमेत अनेक योगायोग घडत आहेत. आता एखादी जर्मन नौका त्या वॉचटॉवरकडे जाऊन तिथला गोंधळ निपटीत असेल. त्यानंतर आता येथे झालेला हा प्रकार– दोन्ही योगायोगच म्हणायचे काय?" मॅलरी मंद आवाजात पण कडवटपणे म्हणाला. तो पुढे म्हणाला, "आपल्या मोहिमेच्या रचनेत ज्यांनी भाग घेतला त्यापैकी कॅस्टेलरोसोचा कॅप्टन ब्रिग्ज याची आता काही खैर नाही. त्यानेच या कड्यावर पहारा नसतो असे ठामपणे सांगितले होते. एका महिन्यात त्याला डच्चू देऊन त्याच्या हातात निवृत्तिवेतन देऊन नोकरीतून हाकलून दिले जाईल. जेन्सन याबाबतीत फार काटेकोर आहे."

ॲन्ड्रियाने यावर मान डोलवली. त्याने विचारले, "ते खरोखरीच निकोलाय ब्रिग्ज याला काढून टाकतील?"

"नाही तर दुसऱ्या कोणाला आपण या कड्यावर जाऊन धडकणार आहोत, हे समजणार होते? कोणीतरी आपल्याबद्दलची ही बातमी बाहेर कशावरून फोडली नसेल?" एवढे बोलून मॅलरी थांबला. त्याने आपल्या मनातील विचार झटकून टाकून ॲन्ड्रियाचा दंड धरला व पुढे म्हटले. "ही जर्मन मंडळी शत्रूकडच्या बातम्या काढण्यात फार हुशार असतात. जरी त्यांना ठाऊक होते की या असल्या भयाण काळोख्या रात्री कड्याच्या बाजूने येथे कोणीही येणे केवळ अशक्य आहे, तरीही त्यांनी मग येथे पहारा का बसवला? म्हणजे आत्ता येथे कड्याच्या बाजूला असे डझनभर पहारेकरी विखुरलेले असणार." नकळत आपला आवाज खाली आणत मॅलरीने पुढे म्हटले, "पण येथे एका जर्मनाचे आपल्यासारख्या पाच जणांपुढे काय चालणार? तेव्हा–"

त्याचे वाक्य तोडीत ॲन्ड्रिया म्हणाला, "म्हणजे या सर्व पहारेकऱ्यांचे एकमेकांशी कोणत्या ना कोणत्या तरी मार्गने संपर्क साधले जात असणार. कदाचित फ्लेअर्स–"

मॅलरी एकदम म्हणाला, "नाही, तसे असणार नाही. ते टेलिफोन वापरीत

असणार. तसेच असणार. क्रीट बेटावर त्यांनी मैलोन्‌मैल टेलिफोनच्या तारा त्यासाठी टाकलेल्या होत्या. आठवते ना ते?''

ॲन्ड्रियाने यावर मान डोलवली. त्याने खाली वाकून त्या मृत जर्मन पहारेकऱ्याची बॅटरी उचलून घेतली. त्याच्या साहाय्याने तो आजूबाजूचा परिसर धुंडाळू लागला. एका मिनिटात तो परतला.

आल्यावर त्याने हळू आवाजात म्हटले, ''होय, तुम्ही म्हणता ते खरे आहे. ते टेलिफोनचा वापर येथे करत आहेत. त्या तिकडे, खडकाखाली एक टेलिफोनचे कनेक्शन आहे.''

मॅलरी यावर म्हणाला, ''पण आपण त्याविरुद्ध काहीही करू शकत नाही. जर त्या टेलिफोनची घंटी वाजली तर मलाच तो टेलिफोन उचलून बोलावे लागेल किंवा ती जर्मनी मंडळी येथे शोध घ्यायला धावत येतील. टेलिफोनवर बोलताना त्यांनी एखादा परवलीचा शब्द ठरवला असेल तर मग आपले बोलणे खोटे आहे, हे त्यांना सहज कळेल. कोणीतरी भलताच माणूस लाइनवर आला आहे, हे समजल्यावर त्यांची धावपळ सुरू होईल.''

एवढे बोलून तो वळला, पण एकदम थबकून म्हणाला, ''अन्‌ समजा, टेलिफोन नसला तरीही येथे काही वेळाने कोणी ना कोणीतरी येणारच. त्या पहारेकऱ्याची कामाची पाळी संपल्यावर त्याची सोडवणूक करण्यासाठी दुसरा पहारेकरी येथे येणारच. कदाचित येथल्या पहारेकऱ्यांना दर तासाने टेलिफोनवरून संपर्क साधण्याचा नियम करून ठेवला असेल. तेव्हा तसा संपर्क न झाल्याने येथे कोणीतरी येणार, नक्की येणार. तेव्हा आता आपल्याला पुढची कामे झटपट उरकायला हवी. ॲन्ड्रिया, हे लक्षात ठेव.''

''आणि या बिचाऱ्याचे काय करायचे?'' ॲन्ड्रियाने मरून पडलेल्या पहारेकऱ्याकडे पाहत विचारले.

''त्याला कड्यावरून सरळ खाली सोडून द्यायचे.'' मॅलरी असे म्हणाला खरा, पण त्याने तोंड वेडेवाकडे केले होते. त्याला स्वत:लाच ती कल्पना कशीतरीच वाटत होती. तो पुढे म्हणाला, ''आता तो मेला असल्याने त्याला वेदना होण्याचा प्रश्नच नाही. अन्‌ आपण येथे कोणताही माग राखून ठेवायचा नाही. मग जर्मनांना असे वाटेल की, पहारा करताना तो चुकून कड्याच्या बाजूला गेला आणि भुसभुशीत मातीमुळे घसरत कड्यावरून जाऊन खाली कोसळला... तुम्ही त्याच्या खिशात काही कागदपत्रे असतील तर बघा वाटल्यास. कुणी सांगावे त्या कागदपत्रांचा उपयोग होईलसुद्धा.''

''त्यातले काहीही उपयोगी पडणार नाही. फक्त त्याच्या पायातले बूट तुमच्या उपयोगी येतील. तुम्ही नुसते पायमोजे घालून चालू शकणार नाही. फार दूरवर तुम्हाला जाता येणार नाही.''

ज्या दोऱ्यांचा आधार घेत ते वर आले, त्या सर्व दोऱ्या त्यांनी एकापुढे बांधून त्यांची एकच लांबलचक दोरी केली आणि तिचे एक टोक कड्यांवरून खाली फेकले. अंधारातून खाली कड्याच्या तळाशी ते टोक गेले. मग वरून त्यांनी त्या लांबलचक दोरीला तीन झटके दिले. त्याला उत्तर म्हणून खालून तसेच तीन झटके दोरीतून वर पोहोचले. त्या दोरीला पोटात तार असलेला जाडजूड दोर आता जोडला गेला होता. मॅलरीने दोरी ओढून तो जोडलेला दोर वर ओढून घेतला. आता कड्याच्या वर आणि कड्याच्या पायथ्याशी जाड दोराने संपर्क साधला गेला होता. मग खालून दोराला बांधलेले सामान मॅलरी व ॲन्ड्रिया वर ओढून घेऊ लागले.

स्फोटकांनी भरलेली पेटी प्रथम वर आली. त्या पेटीच्या सर्व बाजूंना दोन रकसॅक्स व स्लीपिंग बॅग्जचे बिछाने बांधले होते. पेटी खेचली जाताना कड्यावर आपटत आपटत वर जाण्याची शक्यता होती. अन् त्यामुळे वाटेतच पेटी स्फोट पावण्याची शक्यता होती. वाऱ्यामुळे दोर व पेटी एवढे हलत होते की, कड्याच्या पृष्ठभागावर ती पेटी वर जाताना सतत हिंदकळत, आपटत वर जात होती. यावर कसलाच उपाय नव्हता. प्रत्येक वेळी ओढताना थांबत बसले असते, तर तेवढा वेळ त्यांच्यापाशी नव्हता. दोराचे खालचे टोक एका भल्यामोठ्या दगडाला बांधून टाकले होते. तीन मिनिटांत ती स्फोटकांनी भरलेली पेटी वर आली. नंतर पाच मिनिटांनी फायरिंग जनरेटर, बंदुका, पिस्तुलेही वर आली. ती एका स्लीपिंग बॅगमध्ये गुंडाळलेली होती. एक उलटासुलटा करता येणारा कापडी तंबूही वर घेण्यात आला. त्याच्या बाहेरच्या बाजूला ब्राउन व हिरव्या रंगाचे मोठमोठे ठिपके काढण्यात आले होते, तर आतल्या बाजूने पांढरे कापड होते. कोणतीही बाजू बाहेरची करता येत होती. हा तंबू अत्यंत हलका होता.

तिसऱ्या वेळेला पाऊस पडताना दोर खाली सोडण्यात आला. थोड्या वेळाने ॲन्ड्रिया तो आपल्या बळकट हातांनी ओढू लागला. मॅलरी त्याच्या मागे उभा राहून वर आलेल्या दोराचे नीट वेटोळे करून लावत होता. एकदम ॲन्ड्रिया ओरडल्याचे त्याला ऐकू आले. ॲन्ड्रिया झटकन एक-दोन ढांगा टाकत कड्याच्या काठापाशी गेला.

मॅलरीने त्याच्या मागोमाग जात ॲन्ड्रियाला विचारले, ''काय झाले? तुम्ही का थांबलात?–''

मॅलरीला दिसले की आता ॲन्ड्रियाने आपले एक बोट व अंगठा यामध्येच दोर पकडून ठेवला आहे. प्रत्येक वेळी एकेक फूट दोर त्याने वर ओढून घेतला आणि खाली सोडला. असे त्याने दोनदा केले. परंतु दोराला आता वजन नसल्याने तो वाऱ्याबरोबर हलत राहिला होता.

''काय, सुटला का दोर?'' मॅलरीने विचारले.

यावर ॲन्ड्रियाने एक शब्दही न बोलता नुसतीच आपली मान हलवली.

"दोर मधेच तुटला? असा कसा तुटेल? त्याच्या आतमध्ये एक तार ओवलेली आहे." मॅलरीने विचारले.

"मला नाही तसे वाटत," असे म्हणून ॲन्ड्रियाने दोराचे ४० फूट लांबीचे लोंबणारे टोक वर ओढून घेतले. सर्व दोर वर आल्यावर कळले की, दोराचे टोक शेवटी जेथे दोरीला बांधले होते त्याची गाठ सुटली होती. तो जोड सुटला होता.

ते पाहून ॲन्ड्रिया म्हणाला, "ज्याने कोणी ती गाठ खाली बांधली होती ती नीट बांधली नव्हती. पक्की बांधली नाही."

यावर मॅलरी काहीतरी बोलणार होता. पण एकदम त्याने आपले दोन्ही हात बाजूला फेकले. कड्याच्या माथ्यावर एक विजेचा लोळ वरच्या ढगातून कोसळला होता. विजेच्या दोन वेड्यावाकड्या रेषा चमकून गेल्या होत्या. त्यांनी आपापले डोळे घट्ट मिटून घेतले होते. वीज पडणे संपले, तरीही त्यांनी डोळे उघडले नव्हते. तिथे वीज कोसळल्याने हवेत एक तीव्र व तिखट असा गंधक जळाल्यासारखा उग्र दर्प पसरला होता. वीज पडल्यामुळे काहीतरी जळू लागले असावे. वीज पडताना चांगलाच कडकडाटाचा आवाज झाला होता. त्या आवाजाने कानठळ्या बसल्या होत्या. जणू काही निसर्ग युद्ध खेळणाऱ्या माणसाला आपले सामर्थ्य दाखवत होता, वेडावत होता. मिट्ट काळोखात वीज पडल्याने साराच प्रकार दुप्पट भीतिदायक वाटत होता. लवकरच विजेच्या कडकडाटाचे पडसाद घुमत घुमत त्या दरीत विरून गेले.

"माय गॉड! किती भयंकर!" मॅलरी पुटपुटत होता. "हे सारे फार जवळून झाले. आता आपल्याला घाई करायला हवी. या कड्यावरच सारखी सारखी वीज पडणार. या कड्यामध्ये विजेला आकर्षून घेणारे काहीतरी असावे काय? म्हणजे आता इथला परिसर सारखा उजळून निघणार. आत्ता आपण कोणते सामान वर ओढून घेत होतो?" त्याने ॲन्ड्रियाला विचारले.

परंतु त्याला हा प्रश्न विचारायची आवश्यकता नव्हती. कारण कोणत्या क्रमाने सामान वर पाठवायचे ते त्याने खाली असताना स्वत: ठरवून दिले होते. ते तीन गठ्ठ्यांत विभागून ठेवले होते. त्यात अन्नसामग्री होती, शिधा होता. आपण ते वर ओढून घेत होतो. त्याचबरोबर त्यात स्टोव्ह, रॉकेल आणि होकायंत्रेही त्यात होती. आपले सारे अन्न गेले. पार नष्ट झाले, जळून गेले.

पाच ते दहा सेकंद झाले, पण मॅलरी स्तब्ध उभा होता. आत्ताची वेळ विचार करण्याची नाही, घाई करण्याची आहे, नाही तर शत्रूचे सैनिक केव्हाही येऊन पकडू शकत होते. म्हणून एक मन त्याला घाई करायला लावत होते, तर दुसरे मन त्याला परिस्थितीवर विचार करायला सांगत होते. पावसाने व गारव्याने त्याची गात्रे बधिर

होऊन गेली होती. वाराही त्यात भर घालीत होता. त्याच्या शरीराप्रमाणेच मनावरही वाऱ्याचे फटकारे बसत होते, पावसाचे सपकारे बसत होते. आता तो एका परक्या भूमीवर सापडला होता. त्याची व सर्वांचीच अन्नसामग्री गमावली गेली होती. पुढची योजना तर फसणारच होती; पण जगायचे कसे व काय करायचे हे त्यांना समजेना. तो हताश झाला... आणि मग त्याच्या खांद्यावर ॲन्ड्रियाचा भक्कम हात पडला. ॲन्ड्रिया मंदपणे हसत होता.

"चला महाशय, आपल्याला आता कमी सामान वाहून न्यावे लागणार आहे. कॉर्पोरल मिलर किती थकलेला आहे. त्याच्यासाठी ही घटना पथ्यावरच आहे असे म्हटले पाहिजे... जाऊ दे! ही एक तशी छोटीशी घटना आहे."

मॅलरी त्यावर म्हणाला, "होय, तशी ही छोटीशीच घटना आहे म्हणा." मग तो एकदम वळला आणि त्याने तो दोर कड्यावरून पुन्हा खाली सोडला. खालून आता नवीन सामान किंवा माणसे वर येणार होती.

नंतर पंधरा मिनिटांनी तिथे धो धो पाऊस पडू लागला. त्या वेळी विजांच्या दुभंगत जाणाऱ्या प्रकाशरेखा अंधारात खुपसल्या जाऊ लागल्या. दोर ओढून घेण्याचे काम थांबवले नव्हते. आता कॅसी ब्राऊनचे डोके कड्याच्या काठावरून वर आलेले दिसले. ढगांचा गडगडाट सतत होत होता. पण मध्येच त्याचा आवाज थांबला असताना तेवढ्या वेळात कॅसी ब्राऊन काहीतरी सांगू लागे. तो अत्यंत स्वच्छ उच्चारात, पण त्याच्या गावच्या ढंगात बोलत होता. वर येण्यासाठी त्याला दोन दोरांची मदत झाली होती. खुंट्यांना खुंट्या अडकवून एक दोर केला होता. आणि दुसऱ्या दोराने साधनसामग्री वर ओढून घेतली जात होती. अजूनही ॲन्ड्रिया खालून येणारे सामान दोराने ओढून घेत होता. ब्राऊन वर येताना मध्येच त्याने स्वतःच्या कमरेला बांधून घेतलेल्या खुंट्यांच्या दोरीची गाठ सुटली, पण त्याने दुसऱ्या दोराला धरलेले असल्याने तो खाली पडला नाही. मग त्याच दोराला धरून तो वर येऊन पोहोचला. पार दमून तो गुडघ्यात डोके घालून कड्यापाशी बसला होता. त्याने आपल्या पाठीवर वायरलेस सेट बांधलेला होता. खालून त्या दोराला दोन झटके मिळालेले वर ॲन्ड्रियाला कळले. त्याने जाहीर केले की, आता डस्टी मिलर वर येतो आहे. अशीच पंधरा मिनिटे गेली. ढग गडगडाटाच्या दोन आवाजांमध्ये जी काही शांतता पसरे त्या वेळी इतर बारीकसारीक आवाज ते टिपत होते. त्यामुळे त्यांना प्रत्येक वेळी शत्रूचे सैनिक तर येत नाही ना, असा भास व्हायचा. कड्यावर अंधारातून मिलर सावकाश प्रगट झाला. तो सावकाश व पद्धतशीरपणे त्या घळीतून वर येत होता. वर आल्यावर तो एकदम थांबला. हाताने तो आजूबाजूची माती चाचपडू लागला. गोंधळला. मग मॅलरीने खाली वाकून त्याचा चेहरा पाहिला. त्याने आपले डोळे अगदी घट्ट मिटून घेतले होते.

मॅलरी दयाळूपणे त्याला म्हणाला, ''रिलॅक्स कॉर्पोरल. शेवटी तू वर पोहोचला आहेस.''

मग मिलरने आपले डोळे सावकाश उघडले. त्याने इकडे-तिकडे पाहिले, मग थरथरत आपले हात व गुडघे यावर रांगत तो कड्यावरून पुढे सरकला, जवळच्या एका धोंड्यापाशी आश्रय घेतला. मॅलरी त्याच्यामागोमाग त्याच्यापाशी गेला आणि तो त्याला न्याहाळू लागला.

''अरे बाबा, कड्यावर आल्यावर तू आपले डोळे का मिटले होतेस रे?''

''नाही, मी नव्हते मिटले.'' तो कुरकुरत म्हणाला.

मॅलरी यावर काहीच बोलला नाही.

''मी खालून निघतानाच माझे डोळे बंद केले होते आणि वर आल्यावरच ते उघडले.'' मिलरने खुलासा केला.

मॅलरी त्याच्याकडे अविश्वासाने पाहत म्हणाला, ''काय? वर येताना सर्व वेळ तुझे डोळे बंद होते?''

तो तक्रारीच्या स्वरात बोलू लागला, ''बॉस, मी तुम्हाला सांगितल्याप्रमाणेच करत गेलो. कॅस्टेलरोसोमध्ये मी ते म्हणालो होतो. जेव्हा मी पायी रस्ता ओलांडून फुटपाथवर येतो, तेव्हा दिव्याच्या खांबापाशी मला थांबून रेंगाळावे लागते. तसेच कडा चढून आल्यावर डोळे मिटून रेंगाळलो.''

मॅलरीने ॲन्ड्रियाकडे पाहिले. ॲन्ड्रिया कड्याच्या एका बाजूला पाहत होता. त्याचे अंग एकदम शहारले. तो म्हणाला, ''ब्रदर! ओ ब्रदर! मी घाबरलो काय!''

काय झाले होते?

भीती! दहशत! गोंधळ. ज्या गोष्टींची भीती वाटते ती भीती आणि मृत्यूची भीती ही एकाच स्वरूपाची आहे हे नक्की. मग तसे एकदा, दोनदा, शंभर वेळा जरी आपल्याला जाणवले तरीही तसेच असते. ॲन्डी स्टीव्हन्सने हे वाक्य पुन्हा पुन्हा स्वत:शी म्हटले. एखादा मंत्र जपल्यासारखे म्हटले. त्याला हे वाक्य एका मानसोपचारतज्ज्ञाने सांगितले होते. मग त्याने शेकडो वेळा म्हणून ते पाठ करून टाकले होते. तो आत्ता दोरावरून वर वर चढत जात होता. मोठ्या कष्टाने जात होता; पण अत्यंत घाबरला होता. तो स्वत:ला विचारीत होता, तुम्हाला ज्याची भीती वाटते ती भीती आणि मृत्यूची भीती खरोखरीच सारखी असते? तज्ज्ञ मंडळी असेही म्हणतात की, माणसाच्या मनाला मर्यादा पडतात. एका वेळी एकच विचार मनात धरला जातो आणि एका वेळी एकच कृती करण्याची ऊर्मी मनात उसळते. म्हणून तुम्ही स्वत:लाच सांगा की, मी शूर आहे, मी या भीतीवर सहज मात करेन. माझ्या

मनात जी भीती, जी धडकी भरली आहे, जो गोंधळ मूर्खासारखा निर्माण झाला आहे तो दुसरीकडून कुठूनही नाही, फक्त माझ्याच मनातून निर्माण झाला आहे. अन् विचार करणे व जाणीव होणे हे एकच असल्याने तुम्ही मनाला समजावून नक्कीच शूर व्हाल. तुम्ही भीतीवर मात कराल आणि मग ती भीती एखाद्या सावलीसारखी अंधारात विलय पावेल. म्हणून ॲन्डी स्टीव्हन्स हे तत्त्वज्ञान सारखा स्वतःला सांगत होता, बजावत होता; पण त्याचा काहीही उपयोग न होता भीती त्याच्या मनावर मात करत होती, खोलवर रुतत होती. भीतीचे नख्या असलेले पंजे त्याच्या मनावर हिंस्रपणे पकड घेत चालले होते, त्याच्या पोटात गोळा उठवत होते. तो भ्यायला होता, घाबरला होता, हादरला होता. हळूहळू त्याला वर सरकत जाणे मुश्कील होऊ लागले.

त्याच्या खालच्या व शेवटच्या बरगडीच्या खाली एक पोटात उठलेला गोळा धडकला होता आणि तिथले ज्ञानतंतू पिळवटून काढीत होता. ते कसे होते, कसे जाणवते ते कोणालाच कळणार नाही. फक्त ज्यांची मने छिन्नविच्छिन्न होत खचत खचत पूर्ण कोसळू लागली आहेत, त्यांनाच ते कळते. भीती, धडकी, मळमळणे व चक्कर येणे यांच्या लाटा आता पोटातून उसळू लागून त्या घुसमटणाऱ्या घशातून शेवटी मनाच्या गाभाऱ्यात घुसू लागल्या होत्या आणि तिथे पसरत होत्या. एका खोल गर्तेच्या काठावरून तो आत कोसळण्याच्या बेतात होता. तो आपल्या हाताच्या बोटांनी गर्तेच्या कडेला घट्ट धरून राहण्याची धडपड करत होता. पण त्याची बोटे हाडामासांची न राहता, लोकरीची बनली होती. त्याने मन आता थकून गेले होते, त्याच्या चिंध्या झाल्या होत्या. फक्त अधूनमधून क्षणभरच त्याला आपल्या मनावर नियंत्रण ठेवता येत होते. तरीही तो नेटाने दोराला धरून वर वर चढत राहिला होता. दोराला घट्ट पकडून धरलेली बोटे आता सरळ उघडावीत आणि सोडून द्यावा हा प्रयत्न, अशी इच्छा त्याच्या घाबरलेल्या मनात वारंवार उसळी मारीत होती. तसे करणे कितीतरी सोपे होते. पण एका कवितेतल्या कडव्यानुसार 'श्रम केल्यानंतरच विश्रांती असते, वादळ अनुभवल्यानंतरच बंदर येते.' तो ते कडवे अक्षरशः हुंदके देत म्हणत होता. वर जाता जाता तो एकेक ठोकलेली खुंटी काढून टाकत होता. शेवटी चढून येणाऱ्या माणसाने तसे करायचे ठरले होते. गिर्यारोहण केल्याचा कोणताही पुरावा शत्रूसाठी मागे ठेवायचा नव्हता. त्याने आणखी एक खुंटी उपसून काढली आणि खाली सोडून दिली. तीनशे फूट खाली असलेल्या समुद्राच्या पाण्यात ती पडली. मग तो दोराला धरून आणखी वर चढू लागला. पण तो इंचाइंचाने वर सरकत होता.

जसजसा तो वर सरकत होता तसतशी त्याची भीती कमी न होता वाढत चालली होती. जितके वर जाऊ तितके अधिक उंचावरून खाली पडण्याची भीती

वाढत होती. त्याच्या आत्तापर्यंतच्या संबंध आयुष्यात भीती तर त्याच्या राशीला लागली होती. जणू काही ती त्याची एक कायमची सखी झाली होती. त्या भीतीच्या भावनेची त्याला सवय होत गेली होती. अनेकदा त्याने भीतीच्या भावनेशी जवळ-जवळ समेट करून जमवून घेतले होते. पण आत्ताची चढाई करताना वाटणारी भीती तशी नव्हती. ती अनोळखी होती, सहनशीलतेच्या पलीकडची होती, अन् वर चढत जात असताना त्याच्या मनात उसळलेल्या भीतीच्या कल्लोळातही त्याला अंधुकपणे असे वाटत होते की, ही भीती आपल्या चढण्याच्या प्रयत्नातून निर्माण झालेली नाही. तो कडा सरळसोट उभा होता. विजांचा चमचमाट, ढगांचा गडगडाट, थंडगार पावसाचा मारा, भयाण अंधार हे सारे भीतीची भावना कळसाला नेणारे होते. तसे तांत्रिकदृष्ट्या दोराच्या साहाय्याने चढाई करणे हे साधे व सोपे होते. तो दोर वरपर्यंत सरळ गेला होता. वर सरकत जात असताना त्याने फक्त आधी ठोकलेल्या खुंट्या काढून खाली टाकायचा होत्या. हे करत असताना तो अत्यंत थकला होता, त्याला वारंवार खरचटत गेले होते. त्याचे डोके भयंकर दुखू लागले होते. तसेच त्याच्या अंगातून भरपूर रक्तस्राव झाला होता. परंतु वेदना व दमणूक यांच्या अंधारात माणसाच्या उत्साहाची ज्योत अधिक प्रखरपणे तळपू लागत असते.

ॲन्डी स्टीव्हन्सला एका गोष्टीचे वाईट वाटत होते. त्याचा स्वतःबद्दलचा आदर त्याला सोडून गेला होता. त्यामुळे त्याच्या मनाचा तोल ढळू लागला होता. पूर्वी त्याला स्वतःचा अभिमान वाटायचा, पण तो अभिमान हरपला होता. आपण दोन प्रकारच्या भीतीपुढे शरण जातो, पहिली भीती ही 'आपण घाबरट आहोत' असे सर्वांना कळणे आणि आपल्या सहकाऱ्यांना आपण तोंडघशी पाडतो, ही दुसरी भीती! तपासणीसाठी आलेल्या त्या जर्मन बोटीशी केलेला संघर्ष आणि टेहळणी मनोऱ्याजवळ खाडीत आपल्या बोटीने नांगर टाकला तेव्हा आपण दोन्ही वेळी डळमळलो हे मॅलरी व ॲन्ड्रिया यांनी बरोबर हेरले होते. त्यांनी हेरल्याचे त्याला समजून चुकले होते. त्यांच्यासारखी माणसे पूर्वी त्याला कधीही भेटली नव्हती. तसेच त्याला हेही कळून चुकले होते की, त्या दोघांपासून आपल्याला काहीही लपवता येणार नाही. ते आपली स्वभावातील रहस्ये सहज शोधून काढू शकतात. आपण मॅलरीबरोबरच वर जायला हवे होते. पण मॅलरीने काहीतरी सबब सांगून त्याला नकार दिला होता आणि त्याच्याऐवजी त्याने ॲन्ड्रियाला बरोबर घेतले. कारण मॅलरीला ठाऊक झाले होते की स्टीव्हन्स हा भित्रा आहे. आणि यापूर्वी दोनदा, म्हणजे एकदा कॅस्टेलरोसो येथे व दुसऱ्यांना जर्मन बोटीने अडवल्यावर त्याने आपल्या सहकाऱ्यांना म्हणावी तशी साथ दिली नव्हती. आज रात्री तर त्याने कमालच केली होती. मॅलरीबरोबर जाण्यासाठी तो लायक नाही असे समजले गेले होते. तसेच त्याने ती दोरीला शेवटची गाठ अशी मारली होती की त्यामुळे सारे अन्न

आणि स्टोव्हचे इंधन समुद्रात पडले होते. आणि हे सारे ज्या कपारीवर तो उभा होता तेथून दहा फुटांवर वर घडले. केवळ त्याने गाठ नीट न मारल्याने सारे अन्न, शिधा, स्टोव्ह, इंधन समुद्रात पडले होते. त्यांच्या या चुकीमुळे मोहीम धोक्यात आली होती; परिणामी खेरोस बेटावरील हजारो माणसे संकटात सापडणार होती. त्याची एक चूक किती उत्पात घडवू शकणार होती! तो शरमिंदा झाला होता, मनाने खचला होता, त्याचे शरीर थकले होते आणि त्याचा उत्साह ओसरला होता. तो भयभीत झाला होता व स्वत:वर नाराज झाला होता. एखाद्या व्यक्तीचे महत्त्व कधी संपते आणि दुसऱ्या व्यक्तीचे महत्त्व कधी सुरू होते हे त्याला समजू शकत नव्हते. ॲन्डी स्टिव्हन्स हा आंधळेपणे दोरावरून चढत चढत वर गेला होता.

शेवटी नको तेच घडले. त्या कड्याच्या माथ्यावर कुठेतरी एक टेलिफोन होता. त्याची घंटी कर्कशपणे वाजू लागली. ते ऐकताच मॅलरी एकदम ताठ झाला. पहारेकऱ्याचे कुठेतरी खोपटे असणार. तिथेच टेलिफोनवर त्याच्याशी सुरक्षा विभाग संपर्क साधत असणार. अथवा तो जागा आहे की नाही किंवा तो नीट पहारा देतो आहे की नाही, हे पाहण्यासाठी दर ठरावीक तासांनी त्याची फोनवर विचारणा होत असेल. मॅलरीने नकळत आपल्या हातांच्या मुठी आवळल्या. पुन्हा एकदा ती घंटी वाजली, पण या वेळी ती अगदी निर्दयपणे वाजत राहिली. ढगांच्या गडगडाटाच्या आवाजावर वरताण करून ती घंटी वाजत होती. तिचा आवाज उच्च कंप्रतेचा असल्याने कर्कश वाटत होता. काही मिनिटांनी घंटीचा आवाज बंद झाला. सर्वत्र शांतता पसरली.

अन् परत ती घंटी वाजू लागली. पलीकडचा माणूस आता चिडून फोन करत असावा.

मॅलरी फोनच्या दिशेने जाऊ लागला, पण अर्ध्या वाटेतच तो थांबला. मग सावकाश वळला आणि ॲन्ड्रियापाशी चालत चालत आला. ॲन्ड्रिया त्याच्याकडे कुतूहलाने पाहत होता.

"तुमचा विचार बदलला वाटते?" ॲन्ड्रियाने विचारले.

यावर मॅलरी काहीच बोलला नाही.

"फोनवर उत्तर मिळेपर्यंत ते सारखी घंटी वाजवतच राहणार. जेव्हा त्यांना उत्तर मिळेल, तेव्हा त्यांना आपला संशय येईल. मग ते ताबडतोब धावत येणार, वेळ न गमावता येणार."

मॅलरी खांदे उडवून म्हणाला, "होय, मला ठाऊक आहे ते. पण तरीही आपण एक संधी घेतली पाहिजे. काहीही झाले तरी ते येणारच. मग आपण फोन उचलो

वा न उचलो. फोन उचलला तर भलताच माणूस फोनवर आहे, हे त्यांना कळणार व ते येणार. फोन उचलला नाही, तरीही पहारेकऱ्याचा शोध घेण्यासाठी ते येणार. फक्त ते किती वेळात येथे पोहोचणार एवढाच प्रश्न आहे.'' एवढे म्हणून त्याने कड्याच्या दोन्ही बाजूंकडे आपली मान फिरवून पाहिली. मिलर व ब्राऊन हे दोघेही त्या डाव्या-उजव्या बाजूंकडे एकेक उभे होते. त्यांच्यात शंभरएक फुटांचे अंतर होते. अंधारात ते दोघे मिसळून गेलेले असल्याने दिसून येत नव्हते.

मॅलरी पुढे म्हणाला, ''या जोखमीबद्दल जितका विचार करावा तितका त्यात धोका वाटतो. हूण वंशाची ही जर्मन माणसे एरवीही एकदम कडक स्वभावाची बनतात. त्यांच्याशी फोनवर बोलण्याची एखादी विशिष्ट पद्धत ठरलेली असेल. त्या पहारेकऱ्याला आधी आपले नाव सांगावे लागत असेल किंवा एखादा परवलीचा शब्द उच्चारावा लागत असेल. ते काहीही असले तरी माझा वेगळा आवाज त्यांना कळून चुकणारच. तो पहारेकरी आता मागे काहीही माग, खुणा न ठेवता नाहीसा झाला आहे. तेव्हा पुढची कामे आपण सर्वांनी, म्हणजे स्टीव्हन्स सोडून बाकीच्यांनी वेगाने करायला हवीत. स्टीव्हन्स दोर चढतो आहे. तो पाच मिनिटांत कड्यावर येईल.''

ॲन्ड्रिया त्याच्याशी सहमत होत म्हणाला, ''होय, तुम्ही म्हणता आहात ते बरोबर आहे. स्टीव्हन्स येथे लवकरच उगवेल. आत्तापर्यंत आपण जे काही यश मिळवले त्यावर पाणी सोडणे हा वेडेपणा ठरेल.'' एवढे बोलून तो थांबला आणि नंतर शांतपणे सांगू लागला, ''पण ती जर्मन माणसे आता अक्षरशः पळत पळत येथे येतील.'' एकदम फोनची घंटी खणखणू लागली. ''आता तर ते येथे येणार हे नक्की झाले.''

''होय, हा स्टीव्हन्स लवकर येथे पोहोचावा...'' मॅलरी उतावीळ होऊन म्हणाला. मग तो वळून म्हणाला, ''त्याच्या येण्याकडे डोळे लावून बसा. जर्मन्स येत आहेत याची मी बाकीच्यांना कल्पना देतो.''

मग मॅलरी कड्याच्या माथ्यावरून झटकन दूर झाला. तो आता लंगडत पावले टाकत होता. त्याने पायात घातलेले ते बूट त्या पहारेकऱ्याचे होते. त्याच्या पायासाठी ते जरा लहान मापाचे होते. त्याची बोटे आतमध्ये पार चेपून गेली होती. असेच जर आपण काही वेळ चालत राहिलो, तर आपली पावले कशी होतील हा प्रश्न त्याच्या मनात आला, पण मोठ्या कष्टाने त्याने तो विचार बाजूस सारला. पुढचा विचार आत्ता कशाला करा? पुढे जे काय होईल त्या वेळचे त्या वेळी पाहू, असे त्याने स्वतःला समजावले. एकदम तो थांबला. त्याच्या पाठीवर काहीतरी धातूची नळी दाबली गेली होती.

''शरण या, नाहीतर मरा!'' कोणीतरी मागून त्याला म्हणत होते. तो आवाज

खर्जातला व नाकातून येणारा वाटत होता. परंतु त्या आवाजात धमकावणीचा स्वर नव्हता, आनंदी व उत्साही आवाज होता. बोटीवर पडलेली जर्मनांशी गाठ, तिथला संघर्ष आणि नंतर हा कडा चढून येण्याचे श्रम. यानंतर सपाट जमिनीवर आल्यावर मिलरला खूपच हायसे वाटत होते. आनंदाने तो मॅलरीची चेष्टा करू पाहत होता.

मॅलरी वळून त्याला गुरगुरत म्हणाला, ''व्हेरी फनी! ही भलतीच चेष्टा आहे.'' मिलरने आपल्या अंगावरचा रेनकोट काढून टाकला होता. कारण आता पाऊस थांबला होता. तो पाऊस जसा झटकन सुरू होई तसाच झटकन थांबे. मिलरच्या अंगावर अनेक गुंड्या असलेला आणि बाह्या नसलेला वेस्टकोट होता. अंगावरचे ते कपडे त्याच्या पॅन्टपेक्षाही अधिक भिजले होते. असे कसे काय झाले? पण आत्ता प्रश्न विचारायला वेळ नव्हता.

''तुम्ही आत्ता फोनची घंटी वाजवलेली ऐकली?'' त्याने विचारले, ''मी आत्ता ऐकली. काय प्रकार आहे हा?''

''तो फोन पहारेकऱ्यासाठी होता. त्याच्या खोपटात तो वाजत होता. कदाचित त्याला दर तासाने मागे कळवायचे असेल. पण बराच वेळ झाला तरी त्याने तसे न केल्याने त्याला फोन केला गेला. आम्ही तो फोन उचलला नाही. काहीतरी चमत्कारिक प्रकार घडला आहे असे समजून जर्मन सैनिक आता येथे धावत-पळत येतील. कोणत्याही क्षणी ते उगवतील. त्यांना संशय आला आहे आणि ते सामना करण्याच्या तयारीनिशीच येतील. ते तुझ्या बाजूने उगवतील किंवा ब्राऊनच्या बाजूने येतील. फक्त या दोन बाजूंनीच इकडे येता येते. नाहीतर मोठमोठ्या शिळा चढून मधल्या मार्गाने येण्यासाठी त्यांना अपघात होण्याची शक्यता जास्त आहे. तसे ते करणार नाहीत.'' असे म्हणून आपल्या मागे पडलेल्या हजारो मोठमोठ्या शिलाखंडांकडे बोट दाखवले. ''तेव्हा तुम्ही अगदी डोळ्यांत तेल घालून लक्ष ठेवा.''

''येस, बॉस. अन् गोळीबार करायचा नाही ना?''

''होय, गोळीबार टाळा. झटपट पळ काढा. कसलाही आवाज करू नका अन् काय दिसते ते परत पाच मिनिटांत येऊन सांगा.''

एवढे बोलून मॅलरी घाईघाईने निघून गेला. ज्या वाटेने तो आला होता त्याच वाटेने तो परत गेला. ॲन्ड्रिया कड्याच्या टोकाशी पालथा पडून स्टीव्हन्सची वाट पाहत होता. त्याने कड्यावरून फक्त आपले डोके बाहेर काढले होते. मॅलरी त्याच्याजवळ येताच त्याने आपले डोके वळवून मागे पाहिले.

ॲन्ड्रिया म्हणाला, ''तो वर येतो आहे. त्याच्या हालचालींचा आवाज मला ऐकू येतो आहे.''

''छान! 'घाई कर' असे सांगा त्याला, प्लीज.'' एवढे बोलून मॅलरी तिथून निघाला.

तीसएक फुटांवर मॅलरी थांबला. समोरून अंधुक प्रकाश येतो आहे असे त्याला वाटले. कोणीतरी कड्याच्या माथ्याच्या कडेकडेने येत होते, नक्कीच येत होते, धावत येत होते. दगडगोट्यांवर पडणाऱ्या बुटांच्या पायांचे आवाज ऐकू येत होते.

मॅलरीने हळू आवाजात विचारले, "ब्राऊन?"

"होय सर. मीच आहे." ब्राऊन त्याच्याजवळ येत म्हणाला. त्याला धाप लागली होती. ज्या दिशेकडून तो आला तिकडे बोट करून तो सांगू लागला, "कोणीतरी तिकडे येत आहे आणि वेगाने येत आहे. त्यांच्या हातातील बॅटऱ्यांचे झोत सर्वत्र फिरवत ते येत आहेत. ते बहुतेक पळत-पळत येत असावेत."

मॅलरीने चटकन विचारले, "ते किती जण आहेत?"

"किमान चार किंवा पाच असावेत." ब्राऊन धापा टाकत कसाबसा बोलला, "किंवा कदाचित यापेक्षा जास्तही असतील. मला चार-पाच बॅटऱ्या दिसल्या. आता ते जवळ आले की कळेलच आपल्याला." अजूनही तो मागे बोट करून दाखवत होता. त्याच्या डोळ्यांत कोड्यात पडल्याचे भाव होते. "दॅट्स ब्लडी फनी! आता ते दिसत नाहीत. गेले की काय?" मग मॅलरीकडे झटकन वळून तो म्हणाला, "पण मी शपथेवर सांगतो की–"

मॅलरी गंभीरपणे त्याला म्हणाला, "डोन्ट वरी. तू त्यांना पाहिलेस हे खरेच असणार. मलाही ते येणार याची अपेक्षा होती. ते जवळ येत चालले आहे. अगदी पद्धतशीर रीतीने. ते काहीही निसटू देणार नाहीत... ते किती दूर आहेत?"

"सुमारे तीनशे फूट अंतरावर."

"जा आणि मिलरला भेट. त्याला सांग की येथे झटपट ये! वेळ घालवू नकोस."

एवढे सांगितल्यावर मॅलरी पळत पळत कड्याच्या टोकाशी पालथ्या पडलेल्या ॲन्ड्रियाकडे गेला आणि त्याच्या शेजारी गुडघे टेकून बसला.

तो ॲन्ड्रियाला हळू आवाजात म्हणाला, "ॲन्ड्रिया, जर्मन सैनिक इकडेच येत आहेत. डावीकडून येत आहेत. ते किमान पाच जण तरी आहेत. कदाचित जास्तही असतील. दोन मिनिटांत ते इकडे पोहोचतील. स्टीव्हन्स कोठवर आला आहे? तुम्हाला तो दिसतो आहे?"

"होय दिसतो आहे. त्याने तो कड्याच्या भिंतीचा पुढे आलेला भाग पार केलेला आहे..." पण त्याचे पुढचे शब्द एकदम झालेल्या ढगांच्या गडगडाटात बुडून गेले. परंतु मॅलरीला हवी होती ती माहिती मिळाली होती. स्टीव्हन्स दोराला धरून वर चढत असलेला ॲन्ड्रियाला दिसत होता. त्याच्या हालचाली मंद वाटत होत्या. हातापुढे हात ठेवून तो संथपणे वर चढत होता. तरीही एव्हाना तो बऱ्यापैकी जवळ येत चालला होता.

ते पाहून मॅलरी म्हणाला, "बापरे! याला झाले आहे तरी काय? अशा गतीने येथे पोहोचायला एक दिवस लावेल..." मग त्याने आपले दोन्ही हात तोंडाभोवती धरून स्टीव्हन्सला हाका मारल्या, "स्टीव्हन्स! स्टीव्हन्स!" परंतु स्टीव्हन्सला त्या हाका ऐकू गेल्याचे दिसत नव्हते. तो अजूनही चित्रपटात दाखविल्या जाणाऱ्या स्लो मोशन गतीने वर चढत होता. जणू काही तसा प्रोग्रॅम केलेला तो एक यंत्रमानव होता.

ॲन्ड्रिया हळू आवाजात म्हणाला, "तो आता अगदी जवळ आला आहे. शेवटास पोहोचत आहे. तो आपले डोके वर करून पाहतही नाही. जेव्हा वर चढणारा आपले डोके वर करत नाही, तेव्हा तो संपलाच असे म्हटले पाहिजे. मलाच आता खाली गेले पाहिजे." ॲन्ड्रिया काळजी करत म्हणाला.

"नाही," मॅलरीने त्याच्या खांद्यावर हात ठेवून म्हटले, "येथेच थांब. मी तुम्हा दोघांचे जीव एकाच वेळी धोक्यात घालणार नाही." तेवढ्यात तिथे ब्राऊन आला म्हणून मॅलरीने त्याला विचारले, "बोल, काय बातमी आणली आहेस?"

ब्राऊनला आत जबरदस्त धाप लागली होती. तरी पण तो कसाबसा बोलला, "चला, घाई करा! ते कोणत्याही क्षणी येथे पोहोचतील. ते आता आपल्या जवळ आले आहेत. उंचावरून त्यांना आपण सहज दिसू." एवढे बोलताना त्याला दोन वेळा तोंडाने आत श्वास घ्यावा लागला होता.

"मिलर, ताबडतोब त्या शिळेमागे जा. आम्हाला तेथून संरक्षण दे... स्टीव्हन्स, स्टीव्हन्स?" पण त्याचे शेवटचे शब्द वाऱ्याच्या आवाजात विरून गेले होते.

"स्टीव्हन्स! अरे बाबा स्टीव्हन्स!" मॅलरी खालच्या आवाजात हाका मारीत होता. पण यावेळच्या त्याच्या आवाजातला गुणधर्म असा होता की दमणुकीवर मात करून तो आवाज त्याच्या मेंदूत पोहोचला आणि तिथे त्याच्या सजग मनाने तो उचलला. कारण तो चढता चढता मध्येच थांबला आणि त्याने आपले डोके वर करून पाहिले. एक पंजा त्याने आपल्या एका कानामागे नेला.

"काही जर्मन्स येत आहेत!" मॅलरीने दोन्ही पंजाच्या नरसाळ्यातून त्याला सांगितले. शेवटी धाडस करून तो शक्य तितक्या मोठ्या आवाजात म्हणाला. "वर ये आणि अजिबात आवाज करू नकोस. समजले?"

स्टीव्हन्सने एक हात हलवून समजल्याची खूण केली. मग आपले डोके खाली घालून तो वर वर चढू लागला. पण तरीही तो सावकाशच वर चढत होता. त्याची हालचाल गोंधळलेली होती, चमत्कारिक होती. बहुतेक तो कमालीचा थकला असावा.

आता ॲन्ड्रिया काळजीत पडून म्हणाला, "त्याला खरेच काही समजले असेल का?"

“होय, तसे मला वाटते खरे. पण नक्की त्याला काय होते आहे, ते समजत नाही.” एवढे बोलून मॅलरी एकदम ताठ झाला आणि त्याने ॲन्ड्रियाचा दंड धरला. आता पुन्हा पाऊस सुरू झाला होता; पण आता तो भुरुभुरु पडत होता. त्याच्या डाव्या बाजूला त्या पावसाचे थेंब बॅटरीच्या झोतात चमकू लागले होते. इकडेतिकडे फिरणाऱ्या प्रकाशाच्या झोतामुळे कसली तरी शोधाशोध शंभर फुटांवर चालू आहे हे कळत होते. मॅलरी कुजबुजत म्हणाला, “घळईच्या तळाशी एक खुंटी आहे, त्याचा आधार घेऊन तिथे त्याला थांबता येईल. चला, आपण निघू या आता येथून!”

मग ते अति दक्षतापूर्वक तिथून निघाले. पायाखालचा एकही खडा हलणार नाही याची काळजी घेत ते चालू लागले. कड्याच्या माथ्यापासून मॅलरी व ॲन्ड्रिया मागे सरकले आणि जवळच्या एका शिलाखंडामागे लपण्यासाठी गेले. त्या खडकांमधून ते हातापायावर ओणवे होऊन रांगत पुढे सरकत होते. ते थोडेसे अंतरही सरकत जाणे कष्टाचे होते. शिवाय मॅलरीच्या हाती कसलेच शस्त्र नसल्याने तो संपूर्ण धोका पत्करून सरकत होता. जेव्हा त्यांच्या अंगावर प्रकाशाचा पहिला झोत पडला, तेव्हा त्यांना असे वाटले की, आता नुसतेच आपण संपणार नाही, तर ज्याने तो झोत सोडला तोही मारला जाणार. ब्राऊन व मिलर त्यांच्यासाठी जर्मनांवर गोळ्या झाडणार होते... पण हे महत्त्वाचे नव्हते. जर्मनांच्या दिशेपासून त्यांना संपूर्ण सुटका हवी होती. ते आश्रय घेण्यासाठी जात असताना दोनदा त्यांच्या अंगावरून झोत गेला होता. पण दोन्ही वेळी त्यांनी आपले तोंड ओल्या मातीत खुपसून लपवले होते. नाहीतर त्यांच्या गोऱ्या चेहऱ्यामुळे ते लगेच लक्षात आले असते. शिवाय ते अत्यंत निश्चल राहिले होते. अन् मग एकदम त्यांना कळून चुकले की जर्मन सैनिक आपल्या शेजारून पुढे निघून गेलेले आहेत. त्यांना आपले अस्तित्व बिलकूल समजले नाही. आता ते दोघे एका शिळेमागे जाऊन लपले होते आणि सुरक्षित झाले होते.

काही क्षणातच मिलर त्यांच्याकडे आला. तो सांगू लागला, “आता भरपूर वेळ मिळाला आहे, भरपूर वेळ.” तो उपहासाने कुजबुजत म्हणत होता. तो पुढे म्हणाला, “तुम्ही येथेच अर्धा तास तरी थांबा.” एवढे म्हणून त्याने डावीकडे हात केला. त्या दिशेने बॅटऱ्यांचे प्रकाश लुकलुकत होते. आता काही जर्मन पहारेकरी आपसात बोलल्याचे आवाज त्यांना ऐकू येऊ लागले. त्यावरून ते पहारेकरी पन्नासएक फुटांवर आले असावेत, असे त्यांना कळाले. “आपण आता आणखी मागे जाऊन लपू. ते आपल्या सहकाऱ्याला शिळेच्या मागे शोधत आहेत.”

मॅलरी पुटपुटत म्हणाला, “ते त्याचा किंवा त्याच्या खोपटातील टेलिफोनचा शोध घेत असणार. तुमच्या बंदुका मात्र तयारीत ठेवा. ...मात्र जर ते कड्यापाशी

जाऊन वाकून स्टीव्हन्सला शोधू लागले, तर त्या सर्वांना संपवणे भाग पडेल. मग भले आवाज झाला तरी चालेल. शक्यतो ऑटोमॅटिक कार्बाईन्सचा वापर करा.''

ॲन्डी स्टीव्हन्सला वरून बोललेले ऐकू आले होते. पण त्याने फक्त आवाज ऐकला, अर्धवट शब्द ऐकल्याने त्याला कसलाच बोध झाला नाही. तो गोंधळून गेला नव्हता, बेभान झाला नव्हता, की हादरून गेला नव्हता. त्याला आता भीती वाटेनाशी झाली होती. भीती ही फक्त मनात असते अन् त्याचे मन काम करेनासे झाले होते. वर चढून येण्याच्या श्रमाने तो श्रमला होता, त्यातले त्राण संपत आले होते, आपली गात्रे शिशाची बनली आहेत एवढी त्याला जड वाटू लागली होती. ५० फूट खाली असताना कड्याच्या पृष्ठभागातून पुढे आलेल्या एका कठीण दगडावर त्याचे डोके आपटले होते. तो दगड तसा टोकदार होता. तो आघात नेमका त्याच्या कपाळावरील आधीच्या जखमेवर झाला होता. त्यातून पुन्हा रक्तस्राव सुरू झाला होता. बाहेर पडणाऱ्या त्या रक्ताबरोबर त्याच्या अंगातील शक्ती वाहून जात होती.

त्याने मॅलरीचा आवाज ऐकला होता. तो काहीतरी कड्यावरील त्या घळईबद्दल बोलत होता. पण ऐकू आलेल्या शब्दांमधून त्याच्या मनाला काहीही अर्थ काढता येत नव्हता. आपण दोराला धरून वर जात आहोत, एवढेच फक्त त्याला समजत होते. वर कड्याच्या माथ्यापर्यंत जात राहायचे, एवढेच त्याला कळले होते. त्याचे वडील व त्याचे भाऊ नेहमी त्याला हेच सांगत आले होते की, ''जा, वरपर्यंत जा. कळसाला पोहोचेपर्यंत जात राहा.''

त्या घळईमधील निम्मी वाट तो चढून आला. वाटेत मॅलरीने ठोकलेल्या खुंट्याच्या आधारे तिथे थांबत, विश्रांती घेत, तो सावकाश वर चढत होता. त्याने आपली बोटे खडकाच्या भेगात रुतवून डोके वाकवून वर पाहिले. घळईचा माथा किंवा वरचे तोंड आता फक्त दहा फुटांवर राहिले होते. बस्स, एवढेच फक्त, जास्त नाही. पण त्याला याचा आनंद झाला नाही की आश्चर्य वाटले नाही. आपल्याला तेथवर जायचे आहे, एवढाच विचार त्याच्या डोक्यात होता. वरून कोणाचे तरी आवाज त्याला ऐकू येऊ लागले. आपले मित्र आपल्याला मदत का करत नाहीत, याचे त्याला आश्चर्य वाटत होते. त्यांनी वरून आणखी एक दोर त्याच्यापर्यंत टाकणे त्यांना सहज शक्य होते. म्हणजे मग त्याला शेवटचे अंतर सहज वर चढून जाता आले असते. पण त्याबद्दल त्याला कडवटपणा वाटत नव्हता. त्याच्या मनात कोणत्याच भावना उरल्या नव्हत्या. तो निर्विकार झाला होता.

शेवटी तो पोहोचला. कड्याच्या माथ्यावर आला. अत्यंत काळजीपूर्वक हालचाली

करत पोहोचला. त्याने हाताने तिथली माती, छोटे खडे बाजूला सारले आणि कड्याच्या माथ्यावरील एका भेगेत आपली बोटे अडकवली. मग जोर करून त्याने आपले शरीर वर खेचून घेतले. त्याचे अर्धे शरीर वर होते आणि कमरेखालचे शरीर खाली कड्याच्या पृष्ठभागावर होते. वर त्याच्या नजरेला बॅटऱ्यांचा लुकलुकणारा प्रकाश दिसला. उत्तेजित स्वरातले काही आवाज त्याला ऐकू आले. नंतर क्षणभर त्याच्या मनावर एक धूसर पटल पसरले. मग मनावर एक कसलीतरी शेवटची लाट येऊन गेली आणि त्या लाटेने त्याच्या मनातील उरलीसुरली भीती पार वाहून गेली. आपल्याला ऐकू येणारे बोलणे हे शत्रूंचे आहे, हे त्याने ओळखले. याचा अर्थ त्यांनी नक्कीच वर चढून आलेल्या आपल्या मित्रांची हत्या करून त्यांना संपवले असावे. आपण आता येथे एकटे पडलो आहोत, याची त्याला जाणीव झाली. शेवटी आपण आपल्या कार्यात अयशस्वी झालो, असाच या मोहिमेचा शेवट व्हावा ना! शेवटी आत्तापर्यंतची सर्व धडपड, प्रयत्न व कष्ट असे वायाच गेले. सारे काही व्यर्थ ठरले. पुन्हा त्याच्या मनावर धुक्यासारखे एक पटल पसरले. आता त्याचे मन पूर्णपणे रिते झाले. हा रितेपणाही व्यर्थ ठरणारा होता. त्याचे मन शिथिल झाले, निराशेने व्यापून गेले. हळूहळू तो कड्यावरून खाली घसरू लागला, त्याने एका फटीत आपली बोटे खुपसून अडकवली होती. ती बोटेही आता बाहेर येऊन निसटू पाहत होती. बुडत जाणारा माणूस त्याने धरलेला लाकडाचा आधार जसा शेवटी सोडून देतो, तसे त्याचे होत होते. आता त्याला कशाचीच भीती वाटत नव्हती. शेवटी त्याचे हात सुटून तो एखाद्या दगडासारखा त्या २० फूट उंचीच्या घळईत कोसळला. ती घळई शेवटी पायथ्याशी अरुंद तोंडाची झालेली होती. त्यात कोसळताना त्याने कसलाही आवाज केला नाही. जणू काही त्याच्या तोंडून एक नि:शब्द किंकाळी उमटली असावी. त्यानंतर त्याच्यापुढे सारा काळोख झाला. त्या पाठोपाठ वेदना सुरू झाल्या. परंतु कड्याच्या माथ्यावर काही माणसे जमली होती. ती वाकून त्याच्याकडे पाहत होती, त्याचा आवाज ऐकण्याचा प्रयत्न करत होती. मग त्याने किंचित हालचाल केली, पण तेवढ्यानेही त्याचा पाय मोडला. त्याच्या उजव्या पायाचे हाड हे एखादी झाडाची कुजलेली फांदी मोडावी तसे मोडले. मोडताना झालेला दबका कट्ट आवाज वर जमलेल्या लोकांनी ऐकला.

सहा

मंगळवार : पहाटे २ ते सकाळी ६

जर्मन लोकांची गस्त ही अत्यंत परिपूर्ण असते हे मॅलरीला ठाऊक असल्याने त्याला या गस्तीची भीती वाटत होती. तशी गस्त घालण्यासाठी ते अत्यंत कष्ट घेतात. गस्तीमधील तरुण व सक्षम सार्जन्ट्स तर अजून धोकादायक असतात.

त्या जर्मन गस्तीमध्ये चार पहारेकरी होते. त्यांनी आपल्या पायात उंच बूट घातलेले होते. त्यांच्या डोक्यावर पोलादी शिरस्त्राणे होती आणि अंगावर हिरव्या, ब्राउन व करड्या रंगाचे मोठे डाग वाटणारे रेनकोट होते. प्रथम त्यांनी पहारेकऱ्याचे खोपटे शोधून त्यातील टेलिफोन पाहिला. मग त्या तरुण सार्जन्टने दोन जणांना कड्याच्या कडेकडेने सुमारे ३०० फूट जाऊन शोध घ्यायला सांगितले. मग त्याने व चौथ्या सार्जन्टने मिळून कड्याला समांतर असलेले खडक, शिळा यात शोध घ्यायला सुरुवात केली. त्यांचा शोध हा फार मंद गतीने व काळजीपूर्वक होत होता. पण ते कड्यापासून फार दूरवर आत गेले नाहीत. मॅलरीला ते दिसत होते. सार्जन्टच्या शोधामागे त्याचे काय विचार असतील, काय तर्क असेल, हे त्याला उघडपणे दिसून येत होते. जर तो गायब झालेला पहारेकरी झोपला असेल किंवा आजारी पडला असेल, तर तो त्या शिलाखंडांच्या जंजाळात शिरणे शक्य नव्हते. अन् शिरलाच तर तो फार आत जाणे शक्य नव्हते. मॅलरी व इतर हे सर्व त्या शिलाखंडांच्या जंगलात लपून बसून पाहत होते. ते सुरक्षित होते.

अन् नंतर मॅलरीला जी भीती वाटत होती तेच घडू लागले. आता त्या कड्याच्या माथ्यावर अनेक जण संघटितरीत्या आणि शास्त्रशुद्ध पद्धतीने शोध घेऊ लागले. ते अगदी कड्याच्या टोकापर्यंत जाऊन तिथून कड्याच्या काठाकाठाने जाऊ

लागले. तीन माणसांनी एकमेकांत अंतर ठेवून एका दोरीने सर्वांना गुंफून घेतले होते. तिघे एकदम कोसळण्याची शक्यता त्यामुळे नव्हती. तिघांची मिळून झालेली ती ओळ सुरक्षित होती. शेवटच्या माणसाच्या कमरेला अनेक हूक लावलेले होते. कड्याच्या काठाने ते तिघे सावकाश चालू लागले. बॅटरीच्या प्रकाशात दिसणारा प्रत्येक चौरस इंच ते काळजीपूर्वक तपासत होते. एकदम पुढचा सार्जन्ट थांबला, आश्चर्याने तो ओरडला आणि खाली वाकला, पार जमिनीपर्यंत त्याने आपला चेहरा नेला होता. त्याला नक्की काहीतरी सापडले होते. तिथल्या मातीमध्ये दोरामुळे एक खोबण तयार झाली होती. तोच तो दोर एका मोठ्या शिलाखंडाला गुंडाळून बांधला होता आणि कड्यावरून खाली गेला होता. आता तो दोर तिथे नव्हता... मॅलरी आणि त्याच्या तीन सहकाऱ्यांनी शांतपणे आपला पवित्रा बदलला. ते आता सरळ होऊन गुडघ्यावर टेकून बसले होते, काहीजण उभे राहिले होते. त्यांनी आपल्या हातातील बंदुका त्या शिळेच्या माथ्यावरून जर्मनांवर रोखल्या. काही जणांनी शिळेच्या फटीमधून बंदुकीच्या नळ्या खुपसून रोखल्या होत्या. त्यांना खातरी होती की त्याच दोराला लटकून आता स्टीव्हन्स तिथे लोंबकळत असला पाहिजे किंवा कुठेतरी घळईत अडकून पडला असला पाहिजे. फक्त एका जर्मनाकडून कार्बाईनची एक गोळी त्याच्यावर झाडायचा अवकाश होता. पण त्या आधीच मॅलरी आणि त्याच्या सहकाऱ्यांनी गोळ्या झाडून त्या जर्मनांना संपवले असते.

एक सार्जन्ट जमिनीवर पालथा पडून कड्याच्या बाहेर खूप पुढे झुकून खाली पाहत होता. त्याचे पाय दोघांनी पकडून ठेवले होते. त्याचे डोके व खांदे कड्याच्या बाहेर गेले होते. त्याच्या हातातील बॅटरीचा झोत तो घळईमध्ये टाकत होता. दहा ते पंधरा सेकंद कोणीच काही बोलत नव्हते. कड्यापासून कसलाही आवाज येत नव्हता. फक्त वाऱ्याचा विव्हळल्यासारखा आवाज ऐकू येत होता. तसेच गवतावर पडणाऱ्या पावसाचा आवाज येत होता. मग कड्यावरून पाहणारा तो सार्जन्ट उलथा झाला, उठून बसला व उभा राहिला. तो सावकाश आपले डोके हलवत होता. शिलाखंडाच्या मागून उभ्या असलेल्या आपल्या सहकाऱ्यांना मॅलरीने खूण करून खाली बसायला सांगितले. परंतु तरीही त्या सार्जन्टच्या बोलण्याचा आवाज वाऱ्यातूनही त्यांच्यापर्यंत स्पष्ट पोहोचत होता.

"बिचारा एहरिकच तिथे पडलेला आहे.'' त्या सार्जन्टच्या आवाजात करुणा व चीड भरलेली होती. "मी नेहमी त्याला त्याच्या निष्काळजीपणाबाबत बजावत आलेलो होतो. कड्याच्या अगदी जवळ कधीही जाऊ नकोस, असे सांगितले होते. तसे करणे खूप धोक्याचे असते.'' मग त्या सार्जन्टने एक पाऊल मागे घेऊन दोरामुळे मऊ मातीत झालेली खोबण पाहिली. "येथेच त्याचा पाय घसरला असावा किंवा त्याची कार्बाईन येथे पडली असावी. पण आता ते कळून काय उपयोग!''

"सार्जन्ट, तो मेला आहे का?" त्या चौघातला एक जण अगदीच पोरगेलासा होता. तो आता भयभीत झालेला होता.

"तसे सांगणे फार कठीण आहे... तू स्वत:च ते पाहून खातरी करून घे."

मग तो पोरगेलासा सार्जन्ट उत्साहाने पुढे झाला. पालथा पडून तो सावधगिरीने कड्यावरून खाली पाहू लागला. बाकीचे सार्जन्ट आपापसात आपल्या अनुनासिक स्वरात एकमेकांशी गप्पा मारू लागले. मॅलरीने मिलरच्या कानाभोवती आपले हाताचे दोन्ही पंजे धरून त्यातून हळू आवाजात त्याला विचारले, "स्टीव्हन्सने अंगात गडद रंगाचे कपडे घातले होते का? खालून निघताना तुला कुठले कपडे त्याच्या अंगात दिसले?"

"होय, होय. त्याने बहुतेक तसलेच कपडे घातले असावेत. आम्ही दोघांनी एकाच वेळी अंगावर ते रेनकोट चढवले होते."

मॅलरीने आपली मान हलवली. जर्मन सैनिकांचे रेनकोटही सुदैवाने तसेच होते. तसेच त्यांचे डोक्याचे केसही त्याच एका रंगाचे होते. जर स्टीव्हन्सने आपले केस कलप लावून काळे केले असते तर मग मात्र पंचाईत झाली असती. परंतु वरून जे काही दृश्य दिसत होते ते नीट दिसणे शक्य नव्हते. एक तर रात्रीचा अंधार, दुसरे म्हणजे स्टीव्हन्सच्या देहाला रेनकोटाने पूर्ण वेढून टाकले होते. त्यामुळे पाहणाराचे निष्कर्ष बरोबर नसण्याचा संभव होता.

मग तो तरुण सैनिक कड्याच्या टोकापासून उठला आणि नीट सावधगिरीने पायावर उभा राहिला. तो म्हणत होता, "सार्जन्ट, तुम्ही म्हणता ते बरोबर आहे. तो एहरिकच आहे अन् तो बहुतेक अजूनही जिवंत असावा. त्याचा रेनकोट हलताना मी पाहिले. तसा थोडासाच हलला. पण तो वाऱ्यामुळे हलला नव्हता. माझी तशी खातरीच आहे."

ते ऐकल्यावर ॲन्ड्रियाने आपल्या हाताचा रुंद पंजा मॅलरीच्या खांद्यावर ठेवून तो दाबला. त्यावरून त्याला किती हायसे वाटले असेल याची कल्पना मॅलरीला आली. कारण त्याला स्वत:लाही तसेच वाटले होते व आनंद झाला होता. त्या जर्मन सार्जन्टच्या बोलण्यावरून स्टीव्हन्स जिवंत होता हेही समजले होते! थँक गॉड! ॲन्ड्रिया ही बातमी बाकीच्यांना कुजबुजत सांगू लागला. मग तो स्वत:शीच हसला– स्टीव्हन्सला अजूनही वाचवता येण्याची आशा त्याला वाटू लागली. स्टीव्हन्स एक बोट चालवणारा नॅव्हिगेटर होता. त्याने बोट चालवून आपले कर्तव्य बजावले होते, मोहिमेतील आपले योगदान दिले होते. शिवाय तो कडा चढून वर आला होता, पण आता तो एक अपंग बनून त्यांच्यावर भार बनून राहणार होता. त्यांच्या संपूर्ण मोहिमेत तो एक लोढणे बनणार होता. यश मिळण्याची जी काही शक्यता होती तीही यामुळे कमी होणार होती. पण हाय कमांडची अशा प्रसंगी पाहण्याची दृष्टी वेगळी असते. जर आपल्यामुळे मोहिमेत

अडथळा होतो आहे, अडचण होते आहे असे दिसले, तर स्टीव्हन्सने आपण होऊन स्वत:ला संपवावे, अशी त्यांची अपेक्षा असे. मग त्याच्या शवाची नीट विल्हेवाट लावता आली असती. म्हणजे, त्याचे प्रेत खोल व खवळलेल्या समुद्रात टाकून नाहीसे करता आले असते. किती अमानवी वृत्ती होती ही! मॅलरीलाही हाय कमांडची अशी वृत्ती समजलेली होती. म्हणून त्याने मनोमन शपथ घेतली की काहीही झाले तरी स्टीव्हन्सला वाचवायचेच आणि जिवंत घरी पाठवायचे. मग खड्ड्यात गेले ते युद्ध आणि त्यातील अमानुष कृत्ये. स्टीव्हन्स हा तसा एक पोरगेलासा तरुण होता, थोडासा भित्रा होता, मनाने खचणारा होता, पण त्यांच्यात तो सर्वांत शूर होता हेही तितकेच खरे.

तो सार्जन्ट आता बाकीच्यांना हुकमांच्या मालिका सोडू लागला. त्याच्या आवाजातून घाई दिसून येत होती आणि आत्मविश्वास प्रगट होत होता. डॉक्टर, स्प्लिन्ट्स, स्ट्रेचर, दोर, खुंट्या, कुबड्या इत्यादी इत्यादी. त्याला यातील प्रशिक्षण दिलेले असल्याने तो पटापट योग्य ते शब्द वापरून कशाकशाची गरज आहे, ते सांगत गेला. त्याच्या सांगण्यातून काहीही निसटत नव्हते. मॅलरी वाट पाहत राहिला. त्याच्या मनावरचा तणाव वाढत जाऊ लागला. पहारेकऱ्यांच्या भरवशावर माणसांनी किती राहावे? पहारेकऱ्यांनाच काही झाले, तर मग कसली आली आहे सुरक्षितता! आपल्याच एका पहारेकऱ्याला शांतपणे व झटपट संपवण्याची कल्पना त्याला स्वत:ला कधीही सुचली नसती.

जर्मन सार्जन्टने आपल्यापुरती समस्या सोडवली होती. कमालीची क्षमता, भावनारहित कर्तव्यकठोरता यामुळे जर्मन लष्करी अधिकारी हे जगात सर्वोत्कृष्ट ठरत होते. त्या सार्जन्टचे हुकूम संपल्यावर एका तरुण पहारेकऱ्याने त्याला स्पर्श करून कड्याच्या बाहेर एके ठिकाणी बोट करून निर्देश केला.

तो विचारीत होता, "बिचारा एहरिक. सगळ्यांनी येथून जाऊन परत यायचे. त्या ऐवजी कोणीतरी येथे त्याची सोबत करायला हवी. हो ना?"

"पण तशी सोबत करून तुम्ही काय साधणार? का त्याचा हात हातात घेऊन बसणार? जर तो हलला आणि घसरून खाली पडला तर पडणारच. येथे कोणीतरी असण्याने ते पडणे थांबणार आहे का? अगदी आपण शंभर जण जरी येथे कड्यापाशी थांबलो तरी काय उपयोग होणार आहे? आपण नुसतेच पाहत बसणार. तेव्हा आता आपण निघू या आणि सांगितलेली साधने घेऊन परत येऊ या."

मग ते सर्व जण वळले आणि तेथून काहीही न बोलता निघून गेले. एक सार्जन्ट त्या खोपटातील फोनपाशी गेला आणि झाल्या गोष्टीची माहिती त्रोटक स्वरूपात कोणाला तरी दिली. मग तोही विरुद्ध दिशेने निघून गेला. मॅलरी त्याच्याकडे पाहत होता. दूर अंतरावर गेला तरी तो दिसत होता. त्याला आता पहारेकऱ्याची पुढची चौकी तपासायची असावी, असा अंदाज मॅलरीने केला. हळूहळू

त्या सार्जन्टची आकृती अंधारात विरून गेली. आता मॅलरी आणि मंडळींना झटपट हालचाली करायच्या होत्या. एका बाजूच्या दगडाला बांधून जखडलेला तो दोर कड्याखाली अजूनही लोंबकळत होता आणि वाऱ्याबरोबर हलत होता. सुदैवाने तो सार्जन्टच्या नजरेला पडला नव्हता. स्टीव्हन्स अजून घळईत अडकलेला असल्याने तिथे चोरून पहारा करणे आवश्यक होते. ब्राऊन व मिलर यांनी ते काम आपल्यावर घेतले. मग मॅलरी व ॲन्ड्रिया आपल्या लपण्याच्या जागेतून हळूच बाहेर पडले.

स्टीव्हन्सच्या शरीराचे मुटकुळे बनले होते. तो त्या घळईत कसाबसा सामावला गेला होता. कड्याच्या पृष्ठभागावर एक तीक्ष्ण धारेचा दगड पुढे आलेला होता. त्यावरून त्याचा गाल घासला जाऊन कापला गेला होता. त्यातून रक्तस्राव सुरू झाला होता. अजूनही त्याचे रक्त गळतच होते. तो बेशुद्ध झाला होता. त्याच्या उजवा पाय गुडघ्याखाली वेडावाकडा वळून दगडाला घासून चमत्कारिकपणे मुडपला होता. दोर लावून ॲन्ड्रिया व मॅलरी तिथे पोहोचले होते. त्यांनी दोघांनी मिळून हळुवारपणे स्टीव्हन्सला सरळ केले, त्याचा मुडपलेला पायही सरळ केला. स्टीव्हन्स बेशुद्ध असला तरी तो त्या वेळी बारीक आवाजात विव्हळला. त्याला खूप यातना होत असल्या पाहिजेत. पण त्याला तरीही बाहेर काढण्याव्यतिरिक्त मॅलरीकडे दुसरा पर्याय नव्हता. मॅलरीने आपले दात दाबून धरले होते, ओठ आवळले होते. मग हळूहळू त्या दोघांनी अतिकाळजीपूर्वक त्याच्या उजव्या पायावरची विजार वर गुंडाळावयास सुरुवात केली. त्याचा पाय उघडा पडल्यावर त्यांना तो पांढरा पडल्याचे दिसले. तिथे सूज पसरू लागली होती. पोटरीच्या मांसातून पायाचे हाड बाहेर आले होते. ते भयानक दृश्य पाहून मॅलरीने आपले डोळे क्षणभर मिटून घेतले.

"ॲन्ड्रिया, हे कम्पाउन्ड फ्रॅक्चर आहे." मॅलरी म्हणाला. त्याची बोटे स्टीव्हन्सच्या सर्वांगावरून अलगद फिरत होती. कुठे कितपत लागले आहे याचा वेध घेत होती. पाय तपासताना मधेच तो थांबला व म्हणाला, "बापरे, याला भलतेच लागले आहे. आणखी एका ठिकाणी फ्रॅक्चर झाले आहे. घोट्याच्या वरच ते आहे. ॲन्ड्रिया, हा चांगलाच जायबंदी झाला आहे."

"हो ना, पण आपण आत्ता येथे काहीही करू शकत नाही."

"खरे आहे. येथे काय करणार आपण? आधी याला येथून काढून वर नेला पाहिजे." मॅलरी व ॲन्ड्रिया हे दोघेजण स्टीव्हन्सच्या दोन्ही बाजूला दोन दोर लावून खाली उतरले होते.

"मी त्याला वर नेतो." ॲन्ड्रिया म्हणाला. त्याच्या या म्हणण्यात पुरेपूर आत्मविश्वास भरलेला होता. तो मॅलरीला पुढे म्हणाला, "फक्त तुम्ही याला जरासा उचलून धरा आणि माझ्या पाठीवर बांधा..."

"पण त्याचा पाय मोडला आहे, कातडीला लोंबकळतो आहे. त्याचे स्नायू

फाटले आहेत. मग कसे काय करायचे?'' मॅलरीने काळजीच्या स्वरात म्हटले. तो गंभीरतेने म्हणाला, ''आपण जर तसे केले, तर हा निश्चित मरण पावेल. त्याच्या शरीराला ते झेपणार नाही.''

''अन् आपण जर तसे केले नाही, तर हा येथे नक्कीच मरण पावेल.''

मग मॅलरीने स्टीव्हन्सकडे थोडा वेळ टक लावून पाहिले आणि त्याने आपली मान हलवून ॲन्ड्रियाला होकार दिला. ''होय, आपल्याला हे केलेच पाहिजे. नाइलाज आहे.''

मग त्याने त्या घळईतून स्टीव्हन्सला बाहेरच्या बाजूला रेटले. स्टीव्हन्सच्या अंगाला जखडलेला दोर तसाच होता. त्यामुळे तो दहा-बारा फूट खाली घसरत गेला. मॅलरी खाली सरकत गेला व स्टीव्हन्सच्या शरीराखाली दोराचा एक छोटा फास करून त्यात एक पाय देऊन तो उभा राहिला. त्याने स्टीव्हन्सच्या कमरेभोवती दोराचे एक दोन वेढे गुंडाळून घेतले व वर पाहिले.

''ॲन्ड्रिया, तयार आहात ना?'' त्याने हळू आवाजात विचारले.

''होय, रेडी! मी तयार आहे.'' एवढे बोलून त्याने स्टीव्हन्सच्या काखेत हात घातले आणि त्याला सावकाश वर उचलले. आपली ताकद लावून ॲन्ड्रिया त्याला उचलत होता. मॅलरी खालून स्टीव्हन्सला वर रेटीत होता. वर नेत असताना स्टीव्हन्स दोनदा विव्हळला... त्याच्या सुजलेल्या घशातून चमत्कारिक आवाज येत होता. शेवटी ॲन्ड्रियाने आपल्या कवेत त्याला घेतले आणि वरच्या दिशेने प्रवास सुरू केला. पाऊस चालूच होता. आपले फटके तो त्या तिघांवर निर्दयपणे मारीत होता. स्टीव्हन्सकडून कसलीही हालचाल होत नव्हती. जणू काही तो एक मोठी मोडकी व निर्जीव बाहुली बनला होता. काही सेकंदात मॅलरी वर सरकून स्टीव्हन्सच्या एका बाजूला आला. त्याने ढोसून ढोसून स्टीव्हन्सची दोन्ही मनगटे एकत्र आणली व बांधून टाकली. त्याचे डोके मॅलरीच्या खांद्यावर विसावले होते. त्या डोक्यातूनही रक्तस्राव झाल्याने रक्ताचा जणू काही एक लाल मुखवटा स्टीव्हन्सने घातला आहे असे दिसत होते. पावसाच्या माऱ्याने ते रक्त बरेचसे धुतले जात होते. बुटावर साठलेले रक्त काळे पडले होते. ते बूट हलक्या दर्जाचे होते. जेन्सनला हे सांगितलेच पाहिजे. त्याच्या योजनेतील त्रुटींमुळे एका माणसाचा प्राण पणाला लागला होता. हलक्या दर्जाचे बूट असल्याने स्टीव्हन्सचा पाय घसरून तो खाली कोसळला असला पाहिजे, यावर त्याचा ठाम विश्वास होता. यानंतर तो स्वतःच्या विचारांकडे वळला. आपल्यालाही बुटांचा त्रास झाला होता. हे हलक्या दर्जाचे बूट कसे काय जेन्सनने स्वीकारले? योजनेतील असल्या क्षुल्लक गोष्टींमुळे सारा उत्पात घडतो आहे. हा प्रश्न नंतर धसास लावण्याचा त्याने निश्चय केला. तशी त्याने मनोमन शपथ घेतली.

मग स्टीव्हन्सचे बांधलेले हात त्याने आपल्या गळ्यात अडकवून घेतले. ते खूप वर आले होते. ॲन्ड्रिया अर्ध्या मिनिटाच्या आत आधी वर पोहोचला. एवढा वेळ त्याने स्वत:ला व स्टीव्हन्सला वर खेचत आणले होते. त्याची ताकद खरोखरीच अफाट होती, सहनशीलता कल्पनातीत होती. कडा ओलांडून पुढे सरकताना तो एकदाच अडखळला होता. नंतर स्टीव्हन्स व मॅलरी यांना वर ओढून घेताना स्टीव्हन्सचा मोडलेला पाय एका दगडात अडकला होता. त्या वेळी त्याला मरणप्राय यातना झाल्या असाव्यात. स्टीव्हन्सच्या ओठातून एक किंकाळी बाहेर पडली. त्याच्या घशातही रक्त साठलेले असल्याने त्या किंकाळीत बुडबुड्यासारखा आवाज होता. त्याला आतून भयानक वेदना होत असल्या पाहिजेत. आता ते तिघेही कडा ओलांडून सपाट जमिनीवर पोहोचले होते. ॲन्ड्रिया व मॅलरी उभे राहून स्टीव्हन्सच्या शरीराकडे पाहत होते आणि दोघांना जखडलेल्या दोऱ्या कापून सोडवत होते.

"ॲन्ड्रिया, आता याला समोरच्या शिलाखंडांच्या मघाच्या जागेत तुम्हाला नेता येईल?" मॅलरीने कुजबुजत विचारले. ॲन्ड्रियाने यावर आपली मान वर न करता होकारार्थी हलवली. त्याने स्टीव्हन्सला आपल्या कवेत घेऊन उचलले. जसा काही तो त्याच्यामध्ये एकरूप होऊन गेला होता. त्याला अंगावर होणाऱ्या पावसाच्या थंडगार पाण्याचा मारा कळत नव्हता, अंधाराचे भय वाटत नव्हते. मॅलरीलाही पावसाचे भान नव्हते. तो आपल्या विचारात बुडून गेला होता. त्याचे लक्ष सहज कड्याकडे गेले आणि तो तिकडे धावत सुटला. तिथे जाऊन त्याने दोर वर ओढून घ्यायला सुरुवात केली. सर्व दोर ओढल्यावर त्याचे वेटोळे त्याच्या पायाशी पडले होते. एकदम त्याला आठवले की घळईमध्ये ठोकलेल्या खुंट्या अजून तशाच आहेत. त्या खुंट्यांपासून १०० फूट लांबीचा एक दोर खाली लोंबकळतो आहे.

तो आता खूप थकला होता, थंडीने तो गारठला होता. त्याला फक्त स्टीव्हन्सच्या प्रकृतीचा प्रश्न समोर दिसत होता. मग त्याने चिडून लाथ मारून तो दोर खाली सोडला, त्यावरून घसरत तो घळईत शिरला. सर्व खुंट्या काढून त्याने खाली सोडून दिल्या. त्या भिरभिरत खालच्या अंधारात लुप्त होऊन गेल्या. नंतर दहा मिनिटांनी तो वर आला. त्याच्या खांद्यावर दोरांचे भिजलेले वेटोळे होते. मिलर व ब्राऊन यांच्या बरोबर तो मघाशी लपून राहिलेल्या शिलाखंडाकडे गेला.

एका भव्य शिळेच्या वाकलेल्या भागाखाली स्टीव्हन्सला झोपवून ठेवले होते. तिथली जागा तशी मोकळी होती. पण फार प्रशस्त नव्हती. दोन टेबले मावतील एवढी होती. खालच्या ओल्या जमिनीवर एक रेनकोट अंथरून स्टीव्हन्सला झोपवले

होते. त्याच्या अंगावरही त्याच रेनकोटाचे त्याच्यावर पांघरूण घातले होते. आता वातावरण खूपच थंड झाले होते. हवेतला गारवा बोचू लागला होता. परंतु येथे सर्वत्र पसरलेल्या शिळांमुळे वाऱ्याचा जोर कमी झाला होता. शिळेच्या पुढे आलेल्या भागाखाली स्टीव्हन्सला निजवले असल्याने त्याचे पाऊस व वारा यापासून संरक्षण झाले होते. ही जागा खोलगट होती. यात शिळेवरून आत उतरावे लागत होते. ॲन्ड्रियाने स्टीव्हन्सच्या उजव्या पायावरील पॅन्ट गुंडाळत वर नेली. तसेच त्या पायातील अवजड बूटही काढून टाकले.

पायाच्या जखमेचे व हाड मोडून बाहेर आल्याचे दृश्य पाहून मिलर हळूच म्हणाला, ''बापरे, किती वेदना होत असतील!'' मिलरच्या तोंडून हे शब्द आपोआप उमटले होते. तो आता एक गुडघा टेकून खाली बसला आणि त्याने नीट पाहणी केली. मग तो सावकाश म्हणाला, ''साराच गुंता झाला आहे. आपल्याला काहीतरी करायला पाहिजे, बॉस. अन् यात घालवायला आपल्याकडे साला वेळही नाही. हा पोरगा शवागृहातच जाण्याजोगा झाला आहे.''

''ते ठाऊक मला. त्याची तशी स्थिती झाली आहे खरी, पण तरीही त्याला आपण वाचवायलाच हवे. चला, निघू या. आपल्याला त्यासाठी निघालेच पाहिजे.''

हे ऐकल्यावर मॅलरीला एकदम कसलेतरी अतिमहत्त्वाचे वाटले असावे. तो आपल्या गुडघ्यावर मटकन खाली बसला. ''आपण जरा नीट पाहणी करू या.''

मिलरने उतावीळ होत हातानेच मॅलरीला बाजूला सारले. तो म्हणत होता, ''बॉस, हे सारे माझ्यावर सोपवा.'' त्याच्या आवाजात कसलीतरी ग्वाही होती, त्याची वाणी एकदम एक प्रकारची अधिकारवाणी झाली होती. त्यामुळे मॅलरी गप्प बसला. मिलर म्हणाला, ''आपल्या बरोबरचे ते मेडिसिन पॅक आणा, झटपट आणा आणि तो तंबूही येथे उभारा.''

मॅलरी साशंकतेने म्हणाला, ''तुला हे सारे जमेल याची खातरी वाटते?'' मॅलरीला तशी शंका अजिबात नव्हती. तो सावध होता. पण त्याला एक आश्वासन मिळाल्यामुळे खूप हायसे वाटत होते. पण तरीही त्याने विचारले, ''पण तू हे कसे काय–''

मिलर मॅलरीचे बोलणे तोडीत शांतपणे म्हणाला, ''असे पाहा बॉस, आजवर मी माझ्या आयुष्यात तीन गोष्टी केल्यात. सुरुंग, बोगदे व स्फोटके यांच्याशी संबंधित ती कृत्ये आहेत. हे सर्व प्रकार फार चकवणारे असतात, बॉस. मी आजवर शेकडो जणांचे तुटलेले हातपाय पाहिलेले आहेत आणि ते मी स्वत: परत नीट जुळवूनही दिलेले आहेत.'' मग तो विषण्णपणे अंधारात हसून पुढे म्हणाला, ''या कामात मीच माझा साहेब असतो. अशी कामे हे माझे वैशिष्ट्य ठरले आहे.''

मॅलरी त्याच्या खांद्यावर थोपटत म्हणाला, ''ठीक आहे, ठीक आहे! उत्तम! तो

आता तुझा पेशंट झाला आहे. पण तो तंबू कशासाठी लावायचा?'' असे म्हटल्यावर त्याने सहज कड्याच्या दिशेने आपली नजर फेकली व म्हणाला, ''म्हणजे असे''–

मिलर यावर म्हणाला, ''बॉस, तुम्हाला माझे बोलणे नीट समजलेले नाही असे दिसते.'' मिलरचे हात अत्यंत नाजूकपणे पण ठामपणे काम करू लागले होते. त्याने आयुष्यभर अतिस्फोटक सामान हाताळले होते. तो आता जंतुनाशक औषध व कापसाचे बोळे यांचा वापर करत होता. तो पुढे म्हणाला, ''मला येथे एक रुग्णालय उभे करायचे आहे. पण तंबू उभारण्यासाठी काही काठ्या लागतील. तसेच पायाला बांधण्यासाठी लाकडी पट्ट्या लागतील.''

''अर्थातच, काठ्या तर लागतीलच. पण त्या पट्ट्यांचे माझ्या लक्षात आले नव्हते. मला असे काही वाटत होते की–''

''बॉस, त्या लाकडी पट्ट्या नसल्या तरी चालतील,'' मिलर म्हणाला. त्याने एव्हाना मेडिकल पॅक उघडले होते. त्यातून तो त्याला हव्या त्या वस्तू काढून घेत होता. त्याने एक टॉर्च काढला होता. तो पुढे म्हणाला, ''मॉर्फिन, हे प्रथम हवे. नाही तर हा पोरगा केवळ धक्क्यानेच मरून जाईल. त्यानंतर कशाचा तरी आश्रय हवा, ऊब हवी, कोरडे कपडे–''

''ऊब! कोरडे कपडे!'' मॅलरी त्याचे बोलणे तोडीत म्हणाला. कुठून या गोष्टी आणायच्या, असा प्रश्न त्याला पडला असावा. त्याने खाली निजलेल्या व बेशुद्धीत असलेल्या स्टीव्हन्सकडे पाहिले. स्टीव्हन्सने ती दोराला शेवटी नीट गाठ न मारल्यामुळेच स्टोव्ह व स्टोव्हचे इंधन गमावले गेले होते. त्यामुळे बिचाऱ्याने आपले स्वत:चेच नुकसान करून घेतले होते. शेवटी त्याच्याच चुकीमुळे तो आपले प्राण आता गमावणार होता. ''देवा... आता या गोष्टी कुठून आणायच्या?''

यावर मिलर म्हणाला, ''बॉस, ते मला ठाऊक नाही. पण आपण ते मिळवायलाच हवे. त्याला बसलेला धक्का नुसताच कमी करायचा नाही, तर त्याचा हा मोडलेला पायही. आणि तो नखशिखांत ओल्या कपड्यात असल्याने स्टीव्हन्सला नक्की न्युमोनिया होणार. त्याच्या पायाला पडलेल्या भोकात, जखमेत सल्फा औषधे भरली पाहिजेत. नाहीतर तिथे जंतुसंसर्ग होऊन सेप्टिक होईल...'' त्याला पुढे काहीतरी महत्त्वाचे बोलायचे होते, पण तो बोलला नाही. कारण ते बोलणे भावी भीषण परिस्थितीची जाणीव करून देणारे असले पाहिजे.

त्यानंतर तिथे शांतता पसरली. मॅलरी आता उठून उभा राहिला.

मिलर अमेरिकी नागरिक होता. म्हणून मॅलरीने अमेरिकी धाटणीने थोडेसे हेल काढीत मिलरला म्हटले, ''ठीक आहे, या बाबतीत तुम्हीच सर्वेसर्वा आहात, बॉस आहात.''

मिलरने चमकून वर पाहिले आणि तो आश्चर्याने हसला. आपला बॉस आपल्याला किती मानू लागला आहे याचे त्याला कौतुक वाटू लागले होते. मिलरचे दात हुडहुडी भरल्याने वाजू लागले होते. स्टीव्हन्सवर तो वाकला तेव्हा मॅलरीला कळले की तो जोरजोरात थरथरतो आहे. पण तरीही त्याने आपल्या कामावर आपले लक्ष पूर्णपणे एकवटले होते. तसेच मिलरचे कपडे पूर्णपणे भिजलेले होते. हे आत्तापर्यंत अनेकदा झाले होते. त्याला त्या ओल्या कपड्यांचा कसा त्रास झाला नाही, याचे मॅलरीला नवल वाटले.

"ठीक आहे. तू त्याच्यावर उपचार कर. मी एखादी नवीन जागा शोधतो." मॅलरी असे म्हणाला खरा, पण त्याच्या म्हणण्यात दम नव्हता. तिथे मागच्या बाजूला डोंगराची खडकाळ उतरण होती. ज्वालामुखीच्या तोंडातून बाहेर पडलेला लाव्हारस इत्यादींमुळे ती उतरण तयार झाली होती. तिथे कुठेतरी आश्रयासाठी एखादी योग्य जागा सापडण्याचा संभव होता. ते आश्रयस्थान गुहेसारखे नसले तरी चालणार होते, पण योग्य असावे, गरज भागवणारे असावे, एवढीच अपेक्षा होती... त्याने ब्राऊनकडे पाहिले. ब्राऊनच्या चेहऱ्यावर थकवा दिसत होता. चेहऱ्याचा रंग राखाडी झाला होता; तसेच आजारपणाचीही लक्षणे त्यावर उमटली होती. बोटीतील डिझेल इंजिनापाशी सतत कामे करत राहिल्याने कार्बन मोनॉक्साईडचा परिणाम त्याच्यावर झाला होता. ब्राऊन हळूहळू उठला आणि दगडांमध्ये रिकामी जागा करू लागला.

"तू कुठे जात आहेस?"

"मी सामान येथे आणून ठेवण्यासाठी जागा करतो आहे."

"पण तुला जमेल का ते? तुझे हातपाय लटपटत आहेत." मॅलरी म्हणाला.

"मला तसे जाणवत नाही," ब्राऊन मोकळेपणे म्हणाला. मग मॅलरीकडे पाहून तो पुढे म्हणाला, "पण सर, रागावू नका; पण तुम्ही बराच वेळ आमच्याबरोबर राहिला नाहीत."

मॅलरीने ते मान्य करत म्हटले, "बरोबर आहे. ठीक आहे. मी तुझ्याबरोबर येतो."

त्या छोट्याशा मोकळ्या जागेत नंतर दहा मिनिटे शांतता पसरली होती. मिलर व अँड्रिया हे दोघे स्टीव्हन्सचा पाय दुरुस्त करत होते. त्यांच्यात जे संभाषण व्हायचे, ते अत्यंत हळू आवाजात व त्रोटक स्वरूपातले होते. अधूनमधून स्टीव्हन्स वेदनेमुळे कण्हायचा, विव्हळायचा, दुबळा विरोध करू पाहायचा. हळूहळू मॉर्फिनच्या इंजेक्शनचा परिणाम त्याच्यावर होऊ लागला आणि त्याचा विरोध कमी कमी होत गेला. शेवटी तो पूर्ण शांत झाला. मग मात्र मिलर भराभर कामे करू लागला. आता त्याला भीती वाटत नव्हती. मग त्याने पायाचे मोडलेले हाड जुळवले आणि त्यावर

बॅन्डेज बांधले. तसेच त्या पायाभोवती काटक्या बांधून टाकल्या. लाकडी पट्ट्यांचे काम काटक्यांनी केलेले होते. सर्व काही झाल्यावर मिलर उठून उभा राहिला आणि त्याने आपले शरीर ताणले.

तो थकून म्हणाला, ''थँक गॉड! शेवटी ते झाले तर. माझ्या मनाप्रमाणे सारे काम झाले.'' मग एकदम थांबून तो कुजबुजत म्हणाला, ''ॲन्ड्रिया, मला काहीतरी ऐकू येते आहे.''

ॲन्ड्रिया हसून म्हणाला, ''काही नाही, ब्राऊन परत येतो आहे. तो या वाटेने गेले दीड मिनिट चालतो आहे.''

''तो ब्राऊनच आहे हे कसे सांगता?'' मिलरने प्रश्न केला. तो अस्वस्थ झाला होता आणि त्याने नाखुशीने आपल्या मागच्या खिशातून एक ऑटोमॅटिक पिस्तूल काढून हातात घेतले.

''दगडाधोंड्यातून चालण्यात ब्राऊन तरबेज आहे. पण आता तो दमला आहे. पण कॅप्टन मॅलरी मात्र दमला नाही.'' मग आपले खांदे उडवून ॲन्ड्रिया म्हणाला, ''मी आवाज न करता चालतो म्हणून सगळे जण मला 'बिग कॅट' म्हणतात. परंतु डोंगरावरून व दगडाधोंड्यातून चालण्यात कॅप्टन हा मांजरापेक्षा भारी आहे. तो अत्यंत हलक्या पावलाने चालतो, अगदी एखाद्या भुतासारखा. तो येथे जवळ येऊन तुझ्या खांद्याला मागून स्पर्श करेपर्यंत तुला तो आल्याचे कळणारही नाही.''

गार वाऱ्याची झुळूक आल्याने मिलर शहारला. ''मला वाटते, की तुम्ही एकाच मुद्द्याभोवती घोळ घालता आहात.'' तो कुरकुरत म्हणाला. मग त्याने मान वर करून पाहिले. समोरून ब्राऊन एका भल्या मोठ्या शिळेला वळसा घालून येत होता. तो सावकाश चालत होता, अडखळत होता, थकलेला दिसत होता. ''हाय देअर, कॅसी! कसे काय ठीक?''

''अगदीच वाईट नाही, एवढेच आहे.'' ब्राऊनने नंतर त्याला पुटपुटत 'थँक्स' म्हटले. त्याच वेळी ॲन्ड्रिया आपल्या खांद्यावरून स्फोटकांची पेटी खाली जमिनीवर उतरवत होता. ''हे एक शेवटचे सामान. कॅप्टनने मला हे घेऊन इकडे पाठवले. वाटेत आम्हाला कड्यापासून काही बोलण्याचे आवाज ऐकू आले. म्हणून कॅप्टनसाहेब तिकडे जाऊन लपून अंदाज घेत आहेत. स्टीव्हन्स नाहीसा झाल्यामुळे ते काय बोलत असतील, हे कळून घ्यायचे होते. जर्मन्स पुढे काय करणार असतील याचाही सुगावा त्यातून लागेल.''

मिलर यावर म्हणाला, ''मला तर वाटले होते की, बॉस हे सामान घेऊन इकडे येतील आणि तुम्हाला तिथले संभाषण ऐकण्यासाठी ठेवतील.'' मिलर आता स्पष्टपणे मॅलरीविरुद्ध मनातील विचार बेधडक व्यक्त करत होता. ''तुमच्यापेक्षा त्यांची प्रकृती मला अधिक ठीक वाटते आहे. तुम्ही जसे दमलेले दिसता, तसे ते

दिसत नाहीत. मला वाटते की ते थोडेसे...'' पण तो एकदम बोलायचे थांबला. कारण ॲन्ड्रियाला त्याचे बोलणे न आवडल्याने आपल्या हाताने त्याचा दंड पकडून आवळला होता. ॲन्ड्रियाची बोटे अक्षरश: लोखंडी नांग्या वाटाव्या अशी होती.

ॲन्ड्रिया त्याला तिरस्काराने म्हणाला, ''माय फ्रेन्ड, हे असे बोलणे योग्य नाही. कदाचित तू हे विसरला असशील, ब्राऊनला जर्मन भाषा बोलता येत नाही की कळत नाही.''

मिलर आपला दंड सोडवून घेऊन चोळू लागला. स्वत:वर चिडून तो आपले डोके सावकाश हलवू लागला. शेवटी तो पश्चात्ताप पावत म्हणाला, ''छे! मी आणि माझे हे वाचाळ तोंड नेहमी भरकटते. छे! चुकलेच माझे, माफ करा... तर मग आता पुढे काय करायचे ठरवले आहे, जेन्टलमेन?''

''कॅप्टनसाहेब म्हणत आहेत की आपण आता सरळ त्या खडकाळ भागात घुसायचे आणि इथल्या त्या टेकडीवर चढायचे.'' यावर ब्राऊनने जवळ असलेल्या उंच टेकडीच्या दिशेने अंधारात अंदाजाने बोट केले व म्हटले, ''कॅप्टनसाहेब आपल्याला तिथे पंधरा मिनिटांत येऊन गाठणार आहेत.'' एवढे म्हणून तो मिलरकडे हसून पाहत म्हणाला, ''म्हणजे आपण ही पेटी व पाठीवरची पिशवी त्यांनी वाहून आणण्यासाठी येथेच सोडून द्यायची.''

मिलर स्टीव्हन्सकडे पाहत म्हणाला, ''मी याच्यापेक्षा फक्त सहा इंचच उंच आहे. तेव्हा ॲन्ड्रिया मला जरासे–''

''अर्थात, अर्थात!'' ॲन्ड्रिया त्याचे बोलणे ओळखून म्हणाला. मग त्याने बेशुद्ध असलेल्या स्टीव्हन्सला रेनकोटात नीट गुंडाळून उचलले आणि तो उभा राहिला. हे त्याने एवढ्या सहजतेने केले की, जणू काही त्या रेनकोटात कोणीच नव्हते, तो पोकळ होता.

''मी पुढे होऊन वाट काढीत जातो. मला सोपी वाट तुमच्यासाठी शोधणे जमेल.'' एवढे बोलून मिलरने पाठीवरची पिशवी घेतली आणि जनरेटर उचलून खांद्यावर घेतला. एवढे मोठे वजन त्याला नीट पेलवेना. तो अडखळत चालू लागला. आपण किती अशक्त झालो आहोत हे त्याला समजले नव्हते. मग तो आपल्या आधीच्या वाक्याला पुस्ती जोडत म्हणाला, ''म्हणजे मग तीच सोपी वाट मी आणि हे मी घेतलेले ओझे, दोन्ही उचलून वाहून न्यायला तुम्हाला सोपे पडेल.''

त्यांना जाऊन सहज गाठता येईल असे मॅलरीला आधी वाटले होते. पण त्याचा अंदाज सपशेल चुकला होता. त्याने ब्राऊनला पुढे पाठवून दिल्यावर आता एक तास

उलटला होता अन् पाठीवर सत्तर पौंडांचे ओझे असताना त्याला नेहमीच्या चालीने चालता येत नव्हते.

पण तो काही त्याचा दोष नव्हता. जर्मनांची गस्तीची तुकडी आली आणि त्यांनी कड्याचा माथा पुन्हा नीट तपासला; अगदी पद्धतशीर रीतीने आणि जीवघेण्या मंद गतीने. मॅलरीचे लक्ष ते काय बोलतील याकडे होते. तो लपून त्यांच्या हालचाली पाहत होता. त्यांच्यापैकी कोणीतरी त्या घळईत उतरायला सुचवेल असे त्याला वाटत होते. पण तसे कोणीही म्हटले नाही. एवीतेवी तो पहारेकरी कड्यावरून घळईत आणि तिथून खाली समुद्रात कोसळला हे उघड असल्याने उगाच कशाला खाली उतरायचे? जर खरोखरच जर्मन त्या घळईत उतरले असते तर घळईतील फटींमध्ये खुंट्या ठोकल्याच्या खुणा त्यांना सहज दिसल्या असत्या. मग संपलेच सारे. सावध होऊन या डोंगराचा प्रत्येक चौरस इंच त्यांनी बारकाईने न्याहाळला असता. आपला एक पहारेकरी नक्की खाली कोसळला आहे, अशी त्यांची समजूत झालेली असल्याने त्यांनी घळईत उतरायचा विचार सोडून दिला असावा. शेवटी त्यांनी पुढे काहीच करायचे नाही असे ठरवले असावे. मग कड्यावरून खाली पडलेल्या पहारेकऱ्याच्या जागी एक दुसरा पहारेकरी नेमून सर्व जर्मन मंडळी निघून गेली.

ॲन्ड्रिया, मिलर, ब्राऊन हे तिघेजण मात्र झपाट्याने पुढे चालले होते. तासाभरापूर्वीपेक्षा वारा व पाऊस बऱ्यापैकी कमी झाले होते. त्यामुळे त्यांना अंधारातही वाट काढत जाणे तसे सोपे गेले. टेकडीवरून गडगडत खाली आलेले दहा-बारा फूट उंचीचे धोंडे सर्वत्र टेकडीच्या पायथ्याशी पसरलेले होते. परंतु पावसाचा भरवसा वाटत नव्हता अन् तसेच झाले. आता तर पावसाचे गारेसारखे थेंब मारा करू लागले. मॅलरी त्याच वाटेने टेकडीकडे चालला होता. त्याने सभोवार दृष्टी टाकून अंदाज घेतला. काहीच बदलले नव्हते. शिवाय त्याला ठाऊक होते की, ॲन्ड्रिया एकदा ओझे घेऊन चालू लागला की झपाझप चालत राहतो, वाटेत थांबून विश्रांती घेत नाही. आपले मुक्कामाचे ठिकाण येईपर्यंत तो चालत राहतो. परंतु या टेकडीच्या उतारावर कोठेही त्याला एखादे नैसर्गिक आश्रयस्थान दिसले नाही.

मग त्याने आपला चालण्याचा वेग वाढवला. इतका वाढवला की तो शेवटी शेवटी त्यांच्यापर्यंत पोहोचून त्यांच्या अंगावर धडकणार होता. तिथे टेकडीची एक लांबलचक सोंड (spur) आडवी गेलेली होती. त्याला आता हळू बोलण्याचे काही आवाज ऐकू येऊ लागले. त्याच्या जवळून एक अरुंद दरी खाली गेलेली होती. त्या दरीच्या भिंतीचा आधार घेऊन एक कॅनव्हासचे कापड ताणून बसवले होते. त्या पलीकडून अंधुक प्रकाश येत होता. बोलण्याचे आवाजही तिथूनच येत होते.

आपल्या खांद्यावर अंधारातून मागून कुणाचा तरी हात पडला आहे हे जाणवल्यावर मिलर एकदम गरकन वळला. त्याने आपले खिशातील पिस्तूल अर्धवट बाहेर

काढले होते. पण मॅलरी दिसताच त्याला हायसे वाटले आणि तिथे असलेल्या एका दगडावर बसला.

''ठीक आहे, ठीक आहे. तू झटपट पिस्तूल चालवू शकतोस हे मला ठाऊक आहे.'' एवढे म्हणून त्याने आपल्या खांद्यावरचे ओझे खाली ठेवले. त्याचे खांदे आता चांगलेच दुखू लागले होते. अँन्ड्रिया हसत होता हे पाहून त्याने विचारले, ''काय गमतीदार घडले आहे?''

अँन्ड्रिया म्हणाला, ''मी या आमच्या मित्राला असे म्हणालो होतो की, तुमचे आगमन हे खांद्यावर पाठीमागून पडलेल्या तुमच्या हातामुळेच कळेल. अगदी तसेच आत्ता झाले, पण त्याचा माझ्यावर विश्वास बसला नसावा.''

मिलर कुरकुरत मॅलरीला म्हणाला, ''तुम्ही निदान आधी थोडेसे खोकला असता किंवा काही आवाज केला असता तरी आम्ही सावध झालो असतो. अनपेक्षित गोष्टींना माझी नेहमी प्रतिक्षिप्त क्रिया घडते. गेल्या अठ्ठेचाळीस तासांपासून मी सतत सावध राहिलो आहे.''

मॅलरीने त्याच्याकडे अविश्वासाने पाहिले. तो यावर काहीतरी बोलू पाहत होता. परंतु त्याला पाठीवरच्या पिशवीमागून कोणाचा तरी चेहरा वर उगवलेला दिसल्याने त्याने आपले तोंड मिटले. अंधुक दिसणाऱ्या त्या चेहऱ्याला एक बॅन्डेज गुंडाळलेले होते. त्यातून दोन डोळे लुकलुकत होते. ते डोळे त्याच्याकडेच रोखून पाहत होते. मॅलरी पुढे गेला आणि मटकन गुडघे टेकून खाली बसला.

''छान, तर बेटा तू शेवटी शुद्धीवर आलास तर!'' एवढे म्हणून मॅलरी हसला. प्रत्युत्तरादाखल स्टीव्हन्ससुद्धा हसला. त्याच्या ओठावर आता रक्त नव्हते. त्याच्या गोऱ्या चेहऱ्यापेक्षाही ते अधिक पांढरे झाले होते. पण तरीही त्याचे रूप भयंकर होते. मॅलरीने त्याला विचारले, ''अँन्डी, आता कसे वाटते तुला?''

''अगदीच खराब, त्रासदायक वाटत नाही अन् मी तसा ठीक आहे.'' स्टीव्हन्सचे लाल झालेले डोळे आता काळे झालेले होते. त्या डोळ्यांतून वेदना प्रगट झाल्या होत्या. मग त्याने आपली दृष्टी खाली वळवली आणि बॅन्डेज बांधलेल्या पायाकडे भकासपणे नेली. त्याने पुन्हा वर पाहिले आणि मॅलरीकडे हसून म्हटले, ''सर, आय ॲम टेरिबली सॉरी! झाल्या प्रकाराची मी माफी मागतो. मी किती वेड्यासारखा वागलो.''

''तू काहीही वेड्यासारखे केले नाहीस.'' मॅलरी सावकाश त्याला म्हणाला, प्रत्येक शब्दावर जोर देत म्हणाला. तो पुढे म्हणाला, ''वेडगळ समजुतीमुळे झालेली ती एक घटना होती. गुन्हेगारीतला अक्षम्य मूर्खपणा होता, असे म्हणा हवे तर.'' आपल्याकडे सर्व जण लक्ष देऊन ऐकत आहेत असे मॅलरीच्या लक्षात आले. परंतु स्टीव्हन्स आपल्याकडे एकटक नजरेने बघतो आहे हे त्याने लक्षात घेतले.

"माझे तुझ्याकडे पूर्वीपासून लक्ष होते. माझ्यावर तुमची जबाबदारी होती. बोटीवर असतानाच तुझ्यातले बरेच रक्त निघून गेले होते, पण तुझ्या कपाळावरच्या जखमेबद्दल मला माहिती नव्हती. खरे तर मीच ते नीट पाहायला हवे होते. या तुझ्या वरच्या दोघा वरिष्ठांनी जेव्हा कडा पार केला, तेव्हा त्यांनी तुझ्याबद्दल काय म्हटले ते तू ऐकायला हवे होतेस... आणि त्यांचेही बरोबर होते. तुझी अवस्था पाहता तुला शेवटी दोरावरून चढू दिले हे आपले चुकले, असेच ते म्हणाले." मग चेहऱ्यावर हसू आणून तो पुढे म्हणाला, "एखादे कोळशाचे पोते ओढून घ्यावे तसे तुला वर ओढून घ्यायला हवे होते. तुला स्वतःला चढून वर येऊ देणे हा खरोखर एक वेडेपणा होता... पण तू तरीही कसा वरपर्यंत आलास ते देव जाणे. कदाचित तुला आता ते आठवत नसेल, किंवा पुढेही आठवणार नाही." मग पुढे वाकून त्याने स्टीव्हन्सच्या डाव्या गुडघ्याला स्पर्श केला व म्हणाला, "ॲन्डी, मला माफ कर. मी खरेच अगदी प्रामाणिकपणे सांगतो की, तू फार फार मोठ्या संकटातून जाऊन भोगले आहेस."

ते ऐकून स्टीव्हन्स संकोचाने हेलावला, पण त्याला मॅलरीचे बोलणे ऐकून आनंद झाला होता. त्याच्या गालावरील हाडे उंचावलेली होती. तिथे किंचित लाली पसरली. तो अजिजीने म्हणाला, "प्लीज सर, तुम्ही असे काही बोलू नका. जे घडले ती एक आपोआप घडणारी घटना होती असे समजा. मोहिमेत असे चालायचेच." एवढे बोलून तो थांबला. त्याने एकदम आपले डोळे घट्ट मिटून घेतले. आपला श्वास तोंडाने आत ओढून घेतला. त्याचा हिस्स असा आवाज झाला. त्याच्या मोडलेल्या पायातून वेदनेची एक तीव्र लाट उमटून सर्व शरीरभर पसरत गेली होती. मग त्याने पुन्हा मॅलरीकडे पाहून म्हटले, "मी वर चढून आलो याचे श्रेय मला देऊ नका." मग शांतपणे हळू आवाजात तो पुढे म्हणाला, "मी कसा वर चढून आलो, ते आता मला बिलकूल आठवत नाही."

मॅलरीच्या भुवया प्रश्नार्थक झाल्या. काहीही न बोलता तो स्टीव्हन्सकडे पाहत राहिला.

स्टीव्हन्स सांगू लागला, "वर येताना मी पावलोपावली घाबरत गेलो होतो. माझ्या आजवरच्या आयुष्यात मी एवढा कधीही घाबरलो नव्हतो." त्याने न ओशाळता ते सांगून टाकले.

मॅलरीने सावकाश आपले डोके दोन्ही बाजूंना हलवले. आपली हनुवटी हाताने पकडली. त्याला खरोखरीच कसले तरी कोडे पडले असावे किंवा त्याचा गोंधळ झाला असावा. मग त्याने गूढपणे स्टीव्हन्सकडे पाहत स्मित केले. "ॲन्डी, मला ठाऊक आहे की तू अशा लष्करी मोहिमेवर प्रथमच आलेला आहेस. कदाचित तुला असे वाटत असेल की मी स्वतः तो कडा हसत हसत व गाणे म्हणत चढलो

असेल. हो ना? मी अजिबात भ्यालो नाही असंही तुला वाटत असेल. हो ना?'' मग त्याने एक सिगारेट पेटवली व तिचा एक झुरका घेतला. तोंडातून सोडलेल्या धुराच्या ढगातून स्टीव्हन्सकडे पाहत तो म्हणाला, ''वेल, मी घाबरलो किंवा भ्यायलो असे शब्द वापरणार नाही; पण मी हादरलो होतो, पार टरकलो होतो असे मात्र नक्की म्हणेन. ॲन्ड्रियाचेसुद्धा असेच झाले होते. घाबरणे हे कसे असते हे आम्हा दोघांना चांगलेच ठाऊक आहे.''

''ॲन्ड्रिया!'' असे म्हणून स्टीव्हन्स हसला. पण नंतर लगेच विव्हळला. कारण तेवढ्याशा हालचालीनेही त्याच्या मोडलेल्या पायातून कळ उमटली होती. क्षणभर मॅलरीला वाटले की 'हा आता बेशुद्ध पडला आहे.' पण लगेच तो सावरून आपल्या घोगरट आणि वेदनेने भरलेल्या आवाजात म्हणाला, ''ॲन्ड्रिया कधी घाबरेल यावर मी विश्वास ठेवणार नाही.''

''होय, मी भ्यायलो होतो,'' पहिलवानाची देहयष्टी असलेला ॲन्ड्रिया हळुवारपणे म्हणत होता, ''ॲन्ड्रिया घाबरतो, नेहमी घाबरत असतो. म्हणून तर इतकी वर्षे मी जगत आलो.'' एवढे म्हणून त्याने आपल्या रुंद तळहातांकडे पाहिले. ''आजवर बरेच जण मृत्यू पावले आहेत, कारण ते माझ्यासारखे घाबरत नव्हते. माणसाने ज्याला घाबरायला हवे त्या कोणत्याही गोष्टीला ते घाबरत नव्हते. काहीतरी त्यांच्यात असे होते की, जेव्हा घाबरायला हवे तेव्हा ते घाबरत नव्हते किंवा घाबरायचे विसरून जात असावे. त्यामुळेच त्यांचे रक्षण व्हायचे नाही. पण हा ॲन्ड्रिया मात्र प्रत्येक गोष्टीला घाबरतो आणि तो कधीही ते विसरत नाही. इतके ते साधे, सोपे सत्य आहे.''

एवढे बोलून त्याने स्टीव्हन्सकडे पाहून स्मित केले.

''या जगात शूर माणसे व भित्री माणसे अशी विभागणी झालेली नाही, बेटा. या जगात फक्त शूर माणसे आहेत. ती माणसे जन्माला येतात, जगतात व शेवटी मरून जातात. जन्म घेणे, जगणे व मरून जाणे हे करण्यासाठी धैर्य जवळ असावे लागते, अगदी गरजेपेक्षा जास्त धैर्य असावे लागते. आपण सारी शूर माणसे आहोत आणि घाबरणारीही आहोत. जग शूर माणसाबद्दल काय म्हणते की, तो शूरही आहे आणि इतरांसारखाच तोही घाबरतो. तो फक्त पाच मिनिटे शूर असतो किंवा दहा मिनिटे शूर असतो किंवा वीस मिनिटेही असेल. किंवा तो खचून जाईपर्यंत, रक्तस्राव होईपर्यंत आणि कड्यावर चढून जायची पाळी येईपर्यंतच शूर असतो.''

स्टीव्हन्स यावर काहीही बोलला नाही. त्याने आपली मान खाली घातली होती. त्याची हनुवटी छातीला टेकली होती. त्याचा चेहरा लपला होता. त्याला काही क्षण आनंद झाला होता, काही क्षण त्याचे मन शांत झाले होते. त्याला ठाऊक होते की ॲन्ड्रिया आणि मॅलरी यांच्यापासून आपण काहीही लपवून ठेवू शकणार नाही. पण

तरीही त्यामुळे फारसे काही बिघडणार नव्हते हे त्याला ठाऊक नव्हते. आपण यावर काही बोलले पाहिजे असे त्याला वाटत होते. पण काय बोलायचे हे त्याला कळेना. तो आता कमालीचा थकला होता. पण तरीही त्याला जाणवत होते की, ॲन्ड्रिया सत्य तेच सांगतो आहे, परंतु ते सत्य हे संपूर्ण सत्य नाही हे त्याला कळत होते. पण आता यावर अधिक विचार करण्याइतपत त्याच्यात शक्ती उरली नव्हती. तो पूर्णपणे थकला होता.

मिलरने मोठा आवाज करून आपला घसा साफ केला. तो ठामपणे म्हणाला, "आता बोलणे थांबवा. पेशंटला त्रास होईल. तुम्हीही सर्व जण विश्रांती घ्या, झोप काढा."

स्टीव्हन्सने त्याच्याकडे पाहिले मग मॅलरीकडे प्रश्नार्थक नजरेने पाहिले.

यावर मॅलरी हसून त्याला म्हणाला, "ॲन्डी, ते सांगत आहेत तसे कर बाबा. तो तुझा डॉक्टर आहे, सर्जन आहे आणि वैद्यकीय सल्लागार आहे. त्यानेच तुझ्या पायाचे मोडलेले हाड नीट बसवलेले आहे. म्हणून तो असे बोलतो आहे."

"ओ! मला हे माहीत नव्हते. थँक्स, डस्टी. पण ते सारे फार अवघड होते का?" स्टीव्हन्स मिलरला त्याच्या पहिल्या नावाने संबोधत म्हणाला.

"मला यातला अनुभव असल्याने ते फारसे अवघड वाटले नाही. माझ्या दृष्टीने ते एक सोपे काम होते. माझ्या जागी दुसरा कोणताही डॉक्टर असता तर त्यानेही तेवढ्याच सहजतेने केले असते... ॲन्ड्रिया, त्याला हात देऊन नीट झोपवा बरे." मग आपले डोके मॅलरीकडे वळवून तो म्हणाला, "बॉस?"

नंतर ते दोघे आश्रयस्थानाच्या बाहेर गेले. आपल्या पाठी बोचऱ्या गार वाऱ्याकडे करून ते उभे राहिले.

"या पोरासाठी आपल्याला एक शेकोटी करायला हवी. त्याला कोरडे कपडे चढवायला हवे." मिलर गंभीरपणे बोलत होता. "त्याची नाडी १४० आहे, अन् त्याचे तपमान १०३ फॅरेनहाइट झाले आहे. त्याला ताप भरला आहे. अधूनमधून सारखी त्याची शुद्ध जाते आहे."

मॅलरी चिंताक्रांत होत म्हणाला, "माझ्या लक्षात आले आहे ते. पण या डोंगरावर इंधन कुठेही मिळणार नाही. आपण फक्त आपल्यातलेच कोरडे कपडे काढून त्याला चढवू या."

आश्रयस्थानाचे किंवा त्या तंबूचे कॅनव्हासचे कापड वर करून ते दोघे आत गेले. स्टीव्हन्स अजूनही जागाच होता. ब्राऊन व ॲन्ड्रिया हे त्याच्या दोन्ही बाजूला बसले होते. मिलर उभा होता.

मग मॅलरीने जाहीर केले की "आपण येथे फक्त रात्रीपुरतेच थांबणार आहोत. तेव्हा सारी काही बांधाबांध करून तयारीत ठेवा. आपण सोयीसाठी काही वेळ

कड्याजवळ राहिलो. पण आपण या बेटावर आलो आहोत हे अजून येथे कोणालाही समजले नाही. कारण तसा काही माग जर्मनांना मिळाला नाही. आणि आपण आता किनाऱ्यापासून दूर आलो आहोत. त्यामुळे आपण सुरक्षित आहोत.''

आता मिलर बोलू लागला, ''बॉस,'' पण एवढे बोलून तो गप्प बसला. मॅलरीने त्याच्याकडे आश्चर्याने पाहिले. तसेच ब्राऊन व स्टीव्हन्स एकमेकांकडे पाहत आहेत हेही त्याला दिसले. मग त्याला काही शंका वाटू लागल्या. कारण त्या दोघांच्या डोळ्यांत कसली तरी नाराजी दिसत होती. अचानक उद्भवलेला त्रास, दु:ख, काहीतरी नक्की चुकते आहे याची जाणीव हे त्यातून प्रगट झाले होते. ते पाहून मॅलरीला धक्काच बसला.

मॅलरीने तीव्रपणे विचारले, ''कसला विचार चालला आहे? काय भानगड आहे?''

मिलर काळजीपूर्वक सांगू लागला, ''बॉस, तुमच्यासाठी एक वाईट बातमी आहे. आम्ही ती आधीच ताबडतोब तुमच्या कानावर घालायला हवी होती. आमचा प्रत्येकाचा तर्क असा होता की आपल्यापैकी दुसरा कोणीतरी तुम्हाला ते सांगेल. ...ज्या जर्मन पहारेकऱ्याला तुम्ही आणि ॲन्ड्रियाने कड्यावरून खाली लोटून दिले, तो आठवतो?''

मॅलरीने आपली मान होकारार्थी हलवली. आता पुढे काय सांगितले जाणार याचा त्याला अंदाज आला.

''तर तो त्या कड्यावरून खालच्या खडकांच्या रांगेवर पडला. त्याचे मागे काहीही राहिले नाही. पण तो समुद्रात न बुडता दोन खडकांमध्ये त्याचे प्रेत अडकून राहिले तर? वेगाने वरून आदळल्याने तो दोन खडकात घट्ट रुतून बसू शकतो.''

मॅलरी पुटपुटत म्हणाला, ''आले लक्षात. असे आहे होय. तुम्ही अंगावर रेनकोट असतानाही आतून कसे ओले झालात यावर मी विचार करत होतो.''

मिलर शांतपणे म्हणाला, ''बॉस, मी पाण्यात पडलो होतो. पण बाकीच्यांनी माझ्याभोवती दोर गुंडाळून ठेवला असल्याने वाहून गेलो नाही. लाटांमुळे मी चार वेळा कड्याकडे लोटला गेलो.''

मॅलरी पुटपुटत म्हणाला, ''आता तीन-चार तासांत उजाडेल व प्रकाश पसरेल. त्या चार तासांत जर्मनांना कळेल की आपण या बेटावर आलो आहोत. कारण पहाट झाल्यावर त्या पहारेकऱ्याचे प्रेत शोधण्यासाठी ते एक बोट पाठवतील असे मला वाटते.''

स्टीव्हन्स यावर म्हणाला, ''पण त्यामुळे काय बिघडते सर? नाहीतरी तो पहारेकरी वरून खाली पडला आहे, हे त्यांना ठाऊक झालेले आहेच.''

मॅलरीने कॅनव्हास थोडासा बाजूला सारून बाहेरच्या अंधारात पाहिले. बाहेर खूप

गार झाले होते आणि आता हिमवृष्टी सुरू झाली होती. त्याने कॅनव्हास पुन्हा पाहिल्यासारखा केला.

मग मॅलरी नकळत बोलून गेला, ''पाच मिनिटे. आपल्याला फक्त पाच मिनिटांत ही जागा सोडायला हवी.'' मग स्टीव्हन्सकडे पाहून तो मंद हसला व म्हणाला, ''आपणही काही गोष्टी विसरतो. आम्ही तो प्रकार तुला या आधी सांगायला हवा होता. अॅन्ड्रियाने त्या पहारेकऱ्याला त्याच्या हृदयात भोसकून ठार केले.''

नंतरचे तास हे त्यांच्या भयाण स्वप्नांच्या झोपेमधले असावे तसे होते. त्या हिमवृष्टीतून खांद्यावर बोजे घेऊन ते अडखळत चालत होते, खाली पडत होते, ठेचकाळत होते. त्यांची शरीरे दुखू लागली होती. बर्फात त्यांचे पाय फसत होते, भूक आणि तहान पराकोटीला गेली होती. परत मागे फिरून पश्चिमेकडून वायव्येकडे जाणारी दिशा त्यांनी धरली होती. डोंगराचा कणा त्यांनी ओलांडला होता. आपण उत्तरेकडे गेलो असू, असा अंदाज जर्मन्स करतील याची त्यांना खातरी होती. कारण उत्तरेला नॅव्हारन बेटाचा मध्यबिंदू होता. त्यांनी होकायंत्रावाचून दिशा धरली होती. आकाशातील तारे किंवा चंद्र यांच्यामुळे दिशा कळू शकते हे त्यांना ठाऊक होते. परंतु त्या डोंगराचा उतार आणि व्हलाचोसने अलेक्झांड्रियात दाखविलेला नकाशा एवढ्या आधारावर तो मॅलरी मार्ग काढीत होता. तो नकाशा त्याच्या स्मृतीत पक्का बसला होता. आपण या डोंगराला वळसा घालीत आहोत आणि एका अरुंद दरीच्या दिशेने जात आहोत, याची त्याला जाणीव होती. ते डोंगराच्या अंतर्भागाकडे चालले होते.

त्यांच्या या वाटचालीत बर्फ हा एक भयंकर शत्रू वाटेत उभा होता. हिमवृष्टीमुळे त्यांच्या शरीरांवर सर्व बाजूंनी बर्फ चिकटत गेले होते. ते बर्फ त्यांच्या गळ्यातून आत शिरले होते, तसेच त्यांच्या बुटातही शिरले होते. त्यांचे कपडेही आतून ओले झाले होते. कान, तोंड व डोळे यावरही हिमकण चिकटून राहत असल्याने शरीराची ही भोके बुजतील काय, अशी त्यांना भीती वाटत होती. कधी-कधी डोळ्यांत हिमकण शिरून डोळे चुरचुरू लागत. शरीराचे जे जे भाग उघडे पडले होते ते आता बधिर होत चालले होते. त्यांच्या हातात हातमोजे नव्हते. हाताच्या पंज्यावर हिमकण चिकटून शेवटी बर्फाचे छोटे गोळे बनून लटकू लागले. सर्व गात्रे बधिर होऊ लागली होती आणि सर्व जण निस्त्राण झाले होते. सर्वांनाच होणारा त्रास फार असह्य होता, जीवघेणा होता. परंतु स्टीव्हन्सला ते जास्त धोकादायक होते. निघाल्यापासून काही मिनिटांतच त्याची शुद्ध हरपली होती. त्याचे कपडे ओलसर झालेले होते आणि ते

त्याच्या अंगाला चिकटून बसले होते. शरीरात निर्माण होणारी उष्णता त्याला टिकवून धरणे शक्य होत नव्हते. ॲन्ड्रिया त्याला वाहून नेत होता. वाटेत हा तरुण पोरगा मेला असावा, अशी त्याला दोनदा शंका आली होती. दोन्ही वेळा त्याने त्याचे हृदय धडधडते आहे की नाही, ते छातीला कान लावून पाहिले होते. स्टीव्हन्सचे हात मात्र पूर्णपणे बधिर झाले होते. तिथे त्याला कोणतीही जाणीव होत नव्हती. त्यासाठी ॲन्ड्रिया काहीही करू शकत नव्हता.

पहाटे पाचच्या सुमारास ते त्या दरीतला चढ चढत असताना त्यांना एकदम धोकादायक व निसरडा पृष्ठभाग लागला. घसरण्याच्या अवस्थेतले बरेचसे दगडगोटे तिथे पडलेले होते. काही झुडपे होती. येथे दोराच्या साहाय्याने वर जाणे हेच सुरक्षित ठरेल असे मॅलरीच्या मनात आले. त्यांनी मग एक ओळ केली आणि सर्वांना मिळून एक दोर बांधला. अर्थात दोन माणसांमध्ये पुरेसे अंतर ठेवले होते. मधलाच कोणी घसरून निसटून जाऊ लागला तर त्याला या रचनेमुळे प्रतिबंध होऊ शकत होता. एकामागोमाग एकेक ते पुढची वीस मिनिटे वर चढत राहिले होते. मॅलरी सर्वांत पुढे होता. मागे असलेला ॲन्ड्रिया हा स्टीव्हन्सला कसा उचलून वर चढत असेल, याची त्याला कल्पनाही करता येत नव्हती. एकदम तो चढ कमी झाल्याचे त्याला जाणवले. पुढे पुढे तर तिथे पूर्णपणे सपाट जमीन लागली. याचा अर्थ टेकडीचा माथा आता आला होता आणि येथून पुढे खाली उतार सुरू होऊ लागला होता. परंतु हे त्यांच्या लक्षात येण्याच्या आत ते खाली घसरत जाऊ लागले होते. हिमवृष्टी एवढी होत होती की पुढचे काहीही दिसत नव्हते. ते आता दरीत घसरत होते.

घसरण्याला विरोध करत करत ते खाली उतरत गेले. सूर्योदय होत असताना ते एका गुहेपाशी आले. पूर्वेकडचे आकाश उदासवाणे प्रकाशले होते. ती काही प्रसन्न सकाळ नव्हती. मॉन्शर व्ह्लाचोस याने त्यांना अलेक्झांड्रियामध्ये सांगितले होते की नॅव्हारनच्या दक्षिण बाजूवर सर्वत्र गुहाच गुहा आहेत. पण आत्तापर्यंत त्यांना फक्त एकच ही गुहा दिसली होती अन् तीही प्रत्यक्षात गुहा नव्हतीच. ती एक अरुंद व अंधारी अशी बोगद्यासारखी पोकळी होती. त्यात ज्वालामुखीतून वाहणारा रस एकेकाळी गोठून अनेक छोट्या छोट्या थरांचे ढीग पडलेले होते. खालच्या एका अरुंद घळईकडे जाणारे असे बरेच ढीग पडलेले होते. तिथून एक ओहोळ वाहत वाहत पुढे एका मोठ्या रुंद व अज्ञात दरीला जाऊन मिळत होता. ती दरी हजार ते दोन हजार फूट खोल असावी. कदाचित त्याही खाली गेलेली असेल. पण प्रकाश अंधुक होत गेल्याने नीटसे दिसत नव्हते. जणू काही तिथे अजूनही रात्र रेंगाळत होती.

तेव्हा ती गुहा जरी नसली तरी त्यांचे ते एक आश्रयस्थान होऊ शकत होते. त्यांच्या अपेक्षेपेक्षाही ते जास्त उपयुक्त होते. कारण आता त्या सर्वांवर निद्रा अंमल

गाजवू लागली होती. ते थकले होते. कधी एकदा जमिनीला पाठ टेकवून विश्रांती घेतो आहे असे त्यांना झाले होते. तिथली जागाही प्रशस्त होती. त्यांनी चटकन गुहेच्या किंवा त्या बोगद्याच्या तोंडावर कॅनव्हास लावून ते तोंड बंद केले. वारा व हिमकण आता आत येऊ शकत नव्हते. तंबूच्या कॅनव्हासचे कापड उडून जाऊ नये म्हणून तळाशी वजन म्हणून दगड ठेवले गेले. आता अंधार झाला होता. त्यांनी मग स्टीव्हन्सच्या अंगावरचे ओले कपडे काढून टाकले आणि त्यातल्या त्यात कोरड्या असलेल्या स्लीपिंग बॅगमध्ये त्याला आत सरकवून झोपवले. स्लीपिंग बॅगची चेन लावून टाकली. थोडीशी ब्रॅन्डी बळेबळेच त्याच्या घशात ओतली. काही कोरड्या कपड्यांची गुंडाळी करून ती उशी म्हणून त्याच्या डोक्याखाली ठेवली. मग ती बाकीची चारही दमलेली माणसे खालच्या दमट आणि बर्फ पसरलेल्या जमिनीवर आडवी झाली, अगदी मेल्यासारखी पडून राहिली. आजूबाजूच्या दगडांसारखेच तेही निर्जीव झाले होते. त्यांना वाजणारी थंडी, पोटात लागलेली भूक आणि त्यांचे ओले कपडे यांचे भान त्यांना उरले नाही. पाहता पाहता झोपेने त्यांच्या शारीरिक दु:खावर मात केली. त्यांच्या बधिर झालेल्या हातात व चेहऱ्यात हळूहळू उष्ण रक्त फिरू लागले होते.

सात

मंगळवार : दुपारी ३ ते संध्याकाळी ७

आकाशात भिन्न भिन्न आकारांचे ढग होते. त्यामागे असलेला सूर्य निस्तेज दिसत होता. हवेतील हिमकणांचा वेढा त्याला बसलेला वाटत होता. ढग सारखे भरकटत पश्चिमेला चालले होते. अॅन्ड्रियाने जेव्हा कॅनव्हासचे कापड उचलून हळूच बाजूला सारले. बाहेर डोकावून त्याने डोंगराच्या बाजूला पाहिले. बाहेरचे दृश्य पाहून क्षणभर आपल्या पायातील कळा, दुखणे तो विसरून गेला. आपले डोळे बारीक करून त्याने ते बाहेरच्या झगझगाटाशी जुळवून घेतले. बाहेर सर्वत्र बर्फ पडून पांढरे पांढरे झाले होते. तो पांढरा प्रकाश डोळे दिपवून टाकणारा होता. हिमकणांचे स्फटिक असल्याने सर्वत्र चकचकीत दृश्य दिसत होते. मग तो त्या बोगद्यातून बाहेर पडून दहा-बारा पावले टाकून घळईच्या काठापाशी गेला. आपले हात वर करून शरीर ताणून दिले. मग सावधगिरीने त्याने आपली नजर खाली वळवली. तो एका दुर्बिणीतून न्याहाळू लागला. त्याच्या खाली ती दरी वळत वळत खोल गेलेली होती. ती दरी डोंगरातील सर्वांत उंच भागातून निघून शेवटी उत्तरेकडे गेली होती. त्याच्या उजव्या बाजूला तो उंच डोंगर उभा होता, दरीच्या वर होता. दरी तेथूनच सुरू झाली होती. डोंगराचे शिखर एवढे उंच होते की तिथे ढग पोहोचले होते. त्या ढगात ते शिखर लुप्त झालेले दिसत होते. नॅव्हारन बेटावरचा हा एक सर्वांत उंच डोंगर होता. त्याचे नाव होते 'माउंट कोस्टोस.' याच डोंगराच्या पुढे आलेल्या अनेक बाजू, सोंडा त्यांनी रात्रीच्या अंधारात ओलांडल्या होत्या. तो पूर्वेकडे तोंड करून उभा होता. त्या बाजूला सुमारे पाच मैल अंतरावर एक तिसरा डोंगर उभा होता. पण तो फारसा उंच नव्हता; परंतु त्याची उत्तरेकडील बाजू एकदम खाली उतरली होती आणि एका

मैदानाला जाऊन मिळाली होती. नॅव्हारनमधील ईशान्येकडचे ते मैदान होते. पूर्व दिशा व ईशान्य दिशा यामध्ये चार मैलांवर क्षितिजाजवळ धनगरांच्या काही झोपड्या होत्या. प्रत्येक झोपडी चिमुकली होती आणि त्यावर सपाट छत होते. दोन टेकड्यांमध्ये धनगरांची ती एक वसाहत होती. तिथून पाण्याचा एक ओढा वाहत दरीत गेलेला होता. याचा अर्थ एकच होता, की ती वसाहत किंवा ते खेडेगाव 'मार्गारिटा' हे होते.

त्याने संपूर्ण दरीपासचा भूगोल नीट टिपला होता. दरीतल्या सर्व खाचाखोचा तो अभ्यासत होता आणि त्यात काही संभाव्य धोके असले तर ते हेरत होता. गेली दोन मिनिटे त्याचे मन त्याला आलेल्या चमत्कारिक अनुभवावर विचार करत होते. तो झोपला असताना त्याच्या कानावर काही गूढ व परकीय आवाज पडत होते. त्यामुळे तो खडबडून जागा झाला होता, ताडकन उठून उभा राहिला होता. तो ते आवाज आठवत होता. अन् त्याला तो आवाज परत ऐकू आला. तीन वेळा ऐकू आला. त्या आवाजाची पट्टी वरची होती, तार स्वरातली होती. तो एका शिट्टीचा आवाज होता. त्याचे प्रतिध्वनी कोस्टोसच्या डोंगरावरून आले होते. शेवटचा प्रतिध्वनी तर हवेमध्ये अजून अस्पष्टपणे रेंगाळत होता. ॲन्ड्रिया मागे सरकला आणि घसरून खालच्या घळईत पडला. तो खालच्या ओहोळाच्या काठावर जाऊन पडला होता, पाठीवर पडला होता. अर्धा मिनिट तो तसाच पडून राहिला. त्याच्या गालाचे स्नायू सारखे आकुंचन पावू लागले होते. पण तो कोसळण्याआधी त्याने जे दृश्य पाहिले ते हादरवून टाकणारे होते. त्याने २५ ते ३० जर्मन सैनिक कशीतरी ओळ करून चालले होते. ती ओळ आडवी पुढे सरकत होती. कोस्टोस डोंगराच्या बाजूने ते पुढे सरकत होते. तिथला प्रत्येक ओहोळ पार विंचरून काढीत होते. त्यांच्या वाटेत येणाऱ्या सर्व शिलाखंडांचा गुंताही ते तपासत होते. प्रत्येक सैनिकाने हिमवृष्टीपासून बचाव करणारा खास व पांढरा सूट घातलेला होता. आपल्या समोर दोन मैल दूर असलेला परिसर ते सहज न्याहाळू शकत होते. बर्फाच्या पृष्ठभागावरून सरकण्यासाठी घसरपट्ट्या त्यांनी बरोबर घेतलेल्या होत्या आणि त्या पाठीवर बांधलेल्या होत्या. त्यांची टोके त्यांच्या डोक्यावरील शिरस्त्राणांच्याही वर गेली होती. डोंगराच्या उतारावरून जाताना ते सैनिक अडखळत होते व घसरून पडत होते. समोरच्या अतिशुभ्र पांढऱ्या झालेल्या बर्फभूमीमुळे त्यांचे डोळे अधूनमधून दिपून जात होते. त्या सैनिकांच्या ओळीतला मधला एक जण बाकीच्यांना एका काठीने पुढे जाण्याची दिशा दाखवत होता. तोच त्या गटाचा प्रमुख असावा. सैनिकांचा तो गट म्हणजे शोध घेणारी एक तुकडी होती. त्याच्याच जवळ ती शिट्टी असली पाहिजे, असा तर्क ॲन्ड्रियाने केला.

''ॲन्ड्रिया'' कोणीतरी त्याला बोगद्याच्या तोंडापाशी उभे राहून हळू आवाजात हाक मारीत होते. ''काही अडचण आली आहे?''

ॲन्ड्रिया तसाच बर्फात पडल्या पडल्या वळला. त्याने आपल्या हाताचे बोट ओठांवर ठेवून आवाज न करण्याची खूण केली होती. मॅलरी त्या कॅनव्हासच्या कापडाच्या पार्श्वभूमीवर उभा होता. चुरगळलेले व गडद कापडाचे कपडे त्याने घातले होते. समोरच्या बर्फभूमीवरून परावर्तन पावून येणारा झगझगीत प्रकाश अडवण्यासाठी त्याने आपला एक हात डोळ्यांसमोर धरला होता, तर दुसऱ्या हाताने तो एक डोळा चोळीत होता. मग तो लंगडत पुढे सरकत गेला. त्याच्या पावलांचा पुढचा भाग सुजून निघालेला होता. तिथे रक्त साकळले होते. त्या मृत जर्मन पहारेकऱ्याचे लहान मापाचे बूट घातल्याने असे झाले होते. मग तो सावकाश खाली उतरून त्या ओहोळाच्या काठाशी गेला आणि ॲन्ड्रियाशेजारी बर्फातच बसला.

"जर्मनांची कंपनी?" त्याने विचारले.

"फार मोठी कंपनी आहे. तुम्हीच पाहा." असे म्हणून ॲन्ड्रियाने आपल्या जवळची दुर्बीण त्याला दिली आणि जिकडे पाहायचे तिकडे एक बोट रोखले. "तुमचे मित्र जेन्सन यांनी येथे जर्मन्स येतील असा अंदाज केला नाही."

मॅलरीने सावकाश त्या उतारावर आपली बैठक पक्की केली आणि तो दुर्बिणीतून न्याहाळू लागला. एकदम तो पाहत असलेल्या दृश्यात ती जर्मन सैनिकांची रांग आली. त्याने आपले डोके वर उचलून ते दृश्य फोकसमध्ये घाईघाईने आणले. पुन्हा एकदा नीट पाहिले, अगदी डोळे ताणून पाहिले.

"ते जर्मन सैन्यातले 'डब्ल्यू जी बी' आहेत." तो हळूच म्हणाला.

ॲन्ड्रिया त्यावर मान डोलवत म्हणाला, "म्हणजे एक 'जीगर बटॅलियन' ना? त्यांचे ते सर्वांत उत्कृष्ट असे डोंगराळ भागात हालचाली करू शकणारे तरबेज सैनिक आहेत. हे आपल्यासाठी भलतेच काही होऊन बसले आहे."

मॅलरीने यावर आपली मान होकारार्थी हलवली आणि तो आपली हनुवटी चोळू लागला.

मग त्याने पुन्हा आपली दुर्बीण उचलून त्यातून पाहत म्हटले, "त्यांच्यापैकी एकाला जरी आपला सुगावा लागला, अन् तसा तो लागू शकेल, तर ते आपल्याला सहज पकडू शकतील." त्या जर्मन सैनिकांचा शोध अत्यंत बारकाईने चालला होता. पण त्याहीपेक्षा अधिक भीतिदायक अशी गोष्ट होती की ते अत्यंत ठामपणे, अगदी क्रूरपणे व मंद गतीने शोध घेत होते. ते आपल्याकडे केव्हातरी पोहोचणारच याची त्या दोघांना खातरी पटली. "हे डोंगराळ भागातील जर्मन सैन्य येथे काय कशाला आणले असेल? ज्या अर्थी ते येथे आले आहेत त्या अर्थी आपण या बेटावर उतरलो आहोत हे त्यांना नक्की कळले असणार. म्हणूनच त्यांनी सकाळ झाल्या झाल्या ताबडतोब या पूर्वेच्या बाजूला शोधपथक पाठवले आहे. कारण येथूनच आत

जाण्याचा आपला मार्ग त्यांनी ओळखला आहे. तसेच ते दुसऱ्या बाजूनेही शोध घेत असतील. अन् आपण एका जखमी माणसाला बरोबर घेऊन प्रवास करतो आहोत, हेही त्यांना नक्की ओळखले असावे. तेव्हा आपण फार दूरवर वेगाने जाऊ शकणार नाही, हे त्यांना समजले आहे. फक्त आता त्यांना आपल्याला गाठण्यास किती वेळ लागेल, एवढाच प्रश्न आहे.''

''खरे आहे, किती वेळ लागेल,'' ॲन्ड्रिया म्हणाला. मग त्याने वर सूर्याकडे पाहिले. सूर्य जरी तिथे होता तरी आता ढगांमुळे झाकला गेला होता. आकाश काळवंडत चालले होते. ''एक तास किंवा फार तर दीड तास त्यांना येथे पोहोचायला लागेल. पण सूर्यास्तापूर्वी ते येथे येणार हे नक्की. अन् आपल्याला तर येथेच थांबायचे आहे.'' मग त्याने प्रश्नार्थक नजरेने मॅलरीकडे पाहत म्हटले, ''आपण त्या आजारी स्टीव्हन्सला येथे सोडून जाऊ शकत नाही. आणि त्याला येथून घेऊन जायचे म्हटले तरी ते शक्य नाही. कारण तसे केले तर वाटेतच प्रवासात तो मरेल, एवढी त्याची प्रकृती नाजूक आहे.''

पण मॅलरी तरीही निक्षून म्हणाला की, ''आपण येथे असणार नाही, येथे जर थांबलो तर आपण सगळेच मरून जाऊ. किंवा व्लाचोसने सांगितल्याप्रमाणे जर्मन्स आपली रवानगी त्यांच्या त्या काळकोठडीत करतील.''

''जेवढा अधिक आकडा तेवढा जास्त लाभ त्यापासून होतो.'' मॅलरी म्हणत होता. यावर ॲन्ड्रियाने आपली मान सावकाश हलवली, ''होय, असेच ते असायला हवे, हो ना? सर्वांत मोठा आकडा. कॅप्टन जेन्सन यावर असेच म्हणेल.'' ते ऐकून मॅलरी अस्वस्थ झाला. पण जेव्हा तो बोलू लागला तेव्हा त्याचा आवाज स्थिर होता.

''ॲन्ड्रिया, मीसुद्धा असेच पाहतो आहे. एक साधे प्रमाण आहे– एकाला बाराशे. हाच मार्ग आहे.'' एवढे बोलून मॅलरी दमला.

''होय, मला ठाऊक आहे ते. पण तुम्हाला कशाचीही काळजी वाटत नाही, असे दिसते.'' मग ॲन्ड्रिया हसून त्याला म्हणाला, ''कमॉन, माय फ्रेन्ड. आपण बाकीच्या सर्वांना ही चांगली बातमी सांगू या.''

ते दोघे जेव्हा आत आले तेव्हा मिलरने मान वर करून त्यांच्याकडे पाहिले. त्यांनी आपल्यामागे तो कॅनव्हासच पडदा परत पहिल्यासारखा करेपर्यंत तो काहीही बोलला नाही. स्टीव्हन्स ज्या स्लीपिंग बॅगेत झोपला होता त्याची बाजूची चेन त्याने ओढून स्लीपिंग बॅग उघडली होती आणि एक छोटी बॅटरी घेऊन तिच्या प्रकाशात तो स्टीव्हन्सच्या मोडक्या पायाची तपासणी करत होता.

मग तो एकदम रागाने बोलू लागला, ''बॉस, या पोराचे तुम्ही काय करायचे

ठरवले आहे?'' स्टीव्हन्स अजूनही झोपेच्या औषधाच्या अमलाखाली होता. मिलर पुढे म्हणाला, ''या भिकार वॉटरप्रूफ स्लीपिंग-बॅगेमध्ये कुठूनतरी पाणी शिरून आत सर्वत्र ओले झाले आहे. स्टीव्हन्सचे कपडेही भिजले आहेत. तो पार गारठून लाकडासारखा कडक झाला आहे. त्याला आता उबेची गरज आहे, एक उबदार खोली हवी आणि काहीतरी गरम पेय त्याला पाजले पाहिजे. ते जर मिळाले नाही तर हा पोरगा संपलाच म्हणा. तो फार तर चोवीस तास तग धरू शकेल, हे ध्यानात घ्या, बॉस.'' एवढे बोलून मिलर शहारला आणि त्याने त्या आश्रयस्थानातल्या भिंतींच्या फटींकडे पाहिले. त्यातून झोंबणारा गार वारा आत घुसत होता. तो पुढे म्हणाला, ''अगदी जरी याला आपण एखाद्या सर्वोत्तम हॉस्पिटलमध्ये दाखल केले तरीही तो बरा होण्याची शक्यता फार नसणार. हा बोगदा म्हणजे त्यांच्यासाठी एक आइसबॉक्स आहे. त्याच्या या आणीबाणीच्या काळात तो येथे श्वासोच्छ्वास करण्यात निव्वळ लाखमोलाचा वेळ वाया घालवत आहे.''

मिलर जे सांगत होता त्यात तथ्य नक्कीच होते. त्या बोगद्यासारख्या गुहेत छतातून पाणी सारखे ठिबकत होते. ओल्या भिंतींवर शेवाळे चढलेले होते. तिथे हवा येण्याजाण्यासाठी कोणतीही नैसर्गिक वायुवीजनाची सोय नव्हती. तसेच जमिनीवर साठलेले पाणी निघून जात नव्हते. ती संपूर्ण जागा ही एकप्रकारे दलदलीची, कमालीची गार पडलेली आणि कोंदट हवेची झालेली होती.

''तुम्हाला वाटते आहे त्यापेक्षाही कमी वेळात त्याला एखाद्या हॉस्पिटलमध्ये दाखल करता येईल. त्याचा पाय आता कसा आहे?'' मॅलरीने रुक्षपणे विचारले.

मिलरने यावर सडेतोडपणे म्हटले, ''पूर्वीपेक्षाही वाईट परिस्थिती आहे. त्या जखमेकडे पाहणे हेसुद्धा भयंकर आहे. मी त्याच्या पायाच्या जखमेत आणखी सल्फाची पावडर भरली आहे, अन् परत जखम बांधून टाकली. मी फक्त एवढेच करू शकतो, बॉस. हा सारा वेळ व्यर्थ वाया चालला आहे... अन् हो, ते हॉस्पिटलमध्ये दाखल करण्याबद्दल काय बोलत होतात? हा काही विनोद आहे का?'' शेवटचे वाक्य त्याने आपला संशय प्रगट करत म्हटले.

मॅलरी सबुरीने म्हणाला, ''नाही, हा काही विनोद नाही. पण ती एक जीवनातली अप्रिय अशी वास्तवता आहे. एक जर्मन शोधपथक आपल्याच दिशेने सरकत आहे. याचा अर्थ ते गंभीरपणे येत आहेत. ते आपल्याला सहज शोधून काढतील. कळले?''

मिलर कडवटपणे म्हणाला, ''असे असेल तर मग ठीकच आहे असे म्हटले पाहिजे. किती दूर आहेत ते?''

''एक तासाच्या अंतरावर आहेत. कदाचित थोडा अधिक वेळ त्यांना येथे पोहोचायला लागेल.''

"मग या स्टीव्हन्सचे आपण येथे काय करायचे ठरवले आहे? येथेच त्याला सोडून द्यायचे? तसे केले तर तो कदाचित वाचेलही.''

"नाही. स्टीव्हन्स आपल्याबरोबरच येणार.'' मॅलरी हे ठाम स्वरात म्हणाला. मिलर त्याच्याकडे नंतर बराच वेळ नुसते थंडपणे बघत राहिला. काय बोलावे ते त्याला सुचत नव्हते.

मिलर म्हणाला, "स्टीव्हन्सला जर बरोबर न्यायचे असेल, तर त्याला फरफटत ओढत न्यावे लागेल. शेवटी तो यातच मरण पावेल अन् ती वेळ लवकरच येईल. मग त्याला येथे बर्फात सोडून आपण निघून जाऊ. असेच ना?''

"असेच काहीतरी,'' मॅलरी आपल्या अंगावर पडलेले काही बर्फ झटकून टाकत अनवधानाने म्हणाला. मग मान वर करून मिलरकडे पाहत म्हणाला, "स्टीव्हन्सला आपल्या योजनेची खूप माहिती झाली आहे. आपण या बेटावर का आलो असू, याचा तर्क जर्मनांनी बरोबर केला असावा. पण त्यांच्या त्या भक्कम बालेकिल्ल्यात आपण कसे शिरणार याचा ते अंदाज करू शकणार नाहीत. तसेच आपल्या आरमाराचा तांडा मोहिमेवर निघून येथून पुढे कधी सरकेल वगैरेबद्दल त्यांना काहीच ठाऊक नाही. पण याबद्दलही सारे स्टीव्हन्सला ठाऊक आहे. जर्मन्स त्याला बोलायला भाग पाडतील आणि त्याच्याकडून सर्व माहिती काढून घेतील. स्कोपोलामाईन नावाचे इंजेक्शन दिल्यावर माणूस कसे मनातील सारे ओकून टाकतो हे तुम्हाला ठाऊक आहेच.''

"स्कोपोलामाईन! मरायला टेकलेल्या माणसावर ते याचा प्रयोग करणार?'' मिलरला एक धक्का बसला होता.

"का नाही? शत्रूच्या जागी मी असतो, तर हेच मीही केले असते. तुम्ही जर्मन कमांडंट असता आणि जर तुम्हाला असे समजले असते की, आपल्या मोठ्या तोफा आणि बालेकिल्ल्यातील निम्मी शिबंदी कोणत्याही क्षणी उद्ध्वस्त होऊ शकते आहे, तर तुम्हीही तेच केले असते.''

यावर मिलर मॅलरीकडे रुक्षपणे पाहून हसला. मग आपली मान हलवून तो म्हणाला, "मी आणि माझा–''

"हो, ठाऊक आहे मला. तू आणि तुझे फटकळ तोंड!'' असे म्हणून मॅलरी हसला आणि त्याने पुढे होऊन मिलरच्या खांद्यावर थोपटले. तो पुढे म्हणाला, "मलाही तुझ्याप्रमाणे स्टीव्हन्सची तेवढीच काळजी आहे.'' मग तो दुसऱ्या बाजूला जाऊन ब्राउनला म्हणाला, "काय, कसे काय वाटते आहे आता?''

"तितकेसे आता वाईट नाही, सर.'' कॅसी ब्राउन नुकताच जागा झाला होता. त्याचे शरीर बधिर झाले होते आणि ओल्या कपड्यात त्याला हुडहुडी भरली होती. त्याने मॅलरीला विचारले, "काही गडबड आहे का?''

"बरीच गडबड आहे," मॅलरी सांगू लागला, "जर्मनांचे एक शोधपथक आपल्याकडेच येते आहे. आपल्याला आता अर्ध्या तासात जागा बदलायला हवी." मग आपल्या घड्याळात पाहून तो पुढे म्हणाला, "आपल्या वायरलेस सेटवर आत्ता कैरोशी संपर्क साधता येईल?"

"ते शक्य आहे की नाही ते देव जाणे!" ब्राऊनने खरे काय ते सांगितले. "काल वायरलेस सेट त्यासाठी नीटनेटका करून ठेवायला हवा होता. त्यात काय काय बारीकसारीक बदल झाले असतील ते सांगता येत नाही. मला आधी ते तपासले पाहिजेत."

"थँक्स, तसेच कर. पण तुझी एरियल लांबून दिसेल, एवढी या ओहोळाच्या छोट्या दरीतून उंच करू नकोस. मॅलरी तिथून बाहेर पडण्यासाठी वळला, पण एकदम थांबला. त्याला समोर ॲन्ड्रिया दगडावर बसलेला दिसला होता. त्याचे डोके खाली झुकलेले होते. कसल्यातरी विचारात तो गढलेला असावा. त्याने आपल्या सेव्हन पॉइंट नाइन टू या मॉसर जातीच्या बंदुकीवर एक टेलिस्कोप फिरवून बसवला होता. तसेच बंदूक व तो टेलिस्कोप यावर स्लीपिंग बॅगेच्या आतले पांढरे अस्तर त्याने गुंडाळून टाकले. बर्फमय परिसरात ती बंदूक आता लांबून दिसणार नव्हती.

मॅलरी शांतपणे त्याची कृती पाहत होता. ॲन्ड्रियाने वर पाहून मॅलरी दिसल्यावर एक स्मित केले. आपली पाठीवरची पिशवी घेण्यासाठी तो उठून उभा राहिला. नंतर अर्ध्या मिनिटांत त्याला नखशिखांत बसणारा एक पोषाख चढवण्यात आला. तो पोषाख असा होता की त्यामुळे लांबून त्याचे अस्तित्व डोंगराळ भागात लपून जाणार होते. मग त्याने ती मॉसर बंदूक उचलली व तो थोडेसे हसला.

मग थोडेसे ओशाळेपणे मॅलरीला तो म्हणाला, "कॅप्टन, मला वाटते की थोडेसे फिरून यावे. अर्थातच तुम्ही त्यासाठी परवानगी देत असाल तरच."

यावर मॅलरीने आपली मान सावकाश पण बऱ्याच वेळा होकारार्थी हलवली. तो म्हणाला, "मी कशाचीही काळजी करत नाही असे तुम्हाला वाटते. मला ते सर्व कळत असते. तुम्हाला जे म्हणायचे ते मला तुम्ही सांगायला हवे होते, ॲन्ड्रिया." मॅलरीचा हा निषेध त्याच्या तोंडून आपोआप बाहेर पडला होता. पण त्यात इतर कोणतीच भावना नव्हती. राग नव्हता की वैताग नव्हता. ॲन्ड्रिया पूर्वी हुकमत गाजवत असायचा. आता त्याची ती सवय लयाला गेली होती. त्याने आता जे काही करायचे ठरवले होते, त्यासाठी त्याने मॅलरीकडून परवानगी घ्यायला पाहिजे होती, निदान एक उपचार म्हणून तरी. तसेच आपल्या मनातील हेतूही त्याने सांगायला हवा होता. परंतु याबद्दल मॅलरीला राग येण्याऐवजी ॲन्ड्रियाला पाहून उलट हायसेच वाटले. स्टीव्हन्सला आपण तो मरेपर्यंत वाहून नेऊ, असे त्याने मिलरला सहज सांगितले होते. मग निर्विकारपणे त्याने आपण काय करायला हवे हे

सांगितले. त्यावरून त्याच्या मनातली निराशा त्याने प्रयत्नपूर्वक दाबून कसा आवश्यक निर्णय घेतला ते समजून येत होते.

ॲन्ड्रियाला अर्धवट पश्चात्ताप झाला होता आणि तो आता कसनुसे हसत म्हणाला, ''मी ते तुम्हाला सांगायला हवे होते. मला वाटले की तुम्हाला समजले असावे... पण तुम्ही म्हणता ते बरोबर आहे.''

मग मॅलरी त्याला दिलखुलासपणे म्हणाला, ''तेवढी एकच गोष्ट तुम्ही करू शकता की, जर्मनांना भुलवत भुलवत त्यांना अगदी विरुद्ध बाजूला न्या. शक्य आहे ना?''

''दुसरा काही मार्गच नाही. त्यांच्याजवळ पायात चढवायच्या घसरपट्ट्या असल्याने ते वेगाने माझ्या जवळ काही मिनिटांत पोहोचतील. अर्थात जर मी त्या दरीत खाली गेलो तर. मग मी परत येऊ शकणार नाही. निदान रात्र पडेपर्यंत तरी. तेव्हा तुम्ही येथेच असाल ना?''

''आपल्यापैकी कोणीतरी येथे असेलच,'' असे म्हणून आतमध्ये नजर टाकली. स्टीव्हन्स जागा झाला होता आणि तो उठून बसू पाहत होता. तो आपले डोळे चोळत होता. ''ॲन्ड्रिया, आपल्याजवळ अन्न व इंधन असायलाच हवे,'' हे तो हळू आवाजात म्हणाला. ''मी आज रात्री खाली दरीत उतरणार आहे.''

''अर्थात, अर्थात, तसे करण्यावाचून आपल्याला गत्यंतरच नाही.'' ॲन्ड्रियाचा आवाज फार लहान झाला होता. तो केवळ पुटपुटतच बोलत होता. ''आपल्याला जेवढे काही शक्य आहे तेवढे केलेच पाहिजे. स्टीव्हन्स अगदीच पोरगेलासा आहे, लहान पोरच वाटतो तो मला... कदाचित फार वेळ टिकणार नसेल.'' मग आत येऊन त्याने आपल्या मागे कॅनव्हासचा पडदा लावून टाकला. बाहेरचे संध्याकाळचे आकाश पाहिले व म्हटले, ''मी बहुतेक सात वाजेपर्यंत परतेन.''

''सात वाजता!'' मॅलरी म्हणाला. आत्ताच हळूहळू आकाश काळवंडू लागले होते. त्यातून हळूहळू हिमवृष्टी सुरू होऊ लागली होती. वारा आता काही ढग पळवून येथे आणीत होता. ते ढग त्या ओहोळाच्या छोट्या दरीत खाली उतरू लागले होते. मॅलरी थरथरला. त्याने ॲन्ड्रियाचा जाडजूड दंड पकडून म्हटले, ''कृपा करून स्वत:ची काळजी घे! देवाशपथ काळजी घे!''

''माझी काळजी?'' ॲन्ड्रियाच्या डोळ्यांत नेहमीचे मजेचे भाव नव्हते. त्याने अलगदपणे मॅलरीचा आपल्या दंडावरील हात दूर केला. मग तो शांत आवाजात बोलू लागला, ''तुम्हीच देवाला का नाही सांगत की आपल्यासाठी त्या सैतानी जर्मनांकडे जरा लक्ष दे म्हणून?'' एवढे बोलून तो बाहेर गेला. त्याच्या मागे तो कॅनव्हासचा पडदा परत बंद झाला.

नंतर बराच वेळ मॅलरी उभा राहून कॅनव्हासच्या पडद्याच्या फटीतून बाहेर पाहत

राहिला होता. नंतर तो एकदम वळला आणि भरभर चालत स्टीव्हन्सपाशी गेला व त्याच्यासमोर गुडघे टेकून बसला. मिलरच्या मदतीने स्टीव्हन्स उठून बसला होता. त्याच्या डोळ्यांतील तेज निघून गेले होते आणि फक्त निर्जीव भाव तिथे उरले होते. चेहरा पांढराफटक पडला होता. मॅलरीने त्याच्याकडे पाहून स्मित केले. आताच्या जर्मनांच्या शोधमोहिमेच्या बातमीने त्याला धक्का बसलेला नसावा, अशी त्याने आशा केली.

"वेल, वेल, वेल. शेवटी झोपी गेलेला जागा झाला तर. पण काही का असेना, उशिरा का होईना, जागे होणे महत्त्वाचे आहे." मग त्याने आपली सिगारेटची चपटी वॉटरप्रूफ डबी उघडून त्यातली एक सिगारेट शिलगावून ती स्टीव्हन्सच्या तोंडात ठेवून दिली आणि त्याला विचारले, "अँडी, बेटा, कसे वाटते आहे रे तुला आता?"

मग आपले डोके हलवत स्टीव्हन्सने मॅलरीकडे पाहून एक स्मित करत म्हटले, "सर, मी पार गोठून गेलो आहे." परंतु त्याचे ते स्मित करत हसणे हे हसण्याचे विडंबन होते. ते पाहून मॅलरीचे मन विषण्ण झाले.

"आणि तुझा पाय काय म्हणतो आहे?"

"मला वाटते की तोही गोठून गेला आहे," असे म्हणून त्याने आपल्या पायाच्या बॅन्डेजकडे पाहत पुढे म्हटले, "पण त्यामुळे तिथे मला कसलीच जाणीव होत नाही."

"गोठला आहे!" मिलर म्हणाला. त्याचा वैद्यकीय गर्व कुठेतरी दुखावला गेला असावा. तो पुढे म्हणाला, "त्याच्या पायाची मी अगदी फर्स्टक्लास काळजी घेतली आहे, असे मी सांगतो."

स्टीव्हन्सच्या चेहऱ्यावर एक हसू क्षणभर तरळून गेले. बराच वेळ तो आपल्या पायाकडे रोखून पाहत होता. मग एकदम त्याने आपले डोके वर करून थेट मॅलरीकडे पाहिले. स्टीव्हन्स बोलू लागला. त्याचा आवाज खालच्या स्वरातला होता, पण ठाम होता. त्यात कोणतेच भाव नव्हते. तो म्हणाला, "असे पाहा सर, आपण उगाच आपलीच फसवणूक करून घेण्यात अर्थ नाही. मला कृतघ्न व्हायचे नाही की उगाच फुकटची मर्दुमकी गाजवायची नाही. पण सध्या मी तुमच्या गळ्यात अडकवलेला एक जात्याचा दगड झालेलो आहे, हे नक्की." प्राचीन काळी युरोपात शिक्षा म्हणून एखाद्याच्या गळ्याभोवती जात्याची एक पाळी अडकवत. त्या पाळीच्या मधल्या भोकातून त्या व्यक्तीचे डोके वर आलेले असे. थोडक्यात, हा संदर्भ देऊन मी म्हणजे तुमच्या गळ्यातले लोढणे बनलो आहे, असे त्याने बोलून दाखवले होते. तो पुढे बोलू लागला, "आणि म्हणून—"

त्याचे बोलणे तोडून टाकत मॅलरी बोलला, "आणि म्हणून तुला आम्ही येथेच

सोडून द्यायचे, तुला थंडीमुळे मरू द्यायचे किंवा जर्मनांच्या हातात पडू द्यायचे काय? तेव्हा बेटा, विसर हे सारे विचार. आम्ही तुझी काळजी घेऊ– आणि त्याच वेळी जर्मनांच्या त्या तोफांचाही समाचार घेऊ.''

''पण सर–''

मिलर त्याला फिस्कारत म्हणाला, ''ल्युटेनन्ट, तू असे बोलून आमचा उपमर्द करतो आहेस रे. शिवाय एक व्यावसायिक म्हणून तू बरा कसा होशील ते मी पाहतो आहे. मग भले ते जर्मन आपल्याला त्यांच्या काळकोठडीत घेऊन जाण्यासाठी येथे येवोत. तुला–''

''बास, बास!'' मॅलरीने आपला हात उंचावून मिलरला थोपवते व पुढे म्हटले, ''हा विषय आता येथेच संपला आहे.'' स्टीव्हन्सच्या चेहऱ्यावर जरासे भाव प्रगट होऊ लागले होते. त्याच्या मनात ओशाळेपणा दाटू लागला होता. तो आपल्या बोलण्याने खजील झाला होता. आपणामुळे यांची मोहीम अडचणीत येते आहे, आपण त्यांच्या गळ्यातले लोढणे बनलो आहोत असे त्याला वाटत होते... मॅलरी पुढे वाकला आणि आपल्या बुटांचे बंद सोडवू लागला. वर न बघता त्याने मिलरला हाक मारली, ''डस्टी.''

''येस?''

''तुझ्या वैद्यकीय ज्ञानाचे प्रदर्शन आता जर बंद झाले असेल, तर त्यातले थोडेसे ज्ञान माझ्या पायासाठी वापर. त्या पहारेकऱ्याच्या बुटामुळे माझी पावले चांगलीच दुखावली गेली आहेत.''

नंतरची १५ मिनिटे मॅलरीला फार वेदनादायक गेली. मॅलरीच्या पावलांना जागोजागी लावलेल्या चिकटपट्ट्या मिलर काढून टाकत होता आणि त्या पावलांना मर्दन करत होता.

''आहाहा! छान, छान! मिलर अगदी छान वाटते आहे रे. बाल्टिमोर शहरातील जॉन हॉपकिन्स हॉस्पिटलातसुद्धा इतकी चांगली सेवा दिली जात नसेल...'' पण एकदम मॅलरी बोलायचे थांबला. त्याने आपल्या पावलांना बांधलेले जाडजूड बॅन्डेज पाहिले.

मिलर म्हणाला, ''बॉस, मला एक छोटासा मुद्दा सुचला.''

मॅलरी म्हणाला, ''म्हणजे हा आता जाड झालेला पाय पुन्हा बुटात कसा घुसवायचा, याबद्दलच ना?'' मग मिलर लोकरीचे दोन पायमोजे मॅलरीच्या पायावर चढवू लागला. ते पायमोजे मळलेले होते. बर्फ वितळल्याने ओलसर झाले होते. मग त्याने पहारेकऱ्याचे बूट उचलून एका हात लांब धरून म्हटले, ''हा सात नंबरचा बूट आहे. अगदीच लहान मापाचा आहे.''

''हा नऊ नंबरचा आहे.'' स्टीव्हन्स त्रोटकपणे म्हणाला. त्याने आपले बूट

काढून स्लीपिंग बॅगेच्या फटीतून पुढे केले. तो पुढे म्हणाला, "हे तुम्ही वापरून पाहा. नाहीतरी मला त्यांचा काहीच उपयोग नाही. अन् सर, आता यावर चर्चा करू नका." एवढे बोलून तो हसू लागला. पण त्याच वेळी झालेल्या वेदनेमुळे तो एकदम कण्हूही लागला होता. त्याच्या मोडलेल्या पायातून एक जोराची कळ उमटलेली होती. तो खोलवर श्वास घेऊ लागला. थरथरत श्वास सोडू लागला. मग कसनुसे हसत म्हणाला, "या मोहिमेला माझ्याकडे असलेले हे पहिले व बहुतेक शेवटचे योगदान. यासाठी मला नंतर कोणते पदक मिळेल, सर?"

मॅलरीने ते बूट घेतले आणि स्टीव्हन्सकडे बराच वेळ काहीही न बोलता पाहिले. तेवढ्यात ब्राऊन पडदा बाजूला सारून आत घुसला. त्याने आपल्या पाठीवरचा वायरलेस सेट व ती टेलिस्कोपिक एरियल खाली ठेवली आणि खिशातून एक सिगारेट्सचा टिनचा डबा बाहेर काढला. त्याच्या गारठलेल्या हातातून तो डबा निसटला आणि खालच्या थंड चिखलात पडला. ताबडतोब सगळ्या सिगारेट्स चिखलामुळे ब्राऊन रंगाच्या झाल्या व ओलसर बनल्या. "अरेरे!" असे म्हणून तो आपली बोटे छातीवर आपटून त्यात जीव आणू लागला. मग तो एका मोठ्या दगडावर मटकन खाली बसला. तो दमला होता व गार पडला होता. त्याला चांगलीच थंडी वाजत होती.

मॅलरीने एक सिगारेट पेटवून त्याच्या पुढे धरली.

"मग कॅसी, कसे काय झाले तुझे वायरलेस प्रक्षेपण? शेवटी त्यांच्याशी संपर्क साधला की नाही? त्यांना येथली जाणीव करून दिली की नाहीस?"

"उलट त्यांनीच मला जाणीव करून दिली असं म्हटले पाहिजे. पलीकडून येणारे शब्द अत्यंत अस्पष्ट होते." एवढे बोलून त्याने सिगारेटचा उबदार धूर आपल्या छातीत घेतला. तो पुढे सांगू लागला, "अन् मला त्यांच्या सांगण्यातील सर्व काही कळले नाही. ती दक्षिणेकडची टेकडी वाटेत येत असल्याने तसे होत असावे."

मॅलरी म्हणाला, "शक्य आहे. अन् कैरोतल्या मित्रांकडून काही बातमी? आणखी प्रयत्न चालू ठेवा, असे काही त्यांनी बजावले का? आपले काम लवकर चालू करा, असे म्हणाले का?"

"तसे काही नाही. पण त्यांना इकडून फारसे महत्त्वाचे काहीही न समजल्याने ते चिंताक्रांत झाले आहेत हे नक्की. अन् ते म्हणाले की येथून पुढे त्यांना दर चार तासांनी वृत्तान्त हवा आहे. हे मग तुम्हाला इकडून जरी काहीही सांगायचे नसले तरीही तसा संपर्क त्यांना हवा आहे. त्यांनी ही बाब दहा वेळा परत परत बजावून सांगितली. मग त्यांनी त्यांच्याकडचे प्रक्षेपण बंद केले."

"वा! काय झकास मोठी मदत आहे!" मिलर उपहासाने म्हणाला, "नशीब की

ते निदान आपल्या बाजूला तरी आहेत. त्यांनी फक्त आपल्याला एक नैतिक पाठिंबा दिला आहे.'' मग कॅनव्हासच्या दिशेने बोट करून तो पुढे म्हणाला, ''त्यांना समजले तर ती जर्मन माणसे अगदी घाबरून जातील, पार घाबरून मरून जातील... येता येता ते जर्मन सैनिक कोठवर पुढे सरकले ते पाहिलेस का?''

ब्राऊन दुर्मुखलेला चेहरा करून म्हणाला, ''मला तसे पाहताच आले नाही. मला फक्त त्यांचे आवाज ऐकू आले. त्यांचा अधिकारी त्यांना कोणत्या दिशेने जायचे त्याचा हुकूम सोडत असावा.'' मग सहज त्याने आपली रायफल उचलली व तिची क्लिप सैल करून तो म्हणाला, ''आत्ता कदाचित ते एका मैलापेक्षा कमी अंतरावर आले असावेत.''

जर्मनांचे ते शोधपथक या वेळी फारसे न विखुरता बरेच एकमेकांच्या जवळ-जवळ आले होते. त्यांची लांबी एक मैलांपेक्षा कमी होती आणि ते बोगद्याच्या आश्रयस्थानापासून अर्ध्या मैलांवर येऊन ठेपले होते. जर्मन शोधपथकाचा प्रमुख एक ओबेरलेफ्टनंट पदावरचा अधिकारी होता. त्याने आपल्या रांगेतल्या उजव्या बाजूच्या सैनिकांकडे पाहिले. ते दक्षिणेकडे जाणाऱ्या तीव्र उतारावर पुढे सरकत होते. पण पुन्हा एकदा ते मागे पडल्याने जर्मन सैनिकांची उजवी फळी मागे पडत होती. अस्वस्थ होऊन त्यांच्या प्रमुखाने आपल्या तोंडात शिट्टी घालून ती तीन वेळा कर्कश आवाजात फुंकली. उजव्या फळीच्या सैनिकांना लवकर पुढे सरकण्याचा निक्षून केलेला तो एक इशारा होता. अशा शिट्ट्या त्याने दोनदा फुंकल्या. त्यामुळे त्याच्या आज्ञेत तातडीचा हुकूम सैनिकांना कळवला गेला होता. बर्फाच्छादित उतारावरून त्या शिट्ट्यांच्या आवाजाचे प्रतिध्वनी उमटत गेले आणि ते खालच्या दरीत जाऊन लुप्त झाले. परंतु त्याने तिसऱ्यांदा शिट्टी वाजवायचा प्रयत्न करताच ती शिट्टी मुळातच उमटू शकली नाही. त्याने पुन्हा प्रयत्न केला नि शिट्टीतून विव्हळण्याचे स्वर उमटले. त्यानंतर त्याच्या तोंडून आवाज उमटला तो बुडबुड्यातून एक वेदनामय किंकाळी फोडल्यासारखा होता. दोन ते तीन सेकंद तो ओबेरलेफ्टनंट स्तब्ध जागच्या जागी उभा होता. त्याच्या चेहऱ्यावर धक्का बसल्याचे भाव होते अन् त्याने आपला चेहरा वेडावाकडा केला होता. नंतर तो आपल्या हातात एक मोठा चाकू घेऊन पुढे जोरात चालून गेला, पण वाटेतच तो बर्फात पालथा पडला. त्याच्या शेजारी एक जाडजूड सार्जन्ट होता. त्या सार्जन्टने आपल्या अधिकाऱ्याकडे खाली वाकून पाहिले. काय झाले हे त्याला उमगल्यावर त्याने घाबरलेल्या नजरेने वर मान करून पाहिले. मग ओरडण्यासाठी आपले तोंड त्याने उघडले, एक निःश्वास सोडला आणि तोही खाली पडलेल्या आपल्या अधिकाऱ्याच्या अंगावर

कोसळून पडला. मरत असताना त्याच्या कानात मॉसर रायफलचा चाबूक फटकारल्यासारखा आवाज घुमत होता.

कोस्टोस डोंगरावर दोन प्रचंड शिळेमध्ये लपून राहून ॲन्ड्रिया खाली पाहत होता. डोंगराची पश्चिमेची बाजू आता अंधारात बुडत चालली होती. रायफलला लावलेल्या टेलिस्कोपमधून ॲन्ड्रिया खाली पाहत होता. त्याने रायफलीमध्ये आणखी तीन गोळ्या भरल्या आणि त्या पुढे येणाऱ्या शोधपथकाच्या विस्कळीत झालेल्या रांगेवर झाडल्या. त्याचा चेहरा थंड होता, निर्विकार होता, तसेच नि:स्तब्ध होता, अगदी डोळ्याची पापणीही लवत नव्हती. गोळी झाडल्यावर रायफलचा जो दणका मागे रायफल चालवण्यावर बसतो त्यानेही तो विचलित झाला नाही, हलला नाही. त्याच्या मनातील सारे विचार निपटले गेले होते. त्याच्या निर्विकार चेहऱ्यासारखेच भाव त्याच्या डोळ्यांत उमटले होते. त्या डोळ्यांत कठोर भाव नव्हते की त्यात करुणेची छटा नसलेलेही भाव नव्हते. ते पूर्णपणे रिकामे होते, भावरहित होते, भीती वाटेल एवढे तटस्थ भाव होते. त्याच्या मनात जे भाव होते त्याचे प्रतिबिंब त्याच्या डोळ्यांत उमटले होते. जणू काही आत्ता त्याने आपल्या मनावर असे काही कवच चढवले होते की सर्व विचार व जाणिवा यांना प्रतिबंध केला जात होता. आपण करतो आहोत ते योग्य की अयोग्य हा विचार आत्ता अजिबात करायचा नाही, असे ॲन्ड्रियाने स्वत:ला निक्षून बजावले होते. आपल्यासारख्याच सैनिक बांधवांना ठार करणे, त्यांचा जीव घेणे हे एक सर्वोच्च पाप आहे. कारण आपल्याला मिळालेले आयुष्य ही एक देणगी आहे, पारितोषिक आहे अन् कोणाचीही देणगी अशी हिसकावून घेता कामा नये, असा हा विचार तो आता करत नव्हता. आणि हा एक खून होता.

ॲन्ड्रियाने सावकाश आपली मॉसर रायफल खाली केली. रायफलीच्या टेलिस्कोपमधून तो निरखून पाहू लागला. त्याने झाडलेल्या गोळ्यांमुळे तिथे हिमकणांच्या वातावरणात गोळ्यांचा धूर अजूनही तरळत होता. समोरची शत्रूची माणसे आता पळून गेली होती. इतस्तत: पडलेल्या धोंड्यांच्या मागे जाऊन त्यांनी आश्रय घेतला होता किंवा बर्फाच्या थराखाली घुसून ते लपले असतील. तसे करणे तर फार धोक्याचे होते. आपल्या अधिकाऱ्याच्या मृत्यूमुळे जरी त्यांना धक्का बसला असला तरी त्या धक्क्यातून ते लवकर सावरणार, हे ॲन्ड्रियाला ठाऊक होते. ते काही कसलेले योद्धे नव्हते, चिवट लढवय्ये नव्हते. युरोपातील जीगर डोंगरातील स्कीइंग करत युद्ध करणारी बटॅलियन अत्यंत शूर आणि चिवट समजली जाते. तसे तर ते नक्कीच नव्हते. पण तरीही ते लवकरच धक्क्यातून सावरत उठतील आणि आपल्या दिशेने येतील, आपल्याला पकडतील आणि दयाळू असतील तर आपल्याला ठार करतील, हेही ॲन्ड्रिया समजत होता. म्हणून तर ॲड्रियाने त्यांना जबरदस्त

धक्का देण्यासाठी त्यांचा अधिकारीच मारून टाकला होता. त्यामुळे ते कदाचित पुढे येणार नाहीत किंवा थांबून हा चिथावणीखोर हल्ला कोणी केला म्हणून विचारविनिमय करत बसतील.

त्याने ज्या मोठ्या शिळेमागे आश्रय घेतला होता त्यावर आता बंदुकीच्या गोळ्यांचा मारा झाल्याने एकदम मोठा आवाज झाला. ॲन्ड्रिया झटकन खाली वाकला. असे काही घडेल अशीही त्याची अटकळ होती. काही जणांनी शत्रूच्या दिशेने धडाधड मारा करत राहायचे, म्हणजे शत्रू आपली हालचाल थांबवतो आणि त्या काळात बाकीच्यांनी पुढे सरकत चढाई करत जायचे. आपल्यामागून आपल्या लोकांनी केलेल्या भडिमाराचा आश्रय घेत जाणे ही एक जुनीच पद्धत होती. ॲन्ड्रियाने झटपट आणखी काही गोळ्या आपल्या मॉसर रायफलमध्ये भरल्या. मग तो जमिनीवर पालथा पडून इंच इंच पुढे सरकू लागला. उजव्या बाजूच्या शिळेच्या आधाराने तो शिळा जिथे संपते तेथपर्यंत जाऊ पाहत होता. त्याने आपली हल्ला करण्याची, गोळ्या झाडण्याची जागा आधी काळजीपूर्वक निवडून ठेवली होती. टोकाला गेल्यावर त्याने आपले डोक्यावरील पांढरे शिरस्त्राण पार भुवयापर्यंत खाली ओढून घेतले.

आणखी एका ऑटोमॅटिक रायफल फायरिंगचा जबरदस्त हल्ला त्याच्या दिशेने झाला. तो ज्या शिळेपाशी आधी होता त्या शिळेवर त्या फैरी झाडल्या गेल्या होत्या. पुढे येणाऱ्या जर्मनांच्या आडव्या रांगेतील निम्मे सैनिक, म्हणजे रांगेच्या दोही टोकांकडचे तीन तीन सैनिक रांगेपासून वेगळे झाले. डोंगराच्या उताराच्या बाजूने ते वाकत पळत गेले आणि पुढे सरकू लागले. ॲन्ड्रियाने आपली हनुवटी खाजवत या चालीवर विचार केला. त्याला ही चाल जराशी चमत्कारिक वाटत होती. समोरून काहीही हल्ला होत नव्हता. थोडक्यात, जर्मनांनी आपली रांग दोन्ही टोकांकडे वाढवली होती. ॲन्ड्रियाच्या दिशेने अर्धवर्तुळ करून ते पुढे सरकत होते. वाटेतल्या मोठमोठ्या शिळांच्या आधाराने आश्रय घेत त्यांनी आपले अर्धवर्तुळ खूप मोठे केले होते. थोड्याच वेळात ॲन्ड्रियाला डाव्या व उजव्या बाजूला आणि समोरच्या बाजूला एकाच वेळी तोंड द्यावे लागणार होते. अन् ही स्थिती त्याच्यासाठी चांगली नव्हती, धोकादायक होती. त्याच्या मागेच ती ओहोळाची छोटी दरी आलेली होती. त्यातूनच तो निसटून जाऊ शकत होता. पण जे काही सहजासहजी घडेल असे दिसत होते त्याकडे त्याने लक्ष दिले नाही. तो त्या अर्धवर्तुळाच्या वेढ्यात नक्की सापडणार होता.

ॲन्ड्रिया आपल्या पाठीवर वळला आणि त्याने वर आकाशात पाहिले. आता आकाश काळवंडू लागले होते. लवकरच बर्फवृष्टी सुरू होणार होती आणि दिवसाचा प्रकाश मंद मंद होत चालला होता. त्याने परत वळून कोस्टोस डोंगराकडे

पाहिले. तिथे विखुरलेल्या काही मोठमोठ्या टेकड्या आणि उथळ जागा होत्या. त्यामुळे डोंगराचा फुगीर पृष्ठभाग जागोजागी खंडित झाला होता. पुन्हा एकदा त्याच्या दिशेने जर्मनांच्या WGB सैनिकांनी गोळ्या झाडल्या. अजूनही ते अर्धवर्तुळ आपल्याच दिशेने चाल करून येते आहे असे त्याला दिसले. नंतर त्यांनी फार वेळ वाट पाहिली नाही. ते अंदाजाने त्याच्या दिशेने वाटेल तसे गोळीबार करत होते. ॲन्ड्रिया अर्धवट उठला आणि त्याने स्वत:ला पुढच्या मोकळ्या जागेत झोकून दिले. रायफलच्या चापावर त्याने आपले बोट घट्ट ठेवले होते. पायाने मागे जमिनीला रेटा देत तो पुढे सरकत होता, जवळच्या एका शिळेच्या दिशेने तो इंचाइंचाने जात होता. ती शिळा सुमारे शंभर फुटांवर उभी होती. आता फक्त ९० फूट राहिले, ६० फूट उरले, अन् अजूनही आपल्या दिशेने एकही गोळी कशी झाडली गेली नाही? त्याच्या शरीराखालचे जमिनीवरील दगडगोटे त्याच्या सरकण्यामुळे घसरून पुढे जात होते. तो अगदी मांजरासारख्या हळूहळू हालचाली करत होता. हळूहळू जरी त्याची कोंडी होऊ लागली होती, तरीही त्यामुळे तो विचलित होत नव्हता. ही एक आश्चर्य वाटण्याजोगी गोष्ट होती. मग त्याने त्या शिळेकडे अक्षरश: सूर मारला, तो छातीवर व पोटावर आपटला. त्या दणक्यामुळे त्याच्या बरगड्यात एक मोठी कळ आली आणि त्याच्या फुप्फुसातली हवा स्फोट झाल्यासारखी एकदम फस्सकन बाहेर पडली.

श्वासोच्छ्वासासाठी धडपड करत त्याने आणखी एक गोळी झाडली. मग जोखीम पत्करून त्याने पटकन आपले डोके वर करून समोरच्या उंचवट्यावरून पाहिले अन् पुन्हा एकदा त्याने उठून पुढे सूर मारला. हे त्याने अवघ्या दहा सेकंदात केले. मग परत आपल्या रायफलीने त्याने आणखी एक गोळी झाडली. खालच्या उतारावर असलेल्या जर्मनांच्या दिशेने ती गोळी नेम न धरता वाटेल तशी झाडलेली होती. त्याला समोर फक्त एक गुळगुळीत पृष्ठभाग असलेल्या बर्फभूमीचे मैदान दिसत होते. पलीकडे दूर मोठमोठे खाचखळगे होते. त्याभोवती दगडगोटे जमलेले होते. अन् त्याची मॉसर रायफल आता रिकामी झाली होती. आता तिचा उपयोग नव्हता. खालून प्रत्येक बंदुकीतून झाडलेल्या गोळ्या त्याच्या दिशेने येऊ लागल्या होत्या, त्याच्या डोक्यावरून जुंई ऽऽ आवाज करून जाऊ लागल्या. जमिनीवर त्या गोळ्या आपटल्यावर तिथले बर्फाचे तुकडे चोहोबाजूंनी हवेत उडू लागले, शिळेवर आपटू लागले. पण आता संधिप्रकाश पडू लागला होता. मागच्या पार्श्वभूमीवर ॲन्ड्रियाची प्रतिमा जर्मनांना धूसर दिसू लागली. मग वरच्या दिशेने त्यांना नेम धरून गोळ्या झाडणे कठीण होऊ लागले. तरीही खालून एकावेळी अनेकांनी एकाच लक्ष्यावर गोळ्या झाडणे सुरू झाल्यामुळे ॲन्ड्रियाने मग फार वेळ वाट पाहिली नाही. बर्फाचा धुरळा आजूबाजूला गोळ्यांमुळे एवढा उडत होता की त्यावरून

आपल्याला पकडायला किती हात पुढे येत आहेत हे त्याला समजून आले. मग त्याने मागच्या बाजूच्या दहा फूट खोली असलेल्या खळग्यात स्वत:ला झोकून दिले.

त्या पोकळीत पडल्यावर पाठीवर उताणे पडून त्याने आपल्या पुढच्या खिशातून एक पोलादी चकचकीत आरसा बाहेर काढला आणि तो आपल्या डोक्यावर धरला. तो खळग्यात असल्याने तिथे जवळ आलेल्या जर्मनांना दिसणार नव्हता; पण त्याला मात्र ते आलेले आरशात कळणार होते. सुरुवातीला त्याला काहीच दिसू शकले नाही, कारण त्या आरशावर बाष्प जमले होते. पण लवकरच वाऱ्यामुळे तो पृष्ठभाग स्वच्छ झाला आणि त्याला आरशात दिसू लागले. मग त्याला त्यात एका सैनिकाचे डोके दिसले, मग दुसरे, नंतर तिसरे, नंतर पाच-सहा सैनिक आलेले दिसले. ते तिथे पळत पळत आलेले होते. दोघेजण उजव्या बाजूकडून आले होते. ॲन्ड्रियाने आपला आरसा खाली केला. त्याला आता हायसे वाटले, त्याने एक दीर्घ उसासा सोडला. त्याच्या डोळ्यांत आता एक मिस्कील हास्य तरळत होते. त्याने वर पाहिले. हिमवृष्टी सुरू झाली होती. त्याच्या पापण्यांवर हिमकण जमू लागले. त्याने पुन्हा स्मित केले. मग त्याने मॉसरमध्ये आणखी एक गोळी भरली, शिवाय रायफलीच्या मॅगझीनमध्ये आणखी गोळ्या भरल्या.

''बॉस?'' मिलर व्याकूळ स्वरात विचारीत होता.

''बोल, काय विचारायचे आहे?'' मॅलरी आपल्या चेहऱ्यावर व कॉलरवर जमलेले काही बर्फ झटकून टाकत त्याला म्हणाला. तो समोरच्या पांढऱ्या वाटणाऱ्या अंधारात डोकावत होता. ते दोघे मार्गारिटा खेड्याचा शोध घेत बर्फातून चालले होते.

''बॉस, जेव्हा तुम्ही शाळेत होता, तेव्हा तुम्ही बर्फाच्या वादळात हरवलेल्या व्यक्तींच्या काही गोष्टी वाचल्या होत्या का? ती हरवलेली माणसे मग रस्ता शोधण्याच्या नादात अनेक दिवस एकाच वर्तुळात सतत फिरत होती, चकव्यात सापडली होती.''

''मी क्वीन्स्टाऊनमध्ये शिकलो. आमच्याकडेही तेच पुस्तक लावले होते.'' मॅलरी त्याला दुजोरा देत म्हणाला.

मग मिलर म्हणाला, ''ती सर्व माणसे इतका काळ तिथे फिरत होती की शेवटी ती तिथेच मरून गेली.''

''ओफ्!'' मॅलरीने अस्वस्थ होत तोंडून उद्गार काढला. स्टीव्हन्सच्या बुटात आता त्याचे पाय होते, तरीही त्याच्या पायाला आता खूप त्रास होऊ लागला. तो म्हणाला, ''पण आपण डोंगराच्या उताराला धरून पुढे जात असल्याने तिथल्या

तिथे फिरत राहत नाही. आपण काही एका गोल गोल जिन्यावरून खाली उतरत नाही.''

मग तिथे शांतता पसरली. मिलर त्याच्याजवळ आला. ते दोघे एका बर्फभूमीवर उभे होते. त्यांचे पाय घोट्याइतक्या बर्फात बुडाले होते. हिमवृष्टी सतत होत राहिली होती, गेले तीन तास ती वृष्टी होत राहिली होती. अ‍ॅन्ड्रिया त्या शोधपथकापासून बराच दूर आला होता. तो बोगद्यातून बाहेर पडला तेव्हापासून हिमवृष्टी सुरू झाली होती. क्रीट बेटावर असताना तिथल्या व्हाइट माउंटनमध्ये अशी हिमवृष्टी होताना कधी त्याला आठवली नाही. येथली हिमवृष्टी दाट होती व अविरत होत होती. क्रीट बेट आणि येथले बेट येथे फक्त उन्हेच सारखी होती. दोन बेटांतील हिमवृष्टीमधला हा फरक त्याला या बेटावरच्या मार्गारिटा खेड्याकडे जाण्याच्या विचारात लक्षात आला नव्हता. अन्न आणि जळणासाठी इंधन यासाठी तिकडे जाण्याचा बेत त्याने आखला होता. अरेरे, आपले चुकलेच! असे त्याच्या मनात कडवटपणे आले. पण तरीही फारसा फरक पडत नव्हता. तिकडे जाणे तर भाग होते. तो निर्णय पक्का होता. त्यातून स्टीव्हन्सला आता फार वेदना होत नव्हत्या. मात्र तो अशक्त होत चालला होता. त्यामुळे त्याला अन्नाची नितांत गरज होती. म्हणून मॅलरी व मिलर त्या खेड्याकडे चालले होते.

रात्रीच्या आकाशातील चंद्र व तारे यांना ढगांनी झाकून टाकले होते. त्यामुळे दृश्यमानता कमी झाली होती. कोणत्याही दिशेने पाहिले तरी दहा फुटांपलीकडचे दृश्य दिसत नव्हते. त्यांची होकायंत्रे गमावल्यामुळे ते खरोखरीच अपंग झाल्यासारखे होते. परंतु तरीही आपण ते खेडेगाव शोधून काढू, अशी त्याला उमेद होती. तेवढे कौशल्य त्याच्याजवळ नक्कीच होते. नुसते या डोंगराच्या उतारावरून खाली जायचे, मग तो ओढा लागेल, तो ओढा दरीकडे जातो. नंतर सरळ उत्तरेची दिशा धरली की काही वेळाने आलेच ते मार्गारिटा गाव. पण दरम्यान त्यांच्या या आश्रयस्थानाचा मागमूस जर्मनांना बर्फामुळे लागता कामा नये.

मिलरने आपला हात मॅलरीच्या दंडाला धरताच तो एकदम भानावर आला. त्याने मॅलरीला हाताने ओढून खाली बर्फात गुडघे टेकून बसायला लावले. त्या क्षणी मिलरला कोणत्या तरी अज्ञात धोक्याची जाणीव झाली असावी. आपल्या विचारात एकदम व्यत्यय आल्यामुळे मॅलरी दचकला. पण त्याचे विचार त्या वेळी भरकटत चालले होते म्हणून त्याला स्वत:चा थोडासा राग आला... त्याने आपला डोळ्यांवरचा व्हायझर वर केला आणि पुढून काय धोका येतो आहे हे डोळे फाडून पाहिले. समोर एक धूसर पांढरा असा पडदा होता, तो जरा हलल्यावर त्याला पलीकडचा अंधार जाणवला. एकदम त्याला तिथे काही फूट अंतरावर एक सपाट वाटणारा आकार दिसला. ते सरळ त्या आकाराच्या दिशेने चालत गेले.

मॅलरी मिलरच्या कानात म्हणाला, "ही एक झोपडी. आहे." दुपारीच त्याने दुर्बिणीतून पाहिली होती. त्या वेळी तो बोगदा व मार्गारिटा खेडे यांच्यामधल्या निम्म्या अंतरावर आला होता. त्या जागेपासून ते या झोपडीच्या दिशेने अगदी नाकासमोर सरळ चालत राहिले होते. त्या दोघांना आता हायसे वाटले आणि त्यांचा आत्मविश्वास दुणावला. ती एकुलती एक झोपडी त्या जागेवर उभी होती. तेथून मार्गारिटा खेडेगाव फक्त अर्ध्या तासाच्या अंतरावर होते. मॅलरी मिलरला म्हणाला, "माय डियर कॉर्पोरल, दिशा पकडण्याची ही एक सोपी पद्धत आहे. उगाच भरकटत तिथल्या तिथेच कोणी गोल गोल फिरत राहणार नाही. माझा त्यावर विश्वास नाही. तुम्ही फक्त आपल्या..."

तो बोलायचे एकदम थांबला. कारण मिलरने मॅलरीच्या दंडाला आपल्या बोटाने दाबून खूण केली होती. मग मिलरने आपले तोंड त्याच्या कानाजवळ नेऊन म्हटले, "बॉस, मी कोणाच्या तरी बोलण्याचे आवाज ऐकले."

"नक्की?" मॅलरीने विचारले आणि मिलरचे पिस्तूल त्याने आपल्या खिशातून बाहेर काढलेले नाही हेही पाहिले.

मिलर जरासे कचरत म्हणाला, "मला तसे आता नीट जाणवत नाही, पण मघाशी ऐकल्यासारखे वाटते खरे. का हे माझ्या मनाचे खेळ आहेत काय ते मला समजत नाही." बर्फापासून संरक्षण करणारी आपली टोपी त्याने नीट ऐकू येण्यासाठी पुढे घेतली आणि थोड्या वेळाने पुन्हा मागे सारली. मग तो म्हणाला, "कोणीतरी बोलल्यासारखे मला वाटले असावे."

"कमॉन, चल, आपण सरळ पुढे जाऊन खरे काय आहे ते पाहू या," एवढे बोलून मॅलरीने पुढे चालण्यास सुरुवात केली. तो पुढे म्हणाला, "तुझी काहीतरी चूक होत असावी. ते जर्मन सैनिक वाटले ना? पण एव्हाना ते कोस्टोस डोंगराच्या दिशेने अर्ध्या वाटेवर असतील. येथली जागा फक्त धनगर मंडळी उन्हाळ्यात वापरतात." मग त्याने आपल्या हातातील कोल्ट पॉईंट फोर फाइव्ह पिस्तुलाचा सेफ्टी कॅच मागे घेतला आणि अर्धवट वाकून त्या झोपडीच्या भिंतीकडे गेला. मिलरही त्याच्या बरोबर गेला.

ते दोघे त्या झोपडीपाशी गेले व भिंतीला कान लावून ऐकू लागले. ती भिंत अत्यंत तकलादू होती. तिला डांबर फासलेले कागद चिकटवले होते. दहा सेकंद उलटली. त्यांनी अर्धा मिनिट वाट पाहिली. मग मॅलरीला थोडसे हायसे वाटले.

तो म्हणाला, "आत कोणीच नाही. अन् जर असतीलच, तर त्यांनी कमालीची शांतता पाळली आहे. तरीही सावध राहा. तू त्या बाजूने मागे जा, मी या बाजूने मागे जातो. मागच्या बाजूला आणखी एक दार असावे. आपण तिथे भेटू. ते दार दरीसमोर तोंड करून असेल. कोपऱ्यापाशी जरा लांबून वळ."

एका मिनिटात ते दोघे मागच्या दरवाजापाशी एकत्र आले आणि सरळ दार उघडून आत गेले. दार आतून लावलेले नव्हते की त्याला बाहेरून कुलूप लावलेले नव्हते. आतले सर्व कानेकोपरे त्यांनी बॅटरीच्या प्रकाशात धुंडाळले. ती सर्व झोपडी एवढी तकलादू झाली होती की, केव्हाही कोसळण्याच्या बेतात होती. आतमध्ये मातीची जमीन होती. एका भिंतीला लागून लाकडी व रुंद फळी झोपण्यासाठी ठोकलेली होती. आत कोणीच नव्हते. एक मोडका स्टोव्ह व एक गंजलेला कंदील एवढेच सामान तिथे होते. टेबल नव्हते की खुर्ची नव्हती, धुराडे नव्हते, फार काय त्या झोपडीला एखादी खिडकीही नव्हती. मॅलरीने पुढे होऊन स्टोव्ह उचलून पाहिला आणि कंदिलाचा वास घेऊन पाहिला.

"हे सामान कित्येक आठवडे वापरात नाही. तरी यामध्ये रॉकेल तुडुंब भरलेले आहे. अशी जागा जर आपल्याला आश्रय घेण्यासाठी सापडली तर..."

एकदम तो थांबला. तो हालचाल न करता स्तब्ध उभा राहिला, कान देऊन ऐकू लागला, डोके एका बाजूला झुकवले. तो कशाचा तरी वेध घेत होता. त्याने आपल्या हातातील कंदील सावकाश खाली ठेवला आणि तो मिलरजवळ गेला.

"यानंतर भविष्यकाळात मला माफी मागण्याची कधीतरी आठवण करून दे." मॅलरी पुटपुटत सांगत होता, "आले, काही जण येत आहेत. तुझे पिस्तूल माझ्याकडे दे आणि बोलत राहा."

मिलर आता मोठ्याने तक्रारीच्या सुरात बोलू लागला, "पुन्हा कॅस्टेलरोसो इथल्यासारखाच प्रसंग आला आहे. कोणीतरी एका सुरात बोलते आहे. बहुतेक एखादा चिनी माणूस असेल, मी अगदी पैजेवर सांगतो बघ. या वेळीही एखादा चिनीच येत असणार." मिलर स्वतःशीच बोलत होता.

मॅलरी बाहेर जाऊन झोपडीभोवती फेरी मारू लागला होता. भिंतीपासून तो चार फूट अंतरावरून चालत होता. त्याने बिलकूल आवाज न करता दोन कोपरे ओलांडले. आता तिसरा कोपरा ओलांडत असताना त्याला डोळ्याच्या कोपऱ्यातून कोणाची तरी धूसर आकृती दिसली. त्याच्या मागे कोणीतरी आधी खाली बसले होते आणि आता उठून त्या आकृतीने आपला हात उगारला होता. मॅलरी चटकन बाजूला झाला व त्याने त्या माणसाचा ठोसा चुकवला. मग गरकन मागे वळून त्याने हल्लेखोराच्या पोटात एक गुद्दा मारला. तो माणूस एकदम कळवळून ओरडला आणि खाली जमिनीवर मटकन बसला. या गडबडीत मॅलरीचे कमरेला लटकावलेले पिस्तूल खाली पडत होते, त्याने ते वेळेत सावरून धरले व पकडून ठेवले. ते त्याच्या हातात उलटे झालेले होते. त्याने ते सरळ धरले.

खाली कोसळून पडलेल्या माणसाकडे मॅलरी रोखून पाहू लागला. त्या माणसाने हातात हातमोजे चढवले होते आणि हातात एक दांडके पकडले होते. मॅलरीने

आपले पिस्तूल त्याच्यावर रोखून धरले. पुढे काय होईल याची तो वाट पाहू लागला. पण या व्यक्तीला सहज काबूत आणता येईल, याची त्याला खातरी होती. अर्धा मिनिट झाले तरी ती खाली पडलेली व्यक्ती हालचाल करत नव्हती, स्तब्ध पडून होती. मग मॅलरी एक पाऊल पुढे गेला आणि त्याने त्या व्यक्तीच्या उजव्या गुडघ्यावर एक हलकीशी लाथ मारली. ती एक जुनी युक्ती होती. त्यामुळे तिथे गुडघ्यापाशी माणसाला तात्पुरत्या वेदना होतात, पण त्या असह्य असतात. पण तरीही त्या माणसाने हालचाल केली नाही की कसलाही आवाज केला नाही.

मॅलरीने चटकन वाकून आपल्या डाव्या हाताने त्या माणसाची कॉलर धरली आणि त्याला तो फरफटत आत नेऊ लागला. तो माणूस वजनदार नव्हता, अगदीच हलका होता. येथल्या बेटावरील लोकांना कमी अन्न मिळत असावे म्हणून ते कमी वजनाचे असतात, असे मॅलरीच्या मनात येऊन गेले. मॅलरीला त्याची दया आली. आपण त्याला उगीचच जोरात मारले, असे त्याला आता वाटू लागले.

उघड्या दारात मिलर त्याला भेटला. त्याने त्या बेशुद्ध झालेल्या माणसाला उचलून आत आणले आणि झोपडीच्या कोपऱ्यातील फळीवर त्याला टाकून दिले.

"छान जमले, बॉस. मला आत तुमची झटापट बिलकूल ऐकू आली नाही, इतक्या झकासपणे तुम्ही त्याला निपटलेत.''

"कारण हा माणूस एकदम हडकुळा आहे. त्याच्या अंगात फक्त हाडे आहेत आणि त्यावर कातडे चढलेले आहे. ते दार बंद करून घे. आता आपण याच्याकडे बघू या.'' मॅलरी मिलरला म्हणाला.

आठ

मंगळवार : संध्याकाळी ७ ते मध्यरात्री १२

एक मिनिट गेले, दोन मिनिटे गेली अन् मग त्या हडकुळ्या माणसाने थोडीशी हालचाल केली. तो थोडासा कण्हला व उठून बसला. तो अजून अस्वस्थ होता. मॅलरीने त्याचा हात पकडून त्याला शांत करण्याचा प्रयत्न केला. तो खाली मान घालून आपले डोके हलवत होता. त्याने आपल्याला होत असलेला त्रास घालवण्यासाठी आपले डोळे घट्ट मिटून धरले होते. तो सुन्न झाला होता. शेवटी त्याने आपले डोळे हळूहळू उघडले आणि मॅलरी व मिलर यांच्याकडे पाहिले. तिथला कंदील मिलरने पेटवला होता, त्याभोवती झापडे लावून प्रकाश एकाच दिशेला पडेल अशी व्यवस्था केली होती. हळूहळू त्या माणसाच्या खडबडीत पांढऱ्या गालावर रंग उमटू लागले. त्याचे रक्ताभिसरण सुरळीत चालू झाले. त्याने आपल्या मिशा मात्र मोठ्या झुपकेदार ठेवल्या होत्या. त्याच्या डोळ्यांत संताप प्रगटला होता. एकदम त्याने आपला हात वर करून मॅलरीचा हात झटकून टाकला.

"हू आर यू?" तुम्ही कोण आहात? असे तो स्वच्छ इंग्रजीत विचारीत होता. त्याच्या उच्चारात कोणतेही स्थानिक हेल नव्हते.

"सॉरी, पण ते तुम्हाला कळले नाही तर अधिक बरे पडेल." एवढे बोलून मॅलरीने स्मित केले. त्याने मुद्दाम आक्रमक, उद्धट शब्द वापरायचे टाळले होते. "मी हे तुमच्या भल्यासाठीच सांगतो आहे. आता तुम्हाला कसे वाटते आहे?"

मग त्या माणसाने हळुवारपणे आपल्या बरगड्याखाली हाताने मसाज केला, आपले पाय कण्हत कण्हत जरा वाकवले.

"तुम्ही मला फार जोरात मारले," तो तक्रार करत होता.

"मला तसे करावेच लागले," असे म्हणून मॅलरीने आपल्या मागचे दांडके त्याला दाखवत पुढे म्हटले, "तुम्ही हे दांडके मला मारणार होता ना? मग अशा वेळी मी काय माझी हॅट हातात घेऊन तुम्हाला अदबीने विचारायला हवे होते? की तुम्ही जरा मला हळू माराल का?"

"तुम्ही फार गमतीदार आहात." पुन्हा त्याने आपला पाय वाकवून पाहिले. मग मॅलरीकडे शत्रू असल्याच्या संशयाने पाहत म्हटले, "माझा गुडघा फार दुखतो आहे." त्याने मॅलरीवर आरोप केला.

"आपण प्रथम नीट सुरुवात करू. तुम्ही दांडके का वापरले?"

"कारण मला तुम्हाला खाली पाडून नीट न्याहाळायचे होते." मग तो अस्वस्थपणे म्हणाला, "तसे करण्यासाठी फक्त हाच एक सुरक्षित उपाय होता. तुम्ही त्या जर्मनांच्या डब्ल्यू जी बी मधले असला पाहिजे. माझा गुडघा–?"

"तुम्ही फार विचित्र रीतीने खाली पडलात," मॅलरी म्हणाला, "तुम्ही येथे काय करता?"

पण त्याच्या प्रश्नाचे उत्तर न देता उलट त्या हडकुळ्या माणसाने मॅलरीलाच प्रतिप्रश्न केला, "तुम्ही कोण आहात?"

मिलर यावर खोकला आणि त्याने आपल्या घड्याळात मोठ्या दिमाखाने पाहिले व म्हटले, "बॉस, हे फारच गमतीदार रीतीने चालले आहे–"

"तुला तसे वाटणे साहजिक आहे. आपल्याजवळ यासाठी सारी रात्र पुरणार नाही." एवढे म्हणून त्या माणसाच्या पाठीवरची पिशवी मघाशी त्याने जी काढून घेतली होती ती उचलली आणि मिलरकडे देत म्हटले, "यात काय आहे ते बघ." पण यावर त्या माणसाने कसलीही हालचाल केली नाही की निषेध व्यक्त केला नाही. हे मॅलरीला विचित्र वाटले.

मॅलरी आनंदाने ओरडून म्हणाला, "त्यात अन्नपदार्थ आहेत. वंडरफुल पदार्थ आहेत. मांसाहारी पदार्थ, पाव, चीज– आणि वाइनसुद्धा." एवढे म्हणून त्याने नाखुशीने ती पिशवी बंद केली आणि कुतूहलाने आपल्या कैद्याकडे पाहिले व त्याला विचारले, "काय कुठे सहलीला निघाला होता काय? पिकनिकला कुठे जाणार?"

"म्हणजे तुम्ही अमेरिकन आहात, यांकी आहात," असे तो माणूस हसत हसत म्हणाला, "छान! छान!"

"म्हणजे काय?" मिलरने संशयाने विचारले.

"आता तुम्हीच ते पाहा," तो माणूस आनंदाने म्हणाला. मग त्याने सहज दूरच्या कोपऱ्यात पाहिले व म्हटले, "तिकडे पाहा."

मॅलरीने झटकन वळून तिकडे पाहिले, पण लगेच त्याच्या लक्षात आले की ही एक युक्ती असू शकते. मग तो परत झटकन त्याच्याकडे वळला. तो माणूस

पुढे वाकला आणि त्याने मिलरचा हात हातात घेतला.

मॅलरी त्याला सांगू लागला, ''मिलर, इतक्या झटपट वळून पाहत जाऊ नकोस आणि तुझ्या पिस्तुलालाही हात घालू नकोस. असे दिसते की हा आपला नवा मित्र एकटा आला नाही. त्याच्याबरोबर आणखी कोणीतरी आहे.'' एवढे बोलून मॅलरीने आपले ओठ घट्टपणे आवळले. आपल्याला हे आत्ता इतक्या उशिरा कसे सुचले याबद्दल तो मनात स्वत:ला दोष देत होता. मिलर त्याला म्हणाला होता की त्याने काही बोलण्याचे आवाज ऐकले. एकटा माणूस कोणाशी बोलणार?

एवढ्यात एक उंच व कृश व्यक्ती दरवाजात उगवली. त्याने डोक्यावर हिमवृष्टीपासून बचाव करणारी टोपी घातलेली होती. त्यामुळे त्याच्या चेहऱ्यावर सावली पडली होती. पण त्याच्या हातात नक्कीच एक शस्त्र असले पाहिजे. ती एक छोट्या आकाराची 'ली एन्फील्ड' रायफल आहे हे मॅलरीने ओळखले.

त्या हडकुळ्या माणसाने एकदम ग्रीक भाषेत ओरडून भरभर त्याला सांगितले, ''गोळ्या झाडू नकोस. ज्यांना आपण शोधतो आहोत, ती हीच माणसे आहेत. माझी खातरी आहे, पनायिस.''

पनायिस! हे त्या दरवाजात उभ्या असलेल्या माणसाचे नाव आहे तर! मॅलरीला ते समजले. युजिन व्हलाचोस याने हेच नाव आपल्याला अलेक्झांड्रियामध्ये सांगितले होते. अशी आणखी नावेही त्याने सांगितली होती.

''आता बाजू बदलली आहे, हो ना?'' तो हडकुळा माणूस मॅलरीला हसत हसत म्हणाला. त्याचे थकलेले डोळे चमकत होते. त्याच्या जाडजूड काळ्या मिशा एका बाजूच्या कोपऱ्यात खालीवर होत होत्या. ''मी तुम्हाला आता पुन्हा विचारतो, तुम्ही कोण आहात?''

''एसओई!'' मॅलरीने शेवटी न कचरता तो परवलीचा शब्द उच्चारला.

मग त्या माणसाने समाधानाने आपली मान हलवली. ''म्हणजे कॅप्टन जेन्सनने तुम्हाला पाठवले?''

ते ऐकून मॅलरी कमालीचा खूश होऊन त्या फळीवर बसला आणि त्याने एक दीर्घ सुस्कारा सोडला. तो मिलरला म्हणाला, ''डस्टी, आपण आता आपल्या मित्रांबरोबर आहोत.'' मग त्या माणसाकडे पाहत म्हणाला, ''याचा अर्थ तुमचे नाव 'लूकी' असले पाहिजे. दुसऱ्या सांकेतिक शब्दात सांगायचे झाल्यास मार्गारिटा गावाच्या चौकातील पहिले झाड!''

हे ऐकल्यावर लूकीला खूप आनंद झाला. तो वाकला आणि त्याने आपला हात पुढे करत म्हटले, ''सर, आपल्या सेवेसाठी हा लूकी येथे हजर आहे.''

''आणि हे पनायिससुद्धा ना?''

दारातला तो उंच माणूस रापलेला होता, तो हसत नव्हता. त्याने आपले डोके

नम्रपणे पुढे झुकवून अभिवादन केले, पण तो काहीही बोलला नाही.

हडकुळा लूकी आनंदाने म्हणत होता, "लूकी व पनायिस. तुम्ही आम्हाला बरोबर ओळखलेत. अलेक्झांड्रिया व कैरो येथे ते आम्हाला याच नावाने ओळखतात." तो गर्वाने म्हणाला.

मॅलरी मग हसत हसत त्याला म्हणाला, "ते तुम्हा दोघांबद्दल खूप चांगले बोलतात. तुमची दोस्त फौजांसाठी पूर्वी चांगली मदत झाली आहे."

"अन् तशी ती आम्ही आता परत करू. चला, आपण आता फार वेळ वाया घालवण्यात अर्थ नाही." लूकी घाईघाईने म्हणाला, "ती जर्मन मंडळी टेकड्यांवर आहेत ना. तुम्हाला आता कसली मदत आम्ही देऊ?"

"लूकी, आम्हाला खाण्यासाठी अन्न हवे आहे. त्याची आम्हाला अत्यंत गरज आहे."

मग लूकीने मोठ्या गर्वाने आपल्या पिशवीकडे बोट करून म्हटले, "आम्ही तेच तुमच्यासाठी घेऊन येत होतो."

"तुम्ही तेवढ्यासाठी वर चालला होतात?" मॅलरीने आश्चर्याने विचारले, "पण आम्ही कुठे आहोत हे कसे तुम्हाला कळले? आम्ही या बेटावर पोहोचलो, हे तरी तुम्हाला कसे ठाऊक झाले?"

लूकीने मॅलरीच्या शंका हाताने झटकून टाकल्यासारख्या केल्या. तो म्हणाला, "ते अगदी सोपे आहे. आमच्या मार्गारिटा गावातून जेव्हा दक्षिणेकडे पहिली लाइट जर्मन ट्रूप टेकडीकडे चालली होती. त्यांनी सबंध सकाळ कोस्टोस डोंगराची पूर्व बाजू विंचरून काढून तपासली. तेव्हाच आम्ही ओळखले की कोणीतरी या बेटावर उतरले आहे आणि त्यांना जर्मन्स शोधत आहेत. आमच्या असेही कानावर आले की, जर्मनांनी दक्षिण किनाऱ्याकडचा कड्याला चिकटून जाणारा मार्ग दोन्ही तोंडापाशी अडवून धरला आहे. म्हणजे तुम्ही पश्चिमेच्या बाजूने आला असणार. त्यांनी अशी अपेक्षा केली नव्हती; पण तुम्ही त्यांना चांगलेच फसवलेत. म्हणून मग आम्ही तुमचा शोध घेण्यासाठी निघालो."

"पण आम्ही तुम्हाला कधीच सापडलो नसतो–"

"आम्ही तुम्हाला सहज शोधून काढले असते." त्याच्या आवाजात पुरेपूर खातरी प्रगट झाली होती. "पनायिसला व मला या बेटावरचा प्रत्येक दगड आणि गवताचे प्रत्येक पाते चांगलेच ठाऊक आहे. नॅव्हारन आम्हाला पाठ आहे." एकदम लूकी हुडहुडी भरल्यासारखा थरथरला. त्याने बाहेर पाहिले. हिमवर्षाव पुन्हा सुरू झाला होता. "आत्ताची ही हवा फार वाईट आहे. या वेळी तुम्ही यायला नको होते."

"पण यापेक्षा अधिक चांगली वेळ आमच्याकडे नव्हती." मॅलरी गंभीरपणे म्हणाला.

"कालची रात्र होती खरी तशीच." लूकी सहमत होत म्हणत होता. "अशा वादळी व पावसाच्या दिवशी तुम्ही येथे याल अशी कोणीही अपेक्षा केली नव्हती. कोणाच्याही कानावर विमानाचा आवाज आला नाही. नाहीतर तुम्ही विमानातून पॅराशूटने खाली उतरला असता–"

"आम्ही समुद्रमार्गे आलो." मिलर मध्येच बोलला. "आणि आम्ही तो दक्षिणेकडचा कडा चढून वर आलो."

"काय? दक्षिणेकडचा कडा?" लूकीचा विश्वासच बसत नव्हता. तो म्हणाला, "तो कडा कोणीच चढू शकत नाही. ते केवळ अशक्य आहे!"

"आम्ही अर्धा कडा चढल्यावर आम्हालाही तसेच वाटू लागले; पण शेवटी ते आम्हाला जमले." मॅलरी म्हणाला. ते ऐकून लूकी एक पाऊल मागे सरला. त्याच्या चेहऱ्यावरील जे भाव होते त्याचा अंदाज लागत नव्हता.

मग तो निक्षून म्हणाला, "छे! हे अशक्य आहे!"

मिलर यावर म्हणाला, "आम्ही सांगतो ते खरे आहे. लूकी, तुम्ही कधी वर्तमानपत्रे वाचत नाही का?"

"अर्थातच, मी वाचतो नेहमी!" लूकीला तसे विचारल्याने त्याला आपला अपमान झाल्यासारखे वाटत होते. तो पुढे म्हणाला, "तुम्हाला काय वाटते, मी निरक्षर आहे? अडाणी आहे?"

"मग युद्ध सुरू होण्यापूर्वीचे जरा आठवा." मिलर सांगू लागला. "गिर्यारोहणाबद्दलची बातमी आणि हिमालय पर्वत आठवा. त्या पर्वताचे चित्र तुम्ही वर्तमानपत्रात पाहिले असणार. ते त्या वेळी एकदा नाही, दोनदा नाही, शंभर वेळा छापून आले होते. त्या पर्वतावर ज्यांनी चढाई केली त्यांचे फोटोही वर्तमानपत्रात आले होते. त्यात हे न्यूझीलंडमधील कीथ मॅलरीसुद्धा होते."

मॅलरी काहीच बोलत नव्हता. तो लूकीचे निरीक्षण करत होता. लूकी कोड्यात पडला होता. त्याचे डोळे खोबणीतून बाहेर आल्यासारखे दिसत होते. तो जबरदस्त आश्चर्यचकित झाला होता. त्याने आपली मान एका बाजूला झुकवली होती. मग त्याच्या स्मृतीत एकदम काहीतरी चमकून गेले असावे. त्याच्या चेहऱ्यावर एक आनंदाचे हास्य प्रगटले आणि त्याच्या मनातील उरलीसुरली सर्व शंका निपटली गेली. त्याने पुढे होऊन मॅलरीशी हस्तांदोलन करून त्याचे स्वागत केले.

"होय होय, मला आठवते सारे. तुम्ही बरोबर सांगितलेत. मॅलरी! अर्थातच मला मॅलरी नाव आठवते आहे." त्याने पुन्हा मॅलरीशी हस्तांदोलन करून त्याचा हात जोरजोरात खालीवर केला. तो पुढे म्हणाला, "अमेरिकन्स म्हणतात ते बरोबर आहे. तुम्ही नेहमी दाढी करत जा. म्हणजे तुम्ही म्हातारे दिसणार नाही. ...तुम्ही आता म्हातारे दिसता."

मॅलरी यावर गुळमुळीतपणे म्हणाला, ''मलाही आता तसे वाटू लागले आहे.'' मग मिलरकडे बोट करून तो म्हणाला, ''हे कॉर्पोरेल मिलर, अमेरिकन आहेत.''

''म्हणजे दुसरे सुप्रसिद्ध गिर्यारोहक, हो ना?'' लूकी कुतूहलाने बोलत होता. ''तुम्हाला डोंगरातले वाघ म्हणायला पाहिजे.''

''पूर्वी कधीही चढले नसतील अशा रीतीने त्यांनी तो कडा चढून पार केला.'' मॅलरीने मनापासून स्तुती करत त्याला सांगितले. मग आपल्या घड्याळात पाहून तो लूकीला म्हणाला, ''आमची बाकीची माणसे टेकडीवर आहेत. आम्हाला तुमच्या मदतीची फार गरज आहे. आत्ता आम्ही संकटात सापडलो आहोत. तेव्हा ताबडतोब मदत हवी आहे. पण आम्हाला मदत करताना तुम्ही सापडलात, तर तुम्हीही पकडला जाल. हा धोका ठाऊक आहे ना?''

''धोका?'' असे म्हणून लूकीने तुच्छतेने आपला हात हलवला. तो पुढे म्हणाला, ''लूकी व पनायिसला धोका? आम्ही नॅव्हारनचे कोल्हे आहोत कोल्हे. तेव्हा तो विचार तुम्ही सोडूनच द्या. आम्ही रात्रीतली भुते म्हणून वावरतो. आमच्या हालचाली अशा असतात.'' त्याने आपली रकसॅक आपल्या खांद्यावर घेतली. ''चला, आपण हे अन्नपदार्थ तुमच्या मित्रांना देऊ या.''

मॅलरीने त्याच्या दंडाला धरून थोपवत म्हटले, ''जस्ट अ मिनिट. आणखी दोन गोष्टींची गरज आहे. उष्णतेसाठी आम्हाला एक स्टोव्ह व त्यात इंधन हवे आहे. आणि आम्हाला गरज–''

''उष्णता! एक स्टोव्ह!'' लूकी विचारात पडला होता. तो पुढे म्हणाला, ''तुमचे मित्र टेकडीवर आहेत ना, ते कोण आहेत? म्हाताऱ्या बायका तर नाहीत ना?''

''आणि आम्हाला बॅन्डेजेस व औषधे हवीत.'' मॅलरी शांतपणे सांगत गेला. ''आमचा एक मित्र तर भयानकरीत्या जखमी झाला आहे. आम्हाला तो जिवंत राहील की नाही याची खातरी वाटत नाही.''

''पनायिस!'' लूकी ओरडून म्हणत होता, ''चल, परत गावात जाऊ या.'' तो आता त्याच्याशी ग्रीक भाषेत बोलत होता. त्याने त्याला हुकूम सोडले. मॅलरीने मग आपले बोगद्याचे आश्रयस्थान कुठे आहे ते सांगितले. पनायिसने तो पत्ता नीट कळल्याचे सांगितले. मग काय निर्णय घ्यावा, या संभ्रमात तो क्षणभर उभा राहिला. आपल्या मिशीच्या एका टोकाला तो पीळ भरत राहिला. नंतर त्याने मॅलरीकडे पाहिले.

तो विचारीत होता, ''तुम्हाला स्वत:ला तो बोगदा परत सापडू शकेल?''

''देव जाणे! मला स्वत:ला तशी खातरी नाही.'' मॅलरीने खरे काय ते सांगितले.

''मग मी तुमच्याबरोबर आलेच पाहिजे. कारण सर्व सामानाचा एकत्रित भार हा

पनायिससाठी फार होईल. मी त्याला बेडिंगही आणायला सांगितले आहे. आणि मला नाही वाटत की–''

''मी पनायिसबरोबर जातो,'' मिलर स्वयंस्फूर्तीने म्हणाला. बोटीवर त्याने पाठ मोडून जाण्याइतपत श्रमाचे काम केले होते. शिवाय नंतर कडा चढून येण्याचे श्रमही त्याने घेतले होते. नंतर डोंगराळ भागातून खूप चालावे लागले होते. त्याला हे सर्व आठवले. जर हे सर्व जमते, तर सामान डोक्यावर घेऊन येणे आपल्याला का नाही जमणार? असा विचार करून तो म्हणाला, ''हे काम करण्याने मला व्यायाम घडला तर बरेच होईल.''

लूकीने ग्रीक भाषेत मिलरचे बोलणे भाषांतर करून पनायिसला सांगितले. अर्थातच मोजक्याच शब्दात सांगितले. पनायिसला इंग्रजी भाषा येत नव्हती. त्यातला एकही शब्द त्याला कळत नव्हता; पण त्याने यावर आपला निषेध व्यक्त केला. मिलर त्याच्याकडे आश्चर्याने पाहत राहिला.

मिलर मॅलरीला म्हणाला, ''या पोक्त माणसाला काय झाले आहे? त्याला माझी कंपनी आवडत नाही का?''

यावर मॅलरी म्हणाला, ''तो म्हणतो आहे की, मला एकट्याला जमेल हे. तेव्हा तोच ते काम करणार आहे. त्याला वाटते की सामान घेऊन टेकडी चढताना तुझ्यामुळे वेग कमी होईल.''

''अगदी बरोबर!'' लूकी रागाने फणफणत बोलला. मग परत तो पनायिसकडे वळून बोलू लागला. बोलताना तो हवेत बोटे खुपसून शब्दांवर जोर देई. मिलरला आता पुढे काय होईल याची काळजी वाटू लागली.

त्याने मॅलरीला विचारले, ''बॉस, तो काय सांगतो आहे?''

मॅलरी गंभीरपणे म्हणाला, ''तो खरे तेच सांगतो आहे. जागतिक कीर्तीचे अमेरिकन गिर्यारोहक मिलर यांच्याबरोबर चालण्याचा मान आपल्यालाच मिळायला हवा, असे तो म्हणतो आहे. पनायिसला आज असे सिद्ध करून दाखवायचे आहे की नॅव्हारनमधील माणसेही तेवढ्याच वेगाने टेकडी चढू शकतात.''

''ओह, माय गॉड!'' मिलर म्हणाला.

मिलर व पनायिस खेड्याकडे गेले होते. लूकी व मॅलरी बोगद्याकडे निघाले. वाऱ्याचा जोर हळूहळू वाढत चालला होता. त्यांच्या खाली वाकलेल्या चेहऱ्यावर वारा हिमकणांचे सपकारे मारीत होता. त्यामुळे त्यांच्या डोळ्यांची सारखी उघडझाप होऊ लागली आणि डोळ्यांतून पाणी गळू लागले. कपड्यावर पडलेले बर्फ झटकन वितळून जिथे कुठे फटी मिळतील त्यातून आत झिरपत जाऊ लागे. शेवटी

अंगावरचे कपडे पूर्ण ओले होऊन जाऊ लागले. या हिमवृष्टीतील आताचा बर्फ चिकट व थोडासा जड होता. बुटाला हा बर्फ त्यामुळे चिकटून बसे आणि पाय जड होई. त्यामुळे बर्फाच्या जमिनीवरील इंचभर थरातून चालत जाताना तो पायातील शक्ती खेचून घेई. त्यामुळे पावलोपावली अडखळल्यासारखे होऊ लागले. पाय जड झाल्याने पायातले स्नायू लवकर थकू लागले. हवेतील दृश्यमानताही फारशी चांगली नव्हती. जणू काही त्या चमत्कारिक हवेने त्यांच्या सर्वांगाभोवती गुंडाळून टाकून त्यांना एका पांढऱ्या कोशात अडकवले होते. चढावरून वर जाताना लूकी तिरपा तिरपा जायचा. त्यामुळे त्याला चालताना दम लागत नहता. सरळ चढ चढून जाऊ पाहाल तर ते कष्टाचे होते. पण घाटातल्या रस्त्यासारखे तुम्ही तिरप्या तिरप्या आणि वळणावळणाच्या रस्त्याने गेलात तर ते सोपे पडते. म्हणून तर मालाने भरलेले अवजड ट्रक हे डोंगर चढून जाऊ शकतात.

डोंगराळ भागात चरणाऱ्या बकरीच्या हालचाली कशा चपळ असतात तसा लूकी होता. तो क्वचितच थकत असे. त्याची जीभही तशी चलाख होती. बोलण्यात तो कोणालाही हार जात नव्हता. तो अविरत बडबड करत असे; पण कामे करण्यात त्याचे मन अधिक रमे. मग ती कामे, ती कारवाई शत्रूविरुद्ध असली तर तो कितीही काळ त्या कामात रमून जाई. त्यांनी मॅलरीला सांगितले की, याआधी नॉव्हारनच्या बेटावर समुद्रमार्गाने तीन हल्ले करण्यात आले होते. परंतु जर्मनांना या संबंधात आगाऊ पूर्वकल्पना मिळालेली असल्याने त्यांनी ते परतवून लावले होते. दोस्त राष्ट्रांचे जे कमांडो आले होते ते स्पेशल बोट सर्व्हिसची वाट पाहत होते. त्यांच्याजवळ सर्व काही होते तरीही जर्मनांनी त्यांचे तुकडे तुकडे केले. दोन हल्ले हवाई मार्गाने बेटावर झाले होते. पण विमानातून आलेले कमांडो शेवटी जर्मनांच्या हाती पडले– त्यांची अनुमाने, अंदाज, अटकळी चुकत चुकत गेल्या होत्या आणि योगायोगाने अशा अकल्पनीय गोष्टी त्यांच्याविरुद्ध घडत गेल्या होत्या. लूकी व पनायिस हे दोघेही त्या रणधुमाळीत सापडले होते; पण केवळ नशीब बलवत्तर म्हणून थोडक्यात वाचले. शेवटच्या प्रसंगी तर पनायिस जर्मनांच्या तावडीत सापडला होता; पण दोन पहारेकऱ्यांना ठार करून त्याने पळ काढला. त्याची ओळख कोणालाच माहीत नसल्याने तो नंतरही सुरक्षित राहिला. जर्मन सैन्याने बेटावर जागोजागी ठाणी उभारून नाकाबंदी केली होती. पण तरीही त्या जाळ्यातून निसटण्यात तो यशस्वी झाला होता. बेटावर तसे दोनच मुख्य रस्ते असल्याने नाकाबंदी करणे सोपे होते. पण डोंगरावरील किल्ल्याची रचना आणि आतील थोडीफार माहिती पनायिस याला ठाऊक होती. त्याचा त्या दोघांना पळून जाताना फायदा झाला. लूकी सांगत होता : पनायिसला किल्ल्यात दोनदा जाण्याची संधी मिळाली होती. एका वेळी तर तो सबंध रात्रभर आत राहिला होता. त्या वेळी त्याने आतील जर्मनांच्या बरॅक्स, त्या

तोफा, कंट्रोल रूम, ऑफिसर लोकांची घरे, दारूगोळ्याचे कोठार, टर्बो रूम्स, पहारेकऱ्यांच्या चौक्या– सारे सारे काही टिपले होते आणि आपल्या स्मृतीत पक्के बंद करून ठेवले. तिथला आता प्रत्येक चौरस इंच त्याला ठाऊक आहे.

हे ऐकल्यावर मॅलरीने स्वत:शी हळूच एक शीळ घातली. हा माहितीचा खजिना कळल्यावर त्याला कमालीचा हर्ष झाला. त्याच्या आशा पल्लवित झाल्या. त्यांना अजूनही मोहिमेतील पुढची बरीच कामे करायची होती. चौक्यांच्या जाळ्यातून मार्ग काढायचा होता. किल्ल्यापाशी जाऊन आत शिरायचे होते. आत कसे शिरायचे ते पनायिसला ठाऊक असलेच पाहिजे. नकळत मॅलरी लांब लांब पावले टाकू लागला, चढ असल्याने तो वाकून चालू लागला.

तो लूकीला म्हणाला, ''तुमचा मित्र पनायिस हा अगदी वेगळाच आहे.'' मग तो सावकाश म्हणाला, ''मला त्याच्याबद्दल जरा अधिक सांगा बरं.''

''मी काय त्याच्याबद्दल सांगू?'' असे म्हणून लूकीने आपले डोके हलवून डोक्यात अडकलेले हिमकण झाडून टाकले. ''पनायिसबद्दल मला काय काय ठाऊक आहे बरे? कोणालाही त्याच्याबद्दल काय ठाऊक असेल? अहं, सांगावे तेवढे थोडेच आहे. तो अत्यंत नशीबवान आहे, त्याच्यात वेड्यासारखे धैर्य आहे. त्याच्यापुढे एखादा सिंह मेंढरू बनेल, भुकेलेला लांडगा आपला कळप सोडून जाईल. जी हवा जर्मन्स श्वासात घेतात, तीच हवा पनायिसही श्वासात घेतो; पण त्यांच्यापेक्षा तो अत्यंत वेगळा आहे आणि त्यांच्यावर मात करणारा आहे. त्याच्याबद्दल आपल्याला बरेच ठाऊक आहे आणि बरेच काही ठाऊक नाही. परमेश्वराचे मी आभार एवढ्याचसाठी मानतो की, त्याने मला या बेटावर पनायिसबरोबर जर्मन केले नाही. तो शत्रूवर गुपचूप तुटून पडतो, रात्री हल्ला करतो, बेधडक पाठीत चाकू खुपसतो.'' थोडे थांबून लूकी पुढे म्हणाला, ''त्याचे हात खूप जणांच्या रक्ताने माखलेले आहेत.''

मॅलरी एकदम शहारला. तो रापलेला पनायिस, त्याचा तो निर्विकार चेहरा, खोल गेलेले डोळे वगैरेंची मॅलरीला आता भुरळ पडू लागली.

''याहीपेक्षा नक्की आणखी काही त्याच्याबद्दल सांगता येईल. शेवटी तुम्ही दोघे नॅव्हारनवासीय आहात.'' मॅलरी म्हणाला.

''होय, आम्ही आहोतच या बेटावरचे.''

''हे एक छोटे बेट आहे. तुम्ही दोघांनीही आतापर्यंतचा सर्व जन्म एकत्र काढला आहे.''

''पण मेजरसाहेब, इथे तुमचा अंदाज चुकतो आहे.'' लूकी म्हणाला. मॅलरीला तो 'मेजर' संबोधे. त्यानेच मॅलरीला ही पदोन्नती खासगीरीत्या दिली होती. मॅलरीला त्याच्याकडून 'मेजर' म्हणवून घेणे आवडत नसे. त्याबद्दल त्याने लूकीजवळ

आपला असंतोषही प्रगट केला होता. पण लूकी हे ऐकायला तयार नव्हता. लूकी सांगत होता, ''मी बरीच वर्षे परदेशात राहिलो होतो. मॉन्शर व्ह्लाचोस यांना मदत करत होतो.'' मग तो अभिमानाने म्हणाला, ''मॉन्शर व्ह्लाचोस हे एक महत्त्वाचे सरकारी अधिकारी होते.''

''मला ठाऊक आहे. ते एक कॉन्सल होते. मी भेटलो आहे त्यांना. फार चांगला माणूस आहे,'' मॅलरीने आपले मत दिले.

''तुम्ही भेटलात त्यांना? मॉन्शर व्ह्लाचोस यांना?'' लूकी आनंदाने म्हणाला. ते ऐकून त्याला मनापासून आनंद झाला होता. तो त्याच्या आवाजातून प्रगट होत होता. तो पुढे म्हणाला, ''दॅट्स गुड! दॅट्स वंडरफुल! नंतर मला त्याबद्दल आणखी सांगा. ती एक फार मोठी व्यक्ती आहे. मी तुम्हाला कधी सांगितले होते का–''

यावर मॅलरीने त्याचे वाक्य तोडीत त्याला हळुवारपणे आठवण करून देण्यासाठी म्हटले, ''आपण पनायिसबद्दल बोलत होतो.''

''ओह, येस, पनायिस. तर मी काय सांगत होतो? हां, मी परदेशी असल्याने पनायिसपासून बराच काळ लांब होतो. जेव्हा मी परत आलो तेव्हा पनायिस येथे नव्हता, तो निघून गेला होता. त्याचे वडील वारले होते. त्याच्या आईने पुनर्विवाह केला. मग पनायिस त्याच्या सावत्र बापाबरोबर राहण्यास क्रीट बेटावर निघून गेला. तिथे तो आपली सख्खी आई, सावत्र बाप आणि दोन सावत्र बहिणी यांच्याबरोबर राहू लागला. त्याचा सावत्र बाप हा अर्धा शेतकरी होता आणि मासेमारी करणारा अर्धा कोळी होता. कॅन्डिया येथे जर्मनांविरुद्ध झालेल्या संघर्षात तो मारला गेला. येथूनच पनासियाच्या कर्तृत्वाची सुरुवात झाली. त्याने आपल्या वडिलांची बोट घेतली आणि अनेक दोस्त राष्ट्रांच्या सैनिकांना पळून जाण्यास मदत केली. शेवटी तो जर्मनांकडून पकडला गेला. मग त्याच्याच गावातील एका चौकात त्यांनी त्यांची मनगटे बांधून एका झाडाला टांगून ठेवले आणि चाबकाचे फटके मारले. त्यांनी एवढे फटके मारले की शेवटी त्याच्या छातीची कातडी फाटून आतल्या फासळ्या, पाठीवरचे मणके दिसायला लागले. सर्वांसमक्ष त्यांनी हे केले. पनायिसचे कुटुंब त्या गावातून मग निघून गेले. नंतर जर्मन्सही तेथून निघून गेले. त्यांनी झाडावरून पनायिसला खाली उतरवले नाही. त्याला तिथेच मृत्यू यावा म्हणून तसेच लटकावून ठेवून दिले. मग रात्री पनायिसच्या मित्रांनी त्याला खाली उतरवले. एवढे करूनही तो मेला नव्हता, चांगलाच चिवट होता. त्याला तिथून डोंगराळ भागात कुठेतरी नेले, त्यांनी त्याची शुश्रूषा केली आणि पनायिस बरा झाला. संपूर्ण बरा झाला. मग तो परत नॅव्हरानला आला. एक छोटी बोट घेऊन प्रत्येक बेटापाशी थांबत थांबत तो आला. आपण का परत आलो हे त्याने कधीही कोणाला बोलून दाखवले नाही. मला वाटते की त्याला आपल्या मातृभूमीवर, बेटावर जर्मनांना ठार मारण्यात आनंद

मिळवायचा असावा, मेजर. शेवटी माणूस काय मागत असतो? अन्न, पाणी, झोप, थंड प्रदेशात असल्याने उबदार ऊन, वाइन व स्त्रिया. पण पनायिसला याचे सोयरसुतक नव्हते. या गोष्टी मिळाल्या काय अन् नाही मिळाल्या काय; तो मी सांगितलेली कामे ऐकतो. माझी आज्ञा मानून ती पाळतो. कारण मी व्ह्लाचोस कुटुंबातील एक कर्मचारी होतो ना! त्याच्या आयुष्याचे आता एकच ध्येय झाले होते. जर्मन दिसतील तिथे त्यांना ठार करणे, सतत त्यांना ठार करत राहणे, परत परत ठार करणे. अशी कृत्ये करणे हा त्याचा एक श्वास बनून राहिला आहे.'' लूकी हे सांगता सांगता मध्येच थांबला. मान वर करून त्याने हवा हुंगली. त्याला कसला तरी वास आला होता. मग त्याने आपल्या बुटाला चिकटलेले बर्फ झाडून, पाय आपटून दूर केले आणि तो परत टेकडीवर तिरपा तिरपा चढू लागला. अंधारातही त्याचे दिशांचे ज्ञान अचूक होते.

''आता किती अंतर उरले आहे लूकी?''

''फक्त पाच-सहाशे फूट मेजर, जास्त नाही.'' त्याने आपल्या जाडजूड मिशांवर साचलेले हिमकण तोंडातून फुंकर मारून उडवून टाकले. मग तो मॅलरीला म्हणाला, ''मी तिथे आलेले तुमच्या लोकांना आवडेल का?''

''नक्की आवडेल.'' मॅलरी म्हणाला. त्याच्या डोळ्यांसमोर बोगद्याचे आश्रयस्थान उभे राहिले. वरून सर्वत्र पाणी गळत होते. हळूहळू ते आता थंड होत गेले असणार. चढावरून वर जाताना हवा अधिकाधिक थंड होत चालल्याचे त्याला जाणवत होते. वाऱ्याचा जोरही वाढत होता. त्याचा विव्हळल्यासारखा आवाजही वाढला होता. त्यांना आता वाकून चालत जावे लागत होते. वाऱ्याच्या विरुद्ध सरकताना जोर लावावा लागत होता. शेवटी एकदम ते दोघे थांबले, कान देऊन ऐकू लागले, एकमेकांकडे बघू लागले. त्यांच्या आसपास सर्वत्र बर्फ पडल्याने पांढरे पांढरे होऊन गेले होते आणि शांतता होती. त्यांना कसला तरी आवाज ऐकू आला होता म्हणून ते थांबले होते. पण कुठेच त्या अचानक आलेल्या आवाजाचे कारण दिसत नव्हते.

मॅलरीने हळू आवाजात त्याला विचारले, ''तुम्हाला काही ऐकू आले काय?''

''मीच तो आवाज केला होता.'' कुठून तरी बोललेले ऐकू आले. मॅलरीने एकदम वळून मागे पाहिले. त्याला एक जाडजूड आकृती दिसली. बर्फात ती लोंबकळल्यासारखी उभी होती. तो ॲन्ड्रिया होता. तो म्हणाला, ''दगडी रस्त्यावरून खडखडत जाणाऱ्या घोडागाडीचा आवाज तुम्हा दोघांपुढे काहीच नाही. पण बर्फामध्ये तुमचे आवाज चमत्कारिकरीत्या ऐकू येत होते. त्यामुळे मला तुमचा अंदाज आला नाही.''

मॅलरीने त्याच्याकडे कुतूहलाने पाहत विचारले, ''पण ॲन्ड्रिया, तू आत्ता येथे कसा? कुठून आलास?''

ॲन्ड्रिया सांगू लागला, "लाकूडफाटा हवा होता, शेकोटी करण्यासाठी. त्याचा शोध घेण्यासाठी मी कोस्टोस डोंगरावर, खूप वर गेलो होतो. त्या वेळी सूर्यास्त होत होता. हिमवृष्टीही थांबलेली होती. वर मला एक झोपडी सापडली. येथून ती दूर नाही. शेवटी अंधार पडायला लागल्यावर मी खाली आलो. पण एवढ्या वर निर्मनुष्य भागात मोठी झोपडी बांधून त्यात कोण राहत होते?"

लूकी मध्येच बोलू लागला, "तुम्ही पाहिले ते बरोबर आहे. त्या म्हाताऱ्या लेरी याने ती झोपडी बांधली होती. तसा तो चक्रमच होता. तो बकऱ्या पाळायचा. आम्ही सर्वांनी त्याला तिथे राहू नकोस म्हणून सावधगिरीची सूचना दिली होती. पण लेरीने ते मानले नाही. तो कोणाशीही बोलत नसे. एकदा त्याच्या झोपडीवर दरड कोसळून तो त्यात मेला."

"हा वारा फार भयानक आहे, पण म्हातारा लेरी आपल्याला आज रात्री ऊब देईल." ॲन्ड्रिया म्हणाला. तो एकदम थांबला. वाटेत ओढ्याची छोटी दरी आली होती. तिथून खाली एकदम जमीन खोल गेलेली होती. त्यांचे आश्रयस्थान जवळ आलेले होते. मग त्याने खुणेची शीळ घातली, दोनदा घातली, उच्च स्वरातली ती शीळ होती. मग तो उत्तरादाखल एखादी शीळ ऐकू येते का ते कान देऊन ऐकू लागला. तसा आवाज येताच ते तिघेजण पुढे सरकू लागले. कॅसी ब्राउन कॅनव्हासच्या पडद्याबाहेर हातात पिस्तूल घेऊन उभा होता. त्याने पिस्तूल खाली करून सर्वांचे स्वागत केले आणि कॅनव्हासचा पडदा उचलून सर्वांना आत जाऊ दिले.

जनावरांच्या चरबीपासून केलेली मेणबत्ती धूर सोडत जळत होती, फडफडत होती. आतमध्येही फटीफटीमधून वारा घुसून पिंगा घालत होता. त्या फडफडणाऱ्या मेणबत्तीच्या ज्योतीमुळे सर्वत्र पडलेल्या छाया थरथरत होत्या. ती मेणबत्ती आता संपत आलेली होती. विझण्याच्या बेतात होती. लूकी दुसऱ्या एका मेणबत्तीचे थोटूक पहिल्या संपत चाललेल्या मेणबत्तीवरून पेटवू लागला. क्षणभर दोन्ही मेणबत्त्यांची मिळून एक मोठी ज्योत झाली. त्या प्रकाशात मॅलरीने आता प्रथमच लूकीला नीट पाहिले. तो एक लहानखुरा माणूस होता. त्याने गडद निळ्या रंगाचा कोट अंगावर चढवला होता आणि त्यावरून एक पट्टा बांधून तो कोट अंगाशी घट्ट जखडून टाकला होता. त्याच्या त्या हसऱ्या चेहऱ्यावरच्या मिशा पताका चिकटवल्यासारख्या वाटत होत्या. तो युरोपातील मध्ययुगीन काळातील शस्त्र धारण केलेला एक शिलेदार वाटत होता. त्याचे डोळे काळेभोर होते, पाणिदार होते, पण त्यामध्ये करुण भाव होते. ते डोळे थकलेले आहेत, हेही लक्षात येत होते.

स्टीव्हन्स एका स्लीपिंग बॅगेत झोपला होता. त्याचा श्वासोच्छ्वास जोरात व

उथळपणे चालला होता. ते आत आले तेव्हा तो जागा झाला होता. त्यांनी त्याला अन्नपाणी देऊ केले. पण त्याने तोंड बाजूला वळवून ते नाकरले आणि तो परत झोपी गेला. ते एक वाईट लक्षण होते. मॅलरीच्या डोळ्यांपुढे पुढचे एक संभाव्य पण वाईट चित्र उमटले. मिलर लवकर यावा, अशी तीव्र इच्छा त्याने मनोमन व्यक्त केली...

कॅसी ब्राऊनने तोंडात वाइनचा घोट घेऊन त्याबरोबर शेवटचे पावाचे तुकडे घशात लोटले. मग तो उठून उभा राहिला. त्याने कॅनव्हासचा पडदा बाजूला सारून बाहेर डोकावले. बाहेर अजूनही हिमवृष्टी चालूच होती. तो शहारला. त्याने पडदा खाली सोडला; वायरलेस सेट उचलून खांद्यावरच्या पट्ट्यात अडकवला. एक दोरीचे वेटोळे, एक टॉर्च व सतरंजी बरोबर घेतली. मॅलरीने आपल्या घड्याळात पाहिले. पावणेबारा झाले होते. कैरोकडून ठरलेल्या वेळी वायरलेसने संपर्क साधण्याची वेळ आली होती.

"कॅसी, तुला जायलाच हवे बाहेर? या अशा हवेत मी माझ्या कुत्र्यालाही बाहेर सोडणार नाही."

"माझी तरी बाहेर जाण्याची कुठे इच्छा आहे?" ब्राऊन दुर्मुखलेल्या चेहऱ्याने म्हणाला. "पण तरीही ही वेळ आपण साधायला पाहिजे असे मला वाटते. ते अधिक बरे पडेल. या वेळी संपर्क नीट साधला जातो. मी ही टेकडी चढून वर जाणार आहे. म्हणजे समोरच्या डोंगराचा जो अडथळा वायरलेस संपर्काला होतो, तो होणार नाही. दिवसा तिथे गेलो तर मी कुठूनही दिसू शकेन. तेव्हा आत्ता मला गेलेच पाहिजे."

मॅलरी त्याच्याकडे कुतूहलाने पाहत म्हणाला, "कॅसी, तू म्हणतोस ते बरोबर आहे. तुलाच यातले जास्त कळते. पण हे बाकीचे सामानसुमान कशाला बरोबर नेतीस?"

"मी वायरलेस सेटवर सतरंजी घालून तो झाकणार आहे. मग मी त्या पांघरुणाखाली शिरेन आणि टॉर्च लावून माझे काम चालू करेन. शिवाय दोरीचे एक टोक येथे बांधून मी वर ती दोरी सोडत जाईन. मग मला या दोरीच्या साहाय्याने केव्हाही खाली येता येईल."

मॅलरीने त्याच्या बेताला मान्यता देत म्हटले, "छान! उत्तम! पण तुझ्या जागेवरून वरसुद्धा लक्ष ठेव. ही नाल्याची छोटी दरी पुढे एका घळईला जाऊन मिळते हे लक्षात ठेव."

ब्राऊन ठामपणे म्हणाला, "सर, तुम्ही माझी काळजी करू नका. या कॅसी ब्राऊनला काहीही होणार नाही."

मग क्षणभर वाऱ्याचा एक झोत आत आला, कॅनव्हासचा पडदा फडफडला आणि ब्राऊन निघून गेला.

मॅलरी उठून उभा राहिला. त्याने आपल्या डोक्यावरची हिमप्रतिबंधक टोपी पुढे

ओढली. तो म्हणाला, ''इंधन हवे, जळण हवे, दोस्तांनो. ती म्हाताऱ्या लेरीची झोपडी त्यासाठी आहे. चला, त्यासाठी मध्यरात्री बाहेर पडायला कोण तयार आहे?''

ते ऐकताच ॲन्ड्रिया व लूकी ताबडतोब उठून उभे राहिले; पण मॅलरीने आपली मान नकारार्थी हलवली. तो पुढे म्हणाला, ''कोणीतरी एकजण माझ्याबरोबर यायला पुरेसा आहे. दुसऱ्याने येथे स्टीव्हन्सबरोबर थांबायला हवे.''

ॲन्ड्रिया हळू आवाजात म्हणाला, ''तो गाढ झोपला आहे. आपण फार थोडा वेळच जाणार आहोत. तेवढ्या वेळात त्याला काहीही होणार नाही.''

''मी त्या दृष्टीने म्हणत नाही. आपण नसताना तो जर्मनांच्या हातात पडता कामा नये. ती शक्यता पूर्णपणे टाळली पाहिजे. जर तो त्यांच्या हातात सापडला तर ते त्याचा छळ करून त्याला कसेही करून बोलायला भाग पाडतील. त्याचा दोष नसला तरीही ते त्याला नक्की बोलते करतील. आपण फार मोठी जोखीम पत्करतो आहोत.''

लूकीने आपल्या बोटांनी चुटकी वाजवली आणि तो म्हणाला, ''तुम्ही काळजी करू नका, मेजर. येथल्या कित्येक मैल परिसरात जर्मन्स नाहीत. मी शब्द देतो तसा.''

मॅलरीने थोडेसे कां-कू केले आणि तो हसून म्हणाला, ''तुम्ही बरोबर बोलता आहात.'' मग तो स्टीव्हन्सवर वाकला, त्याला थोडेसे हलवले. स्टीव्हन्सने थोडीशी हालचाल केली व तो कण्हला. त्याने आपले डोळे सावकाश उघडले.

मॅलरी त्याला म्हणाला, ''आम्ही बाहेर जाऊन जरा लाकूडफाटा गोळा करून आणतो. काही मिनिटांत परत येऊ. तू ठीक आहेस ना?''

''अर्थातच, सर. येथे असे काय घडणार आहे? माझ्याजवळ एक पिस्तूल ठेवा आणि ती मेणबत्ती विझवून टाका.'' मग हसून तो म्हणाला, ''तुम्ही आत शिरण्याआधी मला हाक मारा.''

मॅलरीने ती जळणारी मेणबत्ती फुंकर घालून विझवली. विझण्याआधी तिची ज्योत फडफडली आणि मग विझली. त्या क्षणी तिथे असलेल्या प्रत्येकाला अंधाराने गिळून टाकले. मॅलरी झटपट तिथून बाहेर पडला. बाहेर हिमवादळाने त्या ओढ्याच्या छोट्या दरीत थैमान घालण्यास सुरुवात केली होती. ॲन्ड्रिया व लूकी मॅलरीच्या मागोमाग बाहेर पडले.

ती जुनी उद्‌ध्वस्त झालेली झोपडी शोधून काढायला अवघी दहा मिनिटे लागली. त्या लाकडी झोपडीच्या दरवाजाच्या काही बिजागऱ्या निखळल्या होत्या. ॲन्ड्रियाने ते दार पिळून उचकटले आणि त्याचे योग्य त्या लांबीचे तुकडे केले. तसेच तिथले मोडके टेबल आणि इतर सटरफटर लाकडी सामानाचे योग्य तेवढ्या लांबीचे तुकडे केले. मग त्या सर्व तुकड्यांची मिळून एक मोळी त्यांनी बांधली.

कोस्टो डोंगरापासून उत्तरेकडे वारे वाहत होते. ते वारे सरळ त्यांच्या तोंडावर आपटत होते. त्यांची नाके, गाल त्या गार वाऱ्यामुळे गारठून पार बधिर होऊन गेले होते. वाऱ्याच्या विरोधाला न जुमानता पुढे सरकणे कठीण होत होते. ते कसेबसे त्या ओढ्याच्या छोट्या दरीत येऊन ठेपले. दरीच्या दोन्ही बाजूंमुळे त्यांना वाऱ्यापासून संरक्षण मिळत होते.

बोगद्याच्या तोंडाशी आल्यावर टॉर्चच्या प्रकाशात बाहेर तपासणी केली आणि ते आत शिरले. सर्वांत टोकाच्या कोपऱ्यापाशी जाऊन टॉर्चचा प्रकाश फिरवला, मग परत मध्यभागी येऊन मॅलरी तपासणी करू लागला. खाली जमिनीवर एक वेडीवाकडी झालेली स्लीपिंग बॅग पडलेली होती. त्यात स्टीव्हन्स नव्हता. तो गायब झाला होता.

नऊ

बुधवार : मध्यरात्री १२ ते पहाटे २

ॲन्ड्रिया पुटपुटत म्हणाला, "म्हणजे मला जे वाटले ते चुकलेच. स्टीव्हन्सला झोप लागलेली नव्हती." बोगद्यातून स्टीव्हन्स गायब झालेला होता.

त्याच्याशी गंभीरपणे सहमत होत मॅलरी म्हणाला, "नक्कीच तो जागा असला पाहिजे. त्याने आपल्याला बेसावध ठेवले आणि मी काय बोललो, ते त्याने ऐकले असले पाहिजे. आपण त्याची इतकी काळजी का वाहतो आहोत, हे त्याने ओळखले असावे. म्हणूनच गळ्यातली जात्याची पाळी किंवा लोढणे असे शब्दप्रयोग त्याने केले. पण तसे आपल्या कोणाच्याही मनात नव्हते. आपण त्याला कधीच आपले लोढणे मानले नव्हते. उगाचच त्याने तशी समजूत करून घेतली."

ॲन्ड्रिया यावर म्हणाला, "तो बाहेर का निघून गेला हे आता समजणे सोपे आहे."

मॅलरीने पटकन आपल्या घड्याळात पाहिले आणि तो त्या आश्रयस्थानाच्या बाहेर गेला.

तो बाकीच्यांना म्हणत होता, "आपण बाहेर जाऊन परतेपर्यंत अवधी वीस मिनिटे झालीत. वीस मिनिटांत तो फार दूर जाऊ शकणार नाही. आपल्या जवळपासच पण लपून राहण्याइतपत तो कुठेतरी गेला असणार. स्वत:ला ओढत तो फार तर शंभर-दीडशे फूट दूर गेला असेल. त्याला आपण चार-पाच मिनिटांत शोधून काढू. सर्वांनी आपापले टॉर्चेस बाहेर काढून त्याचा शोध घेऊ या. आपल्याला या वादळात कोणीही पाहणार नाही. वर टेकडीच्या दिशेने जात पांगून राहा. मी या ओढ्याच्या छोट्या दरीत शोध घेतो."

"वर टेकडीवर?" लूकीने मॅलरीचा दंड धरीत विचारले. त्याला कोडे पडले होते. "पण त्याचा एक पाय मोडला–"

मॅलरी अस्वस्थ होत उतावीळपणे म्हणाला, "चला, वर जायला लागा, मी सांगतो ना. स्टीव्हन्स हुशार होता. आपल्याला चकवण्यासाठी तो मुद्दाम वरच्या दिशेने गेला असणार. त्याच्या हुशारीला मानले आपण." एवढे बोलून मॅलरी काही क्षण थांबला आणि पुढे शांतपणे म्हणाला, "कोणताही मरायला टेकलेला माणूस अशा हवेत स्वत:ला ओढत नेताना तो साध्या, सोप्या, सरळ मार्गाने जाणार नाही. चला, कमॉन."

तीन मिनिटांतच त्यांना स्टीव्हन्स सापडला. जे काही उघड उघड वाटते त्याला मॅलरी फसणार नाही, असा त्याने विचार केला असावा किंवा वर जाणारा चढ आहे हे त्याने ऐकले असावे. कारण त्याने आपण दिसू नये म्हणून एका शिळेवरून पुढे येऊन पडद्यासारख्या लोंबणाऱ्या बर्फामागे स्वत:ला लपवले होते. ती जागा त्या ओढ्याच्या दरीच्या वरच होती. लपून राहायला ती एक परिपूर्ण जागा होती; पण त्याच्या मोडक्या पायाने त्याचा विश्वासघात केला. ॲन्ड्रियाच्या टॉर्चच्या प्रकाशात त्याला एके ठिकाणी लालसर काळ्या रक्ताचा ओघळ बर्फाच्या पांढऱ्या पार्श्वभागावर दिसला. त्याच्या पायातून रक्त ठिबकत होते आणि त्याचा एक बारीक ओघळ वाहत होता. त्या ओघळाचा माग घेत स्टीव्हन्सला शोधले, तेव्हा तो जवळ-जवळ बेशुद्ध झाला होता. दमल्यामुळे व भयंकर गार पडल्यामुळे तसे झाले असावे किंवा मोडलेल्या पायाच्या तीव्र वेदनेमुळेही तो बेशुद्ध झाला असेल.

त्याला पुन्हा आश्रयस्थानात आणण्यात आले. मॅलरीने त्याच्या घशात स्थानिक दारू ओतली. ती जळजळीत व कडक होती. आपण हे जे करतो आहोत ते कदाचित चुकीचे असावे, अशी त्याला एक धूसर शंका वाटत होती. कदाचित माणसाला धक्का बसला असताना अशी दारू पाजणे धोक्याचे असेल, अशीही त्याला शंका होती. या मुद्द्यावर मॅलरीच्या मनात गोंधळ उडालेला होता. स्टीव्हन्स थोडासा घुसमटला, खोकला व त्याच्या तोंडून बरीच दारू बाहेर टाकून दिली गेली, पण थोडी तरी दारू त्याच्या पोटात गेली. मग पायाचे हाड सरळ राहण्यासाठी जो लाकडी आधार बांधला होता, तो ॲन्ड्रियाच्या मदतीने त्याने थोडासा सैल केला, बाहेर येणारे रक्त थांबवण्याचा प्रयत्न केला. तसेच त्या जखमेच्या खाली व वर मिळतील तेवढी कोरडी बॅन्डेजेस बांधली. मग त्याने आपल्या खिशातून सिगारेट केस बाहेर काढून त्यातली एक सिगारेट पेटवून त्याच्या ओठात खोचली. यापेक्षा जास्त तो काही करू शकत नव्हता, निदान डस्टी मिलर पनायिसबरोबर येईपर्यंत तरी. पण मिलर असता तरी त्याने यापेक्षा जास्त काहीही केले नसते याची त्याला खातरी होती. कोणीच यापेक्षा जास्त करू शकले नसते.

बोगद्याच्या तोंडाशी लूकीने एक शेकोटी पेटवलेली होती. त्यात आणलेली जुनी लाकडे तडतडत पेटलेली होती. त्यातून थोडासाच धूर अधूनमधून निघत होता. शेकोटी पेटवल्यावर ताबडतोब त्या बंदिस्त आश्रयस्थानात ऊब पसरू लागली. मग ॲन्ड्रिया, लूकी व मॅलरी हे ताबडतोब त्या शेकोटीभोवती बसून आपले अंग शेकू लागले. थोड्या वेळाने पाच-सहा ठिकाणी छतामधून पाणी ठिबकू लागले. उष्णतेमुळे छताच्या फटीत अडकलेले बर्फ वितळत होते. पाहता पाहता खालची जमीन दलदलीची बनली. परंतु मॅलरी व ॲन्ड्रिया यांच्या दृष्टीने उबेच्या बदल्यात एवढी होणारी गैरसोय किरकोळ होती आणि यामुळे चालण्याजोगी होती. गेल्या तीस तासांत त्यांना प्रथमच एवढी ऊब अनुभवायला मिळत होती. मॅलरीच्या शरीरात ती ऊब हळूहळू आत शिरत होती. आपले सर्व शरीर शिथिल होत चालले आहे असे त्याला वाटू लागले. मग त्याचे डोळे जड होऊ लागले व त्याला पेंग येऊ लागली.

तो आता भिंतीला टेकून बसला होता, पेंगत होता आणि अजूनही पहिली पेटवलेली सिगारेट ओढत होता. अचानक गार वाऱ्याचा एक झोत आत शिरला. ब्राऊन आत आला होता. तो दमला होता आणि आपल्या खांद्यावरचे वायरलेस सेटचे ओझे खाली उतरवत होता. नेहमीप्रमाणे तो दुर्मुखलेला दिसत होता. पण शेकोटी पाहताच त्याला आनंद झाला. थंडीने त्याचा चेहरा निळसर होत चालला होता आणि तो काकडत होता. मॅलरी गेला अर्धा तास तिथे बसलेल्या अवस्थेत भिंतीला टेकून होता, अर्धवट जागा होता. ब्राऊन आत आल्याचे त्याला कळले होते आणि तो आता शेकोटीपाशी बसला आहे हेही त्याला समजले होते. ब्राऊनने आपल्या सिगारेट केसमधून एक सिगारेट काढून पेटवली. ताबडतोब त्याच्या कपड्याचा कुबट वास त्याच्या भोवती पसरता. तो उद्विग्न झालेला दिसत होता. मॅलरीने एक बाटली घेऊन ती ब्राऊनकडे दिली. त्यात ती स्थानिक दारू होती.

मॅलरीने त्याला सुचवले, "सरळ तोंड लावून एकदम घोट घे. फार वेळ तोंडात ठेवलीस तर तुला त्याची चव बिलकूल आवडणार नाही. मग या वेळी कितपत संपर्क साधला गेला?"

त्या स्थानिक दारूची चव ब्राऊनच्या जिभेवर तरळत होती. जीभ फिरवत तो म्हणाला, "संपर्क साधला. त्यांच्याकडूनचे संदेश स्पष्ट ऐकू येत होते."

"म्हणजे जमले तर." मॅलरी ताठ बसून उत्सुकतेने पुढे म्हणाला, "रात्री त्यांच्या माणसांशी गाठ पडल्याचे ऐकल्यावर ते खूश झाले की नाही?"

"त्याबद्दल ते काहीही बोलले नाहीत. उलट त्यांनी मला गप्प राहण्याची सूचना केली आणि आहात तसेच राहा, असे सांगितले." ब्राऊनने आपला दुसरा पाय शेकोटीपुढे केला. त्याच्या पहिल्या पायाच्या बुटातून वाफ उमटू लागली होती. "ते असे का म्हणाले ते मला विचारू नका सर. पण त्यांनी आडवळणाने मला अशी

माहिती दिली की, दोन-तीन छोटे वायरलेस सेट गेल्या पंधरवड्यात नॅव्हारनवर पाठविण्यात आले आहेत. ते सेट आसमंतातील वायरलेसवरचे संभाषण ऐकण्यासाठी पाठवले होते. ते सेट अगदी हलके होते.''

''ज्या अर्थी ते हलके होते, त्या अर्थी ती मॉनिटरिंग स्टेशन्स असली पाहिजेत.'' क्रीट बेटावरील व्हाइट डोंगरात आपण असेच वायरलेस सेट वापरल्याचे मॅलरीला आठवले. तो पुढे म्हणाला, ''डॅम इट् कॅसी. त्या सेटच्या साहाय्याने या छोट्याशा बेटावर त्यांना आपले हे ठिकाण अगदी डोळे मिटून शोधून काढता येईल.''

ब्राऊन यावर आपली मान जोरजोरात हलवून म्हणाला, ''होय, त्यांना आता ते सहज शक्य होईल.''

मग मॅलरी लूकीला म्हणाला, ''या मॉनिटरिंग स्टेशनबद्दल तुमच्या कानावर काही आले होते का?''

''नाही, काहीही नाही मेजर. मला तुम्ही काय म्हणता आहात तेच मुळात नीट समजत नाही,'' लूकी म्हणाला.

''होय, हा सारा तांत्रिक मामला आहे. पण ते जाऊ दे. आता कळून काय उपयोग? आता खूप उशीर झाला आहे. मग कॅसी, तुझ्याकडे काही चांगली बातमी आहे का?''

''ते मला तसे काही कळवायला तयार नाहीत. तसा त्यांना म्हणे हुकूमच दिला गेला आहे. ते फक्त सांकेतिक शब्दांवरच बोट ठेवतात. त्यामुळे ॲफरमेटिव्ह, निगेटिव्ह, रिपिटेटिव्ह, विल्को आणि असलेच काही मोजके व तुटक शब्द ते बोलतात. फक्त आणीबाणीतच ते सलग वाक्यात संपर्क साधत राहतात. किंवा ज्या वेळी गुप्तता राखणे अशक्य असते अशा वेळी मात्र ते सलगपणे निरोप पाठवत राहतात,'' कॅसी ब्राऊन म्हणाला.

''हा एक प्रकारचा छळवादच म्हटला पाहिजे,'' मॅलरी म्हणाला. तो पुढे कुरकुरत म्हणाला, ''खरोखर या बुटांनी मला जीवघेण्या वेदना होत आहेत.''

परंतु तिकडे लक्ष न देता ब्राऊन खिन्नपणे म्हणाला, ''सर, पण ही काही चेष्टा करण्याजोगी संपर्काची पद्धत नसायला पाहिजे. आपल्या छोट्या आक्रमक नौका व ई-बोटी या पिराक्युसपासून आज सकाळीच निघाल्या. पहाटे चार वाजता निघाल्या असाव्यात. आज रात्री सायक्लेडसपाशी त्या लपून राहतील, अशी कैरोतल्या अधिकाऱ्यांची अपेक्षा आहे.''

''ही एक सुरेख चाल कैरोकडून होते आहे. नाहीतरी दुसरीकडे कुठे त्या लपून राहणार?'' असे म्हणून मॅलरीने एक नवीन सिगारेट शिलगावली आणि तो शेकोटीकडे उदासपणे पाहत राहिला. ''ठीक आहे, ते निघाले आहेत ही एक चांगली बातमी आहे. होय ना?''

यावर ब्राऊनने मूकपणे आपली मान हलवली.

"तसे होत असेल तर उत्तमच. बरे झाले तू बाहेर जाऊन संपर्क साधलास. आता थोडी झोप घेण्याचा प्रयत्न कर. लूकी म्हणतो आहे की आपण सूर्योदयाच्या आत मार्गारिटा खेड्यात पोहोचले पाहिजे. तिथे सोडून दिलेली एक कोरडी विहीर आहे. आपल्याला तिथे एक दिवस आश्रय घेण्यासाठी सारी तयारी करून ठेवलेली असणार. मग नंतर रात्री त्या गावात शिरायचे."

"माय गॉड!" ब्राऊन हळहळत म्हणाला, "आजची रात्र या गळक्या गुहेत काढायची आणि उद्याची रात्र त्या विहिरीत? अन् त्यात पाणी असेल तर? नॅव्हारनमध्ये दुसरीकडे कुठे नाही का राहता येणार? तिथल्या स्मशानभूमीत आसरा घेता येईल."

"आपल्या मनाप्रमाणे राहण्याची जागा मिळणार नाही. विशेषत: चमत्कारिक घटना घडत असताना," मॅलरी कोरड्या स्वरात म्हणत होता. "आपण सगळे नेहमी सर्वोत्कृष्ट गोष्टींची अपेक्षा करत असतो. ठीक आहे, पहाटे पाचच्या आत आपल्याला ही जागा सोडायला हवी." त्याने पाहिले की ब्राऊन स्टीव्हन्सच्या शेजारी जाऊन झोपला आहे. मग त्याने आपले लक्ष लूकीवर केंद्रित केले. तो शेकोटीच्या पलीकडच्या बाजूला एका पेटीवर बसला होता आणि एक तापलेला शेकोटीतील दगड कापडात गुंडाळून स्टीव्हन्सचे बधिर झालेले पाय शेकत होता. अधूनमधून तो शेकोटीतल्या जाळातून आपले हात फिरवून घेत होता. मॅलरी किती सर्व अंगाने चौकशी करून परिस्थितीची पाहणी करतो आहे, हे हळूहळू त्याच्या लक्षात येत गेले.

लूकीने चिंताक्रांत होत मॅलरीला विचारले, "मेजर, तुम्ही कसल्यातरी काळजीत पडलेला दिसत आहात. मला वाटते की तुम्हाला मी सांगितलेली पुढची योजना पटली नसावी."

यावर मॅलरी मोकळेपणे त्याला म्हणाला, "मला तुमच्या योजनेबद्दल काहीही शंका किंवा अडचणी वाटत नाहीत. पण तुम्ही ज्या पेटीवर बसला आहात त्याची काळजी वाटते आहे. त्या पेटीत अत्यंत स्फोटक दारूगोळा टिच्चून भरला आहे आणि शेकोटीपासून तुम्ही व ती पेटी अवघ्या तीन फुटांवर आहे. तो दारूगोळा एवढा स्फोटक आहे की, त्यामुळे एक मोठी युद्धनौका सहज उद्ध्वस्त होऊ शकेल. हे काही बरे नव्हे."

लूकीने अस्वस्थपणे आपले आसन बदलले आणि आपल्या एका मिशीच्या टोकाला पीळ भरला. तो म्हणाला, "मी असे ऐकले होते की हे टीएनटी स्फोटक द्रव्य तुम्ही आगीत जरी टाकले तरी ते सावकाश जळत राहील. पाइनचे ओले लाकूड कसे जळते तसे ते जळेल."

मॅलरी त्याच्या म्हणण्याला संमती देत म्हणाला, "बरोबर आहे. तुम्ही त्या

टीएनटीच्या कांड्या वाकवू शकता, मोडू शकता, त्या कानशीने घासू शकता, करवतीने कापू शकता, त्यावर उडी मारू शकता किंवा त्यावर घणाचे घाव घालू शकता. यामुळे तुम्हाला फक्त व्यायाम घडेल. पण जर उष्ण व दमट हवेत त्यातून पाणी पाझरू लागले तर मात्र खैर नाही. आत्ताच्या हवेत त्या पेटीभोवती गरम हवा खेळती आहे आणि या गुहेतली हवा दमट झाली आहे.''

ते ऐकल्यावर लूकी ताडकन उभा राहिला आणि पार बोगद्याच्या दुसऱ्या टोकाला जाऊन उभा राहिला. तो तेथूनच ओरडून म्हणाला, ''ती पेटी अगोदर बाहेर न्या! ती हिमवृष्टी, सर्द हवा हे सारे संपेपर्यंत–''

''तुम्ही ही पेटी खाऱ्या पाण्यात दहा वर्षे जरी ठेवून दिली तरी आतली स्फोटक द्रव्ये अजिबात खराब होणार नाहीत.'' मॅलरी त्याचे बोलणे तोडीत त्याला उपदेश करत पुढे म्हणाला, ''पण काही प्राथमिक गोष्टी मात्र सांभाळल्या पाहिजेत. ती जी पेटी अॅन्ड्रियापाशी आहे ना, त्यात डिटोनेटर्स भरलेले आहेत. त्यापासून धोका आहे. ती पेटी आपण बाहेर ठेवू या व त्यावर एक रेनकोट पांघरू या.''

''उफ्! पण या लूकीजवळ त्यापेक्षाही एक चांगली कल्पना आहे!'' लूकी एका कोटामध्ये जाऊन झोपत होता. ''आपण ती पेटी म्हाताऱ्या लेरीच्या झोपडीत नेऊन ठेवू. जेव्हा आपल्याला हवी आहे तेव्हा आपण ती तेथून आणू. जर तुम्ही घाईघाईत ती पेटी तिथे तशीच सोडून दिली तरी काहीही हरकत नाही.''

मॅलरी याला विरोध करणार होता. पण त्याआधीच लूकीने ती पेटी मोठ्या मुश्किलीने उचलली आणि तो अर्धवट चालत, लंगडत शेकोटीला वळसा घालून कॅनव्हासच्या पडद्यापाशी तीन पावले टाकत जाऊ लागला. तेवढ्यात अॅन्ड्रिया उठून त्याच्या बाजूला आला आणि त्याने ती पेटी त्याच्या हातून घेऊन आपल्याकडे घेतली. तो लूकीला म्हणाला, ''मी घेतो ही पेटी.''

यावर लूकी म्हणाला, ''नाही, नाही. मला जमेल ती न्यायला. तसे हे मला विशेष ओझे वाटत नाही.''

''ठीक आहे, ठीक आहे. पण ही स्फोटके एका विशिष्ट पद्धतीनेच हलवावी लागतात. मी त्याचे प्रशिक्षण घेतलेले आहे,'' अॅन्ड्रियाने त्याला खुलासा केला.

''असे? मला ते नीट समजले नाही. पण तुम्ही म्हणता ते नक्कीच खरे असणार. मग मी आता डिटोनेटर्सची पेटी बाहेर नेऊन ठेवतो.'' मग लूकीने ती छोटी पेटी उचलून बोगद्याच्या बाहेर आणून अॅन्ड्रियाच्या पायाशी ठेवली.

मॅलरीने आपल्या घड्याळात पाहिले. बरोबर रात्रीचा १ वाजला होता. एव्हाना मिलर व पनायिस परत यायला हवे होते. वाऱ्याचा जोर कळसाला जाऊन पोहोचला

होता. आता तो कमी होत चालला होता. हिमवृष्टीही थांबली होती. येथून निघताना चालणे सुसह्य होणार होते. जाता जाता बर्फामध्ये पावले उमटत जाणार होती. एक माग निर्माण होणार होता, पण बर्फातली वाटचाल जीवघेणी व धोक्याची नव्हती. पहाटेपूर्वीच ते उतारावरून पार दरीच्या पायथ्याशी जाऊन पोहोचणार होते. जरी तिथे अधूनमधून पाण्याचे थारोळे असले तरी ते तिथूनच जाणार होते. म्हणजे मागे त्यांचा माग राहणार नव्हता.

शेकोटी हळूहळू विझू लागली होती आणि पुन्हा थंडी आत शिरू लागली होती. आपल्या ओलसर कपड्यात मॅलरीला हुडहुडी भरली होती. त्याने शेकोटीत आणखी काही लाकडे टाकली, त्याचा जाळ तो पाहू लागला. आतमध्ये त्या जाळामुळे मोठा प्रकाश झाला. ब्राऊन एका सतरंजीसारख्या कापडावर गाढ झोपला होता. तो पार निपचित पडला होता. स्टीव्हन्सची त्याच्याकडे पाठ होती. तोही स्तब्ध झोपला होता. त्याची कसलीही हालचाल होत नव्हती. त्याचा श्वासोच्छ्वास भरभर व उथळ असा चालला होता. तो किती वेळ जिवंत राहील हे आता फक्त देवच जाणे! तो मरायला टेकला आहे हे मिलरला दिसत होते. पण तसे म्हणणे हे फारच ढोबळ होते. जेव्हा एखादा माणूस जबरदस्त जखमी होतो आणि मरायला लागतो तेव्हा त्याचे मन मरण्याला विरोध करू लागते, नकार देते. मग तो एकदम चिवट बनतो, त्याचे जगातल्या एका अत्यंत सहनशील माणसात रूपांतर होते. मॅलरीने अशी उदाहरणे यापूर्वी पाहिलेली होती. पण जर स्टीव्हन्सलाच जगण्याची इच्छा उरली नसेल तर? त्या भयानक जखमांवर मात करून जगण्यासाठी स्टीव्हन्सने तशी तीव्र इच्छा मनोमन धरली पाहिजे, स्वत: तशी इच्छा बाळगली पाहिजे. बाकीच्या लोकांना तो चांगला तरुण वाटत होता, संवेदनशील वाटत होता. तसेच भूतकाळात त्याने खूप शारीरिक यातना भोगल्या होत्या. त्याच्या दृष्टीने तो भूतकाळ खूप महत्त्वाचा ठरत होता. एके काळी आपण किती जबरदस्त परावलंबी झालो होतो हेही त्याला आठवत होते. या गोष्टींचा परिणाम आत्ताची त्याची मानसिकता बनण्यावर झाला होता. त्याने मॅलरीचे बोलणे ऐकले होते. मॅलरी स्टीव्हन्सच्या प्रकृतीला प्राधान्य देत नव्हता, परंतु आपण स्टीव्हन्समुळे पकडले जाऊ, जर्मनांच्या हातात पडू याची त्याला भीती वाटत होती. अन् मग दबावाखाली स्टीव्हन्स कोलमडेल आणि जर्मनांना आपल्या मोहिमेबद्दल सारे काही सांगून टाकेल, याची मॅलरीला काळजी वाटत होती. म्हणजे शेवटी आपल्यामुळे आपल्या सहकाऱ्यांना अपयश मिळणार, असे तो समजून चुकला. काय करावे ते त्याला समजेना. आपली खालावलेली प्रकृती व महत्त्वाची मोहीम यामध्ये कसा समतोल साधावा, हेही त्याला कळेना.

मॅलरीने आपले डोके हलवले, एक नि:श्वास सोडला, नवीन सिगारेट शिलगावली आणि तो शेकोटीजवळ सरकला.

पाच मिनिटांत ॲन्ड्रिया व लूकी परतले. नंतर लगेच मिलर व पनायिस हेही उगवले. ते दोघे बोगद्यापासून काही अंतरावर असतानाच त्यांना इकडे कळले होते. कारण चालताना मिलर व पनायिस धडपडत होते, पडत होते. कारण त्यांच्या खांद्यावर सामानाचे मोठे ओझे होते. ते घेऊन ओढ्याच्या दरीतून चालताना त्यांना अडचण येई. अगदी बोगद्याच्या तोंडाशी आले असतानाही ते अडखळले होते व पडण्याच्या बेतात होते. आत आल्यानंतर त्यांनी शेकोटीभोवती बसकण मारली. आपण एक मोठे व अवघड कृत्य पार पाडल्याचे भाव त्यांच्या चेहऱ्यावर होते. मॅलरी त्यांच्याकडे पाहून सहानुभूतीने हसला.

मॅलरी मिलरला म्हणाला, "वेल डस्टी, कसा काय प्रवास झाला? पनायिसमुळे तुला हळू चालावे लागले नसेल, अशी मी आशा करतो."

पण मिलरचे लक्ष मॅलरीकडे नसावे. तो शेकोटीकडे टक लावून पाहत होता. कंदिलाची काच खाली घसरून मोकळी झाली. त्यामुळे नंतर काय होऊ शकेल हे त्यांना हळूहळू उमगत गेले. मिलर कडवटपणे म्हणाला, "साली अर्धी रात्र मी डोंगर चढण्यात खर्च केली. बरोबर एक स्टोव्ह आणि रॉकल यांचे ओझे बाळगावे लागले. अन् ते रॉकेल तरी किती भरपूर होते. एका हत्तीला अंघोळ घालण्याइतपत होते. शेवटी मला काय सापडले?" मग एक श्वास घेऊन हाती काय आले ते सांगत गेला व शेवटी गप्प बसला. तिथे आता शांतता पसरली.

"मिलर, तुझ्यासारख्या वयाच्या माणसाने आपला रक्तदाब सांभाळला पाहिजे. पण ते जाऊ दे, बाकी काय घडले?" मॅलरीने विचारले.

मिलरच्या हातात एक मग होता, त्यातून तो स्थानिक दारू पीत होता. हळूहळू त्याची चित्तवृत्ती शांत होत त्याचा उत्साह परत येऊ लागला. तो म्हणाला, "आम्ही एक बिछाना पैदा केला, औषधे गोळा केली–"

"तो बिछाना आता मला दे. म्हणजे मी त्यावर आपल्या तरुण व आजारी मित्राला झोपवेन," ॲन्ड्रिया मध्येच मिलरचे वाक्य तोडीत म्हणाला.

मॅलरीने विचारले, "आणि काही अन्नपदार्थ मिळवलेत का?"

"होय बॉस. काही ग्रब मिळवले. पनायिस हा एक अफलातून माणूस आहे. त्याने पाव, वाइन, बकरीच्या दुधाचे चीज, लसणाचे सॉसेज, तांदूळ इत्यादी सारे काही मिळवले."

"तांदूळ? पण या दिवसात या बेटावर तांदूळ कुठेच मिळत नाही." मॅलरीने आश्चर्याने विचारले.

"पण पनायिसला सारे काही मिळू शकते." मिलर खुशीत येऊन सांगू लागला, "त्याने ते जर्मन कमांडंटच्या स्वयंपाकघरातून मिळवले. त्या कमांडंटचे नाव 'स्कोडा' असे आहे."

"जर्मन कमांडंटच्या स्वयंपाकघरातून? तू विनोद तर करत नाहीस ना?"

"नाही. ही गोष्ट बायबलमधल्या वचनाइतकी सत्य आहे," मिलरने वाइनचा एक मोठा घोट घेत म्हटले आणि एक दीर्घ उच्छ्वास समाधानाने सोडला. तो उभे राहून शेकोटीभोवती हालचाली करत होता. तो इतक्या हलक्या पावलाने हालचाली करत होता, की किंचितही आवाज होत नव्हता. अमेरिकेत असता, तर अशा हलक्या पावलाने तो कोणाच्याही घरात रात्री घुसून सहज चोऱ्या करून श्रीमंत झाला असता. बाहेर जाऊन त्याने एक सूटकेस आत आणली व म्हटले, "यात कमांडंटच्या स्वयंपाकघरातील इतरही खाद्यपदार्थ भरलेले आहेत. पनायिसचे कर्तृत्व पाहताना खरोखरच माझे हृदय बंद पडण्याची पाळी आली होती."

"पण मग ती पहारेकरी मंडळी काय करत होती?"

"त्यांना आज रात्रपाळी नसावी, असा माझा तर्क आहे. हा म्हातारा पनायिस समुद्रातील क्लॉम शिंपल्याप्रमाणे आहे. तो अंधारात भिंतीला चिकटून चालतो. एक शब्दही तोंडातून काढीत नाही. भलताच गूढ माणूस आहे. त्याने नुसता माल पळवला नाही, तर तिथल्याच पिशव्या उचलून त्यातून सारा माल आणला. माझी खातरी आहे की आता सर्व जण आम्हा दोघांचा शोध घेणार."

"तुम्हाला वाटेत कोणीही भेटले नाही ना?" असे म्हणून मॅलरीने त्याच्या मगमध्ये आणखी वाइन ओतली. तो पुढे म्हणाला, "ठीक आहे, म्हणजे एकप्रकारे हे नीट पार पडले गेले तर."

"याचे श्रेय पनायिसला आहे, मला नाही. मी नुसता त्याच्याबरोबर जात होतो. पनायिसच्या एक-दोन जिवलग मित्रांनाही आम्ही भेटलो, भेटलो म्हणजे काय, पनायिसने त्यांना शोधून काढले. त्यांनी पनायिसला काहीतरी बहुमोल माहिती दिली. त्यानंतर तो आनंदाने नाचणेच बाकी राहिले होते, एवढा तो उत्तेजित झाला होता. तो मला त्याबद्दल सारे काही सांगू पाहत होता. पण शेवटी भाषेची अडचण आड येत होती, बॉस."

मॅलरीने आपली मान डोलवली. लूकी व पनायिस हे जवळ जवळ बसले होते. पनायिसचे सर्व बोलणे लूकी ऐकून घेत होता. पनायिस खालच्या आवाजात, पण अत्यंत भरभर बोलत होता, हातवारे करत बोलत होता.

मॅलरी ते पाहून म्हणाला, "काहीतरी झकास त्याने जमवलेले दिसते." मग आपला आवाज मोठा करत त्याने लूकीला विचारले, "लूकी, कसले बोलणे चालले आहे?"

"मेजर आपले मोठेच काम झाले." एवढे बोलून त्याने आपल्या मिशा दोन्ही हातांनी ओढल्या. "आपल्याला आता लवकर येथून निघाले पाहिजे. पनायिस तर म्हणतो की, आत्ताच आपण निघायला हवे. जर्मन गॅरिसन आता गावातील प्रत्येक

घरात रात्री जाऊन झडत्या घेणार आहे, असे पनायिसने ऐकले आहे. पहाटे चार वाजता ते हे झडतीसत्र सुरू करणार आहेत. पनायिसला अशी बातमी लागली आहे.''

''हे काही नेहमीचे झडतीसत्र नाही ना?'' मॅलरीने विचारले.

''नाही, पण बऱ्याच महिन्यात झडती घेतलेली नाही. त्यांना असे वाटते आहे की, त्यांच्या गस्तीच्या पथकांना चुकवून तुम्ही आमच्या गावातच कुठेतरी लपून राहिलेले असाल. त्यांना कसा तर्क करावा हे समजत नाही, असे मला वाटते. अर्थात तुम्ही त्याची काळजी करू नका. त्यांच्या झडतीच्या वेळी तुम्ही तिथे असणार नाही. अन् जरी तुम्ही तिथे असलात तरी त्यांना तुम्ही सापडणार नाही. सगळी झडती संपल्यानंतर तुम्ही मार्गारिटाला याल. पण पनायिस व मी असे आम्ही दोघे त्या वेळी आमच्या बिछान्यात असणार नाही. कारण आमच्यावर त्यांचा डोळा असणार आहे. पण आम्ही त्यांना सापडणार नाही.''

''बरोबर आहे. आपण तशी जोखीम पत्करणार नाही. पण अजून बराच वेळ आहे. तुम्ही आता येथून एका तासात निघाल. पण त्याआधी प्रथम किल्ला,'' असे म्हणून त्याने छातीवरच्या खिशात हात घालून एक नकाशा बाहेर काढला. व्हलाचोस याने तो नकाशा रेखाटला होता. तो नकाशा पनायिसला दाखवून त्याच्या खिशात टाकला. तो पुढे त्याला म्हणाला, ''पनायिस तुला तो किल्ला आतून ठाऊक आहेच, असे माझ्या कानावर आले आहे. मलाही किल्ल्यातील बऱ्याच गोष्टी ठाऊक आहेत. पण तुम्ही मला आतील सर्व रचना तपशीलवार सांगाल. त्यामध्ये इमारतींची रचना, तोफा, दारूगोळ्याची कोठारे, पॉवर रूम्स, पहारेकरी, सैनिकांच्या बरॅक्स, पहारेकऱ्यांचे वेळापत्रक, बाहेर पडण्याचे मार्ग, धोक्याच्या सूचना देणाऱ्या घंटा, इतकेच काय कुठे अंधार खूप आहे, कमी आहे अशा जागा, वगैरे सर्वकाही मला कळायला हवे. तसेच कोणते दार बाहेर उघडते, आत उघडले जात नाही, वगैरेही सांगा. तुमच्या सांगण्यामुळे हजारो लोकांचे जीव वाचणार आहेत. कळले ना?''

''आणि मेजरसाहेब, आपण स्वत: आतमध्ये कसे जाणार आहात?'' लूकीने विचारले.

''ते मलाही अजून ठाऊक नाही. मी तो किल्ला पाहिल्याखेरीज मला काही सांगता येणार नाही.'' आपल्याकडे अॅन्ड्रिया रोखून पाहत आहे, याची जाणीव मॅलरीला होती. मग तो दुसरीकडे पाहू लागला. किल्ल्यात शिरण्याची योजना त्यांनी MTB वर आखली होती. परंतु ती योजना अमलात आणण्यासाठी काही कळीची माहिती लागणार होती, त्यावर सारे काही अवलंबून होते. त्यामुळे ही माहिती शक्य तितक्या थोड्या जणांशी निगडित असायला हवी, असे मॅलरीला वाटत होते.

नंतर अर्धा तास ॲन्ड्रिया, पनायिस व लूकी अशी ती तीनही ग्रीक माणसे तो नकाशा शेकोटीच्या प्रकाशात धरून त्यावर चर्चा करत होती. मॅलरी त्यावर लक्ष ठेवून नवीन तपशील आपल्या डोक्यात टिपत होता, नकाशावर पेन्सिलीने खुणा करत होता. पनायिस त्याला हवी ती माहिती पुरवत होता. आजपर्यंत पनायिस किल्ल्यामध्ये फक्त दोन वेळा गेला होता. पण त्या वेळी त्याने जे जे काही पाहिले, ते ते सर्व त्याच्या स्मृतीत पक्के बसले होते, ते अगदी तपशीलवार होते. तसेच तो जर्मनांचा द्वेष मनापासून करत होता, जळजळीत करत होता. त्याची ही दृश्यस्मृती होती, फोटोग्राफिक होती. तिथली दृश्ये त्याच्या मनाच्या पडद्यावर कायमीच उमटली आहेत, असे मॅलरीला वाटले. दर सेकंदागणीक किल्ल्यात शिरण्याच्या मॅलरीच्या आशा वाढत चालल्या होत्या.

कॅसी ब्राऊन आता पुन्हा जागा झाला होता. जरी तो थकला होता तरी बाकीच्यांच्या हळू बोलण्याच्या आवाजानेसुद्धा त्याची झोप चाळवली गेली होती. तो स्टीव्हन्सजवळ गेला. स्टीव्हन्स अर्धवट झोपेत होता. तो उठून भिंतीला टेकून बसला होता. त्याला विचारले तर तो असंबद्धपणे बोले, कधी कधी नीट उत्तरे देई. ब्राऊन याने पाहिले की मिलर त्याची पायाची जखम स्वच्छ करत आहे आणि पुन्हा नवीन मलमपट्टी त्यावर चढवत आहे. ॲन्ड्रिया त्याला व्यवस्थित मदत करत होता. मग ब्राऊन बोगद्याच्या तोंडाशी गेला. तिथे चौघेजण ग्रीक भाषेत काहीतरी चर्चा करत होते. मग तो पडद्याबाहेर गेला. बाहेरच्या स्वच्छ वातावरणात त्याने जोरात श्वास घेतला. आतमध्ये शकोटी जळत असताना आणि सात जण तिथे असताना त्याला घुसमटल्यासारखे वाटू लागले होते. आत नीट वायुवीजन होत नव्हते.

तीस सेकंदांनंतर तो परत आत आला. आपल्या मागे त्याने तो पडदा चारही बाजूने नीट लावून टाकला.

मग तो हळू आवाजात सर्वांना म्हणाला, "प्रत्येकाने गप्प राहावे! मला बाहेर उतारावर काहीतरी हलताना दिसले. मी दोनदा तिथे काही आवाज ऐकले, सर."

पनायिस लगेच मांजराच्या पावलाने मागे वळला. त्याच्या हातात एक फूट लांबीचा चाकू होता. तो चाकू दुधारी होता. त्याच्या हातात तो चमकत होता. कोणी त्याला अडवायच्या आत तो लगेच बाहेर गेला. ॲन्ड्रिया त्याच्या मागोमाग चालला होता, पण मॅलरीने हात आडवा करून त्याला थोपवले. "ॲन्ड्रिया, येथेच थांबा. आपला मित्र पनायिस हा काहीतरी आता महत्त्वाचे सांगेल," असे मॅलरी त्याला हळू आवाजात म्हणाला. "बाहेर काहीही नसेल किंवा काहीतरी केवळ लक्ष विचलित करणारे असेल." पण तेवढ्यात स्टीव्हन्स हा मोठ्या आवाजात काहीतरी बरळू लागला. मॅलरी म्हणाला, "ओह् डॅम!... तो आता सारखा बोलत राहील. तू काहीतरी करून त्याला शांत कर."

पण तोपर्यंत ॲन्ड्रिया पुढे जाऊन स्टीव्हन्सवर वाकून पाहत होता. त्याचा हात त्याने आपल्या हातात घेतला होता आणि दुसरा हात त्याच्या तापलेल्या कपाळावरून तो प्रेमाने हळुवारपणे फिरवत होता. तो त्याच्याशी अत्यंत सहानुभूतीने बोलत होता, सतत बोलत होता. प्रथम त्याला स्टीव्हन्सचे बोलणे समजत नव्हते, कारण ते अगदीच असंबद्ध होते. त्यातून काहीही निष्पन्न न होऊ शकणारे होते. ॲन्ड्रियाने कपाळावर हात फिरवत राहिल्यामुळे हळूहळू त्याची बडबड कमी कमी होत जाऊन थांबली. ॲन्ड्रियाच्या हात फिरवण्याचा परिणाम संमोहनासारखा झाला. पण नंतर एकदम त्याने आपले डोळे फटकन उघडले आणि तो पूर्णपणे जागा होऊन भानावर आला.

त्याने ॲन्ड्रियाला विचारले, "काय आहे ॲन्ड्रिया? तुम्ही का माझ्या कपाळावरून–"

"श्शूऽऽऽ!" मॅलरीने आपला हात उंचावून त्याला थांबवत म्हटले, "मला काहीतरी बाहेरून ऐकू येते आहे. कोणीतरी बोलते आहे."

ब्राऊन पडद्याच्या एका फटीकडे पाहत म्हणाला, "तो पनायिस आहे, सर. ओढ्याच्या दरीतून तो वर येतो आहे."

काही सेकंदानी पनायिस पडदा सारून आत आला आणि शेकोटीभोवती शेकत बसला. त्याच्या चेहऱ्यावर उबग आल्याचे भाव होते. त्याने सांगितले, "बाहेर कोणीही नाही. काही बकऱ्या मी टेकडीखाली पाहिल्या. बस, एवढेच." मॅलरीने त्याचे बोलणे इंग्रजीत भाषांतर करून सर्वांना सांगितले.

यावर ब्राऊन म्हणाला, "पण मला बकऱ्यांचा आवाज वाटला नाही. तो आवाज काही वेगळाच होता."

ॲन्ड्रिया म्हणाला, "मीच बाहेर जाऊन पाहतो व खातरी करून घेतो." यावर मॅलरी काही बोलण्याच्या आत ॲन्ड्रिया निघून गेला होता. तो अत्यंत शांतपणे व झटकन निघून गेला होता. पनायिस असाच आवाज न करता जात असे. तीन मिनिटानंतर तो परत आला आणि आपले डोके हलवत म्हणाला, "पनायिस म्हणतो आहे ते बरोबर आहे. बाहेर कोणीही नाही. मला त्या बकऱ्यासुद्धा दिसल्या नाहीत."

मॅलरी कॅसी ब्राऊनला म्हणाला, "कॅसी, असा आहे बाहेरचा प्रकार. तिकडे कोणीच नाही. पण तरीही अशी संशयास्पद परिस्थिती मला आवडत नाही. हिमवृष्टी केव्हाच थांबलेली आहे, वाऱ्याचा जोरही कमी होत चालला आहे. मग आता जर्मनांची गस्त इथल्या दरीत बहुधा वाढत जाणार. मला वाटते की पनायिस व लूकी तुम्ही दोघांनी एव्हाना बाहेर जायला हवे होते. आता जाताना कृपा करून खूप काळजी घ्या. जर तुम्हाला कोणी अडवू लागले तर त्याला सरळ गोळ्या घालून ठार करा. नाहीतरी आता ते आपल्यावरच सारा दोष ढकलणार आहेत."

"गोळ्या घालून ठार करा!" लूकी कोरडेपणे म्हणाला. "मेजर हा एक निष्कारण

उपदेश तुम्ही देता आहात. जेव्हा पनायिस आमच्याबरोबर असतो तेव्हा कसलीच काळजी नसते. केव्हा गोळ्या झाडायच्या हे त्याला नीट कळते. कारण नसताना तो कधीच गोळ्या झाडणार नाही.''

"ठीक आहे, तुम्ही दोघे निघा आता. या मोहिमेत तुम्ही सापडल्याने तुम्हाला त्रास झाला याबद्दल सॉरी, पण आत्तापर्यंत तुम्ही जे काही केलेत त्याबद्दल तुमचे आभार मानावेत तेवढे थोडेच आहेत. उद्या सकाळी साडेसहा वाजता आपण भेटूच.''

"सकाळी साडेसहा वाजता. आम्ही गावाच्या दक्षिणेला असलेल्या ओढ्याच्या काठावरील ऑलिव्हच्या रानात तुमची वाट पाहत थांबू.''

दोन मिनिटांत ते बाहेर दिसेनासे झाले. आता बाहेर कोणताच आवाज होत नव्हता. आतमध्ये सारेजण स्तब्ध होते, शांत होते. फक्त विझत चाललेल्या शेकोटीतील जळणाऱ्या लाकडांचे तडतड आवाज येत होते. ब्राऊन बाहेर काही धोका आहे का पाहण्यासाठी बाहेर गेला. स्टीव्हन्सला परत एकदा वेदनेनी भरलेली झोप लागली. मिलर त्यावर एक-दोन क्षण वाकला, त्याने त्याचे नीट निरीक्षण केले आणि तो मॅलरीपाशी गेला. त्याच्या हातात स्टीव्हन्सचे रक्ताळलेले बॅन्डेजेस होते. मॅलरीला ते दाखवून तो म्हणाला, "याचा वास घेऊन पाहा, बॉस.''

मॅलरीने पुढे वाकून त्या बॅन्डेजेसचा वास घेतला आणि एकदम त्याने चेहरा वाकडा केला. तो वास त्याला सहन होईनासा झाला होता.

मॅलरी म्हणाला, "गुड लॉर्ड, डस्टी! भयंकर वाईट वास आहे हा!'' एवढे बोलून तो क्षणभर थांबला. "कसला वास आहे हा?'' त्याने विचारले, पण त्याच्या प्रश्नाचे काय उत्तर येईल हे त्याने ओळखले होते.

"गॅंगरीन,'' असे म्हणून मिलर मटकन खाली बसला. हातातले बॅन्डेजेस त्याने शेकोटीत फेकले. मग तो पडलेल्या आवाजात म्हणाला, "गॅस गॅंगरीन. स्टीव्हन्सला गॅस गॅंगरीन झाला आहे. हा रोग एखाद्या वणव्यासारखा शरीरात पसरत जातो. आता आपण काहीही केले तरी तो मरणार आहे. त्याच्यावर घेतले जाणारे माझे सगळे श्रम आणि वेळ वाया जात आहेत.''

दहा

बुधवार : पहाटे २ ते सकाळी ६

अखेर ते आले!

जर्मन्स आले! त्यांना पकडायला आले!

पहाटे चार वाजता त्यांनी त्या बोगद्यावर छापा मारला. त्या वेळी ते सर्व जण झोपलेले होते. जणू काही झोपेच्या अमलापुढे त्यांनी शरणागती पत्करली होती. त्यामुळे त्यांना कोणालाच प्रतिकार करता आला नाही किंवा तसा विचारही डोक्यात येण्याअगोदर ते जर्मनांचे कैदी बनले. त्यांच्या आश्रयस्थानावर छापा घालण्याची कल्पना, अचूक योग्य अशी वेळ आणि प्रत्यक्षातील कारवाई यामध्ये कमालीची सफाई होती, अचूकता होती, परिपूर्णता होती. त्यांनी खरोखरीच एक आश्चर्याचा धक्का दिला होता.

प्रथम जाग आली ती ॲन्ड्रियाला. त्याला काही परकीय भाषेतील आवाज ऐकू आले. त्याच्या मेंदूचा जो भाग जागा होता तेथवर ते आवाज पोहोचले होते. तो कुशीवर वळला आणि आपली कोपरे जमिनीवर दाबून उठण्याचा प्रयत्न करू लागला. हे तो नेहमीप्रमाणेच आवाज न करता करत होता. त्याचा हात आपल्या मॉसर बंदुकीकडे गेला. ती नेहमी भरलेल्या अवस्थेत तो जवळ ठेवी. पण काळ्याकुट्ट अंधारातून एक प्रखर प्रकाशाचे वर्तुळ त्याच्या चेहऱ्यावर पडले होते, त्यामुळे त्याचे डोळे दिपून गेले होते. कुणीतरी टॉर्चचा प्रकाश त्याच्यावर पाडला होता. तो हात लांब करत असतानाच त्याच्या कानावर आवाज आला.

"काहीही हालचाल करू नका! तुम्ही सगळे स्तब्ध राहा!" शुद्ध इंग्रजीत कोणीतरी त्यांना हुकूम सोडला. तसेच पुढे त्या आवाजाने धमकीही दिली "तुम्ही

हललात तर मराल!'' मग आणखी एका टॉर्चचा प्रकाश पडला. मग तिसऱ्या टॉर्चचा प्रकाश पडला आणि तो बोगदा प्रकाशाने उजळून निघाला. आता सारेजण टक्क जागे झाले होते. जागे झालेल्या मॅलरीने आपले डोळे किलकिले करून पाहिले. पण तरीही तसे करताना त्याच्या डोळ्याला त्रास झालाच. कसल्या तरी आकारहीन असलेल्या आकृत्या पडद्यापाशी उभ्या आहेत आणि त्यांच्याजवळ ऑटोमॅटिक रायफल्स आहेत, हे त्याला रायफलींच्या नळ्या दिसल्यावर कळले.

कुणीतरी अधिकारवाणीत आज्ञा सोडली, ''आपले दोन्ही हात डोक्यावर ठेवा व पाठ भिंतीला लावा!'' त्या आज्ञेत दरडावणी होती, ठामपणा होता, धमकी होती व सफाई होती. परिणामी तत्काळ आज्ञापालन करण्याकडे ऐकणाऱ्याची प्रवृत्ती होई. ''सार्जन्ट, त्यांच्याकडे नीट पाहा.'' तो आवाज आपसात बोलल्यासारखा होता. परंतु रायफलींच्या नळ्या व टॉर्चचे झोत होते तसेच स्थिर होते, ते अजिबात हलले नाहीत. त्या परकीय माणसांच्या चेहऱ्यावर कोणतेच भाव नव्हते. ते स्थिर उभे होते. त्यांच्या डोळ्यांच्या पापण्याही हलत नव्हत्या. मग कोणीतरी म्हणाले, ''सार्जन्ट, ही अत्यंत धोकादायक माणसे आहेत. इंग्लिश लोकांनी आपले मारेकरी झकास निवडले आहेत.''

मॅलरीला आपल्या पराभवाची जाणीव झाली. त्या जाणिवेचा कडवटपणा त्याच्या सर्व शरीरातून लाटेसारखा पसरत गेला. आपल्या तोंडात मागच्या बाजूला एक तुरट चव तरळते आहे असे त्याला जाणवले. काही क्षण काहीच झाले नाही. तेवढ्या काळात त्याच्या मनात एक विचार घुसला, पण त्याने तो हिंस्रपणे बाजूला सारला. प्रत्येक गोष्ट, प्रत्येक कृती, प्रत्येक विचार, प्रत्येक श्वास हा वर्तमानकाळाचे भान आणून देणारा असतो. आता कसलीही आशा उरली नाही. पण पूर्णपणे आशा संपली नव्हती, कदाचित संधी मिळताच ती पूर्णपणे पुन्हा येणार होती. निदान ॲन्ड्रिया जोपर्यंत आहे तोपर्यंत त्याला प्रत्येक क्षणाला आशा वाटत राहणार होती. त्याला कॅसी ब्राऊन कुठेच दिसला नाही. तो कदाचित बाहेर गेला असेल. मग बेसावधपणे आत येताना तोही धरला जाईल. त्याला काय झाले असेल? आत्ता तो कुठे आहे? का आत्ता त्याच्याकडून माहिती काढून घेतली जात असेल? कदाचित तो त्यांना सापडला नसेल आणि अजूनही तो मोकळाच बाहेर कुठेतरी असेल.

शेवटी मॅलरीने शांतपणे समोरच्या जर्मन अधिकाऱ्याला विचारले, ''तुम्ही आम्हाला कसे शोधून काढले?''

''शेकोटीसाठी जी जुनी लाकडे तुम्ही वापरलीत त्यामुळे तुमचा शोध लागला. आम्ही दिवसभर कोस्टोस डोंगरावर होतो, तसेच रात्रभरही होतो. आम्हाला जुनी लाकडे जळाल्याचा वास आला. तो वास एवढा तीव्र होता की प्रेतांनासुद्धा सहज जाणवेल.''

मिलर आपली मान हलवत म्हणाला, "ओह, तुम्ही कोस्टोसवर होतात? पण तुम्हाला–"

"बास, बास!" एवढे बोलून तो जर्मन अधिकारी आपल्या मागच्या माणसाकडे वळून म्हणाला, "तो पडदा फाडून काढून टाका आणि कैद्यांच्या दोन्ही बाजूला उभे राहा." त्याने जर्मन भाषेत आपल्या सैनिकांना हुकूम दिले. मग त्याने बोगद्यात सर्वत्र आपला टॉर्च फिरवून नजर फिरवली. "ठीक आहे. तुम्ही तिघे. चला, बाहेर चला. नीट निघा. आम्ही सावध आहोत. तुमचे किंचित जरी चुकले तरी माझी माणसे खाडकन तुम्हाला गोळ्या घालतील. तेव्हा अरे खुनी डुकरांनो, चला इथून!" त्याच्या बोलण्यात जो द्वेषाचा विषारीपणा प्रगट होत होता, त्यावरून तो बोलल्याप्रमाणे करेल याची कोणालाही खातरी पटावी.

मग आपल्या डोक्यावर हात ठेवून तीन जण कसेबसे उठून उभे राहिले. मॅलरीने एक पाऊल पुढे टाकले. पण त्या जर्मन अधिकाऱ्याने चाबकाचा फटकारा मारावा तसा फाडकन एक शब्द उच्चारला, तो म्हणाला, "स्टॉप!" थांबा, त्याने आपल्या टॉर्चचा झोत जमिनीवर झोपलेल्या स्टीव्हन्सवर टाकला होता. तो त्याला आता दिसला होता. मग त्याने ॲन्ड्रियाला विचारले, "तुमच्या बाजूला हा कोण माणूस जमिनीवर झोपला आहे?"

त्यावर मॅलरीने शांतपणे उत्तर देत म्हटले, "त्याची भीती अजिबात बाळगू नका. तो आमच्यापैकी आहे आणि तो जबरदस्त जखमी झालेला आहे. तो आता मरायला टेकला आहे."

"आम्ही बघू काय ते. तुम्ही सारेजण भिंतीला पाठ टेकून उभे रहा!" असे म्हणून तो जर्मन अधिकारी वाट पाहू लागला. मग मॅलरी, ॲन्ड्रिया व मिलर स्टीव्हन्सला ओलांडून भिंतीपाशी गेले. नंतर रायफल टाकून त्या जर्मनाने आपले पिस्तूल हातात घेतले व तो गुडघे टेकून खाली बसला आणि सावकाश वाकून तो स्टीव्हन्सकडे पाहू लागला. त्याच्या एका हातात टॉर्च होता व दुसऱ्या हातात पिस्तूल होते. त्याच्या दोन सैनिकांच्या हातातील रायफलींच्या नेमापलीकडे तो होता. एव्हाना त्या दोन सैनिकांनी पुढे होऊन त्या तिघांवर आपल्या रायफली रोखल्या होत्या. हे सारे अगदी व्यावसायिकपणे, सराईतासारखे चालले होते. ते बघून मॅलरी निराश झाला.

एकदम त्या अधिकाऱ्याने पिस्तुलाच्या टोकाने स्टीव्हन्सच्या अंगावरचे पांघरूण काढले. स्टीव्हन्स शहारला, त्याने आपली मान दोन्ही बाजूला हलवली. तो मंदपणे कण्हत होता. बेशुद्ध झाला होता तरीही नकळत कण्हत होता. त्या अधिकाऱ्याने स्टीव्हन्सच्या पायाची जखम पाहिली, मोडका पाय पाहिला आणि त्याने गॅस गँगरीनचा कुबट वासही घेतला. मग तो आपल्या दोन पायावर बसला आणि त्याने स्टीव्हन्सवर पांघरूण घातले, अलगदपणे घातले.

तो हळुवार आवाजात मॅलरीला म्हणाला, "तुम्ही म्हणालात ते खरे आहे. आम्ही काही रानटी माणसे नाहीत. मरायला टेकलेल्या माणसाशी आमचे वैर नसते." मग आपल्या सैनिकांना उद्देशून तो म्हणाला, "या माणसाला येथेच झोपलेला राहू दे." नंतर सावकाश उठून उभा राहत मागे सरत त्याने आज्ञा सोडली, "बाकीच्यांनी बाहेर जाऊन थांबावे."

बाहेर हिमवृष्टी थांबलेली होती. मॅलरीने वर पाहिले. आकाशात तारे चमचम करू लागले होते. आकाश निवळत चालले होते. वाराही पडला होता आणि बाहेर बऱ्यापैकी उबदार वाटत होते. आता जमिनीवर पडलेला बहुतेक सारा बर्फ दुपारपर्यंत वितळून नाहीसा होईल, असा मॅलरीने तर्क केला!

मॅलरीने अगदी सहजपणे पाहत आहोत अशा रीतीने आजूबाजूचे निरीक्षण केले. त्याला कॅसी ब्राऊन कठेही दिसला नाही. मॅलरीच्या आशा त्यामुळे पल्लवित होऊ लागल्या. या मोहिमेची कल्पना ब्राऊनने वरिष्ठांकडे मांडली होती. त्याची दखल पार वरपर्यंत घेतली गेली होती. ब्राऊनला त्याच्या शौर्याबद्दल दोन्ही सन्मानदर्शक पट्ट्या गणवेशावर लावण्यासाठी बहाल करण्यात आल्या होत्या. गनिमी काव्याने लढणारा गोरिला लढवय्या म्हणून त्याची ख्याती होती. शिवाय बाहेर जाताना त्याने आपली ऑटोमॅटिक रायफल बरोबर नेली होती. तो जर येथेच कोठेतरी लपून बसला असेल तर... यामुळे मॅलरीच्या आशा पल्लवित होऊ लागल्यावर त्या जर्मन अधिकाऱ्याने काही वाक्ये उच्चारली. त्या वाक्यांचा हादरा मॅलरीला चांगलाच बसला.

तो अधिकारी म्हणाला, "तुमचा बाहेर आलेला पहारेकरी कुठे आहे, असा प्रश्न तुम्हाला पडला असेल ना?" मग वेडावून दाखवत तो पुढे म्हणाला, "त्याची काही काळजी करू नका. तो येथून फार दूर नाही. आपल्या जागेवर तो झोपला आहे, असे मला वाटते."

"म्हणजे तुम्ही त्याला ठार केलेत तर?" मॅलरीने आपल्या मुठी आवळत म्हटले. परंतु त्या जर्मन अधिकाऱ्याने यावर केवळ आपले खांदे निर्विकारपणे उडवले. जणू काही एखादा अतिक्षुल्लक प्रश्न आपल्याला विचारला गेला, असा अविर्भाव त्यातून प्रगट झाला होता. तो जर्मन अधिकारी सांगू लागला, "मला काही नक्की नीट सांगता येणार नाही. पण जे काही घडले ते अगदीच सोप्या रीतीने घडले. माझा एक माणूस त्या ओढ्याच्या दरीत लपून बसला होता आणि तो विव्हळल्यासारखा आवाज काढू लागला. त्याने नाटक झकास वठवले होते. तो खरोखरीच आजारी असल्यासारखा, काही वेदना होत असल्यासारखा वाटत होता. अन् मग तुमचा मूर्ख माणूस या युक्तीला फसला. तो त्या दरीत खाली उतरला. वर माझा माणूस लपून बसला होता. त्याने मग तुमच्या माणसाला बंदुकीच्या दस्त्याने मागून जोरात फटका मारला. तो फटका चांगलाच परिणामकारक ठरला."

मॅलरीच्या हाताच्या मुठी हळूहळू सैल होत गेल्या आणि तो उदासपणे त्या दरीकडे पाहत राहिला. पण ब्राऊन असा कसा काय फसला. नक्कीच तो सावध असला पाहिजे. कोण विव्हळते आहे ते तपासण्यासाठी तो खाली गेला असावा. याचा अर्थ खाली जाण्याआधी आणखी काहीतरी त्याच्या कानावर आले असले पाहिजे. पण हा विचार ज्या वेगाने त्याच्या मनात आला त्याच वेगाने तो नाहीसा झाला. ब्राऊनच्या आधी तिथून पनायिस व ॲन्ड्रिया गेले होते. परंतु पनायिसच्या हातून अशी चूक होण्याजोगी नव्हती आणि ॲन्ड्रियाने तर आजवर कधीच चूक केली नव्हती. ते दोघे अशा युक्तीला फसले नसणार. मॅलरीने त्या जर्मन अधिकाऱ्याकडे पाठ केली.

त्याने जर्मन अधिकाऱ्याला विचारले, "येथून पुढे आपण कोठे जाणार आहोत?"

मॅलरीपुढे तो जर्मन अधिकारी येऊन उभा राहिला. त्या दोघांची उंची सारखीच होती. फरक असलाच तर एखाद्या इंचाचा असेल. जर्मन अधिकारी म्हणाला, "लवकरच आपण मार्गारिटा येथे जाऊ. पण इंग्लिशमन, त्याआधी एक गोष्ट मला सांगा, तुम्ही आणलेली ती स्फोटके कुठे ठेवली आहेत?"

मॅलरीने आपल्या भुवया प्रश्नार्थक उंचावून प्रतिप्रश्न केला, "स्फोटके? कसली स्फोटके?" त्याचे हे उत्तर ऐकताच समोरच्या जर्मनाने हातातला जड टॉर्च हवेतून अर्धवर्तुळाकृती मार्गातून गरकन फिरवून मॅलरीच्या जबड्यावर मारला. मॅलरी जमिनीवर कोसळला. त्याने मग आपले डोके हलवून मेंदूत आलेल्या झिणझिण्या झटकून टाकायचा प्रयत्न केला. मग तो कसाबसा उठून उभा राहिला.

"कुठे आहेत ती स्फोटके?" विचारणाऱ्याने आपल्या हातातला टॉर्च नीट घट्ट धरला होता आणि त्याचा तोल साधला होता. त्याने अत्यंत मुलायम आवाजात हळुवारपणे परत म्हटले, "मी ती स्फोटके कुठे आहेत हे विचारले होते."

"तुम्ही काय विचारता आहात ते मला कळत नाही." असे म्हणून मॅलरीने आपल्या तोंडातून एक तुटलेला दात बाहेर थुंकून टाकला. आपल्या ओठातून येणारे रक्त त्याने पुसले आणि म्हटले, "जर्मन लोक आपल्या कैद्यांना असेच वागवतात का?" त्याने रागानेच विचारले.

"शट अप!" त्याला उत्तर मिळाले.

पुन्हा एकदा टॉर्चचा आघात त्याच्या दिशेने आला. पण या वेळी मॅलरी तयारीत होता. त्याने तो आघात चुकवला, शक्य तितका चुकवला. तरीसुद्धा त्याच्या गालाच्या हाडावरून तो आघात ओझरता चाटून गेला. त्या आघाताने तो एकदम सुन्न झाला व खाली पडला. असेच काही सेकंद गेले. मग तो सावकाश बर्फातून वर उठला. त्याच्या चेहऱ्याच्या एका बाजूची आग होऊ लागली होती. त्याच्या दृष्टीला नीट फोकसमधले समोरचे दृश्य दिसेना.

"आम्ही एक स्वच्छ व सरळ युद्ध खेळतो आहोत!" त्या अधिकाऱ्याने धापा टाकत म्हटले. त्याला आपला संताप आवरता येत नव्हता. "आम्ही जिनीव्हा कन्व्हेन्शन्सप्रमाणे युद्ध करतो आहोत. पण ते सारे सैनिकांसाठी आहे, खून पाडणाऱ्या हेरांसाठी नाही–"

मॅलरीने त्याचे बोलणे तोडीत म्हटले, "आम्ही हेर नाही." एवढे बोलून त्याने आपले डोके दाबून धरले.

"असं? मग तुमच्या अंगावरचे गणवेष कुठे आहेत?" त्या जर्मन अधिकाऱ्याने विचारले. "तुम्ही हेरमंडळी आहात असे मी म्हणतो. हेर, खून पाडणारे हेर. लोकांच्या पाठीत सुरा खुपसणारे व दुसऱ्याचे गळे कापणारे हेर!" त्या अधिकाऱ्याचा आवाज संतापाने थरथरत होता. त्याच्या संतापाचा उद्रेक अस्सल होता, नैसर्गिक होता. ते पाहून मॅलरी अवाक झाला.

मॅलरी आश्चर्याने म्हणाला, "आम्ही माणसांचे गळे कापतो? तुम्ही काय वाटेल ते तोंडाला येईल ते बडबडत आहात."

"माझ्या हाताखाली एक पोऱ्या होता. इकडचे तिकडचे निरोप पोहोचवण्याची कामे तो करे. त्याच्याजवळ कसलेही शस्त्र नव्हते. आम्हाला तो तासापूर्वी मेलेला सापडला. जाऊ दे, मी उगाच यावर वेळ वाया घालवतो आहे!" एवढे बोलून तो एकदम थांबला. खालच्या छोट्या दरीतून त्याची दोन माणसे वर येत होती. क्षणभर मॅलरी स्तब्ध उभा राहिला. पनायिसच्या मार्गात तोच तो निरोपांची वाहतूक करणारा पोऱ्या आला असावा आणि तो मारला गेला असावा, असा तर्क मॅलरीने केला. जर्मन अधिकारी नेमके कुठे पाहतो आहे, याकडे त्याने आपले लक्ष वळवले. आपले दुखणारे डोळे त्याने मोठ्या कष्टाने त्या दृश्यावर केंद्रित केले. कोणी तरी एक जण वाकून चढ चढत वर येत होता. तो धडपडत वर येत होता व आधारासाठी आपल्या जवळच्या संगीन लावलेल्या रायफलीचा तो काठीसारखा उपयोग करत होता. त्या व्यक्तीला पाहून मॅलरीने एक दीर्घ निःश्वास सोडला. तो कॅसी ब्राऊन होता. त्याच्या चेहऱ्यावरचे रक्त आता वाळून गेले होते. कपाळावर एका कोपऱ्यात त्याला जखम झाली होती, पण बाकी तो ठीक होता.

त्या जर्मन अधिकाऱ्याने कैद्यांना उद्देशून हुकूम सोडला, "तुम्ही सगळे खाली बर्फातच बसून राहा." मग आपल्या सैनिकांना सांगितले की, "या सर्वांचे हात बांधून टाका!"

"म्हणजे तुम्ही आत्ता आम्हाला गोळ्या घालून ठार करणार आहात तर." मॅलरीने शांतपणे विचारले. एकदम असा काही प्रकार होणार असेल तर त्या अधिकाऱ्याच्या उत्तरावरून त्याच्या मनातले जाणता येईल, असा विचार त्याने केला होता. पण मरायचेच असेल, तर निदान दोन पायांवर उभे असताना, झुंजत असताना

मृत्यू यावा. अन् जर नंतर मृत्यू येणार असेल तर तोपर्यंत केव्हा तरी विरोध करायची संधी उपलब्धही होईल. मॅलरी असा पुढचा अंदाज घेत होता.

"दुर्दैवाने आत्ता मी तसे काहीही करणार नाही. मार्गारिटामध्ये माझा सेक्शन कमांडर 'स्कोडा' हे आहेत. त्यांना प्रथम तुमची भेट घ्यायची इच्छा आहे. कदाचित मी तुम्हाला आधीच मारून टाकले तर तुमच्या दृष्टीने बरे पडत असेल. पण आता नॅव्हारनमधील कमांडंट, म्हणजे कमांडिंग ऑफिसर तुम्हाला भेटतील. सबंध बेटावर त्यांचाच अंमल चालतो." मग किंचित हसून तो पुढे म्हणाला, "पण ही भेट जरा पुढे होईल, आत्ता नाही. इंग्लिशमन, तुम्ही सूर्यास्ताच्या सुमारास तडफडत लाथा झाडीत पडलेले असाल हे नक्की. त्याच वेळी तुमचा मृत्यू होईल. हेरांची चौकशी नॅव्हारनवर आम्ही झटपट संपवतो."

"पण, सर! कॅप्टनसाहेब!" ॲन्ड्रियाने लक्ष वेधून घेण्यासाठी आपला एक हात वर केला होता. तो एक पाऊल पुढे टाकून सरकला, पण दोन सैनिकांनी आपल्या रायफलच्या नळ्या त्याच्या छातीवर रोखून त्याला पुढे येऊन दिले नाही.

जर्मन अधिकारी थोडेसे उसळून म्हणाला, "मी कॅप्टन नाही, मी लेफ्टनंट आहे. ओबेरलेफ्टनंट तुर्झिग, आपल्या सेवेस हजर आहे. तुला काय हवे आहे रे, जाड्या?" त्याने रागाने विचारले.

"हेर! तुम्ही हेर म्हणालात! मी हेर नाही!" ॲन्ड्रियाच्या तोंडून एकापाठोपाठ एकेक शब्द फेकले गेले. त्याने ते अत्यंत घाईघाईने शब्द फेकले. यापेक्षा जास्त वेगाने त्याला बोलता आले नसते. तो म्हणत होता, "मी देवाशपथ सांगतो की, मी हेर नाही. मी त्यांच्यापैकी नाही." ॲन्ड्रियाचे डोळे विस्फारलेले होते, तो रोखून पाहत होता. दोन वाक्यांमध्ये त्याचे तोंड नुसतेच हलत होते. तो पुढे म्हणाला, "मी एक ग्रीक माणूस आहे. या लोकांनी माझ्यावर जबरदस्ती करून मला दुभाष्याचे काय करायला लावले आहे. लेफ्टनंट तुर्झिग, मी हे शपथेवर खरे सांगतो आहे."

यावर मिलर एकदम उसळून ॲन्ड्रियाला म्हणाला, "अरे यलो बास्टर्ड!" पण पुढे तो बोलू शकला नाही. कारण एका जर्मन सैनिकाने त्याच्या पाठीत रायफलचा दस्ता मारला होता. तो घाव त्याच्या किडनीच्या जागेच्या वर बसला होता. मिलर अडखळत पुढे पडला. आपले हात व गुडघे यावर तो पडला. पण त्याला कळून चुकले होते की ॲन्ड्रिया हे एक नाटक मुद्दाम करतो आहे. मग मॅलरीनेही ॲन्ड्रिया खोटे बोलतो आहे अशा अर्थाचे काही ग्रीक शब्द त्याला उद्देशून मोठ्याने बोलले. मिलर वळून उठला आणि त्याने आपली मूठ वळून निषेध म्हणून ॲन्ड्रियाला दाखवली. वेदनेमुळे आपल्या चेहऱ्यावर उमटलेले त्रस्त भाव रागामुळे आलेले आहेत, अशी जर्मनांची समजूत व्हावी अशी त्याने आशा कली. मिलर पुढे रागाने ॲन्ड्रियाला म्हणाला, "अरे, दुतोंड्या, हरामखोरा! डुकरा, मी तुझ्याकडे बघून घेईन

रे बेट्या...'' पुढे त्याला बोलता आले नाही. कारण पुन्हा त्याच्या पाठीत एक रट्टा हाणला गेला होता. मिलर बर्फात कोसळला अन् मग एका जर्मनाचा जड बूट त्याच्या कानशिलावर दाबला गेला.

मॅलरी यावर काहीही बोलला नाही. त्याने मिलरकडे पाहिलेसुद्धा नाही. त्याने फक्त आपल्या हाताच्या मुठी वळल्या होत्या आणि ओठ घट्ट आवळले होते. त्याने रागाने ॲन्ड्रियाकडे डोळे बारीक करून पाहिले. आपल्याकडे जर्मन लेफ्टनंटचे लक्ष आहे याचे त्याला भान होते. त्याने ॲन्ड्रियाला आपला पाठिंबा द्यावा असे त्याला वाटत होते. तरच ॲन्ड्रियाच्या नाटकाला तो फसेल.

तुर्झिंग शेवटी म्हणाला, ''हं, तर शेवटी चोर बाहेर येऊ लागले.'' पण त्याच्या या बोलण्यात मॅलरीला काही शंका प्रगट झाल्याचेही जाणवले. ॲन्ड्रियावर विश्वास ठेवावा की नाही याबद्दल तो जर्मन ठाम नव्हता, कचरत होता. मॅलरीने हे त्याच्या आवाजावरून ओळखले.

परंतु आलेली संधी सोडायला लेफ्टनंट तयार नव्हता. त्याने ॲन्ड्रियाला म्हटले, ''अरे जाड्या, काही चिंता करू नकोस. या ठगांनी पाडलेल्या खुनांमध्ये तू तुझी भूमिका बजावली आहेस. इंग्लिश भाषेत याला काय म्हणतात? हां, 'तुम्हीच तुमचे अंथरूण तयार केले आहे, तर आता झोपा त्यावर.' हो ना?'' त्याने ॲन्ड्रियाच्या भव्य देहाकडे पाहत म्हटले, ''आम्ही तुझ्यासाठी एक वेगळे व भक्कम असे फाशीचे तख्त बांधू.''

''नको, नको, नको.'' ॲन्ड्रिया एकदम आवाज चढवत म्हणाला. ''मी त्यांच्यापैकी नाही हे मी तुम्हाला सांगितले ते खरेच आहे, लेफ्टनंट तुर्झिंग. देवाशपथ सांगतो की मी त्यांच्यापैकी अजिबात नाही.'' एवढे बोलून त्याने आपली मनगटे निराशेने चोळली. त्याचा गोल गरगरीत चंद्रासारखा चेहरा दुःखी कष्टी झाला. ''माझी स्वतःची काहीही चूक नसताना मी का म्हणून मरावे? मी काही लढवय्या माणूस नाही, लेफ्टनंट तुर्झिंग!''

तुर्झिंग रुक्षपणे म्हणाला, ''बरं, मी बघतो काय ते.'' मॅलरी व मिलर खाली बर्फात बसले होते. त्यांनी आपल्या माना खाली घातल्या होत्या. त्यांच्याकडे पाहून तुर्झिंग म्हणाला, ''मी तुमच्या मित्रांच्या निवडीबद्दल नाराज आहे.''

ॲन्ड्रिया आपले म्हणणे पुढे रेटीत तुर्झिंगला म्हणाला, ''लेफ्टनंट, मी तुम्हाला सारे काही सांगेन.'' आपल्याबद्दलचे लेफ्टनंटचे मत अनुकूल व्हावे म्हणून तो प्रयत्न करत होता. तो पुढे म्हणाला, ''मी त्या दोस्त राष्ट्रांच्या बाजूने नाही. मी त्यांना मानत नाही. मी तसे तुम्हाला सिद्ध करून दाखवू शकतो– आणि मग कदाचित–''

''अरे विश्वासघातक्या!'' असे म्हणून मॅलरी त्याच्या अंगावर धावून जाऊ लागला, पण दोन धिप्पाड सैनिकांनी त्याला मध्येच अडवून धरले. काही वेळ

मॅलरीने धडपड केली आणि नंतर तो स्वस्थ राहिला. मग रागाने ॲन्ड्रियाकडे पाहत तो म्हणाला, "तू जर तुझे तोंड उघडलेस ना, तर मी तुला कधीही जगू देणार नाही असे वचन देतो."

"गप्प बसा!" तुझिंग थंडपणे म्हणाला. "एक सवंग तमाशा मला आत्ता दिसला. एकमेकांवर उलटे आळ घेणे आता पुरे झाले." मग तो पुढे म्हणाला, "आता एक जरी शब्द तुमच्या तोंडून निघाला तर तुला तुझ्या मित्रांबरोबर तिथे बर्फात बसावे लागेल." मग ॲन्ड्रियाकडे वळून क्षणभर त्याने शांतपणे पाहिले व म्हटले, "मी कशाचेही वचन देत नाही. पण तू काय म्हणतोस ते मी ऐकेन, हे नक्की." हे म्हणताना त्याने आपल्या आवाजातील तिरस्कार लपवण्याचा बिलकूल प्रयत्न केला नाही.

"ठीक आहे लेफ्टनंट तुझिंग, तुम्हीच आता खरे-खोटे याचा निवडा करा आणि काय ते स्वत: ठरवा." ॲन्ड्रियाच्या आवाजात थोडीशी हायसे वाटल्याची भावना, उत्सुकता व आशा यांचे मिश्रण होते. क्षणभर थांबून त्याने मॅलरी, मिलर व ब्राऊन यांच्याकडे पाहून हातवारे करत म्हटले, "हे काही साधे सैनिक नाहीत. ही जेलीको यांची माणसे आहेत, स्पेशल बोट सर्व्हिसची माणसे आहेत."

यावर लेफ्टनंट तुझिंग गुरगुरत म्हणाला, "मला एक सांग, मला त्याचा अंदाज करता येत नाही. ही इंग्लिश उच्चभ्रू मंडळी गेले अनेक महिने आमच्या अंगात शिरलेले बोचणारे काटे ठरले आहेत. जर तशा काही गोष्टी जाड्या तू मला सांगणार असशील–"

ॲन्ड्रियाने आपला हात उंचावून त्याचे बोलणे थोपवत म्हटले, "ज्यांच्याबरोबर मी आलो ती ही माणसे साधी नाहीत. हल्ल्यासाठी ती मुद्दाम निवडून घेतलेली आहेत. आमचे स्पेशल युनिट आहे, असे तेच सांगतात. रविवारी रात्री ते अलेक्झांड्रियाहून विमानाने निघून कॅस्टेलरोसो येथे एका मोटरबोटीतून आले."

"म्हणजे एक टॉर्पेडो बोट. येथवर आम्हाला ठाऊक आहे." लेफ्टनंट तुझिंग म्हणाला.

"तुम्हाला ठाऊक आहे? पण कसे–?"

"ते जाऊ दे. पुढचे सांग भराभरा!"

"सांगतो लेफ्टनंट." आता ॲन्ड्रिया जी हकिगत सांगणार होता तो एक महत्त्वाचा व धोकादायक मुद्दा होता. त्या निवडलेल्या खास ब्रिटिश माणसांत ॲन्ड्रियासारख्या ग्रीक माणसाची भरती कशी झाली, ही महत्त्वाची बाब होती. ते जर त्या जर्मन लेफ्टनंटला पटले नाही तर मग संपलेच सगळे.

"या टॉर्पेडो बोटीतून ते ऱ्होडस बेटाजवळ कुठेतरी ते उतरले. कुठे ते मला ठाऊक नाही. पण नंतर त्यांनी कोणाची तरी जुनाट मोटरबोट चोरली आणि ते

तुर्कस्तानच्या सागरी हद्दीत शिरले. नंतर त्यांना एक गस्तीची जर्मन मोठी बोट भेटली, त्यांनी ती बुडवली.'' मग त्या घटनेचा परिणाम होऊ देण्यासाठी ॲन्ड्रिया काही क्षण थांबला. पुढे तो म्हणाला, ''मी त्या वेळी त्यांच्यापासून अर्धा मैल अंतरावर माझ्या मासेमारीच्या बोटीत होतो.''

तुर्झिंग पुढे वाकून म्हणाला, ''पण एक भली मोठी बोट कशी बुडवता आली?''

''मी तेथून जाताना आधी त्यांनी मला थांबवले होते, माझी तपासणी केली होती आणि मला सोडून दिले. मग गस्तीची बोट यांच्या त्या जुनाट नौकेकडे गेली. अगदी जवळ जाऊन चिकटली म्हणाना. मी मागून पाहिले की एकदम त्या दोघांनी एकमेकांवर गोळीबार सुरू केला. मग यांच्याकडून कसल्या तरी दोन पेट्या गस्तीच्या बोटीवर भिरकावण्यात आल्या. त्या इंजिनरूममध्ये पडल्या असाव्यात. मग एकदम धुडूम!'' एवढे बोलून ॲन्ड्रियाने नाटकीपणे आपले दोही हात वर हवेत उंचावले. तो पुढे म्हणाला, ''झाले! सारे संपले. ती गस्तीची बोट काही मिनिटांत पाण्याखाली गेली.''

तुर्झिंग यावर हळू आवाजात म्हणाला, ''असे घडले होय! मला आश्चर्य वाटते... ठीक आहे... सांग पुढे.''

''तुम्हाला कशाचे आश्चर्य वाटते लेफ्टनंट?'' तुर्झिंगचे डोळे बारीक झालेले पाहून ॲन्ड्रियाने त्याला घाईघाईने विचारले. मग तो पुढे सांगू लागला, ''त्यांचा एक दुभाष्या या चकमकीत ठार झाला. मग त्यांनी मला इंग्रजीत गोड बोलून फसवले– मी सायप्रसमध्ये कित्येक वर्षे काढलेली आहेत. शेवटी त्यांनी मला जबरदस्तीने त्यांचे काम करण्यासाठी घेऊन ठेवले. माझा मुलगा माझी बोट चालवत निघून गेला. तर असा सारा भाग आहे लेफ्टनंट–''

''पण त्यांना तुझ्यासारख्या दुभाष्याची गरज का लागावी?'' तुर्झिंगने आपला संशय व्यक्त करत त्याला प्रश्न केला. ''ब्रिटिशांकडेच अनेक अधिकारी ग्रीक भाषा बोलू शकतात.''

''मी आत्ता तिकडेच वळणार होतो.'' ॲन्ड्रिया घाईघाईने म्हणाला. ''तुम्ही जर माझे बोलणे सारखे मध्येच तोडू लागलात तर मी तुम्हाला ते सारे कसे सांगणार? हं... तर मी कोठवर आलो होतो? अं, होय. मग त्यांनी मला त्यांचे दुभाष्याचे काम करण्यास भाग पाडले. त्यांनी जबरदस्तीने त्यांच्या बोटीवर मला खेचून घेतले होते. आणि त्यांची इंजिनरूम मोडून पडली होती. कशामुळे असे झाले ते मला ठाऊक नाही. मला पार बोटीच्या तळाशी ठेवले होते. मला वाटते आम्ही कुठल्या तरी खाडीत त्या वेळी असू. ते इंजिनाची दुरुस्ती करत होते. नंतर त्यांनी दारू पीत जल्लोष करायला सुरुवात केली. तुमचा यावर कदाचित विश्वास बसणार नाही लेफ्टनंट तुर्झिंग. जी माणसे महत्त्वाच्या मोहिमेवर निघाली आहेत त्यांनी मोहिमेत

असताना अशी दारू कशाला ढोसावी? मग आम्ही पुढे जाऊ लागलो.''

हळूहळू तुर्झिंग आपली मान 'समजले' या अर्थी हलवू लागला होता. तो म्हणाला, ''हं, आता मला बऱ्यापैकी उलगडा होतो आहे. मला तुझे सांगणे तसे पटते आहे.''

''पटतेय ना?'' ॲन्ड्रिया आपल्या चेहऱ्यावरील भाव लपवत म्हणाला. ''मग आम्ही वादळात सापडलो. या बेटाच्या दक्षिणेकडच्या कड्यावर आमची बोट आपटली. मग आम्ही सर्व जण तो कडा चढून वर आलो.''

''थांब!'' तुर्झिंगने ॲन्ड्रियाला म्हटले. त्याच्या चेहऱ्यावर संशय प्रगटला होता. तो पुढे म्हणाला, ''तुझ्या बोलण्यावर येथवर मी विश्वास ठेवला कारण तुला वाटते त्यापेक्षा आम्हाला जास्त खरी माहिती ठाऊक आहे. आत्तापर्यंत तू सांगितलेस ते खरे होते. पण आता तसे खरे तू सांगत नाहीस. अरे जाड्या, तू हुशार असशील, पण तुला जेवढे वाटते तेवढा तू हुशार नाहीस. एक गोष्ट तू विसरला आहेस किंवा कदाचित ती तुला ठाऊक नसेल. आम्ही जर्मन लोक पट्टीचे गिर्यारोहक आहोत. अरे बाबा, आम्हाला डोंगराळ भागांचा चांगला अनुभव आहे. जगातल्या कोणत्याही सैन्यापेक्षा आमच्या सैन्याला तसला जास्त अनुभव आहे. मी स्वत: प्रशिया प्रांतातला आहे. आल्प्स व ट्रान्सिल्व्हानिया येथील डोंगर मी स्वत: चढून गेलेली आहे. म्हणून सांगतो की हा इथला दक्षिणेकडचा कडा कोणालाही चढून वर जाता येणार नाही. ते केवळ अशक्य आहे!''

''कदाचित तुम्हाला ते अशक्य असेल,'' ॲन्ड्रिया आपले डोके दु:खाने हलवत म्हणाला. ''साली दोस्त राष्ट्रांची माणसे तुम्हाला हरवतील बघा. ते हुशार आहेत, लेफ्टनंट तुर्झिंग!''

''कसे काय बरे?'' तुर्झिंग तुटकपणे म्हणाला.

''ते असे आहे पाहा, दक्षिणेकडचा कडा चढून जायला कठीण आहे, अशक्य आहे, हे सर्वांनाच ठाऊक आहे. शिवाय तो बेटाच्या मागच्या बाजूचा आहे अन् म्हणूनच त्यांनी तो कडा चढून जायचे ठरवले. त्यामुळे कोणालाही तसे स्वप्नातही वाटू शकणार नव्हते. त्या बाजूने नॅव्हारनवर चढाई होणार नाही, अशीच तुमची समजूत होणार. म्हणून या मार्गाने दोस्त राष्ट्रांनी ही मोहीम आखून जुगार खेळला. त्यांनी अशा मोहिमेसाठी योग्य माणूस शोधला. त्याला ग्रीक भाषा येत नव्हती. पण त्यामुळे काही बिघडत नव्हते. त्याला फक्त कडा चढून जाता यायला हवे होते. म्हणून त्यांनी आजमितीला जगातील क्रमांक एकचा गिर्यारोहक निवडला.'' एवढे बोलून ॲन्ड्रिया थांबला. आपल्या बोलण्याचा काय परिणाम झाला आहे ते पाहू लागला. मग आपला एक हात मॅलरीच्या दिशेने फेकून त्याने नाटकीपणे म्हटले, ''हीच ती व्यक्ती त्यांनी निवडली, लेफ्टनंट तुर्झिंग! तुम्ही स्वत: गिर्यारोहक

आहात, म्हणजे तुम्हाला ही व्यक्ती ठाऊक असली पाहिजे. त्यांचे नाव आहे मॅलरी, न्यूझीलंडचे कीथ मॅलरी!''

तुर्झिंगला आश्चर्याचा जबरदस्त धक्का बसला होता. त्याने दोन पावले पुढे जाऊन मॅलरीच्या तोंडावर आपल्या टॉर्चचा प्रकाशझोत टाकला. जवळ-जवळ दहा सेकंद तो मॅलरीच्या डोळ्यांत पाहत होता, त्याचा चेहरा निरखत होता. मग हळूहळू त्याने आपला हात खाली आणला. प्रकाशाचा झोत खालच्या बर्फभूमीवर पडल्याने तिथे एक झगझगीत वर्तुळ उमटले होते. तुर्झिंग एकदा-दोनदा नव्हे तर दहा-बारा वेळा आपली मान हलवत होता. त्याला एक सत्य अनपेक्षितपणाचा धक्का बसून जाणवले होते.

तो हळू आवाजात स्वत:शीच म्हणत होता, ''अर्थातच, हे कीथ मॅलरी आहेत! होय, मला ठाऊक आहेत ते. आम्हा गिर्यारोहक मंडळीत यांचे नाव ठाऊक नसलेला एकही माणूस नसेल. खरे तर मी बघताक्षणीच त्यांना ओळखायला हवे होते.''

काही वेळ तो खाली मान घालून आपल्या पायाकडे पाहत होता, उजव्या पायाच्या बुटाच्या टोकाने बर्फ उडवत होता. मग एकदम त्याने मान वर करून पाहिले. तो मॅलरीला म्हणाला, ''युद्धापूर्वी किंवा अगदी युद्ध सुरू झाल्यावरही, मला तुमचा अभिमान वाटत होता. तुम्हाला भेटायला आवडले असते. पण येथे अशा वेळी अशा प्रसंगात ही भेट व्हायला नको होती. तुमच्याऐवजी परमेश्वराने दुसऱ्या कोणाला माझ्याकडे पाठवायला हवे होते.'' तुर्झिंगला काय करावे ते सुचेना. नंतर एकदम त्याचा काही विचार झाला असावा, त्याने आपले मन बदलले असावे. तो ॲन्ड्रियाला म्हणाला, ''तू खरोखरीच सत्य सांगतो आहेस. ठीक आहे. सांगत राहा. मी जर तुझे नीट ऐकून घेतले नसेल तर सॉरी!''

''ठीक आहे!'' ॲन्ड्रियाच्या गोल गरगरीत चेहऱ्यावर समाधान पसरलेले होते. तो पुढे सांगू लागला, ''मग तो कडा आम्ही वर चढून आलो. त्या वेळी आमच्या बरोबरच्या त्या पोऱ्याला चांगलीच दुखापत झाली. तेव्हापासून तो आजारी आहे. तुम्ही पाहिलेच म्हणा त्याला. कडा चढून आल्यावर तुमचा पहारेकरी तिथे आला. मॅलरी आणि त्याचा झगडा झाला. त्यात शेवटी मॅलरीने त्याला ठार केले. मग आम्ही रात्री बराच वेळ चालत चालत इथल्या बोगद्यात येऊन आश्रय घेतला. भूक व थंडी यामुळे आम्ही सर्व जण मरायला टेकलो होतो. तेव्हापासून आम्ही इथेच आहोत.''

''तेव्हापासून नंतर काहीच घडले नाही?''

''हं, तशी एक गोष्ट घडली म्हणा.'' आपल्याकडे आता सगळ्यांचे लक्ष एकवटले आहे हे पाहून ॲन्ड्रिया थोडा सुखावला. तो सांगू लागला, ''दोन माणसे आमच्याकडे आली. ती कोण होती ते मला ठाऊक नाही. त्यांनी त्यांचे चेहरे सर्व वेळ झाकून घेतले होते. ते कुठून आले ते मला ठाऊक नाही.''

यावर तुर्झिंग गंभीरपणे म्हणाला, ''तू हे कबूल करतो आहेस हे चांगलेच आहे.

कोणीतरी येथे येऊन गेले हे मी तेव्हाच ओळखले. कारण तिथे असलेला स्टोव्ह कमांडर स्कोडा यांचा आहे! तो मी आल्या आल्या पाहिला.''

''काय म्हणता?'' ॲन्ड्रियाने आपल्या भुवया उंचावून आश्चर्यचकित झाल्याचा उत्कृष्ट अभिनय केला. ''मला हे ठाऊक नव्हते. ते थोडा वेळ बोलले आणि–''

त्याचे बोलणे तोडीत तुर्झिगने त्याला विचारले, ''तू ते ऐकण्याचा प्रयत्न केलास का?'' तो प्रश्न इतका सहजगत्या व साहजिकपणे आला होता की मॅलरीने आपला श्वास रोखला. बाकी ॲन्ड्रियाने आपण स्वत: निष्पाप असल्याचे नाटक झकास वठवले होते. तुर्झिगने तो प्रश्न एवढा सहजगत्या आणि योग्य वेळी फेकला होता की त्या जाळ्यात ॲन्ड्रिया सहज सापडला असता. मॅलरीला भीती वाटणे साहजिक होते. परंतु ॲन्ड्रिया हा सवाई हुशार होता.

''त्यांचे बोलणे मी ऐकले?'' असे म्हणून ॲन्ड्रियाने आपले ओठ घट्ट मिटले आणि वर पाहून नि:श्वास सोडत म्हटले, ''लेफ्टनंट तुर्झिग, मी किती वेळा तुम्हाला सांगू की मी एक दुभाष्या म्हणून काम करत होतो. ते फक्त माझ्यामार्फतच बोलू शकत होते. ते काय बोलत होते हे मला अर्थातच समजत होते. ते इथल्या बंदरातल्या मोठ्या तोफा उडवून देण्याबद्दल बोलत होते.''

''शक्य आहे! ते काही आपल्या प्रकृतीबद्दल चर्चा करायला थोडेच आले होते!'' तुर्झिग खवचटपणे म्हणाला.

''पण त्यांच्याजवळ किल्ल्याचे नकाशे आहेत, हे तुम्हाला ठाऊक नाही. खेरोस बेटावर शनिवारी सकाळी आक्रमण होणार होते, हे कुठे तुम्हाला ठाऊक आहे? ते नेहमी कैरोतल्या ऑफिसशी वायरलेसने रोज संपर्क ठेवतात, हे कुठे तुम्हाला ठाऊक आहे? तसेच तुम्हाला ब्रिटिश नौदलाच्या विनाशिका मेडोसच्या सामुद्रधुनीतून शुक्रवारी येणार आहेत, हेही तुम्हाला ठाऊक नाही. अन् त्याआधीच इथल्या तोफा उडवल्या जाणार आहेत, हे तरी कुठे तुम्हाला ठाऊक आहे? तसेच, तुम्हाला–''

''बास, बास, बास! पुरे झाले आता.'' असे म्हणून तुर्झिगने आपले दोन्ही हात एकमेकात अडकवले. त्याचा चेहरा उत्तेजक झाला होता. तो म्हणाला, ''म्हणजे रॉयल नेव्ही, येणार ना? वंडरफुल! आम्हाला नेमके तेच हवे आहे. वंडरफुल! उत्तम! पण ही बातमी फक्त स्कोडा व किल्ल्यातील कमांडंट यांच्यापुरतीच राहायला हवी. आपण आता निघाले पाहिजे. अन् ती स्फोटके कुठे आहेत?''

''लेफ्टनंट तुर्झिग, मला ती अजिबात ठाऊक नाहीत. त्यांनी ती कुठे लपवली असतील, तर ते मला ठाऊक नाही. त्या बोगद्याच्या गुहेत खूप गरम होते आहे असे त्यांच्या बोलण्यात आले होते.'' मग मॅलरीकडे कडवटपणे पाहत तो पुढे म्हणाला, ''सगळी ब्रिटिश मंडळी सारखीच आहेत. ते कोणावरही विश्वास ठेवायला तयार नसतात.''

"असे ते का करतात देव जाणे! पण मी त्याबद्दल त्यांना दोष देणार नाही." तुर्झिंग जरासा हेलावून म्हणाला. अँन्द्रियाने मॅलरीवर झाडलेल्या ताशेऱ्याने तुर्झिंगला राग आला होता, कारण मॅलरी हा त्याचा गिर्यारोहणातला हीरो होता. त्याचबरोबर त्याने मॅलरीचा केलेला विश्वासघातही त्याला आवडला नव्हता. त्याने अँन्द्रियाकडे घृणास्पद भावनेने पाहिले व त्याला म्हटले, "माझ्या मते तुला नॉर्व्हारनमधील सर्वांत उंच खांबावर फाशी दिली पाहिजे. पण आमचा गावातील कमांडंट हा एक दयाळू माणूस आहे आणि तो खबर पुरवणाऱ्या लोकांना बक्षिसे वाटतो. अजून तुमच्यापैकी काही जणांचा विश्वासघात करण्यासाठी तुला नक्की जिवंत ठेवले जाईल."

"थँक्यू, थँक्यू, थँक्यू! मला वाटलेच की तुम्ही न्यायी असणार आणि योग्य तेच करणार. लेफ्टनंट तुर्झिंग, मी तुम्हाला वचन देतो की–"

"शट अप!" तुर्झिंग चिडून म्हणाला. मग तो आपल्या सैनिकांना जर्मन भाषेत म्हणाला, "सार्जंट, या माणसांना बांधून टाका. अन् त्या जाड्यालाही बांधायला विसरू नका. नंतर आपण त्याचे हात मोकळे करू. मग तो त्या आजारी माणसाला आपल्या चौकीकडे उचलून नेईल. येथे पहाऱ्यावर एकाला ठेवून द्या. बाकीचे सारे माझ्याबरोबर चला. आपल्याला ती स्फोटके शोधलीच पाहिजेत."

"सर, आपण ही माहिती त्यांच्यापैकी एखाद्याच्या तोंडून नाही का काढून घेऊ शकणार?" सार्जंटने धाडस करून तुर्झिंगला विचारले.

"आपल्याला फक्त एकच माणूस ही माहिती देऊ शकला असता, पण त्याच्याकडून आपल्याला ती माहिती कळणार नाही. त्याला ते शक्य नाही. त्याला जे काही ठाऊक आहे, ते त्याने आपल्याला सांगितले आहेच. अन् त्या ब्रिटिशांबद्दल त्याच्या काही चुकीच्या समजुती झाल्या आहेत, सार्जंट." मग तो मॅलरीकडे वळला, त्याच्यासमोर किंचित झुकला आणि त्याला इंग्रजीत म्हणाला, "माझी तुमच्याबद्दल जरा गैरसमजूत झाली होती, मॅलरी. आपण सारे जणच आता थकलेलो आहोत. मी तुम्हाला मघाशी फटका मारला त्याबद्दल क्षमस्व!" मग एकदम वळून तो चढण चढून वर गेला. दोन मिनिटांनी तिथे फक्त एक सैनिक पहारा करण्यासाठी उभा होता.

मॅलरीचे हात मागे बांधले होते. त्याने आत्तापर्यंत दहा वेळा हालचाल करून हाताची रग कमी करण्याचा व हात सोडवून घेण्याचा प्रयत्न केला होता. पण हे प्रयत्न व्यर्थ आहेत हे त्याला कळून चुकले. आपले हात त्याने कितीही वळवले तरी काहीही होत नव्हते. अंगावरच्या कपड्यावर पडलेल्या ओलसर बर्फामुळे त्याचे कपडे भिजले होते आणि त्यामुळे त्याला थंडी वाजून हुडहुडी भरली होती. तो

सारखा थरथरत होता. ज्या माणसाने त्याचे हात बांधून वर गाठी मारल्या होत्या त्याने आपले काम चोख बजावले होते. तुर्झिग व त्याची माणसे सर्व रात्रभर ती स्फोटकांची पेटी शोधत बसतील काय, यावर तो विचार करत राहिला होता. ते येथून निघून जाऊन एव्हाना अर्धा तास झाला होता.

मग त्याने हात सोडवण्याची धडपड सोडून दिली. आपले स्नायू सैल सोडून तो खालच्या बर्फाच्या मऊ थरावर रेलला आणि त्याने ॲन्ड्रियाकडे पाहिले. ॲन्ड्रिया त्याच्या समोरच बसला होता, ताठ बसला होता. त्याने आपली मान खाली घातली होती, खांदे उंचावले होते. त्याचे हात बांधल्यानंतर त्याने आपले हात सोडविण्याचा एकच एक जोरदार प्रयत्न करून पाहिला होता. पण तसे करताना हाताला बांधलेल्या दोऱ्या मांसात अधिकच रुतत जात आहेत, हे त्याच्या लक्षात आले होते. तेव्हापासून हा धिप्पाड ग्रीक माणूस स्वस्थ बसला होता आणि स्वत:च्या विचारात मश्गुल झाला होता. तो त्या पहारेकऱ्याकडे कपाळाला आठ्या घालून रागाने पाहत होता. आपल्याला किती त्रास होतो आहे, त्या दोऱ्या किती काचत आहेत, असा अविर्भाव त्याने आपल्या चेहऱ्यावर आणला होता. ओबेरलेफ्टनंट तुर्झिग बारकाईने सारे निरीक्षण सुरुवातीला करत होता. ॲन्ड्रियाच्या मनगटात बांधलेल्या दोऱ्या खोलवर रुतून तिथे रक्त गळू लागले होते.

ॲन्ड्रियाने जे काही नाटक केले, अभिनय केला व खरे-खोटे यांच्या बेमालून मिश्रणाची जी जबानी दिली त्यावर मॅलरी मनातून खूश झाला होता. शिवाय ॲन्ड्रियाने ते सारे उत्स्फूर्तपणे, काळजीपूर्वक केलेले होते. त्याने बऱ्यापैकी सत्य सांगितले होते. जे काही सांगितले होते, त्याची पडताळणी होऊ शकत होती. मगच त्यांचा ॲन्ड्रियावर पक्का विश्वास सहज बसणार होता. त्याचबरोबर त्याने तुर्झिगला फारशी महत्त्वाची माहितीही दिली नव्हती किंवा दिलेल्या माहितीच्या आधारे जर्मनांना फारशी नवीन कारवाई करता येण्याजोगी नव्हती. त्याने फक्त खेरोस बेटावरील आपली माणसे आरमाराच्या साहाय्याने काढून घेण्याची दोस्त राष्ट्रांची भावी चाल उघड केली होती. पण हे मॅलरीने ऐकल्यामुळे तो आधी थोडासा खट्टू झाला होता; परंतु यात चिंता करण्याजोगे नाही, असे वक्तव्य ॲन्ड्रियाने केले होते. त्याने सर्व गोष्टींचा विचार केला होता. मॅलरीपेक्षा तो पुढे गेला होता. जर्मनांना या योजनेचा तर्काने अंदाज लागू शकला असावा. ब्रिटिशांचा नॅव्हारनच्या तोफांवरचा हल्ला आणि त्याच वेळी जर्मनांचा खेरोस बेटावरचा हल्ला या दोन्ही गोष्टी एकाच वेळी कदाचित योगायोगाने घडणाऱ्या असतील, असाही तर्क जर्मनांनी केला असेल. या तर्काच्या गुंत्यातून त्यांना सुटका करून घ्यायची असेल, तर ॲन्ड्रियाने जी काही माहिती पुरवली, दावे केले त्यावरच त्यांना अवलंबून राहणे भाग पडावे. मग याच्या साहाय्याने तो त्यांच्या तावडीतून आपली सुटका करावी, असा आग्रह धरू शकतो.

तसेच खेरोसवरून आपले सैन्य काढून घेण्याची बातमी आधी जर्मनांना कळलेली असल्याने त्याला ॲन्ड्रियाच्या सांगण्याचा दुजोरा मिळाल्याने तुर्झिंगच्या मनाचा कल ॲन्ड्रियाच्या जबानीवर विश्वास ठेवण्याकडे झुकला. तसेच ॲन्ड्रियाने शनिवारी दोस्तांचे आरमार चढाई करणार असल्याचे सांगितल्यानेही त्याच्या सांगण्याला वजन प्राप्त झाले होते. अन् ती शनिवारची तारीख ही जेन्सनने आधी ठरवली होती. ती एक योजना होती. त्या खोट्या तारखेची माहिती जर्मनांच्या हेरांवर पडेल अशी व्यवस्था फितूर झालेल्या जर्मनांकडून होईल, असे काम जेन्सनने केले होते. तसेच मोठी चढाई करण्यासाठी जी तयारी करावी लागते ती तशी लपून राहत नसल्याने जर्मनांचा त्या माहितीवर विश्वास बसणे साहजिक होते. तसेच, जर तुर्झिंगला ॲन्ड्रियाने आरमाराच्या विनाशिका चालून येतील हे जर सांगितले नसते, तर कदाचित तुर्झिंगचा विश्वास बसणे कठीण गेले असते. मग मात्र ॲन्ड्रियाला फाशीची वाट पाहत किल्ल्यात बसावे लागले असते. मग त्या तोफा उद्धवस्त न करता आल्याने पुढे सरकणाऱ्या दोस्त राष्ट्रांच्या आरमाराला सहज उद्धवस्त करणे जर्मनांना नॅव्हारनमधल्या तोफा चालवून जमले असते.

हा सारा एक गुंता होता, कमालीचा गुंता होता. कोणीही यावर विचार करू लागले तर त्याच्या डोक्याला त्रास होऊ शकत होता. मॅलरीने आता आपली नजर ॲन्ड्रियावरून काढून घेऊन बाकीच्या आपल्या दोन सहकाऱ्यांकडे वळवली. मिलर व ब्राऊन ताठ बसले होते. हात पाठीमागे बांधलेले आणि नजर खाली बर्फाकडे झुकलेली अशा अवस्थेत ते बसले होते. अधूनमधून ते आपले सुन्न झालेले डोके हलवत होते. त्यांना आत्ता काय वाटत असेल याची मॅलरी कल्पना करू शकत होता. मिलरच्या चेहऱ्याचा उजवा भाग खूप दुखत होता, सतत दुखत होता. त्याचे डोके अनेक ठिकाणी दुखत होते, ठणकत होते. आजारी ॲन्डी स्टीव्हन्सला काय वाटत असेल याची कल्पना मॅलरी करू लागला. त्याने गुहेच्या तोंडाकडे पाहिले आणि तो एकदम ताठ झाला. त्याला समोरच्या दृश्याचा धक्का बसला होता.

मग त्याने सावकाश व निष्काळजीपणा दर्शवत आपली नजर गुहेपासून दूर नेली. गुहेच्या तोंडाशी असलेल्या ब्राऊनच्या वायरलेस सेटवर तो जर्मन पहारेकरी बसला होता. त्याच्या हातातील श्मायसर पिस्तुलाच्या चापावर त्याने आपले बोट ठेवले होते. आपण कशावर बसलो आहोत याकडे जर त्याचे लक्ष गेले तर अनर्थ होणार होता. मॅलरी मनात देवाचा धावा करू लागला आणि त्या जर्मन पहारेकऱ्याचे लक्ष वायरलेसकडे जाऊ नये म्हणून प्रार्थना करू लागला.

ॲन्डी स्टीव्हन्स त्या बोगद्यासारख्या गुहेतून बाहेर येत होता. रात्रीच्या अंधुक प्रकाशातसुद्धा त्याची हालचाल स्पष्ट कळून येत होती. तो जमिनीवर पालथा पडून आपल्या पोटावर सरपटत पुढे येत होता, इंच इंच पुढे सरकत होता. आपल्या एका

हाताने तो जमिनीवर दाब देऊन सरकत होता. तसे करताना त्याला कमालीच्या वेदना होत होत्या. खालच्या थंडगार व ओल्या बर्फावरून तो सावकाश सरकत होता. त्याचे ते सरकणे पाहून कोणाचेही हृदय द्रवले जावे. तो दमला होता, त्याला वेदना होत असाव्यात हेही कळून येत होते. स्टीव्हन्सच्या अंगावर पांढरा शर्ट होता. एका हातात बर्फावरून चढताना लागणारी टोकदार काठी होती. ती बर्फात खुपसून तो स्वत:चे शरीर पुढे खेचत होत. त्याने तुर्झिगचे बोलणे ऐकले असावे, संपूर्ण नसले तरी अर्धवट का होईना ऐकले असावे. गुहेत दोन अथवा तीन पिस्तुले होती. ती घेऊन बाहेर न येता त्या पहारेकऱ्यावर तो गोळी झाडू शकला असता, अगदी सहजपणे. पण त्याने हे ओळखले होते की, पिस्तूल झाडल्याचा आवाज दूर जाऊन बाकीचे जर्मन धावत परतले असते.

त्याने अजून १५ फूट पुढे सरकायचे आहे, असा अंदाज मॅलरीने केला. दक्षिणेकडचा वारा सुटला होता; पण तो जोरदार नव्हता. उगाच एखादी कुजबुजल्यासारखा आवाज करणारी ती झुळूक होती. पण बाकी कसलाही आवाज होत नव्हता. फक्त प्रत्येकाला आपला स्वत:च्याच श्वासोच्छ्वासाचा आवाज ऐकू येत होता. अधूनमधून कोणीतरी आपले गारठलेले व अवघडलेले पाय सरळ करे. तेवढाच आवाज होई.

मॅलरीने आपले डोके खाली घातले आणि तो जोरजोरात खोकू लागला, सतत खोकू लागला, मोठ्याने आवाज करत खोकू लागला. जर्मन पहारेकऱ्याने त्याच्याकडे पाहिले. प्रथम आश्चर्याने पाहिले, पण सततच्या खोकण्याच्या आवाजामुळे त्याला चीड येऊ लागली.

तो जर्मन भाषेत ओरडून म्हणाला, ''गप्प बसा. ते खोकणे थांबवा. ताबडतोब थांबवा.''

''खोकणे ना? मला ते थांबवता येत नाही. माझा नाइलाज आहे.'' मॅलरीने इंग्रजीत निषेध करत म्हटले. मग तो परत खोकला. या वेळी मघापेक्षा अधिक मोठा आवाज करत खोकला, सतत खोकत राहिला व म्हणाला, ''हा तुमच्या ओबेरलेफ्टनंटचा दोष आहे. त्याने माझ्या तोंडावर ठोसा मारला होता, माझे काही दात पाडले होते. त्यातून रक्त गळते आहे आणि ते सारखे माझ्या घशात जात आहे.'' मग पुन्हा त्याने नवीन ढास लागल्यासारखी घशातून खोकल्याचा आवाज सुरू केला. थोडा वेळ मध्ये थांबून तो म्हणाला, ''माझ्याच रक्तामुळे मला खोकला येतो आहे हा काय माझा दोष आहे?''

आता त्याच्यापासून स्टीव्हन्स दहा फुटांपेक्षा कमी अंतरावर आला होता, पण त्याच्यातली तुटपुंजी शक्ती आता जवळ-जवळ संपली होती. तो आपला हात पूर्णपणे उंचावू शकत नव्हता. मोठ्या कष्टाने तो इंच इंच अंतर एका वेळी कापत होता. मग तो अर्धा मिनिट नुसता पडून राही. त्या वेळी मॅलरीला वाटे की हा आता

बेशुद्ध पडला आहे; पण लगेच तो पुढे सरकण्याचा प्रयत्न सुरू करे. पण आता तो जरा आपले शरीर पुढे सरकवताना एकदम खाली कोसळला. मॅलरीने पुन्हा खोकायला सुरुवात केली, पण त्याला उशीर झाला होता. तो पहारेकरी वायरलेसच्या पेटीवरून उठला आणि त्याने आपले श्मायसर पिस्तूल स्टीव्हन्सच्या शरीरावर रोखले. पण लगेच स्टीव्हन्सची आजारी अवस्था लक्षात घेऊन आपले पिस्तूल मागे घेतले.

मग तो हळू आवाजात म्हणाला, "शेवटी पक्षी घरट्यातून उडाला. बिचारा!" मॅलरीने पाहिले की तो जर्मन पहारेकरी हातातले पिस्तूल मागे घेऊन आता स्टीव्हन्सच्या डोक्यात हाणणार आहे. पण तो पहारेकरी तसा एक दयाळू माणूस होता. त्याने आपल्या पिस्तुलाचा दस्ता स्टीव्हन्सच्या डोक्यावर हाणण्यासाठी आघात करण्याचा प्रयत्न केला खरा, पण डोक्याजवळ काही इंच अंतरावर त्याचा हात थांबला. त्याची ही प्रतिक्रिया आपोआप झाली होती. तो खाली वाकून बसला आणि त्याने स्टीव्हन्सच्या हातातील ती टोकदार काठी हळुवार हाताने काढून घेतली व खालच्या ओढ्याच्या दरीत फेकून दिली. मग त्याने स्टीव्हन्सचे खांदे धरून सावकाश व काळजीपूर्वक उचलले आणि एका पांघरुणाच्या घडीवर त्याचे डोके ठेवून त्याला आडवे केले. स्टीव्हन्स बेशुद्ध झाला होता. कडाक्याच्या थंडीमुळे बेशुद्ध पडला होता. मग त्या जर्मन पहारेकऱ्याने आपले डोके खेदाने हलवले आणि तो परत ब्राउनच्या वायरलेस सेटवर जाऊन बसला.

जर्मन अधिकारी स्कोडा हा पस्तिशीच्या पुढच्या वयाचा होता. तो दिसायला एक लहानखुरा व सडपातळ माणूस होता. नीटनेटका राहणारा, चलाख व सभ्य दिसणारा होता. पण प्रत्यक्षात तो अत्यंत दुष्ट प्रवृत्तीचा माणूस होता. त्याने आपल्या कपड्याच्या आत काही कापडाच्या साहाय्याने आपले खांदे उंचावलेले दिसतील असे केले होते. त्याची मान बगळ्यासारखी उंच होती. त्यावर एक बंदुकीच्या गोळीच्या आकारासारखा मांसाचा तुकडा उगवला होता. त्याचे ओठ पांढरे होते, रक्तहीन वाटत होते. तो सारखा अधूनमधून ते ओठ विलग करून स्मितहास्याचा आभास निर्माण करे. त्या वेळी त्याचे तोंडातील दात दृष्टीस पडत. त्याचे ते फसवे रूप एवढेच दर्शवे की, त्याच्या चेहऱ्यावरची ती पिवळट कातडी ही त्याची उंचावलेली गालफडे व धारदार नाक यावर ताणून बसलेली आहे. तसेच त्याच्या डाव्या गालावर भुवईपासून खाली हनुवटीपर्यंत कसलातरी घाव बसल्यासारखी एक रेघ उमटली होती. त्यामुळे त्याच्या चेहऱ्याचे दोन भाग झालेले दिसत होते. तो स्मितहास्य करो वा न करो, पण त्याचे खोबणीत खोल गेलेले डोळे नेहमी स्थिर

व भावहीन वाटत. पहाट झालेली होती व अजून सकाळचे सहा वाजायचे होते. पण त्याने दाढी केली होती व नीटनीटके कपडे अंगावर चढवलेले होते. ते केस अजून अर्धवट ओले असल्याने चमकत होते. ते केस काळे होते, पातळ होते आणि ते पूर्णपणे मागे वळवलेले होते, त्यामुळे त्याचे टक्कल झाकले जात होते. एका टेबलाच्या मागे तो एका खुर्चीवर बसला होता. ती एक गार्डरूम होती. खोलीतील टेबल-खुर्ची मध्यभागी होती आणि भिंतींना लागून बाके ठेवलेली होती. स्कोडा टेबलामागे बसला असल्याने त्याच्या शरीराचा फक्त वरचा अर्धा भाग दिसत होता. परंतु तरीही त्याने आपल्या पॅन्टला नीट इस्त्री केली असेल, बुटांना पॉलिश केले असेल असे कोणालाही सहज वाटेल.

तो सारखा स्मितहास्य करे. आत्ता त्याच्यासमोर उभे राहिलेल्या ओबेरलेफ्टनंट तुर्झिग याने आपला अहवाल सादर केल्यावर स्कोडाने ते नेहमीचे स्मितहास्य केले. तो आपल्या खुर्चीत मागे रेलून बसला होता. आपली दोन्ही कोपरे खुर्चीच्या हातांवर ठेवली होती आणि आपली सडपातळ बोटे हनुवटीखाली ठेवली होती. आळसाने भारावलेल्या व रिकामे भाव असलेल्या त्याच्या डोळ्यांत सारे काही टिपले जात होते, काहीही निसटत नव्हते. दोन पहारेकरी दारावर होते, तर दोन पहारेकरी बांधलेल्या कैद्यांमागे होते. ॲन्ड्रियाने स्टीव्हन्सला आपल्या खांद्यावर वाहून आणून नुकतेच तिथल्या बाकावर झोपवले होते आणि तोही त्या बाकावर बसून राहिला होता. त्याने सबंध खोलीत आपली नजर फिरवून तिथली परिस्थिती न्याहाळली होती.

"तुम्ही झकास काम केलेत ओबेरलेफ्टनंट तुर्झिग!" स्कोडा म्हणत होता. "अगदी कार्यक्षम रीतीने सारे काही केलेत." मग त्याने समोर उभ्या असलेल्या तीन कैद्यांकडे अपेक्षेने पाहिले. त्यांचे खरचटलेले, गालांवरील वाळलेले रक्ताचे डाग असलेले चेहरे त्याने पाहिले. मग आपली नजर आजारी स्टीव्हन्सकडे वळवली. तो त्या बाकावर जेमतेम शुद्धीवर होता. मग स्मितहास्य करून आपल्या भुवया त्याने किंचित वर उचलल्या. "म्हणजे आता एक आपली छोटीशी अडचण होणार आहे असे दिसते, तुर्झिग. हे कैदी आपल्याला सहकार्य करत नाही ना?"

"पण सर, त्यांना पकडताना त्यांनी आम्हाला कसलाही विरोध केला नाही." तुर्झिग ठामपणे म्हणाला. त्याचा सांगण्याचा स्वर, पद्धत हे अत्यंत सभ्य शिष्टाचार पाळणारे होते, पण त्या ब्रिटिश कैद्यांविरुद्ध असलेला मनातला सुप्त राग व शत्रुत्व मात्र त्याच्या डोळ्यांत प्रगट झालेले होते. "माझी माणसे जराशी उत्साही असतील; पण साऱ्या हालचालीत आम्ही कुठेही चूक केली नाही."

"बरोबर आहे लेफ्टनंट. अगदी बरोबर केलेत." स्कोडा पुटपुटत म्हणाला. "ही माणसे धोकादायक आहेत आणि अशा माणसांचा कसलाही भरवसा नसल्याने आपण नेहमी सावधच असले पाहिजे. थोडेसेही ढिले राहता कामा नये." मग त्याने

आपली खुर्ची मागे ढकलली व तो उठून उभा राहिला. टेबलाभोवती त्याने अगदी सहज येरझाऱ्या घातल्या आणि तो ॲन्ड्रियासमोर येऊन उभा राहिला व म्हणाला, "पण लेफ्टनंट, हा माणूस मात्र अपवाद आहे ना?"

"तसा तो धोक्याचा आहे, पण त्याच्या लोकांना. मी तुम्हाला याच्याबद्दल सांगितलेच होते. वेळ येताच हा आपली कातडी वाचवण्यासाठी खुद्द आपल्या आईचाही विश्वासघात करेल." तुर्झिंग म्हणाला.

"तो आपल्याशी मैत्री करू पाहतो आहे काय?" स्कोडाने गंमत वाटून म्हटले. मग त्याने आपला हात एकदम जोरात खाली आणून ॲन्ड्रियाच्या गालावर एक थप्पड मारली. त्याच्या मधल्या बोटातील खास व जाडजूड अंगठीने ॲन्ड्रियाच्या गालावर एक खोलवर ओरखडा उमटला आणि त्यातून रक्त गळण्यास सुरुवात झाली. वेदनेमुळे तो एकदम ओरडला. आपला एक हात गालावर ठेवून ती जखम दाबून धरली. आपले तोंड त्याने दुसरीकडे वळवले. त्याने आपला उजवा हात संरक्षणासाठी नकळत वर केला होता.

स्कोडा म्हणाला, "याच्यामुळे आपल्या तिसऱ्या राईशच्या राजवटीतल्या सैन्यात एक महत्त्वाची भर पडेल. लेफ्टनंट तुम्ही याला बरोबर ओळखलेत. दुखावलेल्या माणसाची संरक्षणात्मक प्रतिक्रिया अशीच असते. यामुळे एक बिनचूक मार्गदर्शन त्याच्याबद्दल होते. ही एक कुतूहलाची बाब आहे. याला कोणतीही मोठी माणसे अपवादभूत नाहीत. ही एक नैसर्गिक प्रतिक्षिप्त क्रिया आहे, असे मला वाटते... माझ्या शूर मित्रा, तुझे नाव काय बरे आहे?"

"पपागोस!" ॲन्ड्रिया दुर्मुखलेला चेहरा करत हळू आवाजात बोलला. "पीटर पपागोस." एवढे बोलून त्याने आपला गालावरचा हात दूर केला व त्याकडे तो पाहू लागला. हळूहळू त्याने आपले डोळे भयाने विस्फारले आणि आपला हात तो आपल्या विजारीवर खसाखसा पुसू लागला. त्याच्या चेहऱ्यावर उमटलेला तीव्र तिरस्कार सर्वांना दिसला. स्कोडा मात्र त्याच्याकडे एक गंमत म्हणून पाहत होता.

"पपागोस, तुला रक्त पाहायला आवडत नाही का? विशेषत: स्वत:चे रक्त?" स्कोडाने त्याला विचारले. त्यानंतर तिथे काही सेकंद शांतता पसरली होती. नंतर एकदम ॲन्ड्रियाने आपले डोके वर उचलले. त्याचा गोल गुबगुबीत चेहरा दु:खी झाला होता. तो एवढा रडवेला झाला होता की आता त्याला केव्हाही रडू फुटेल.

ॲन्ड्रिया सांगू लागला, "मी एक गरीब माणूस असून मासेमारीचा व्यवसाय करतो, युवर ऑनर!" मग पुढे तो एकदम उसळून म्हणाला, "तुम्ही मला हसता आणि मला म्हणता की 'मला रक्त पाहायला आवडत नाही.' खरे आहे ते. तसेच मला कुणाच्याही यातना, दु:ख आवडत नाही. अन् मला युद्धही आवडत नाही. मला या असल्या युद्धाच्या भानगडीत बिलकूल पडायचे नाही!" त्याने आपल्या मुठी

आवळल्या होत्या, पण तसे करणे व्यर्थ होते. त्याच्या चेहऱ्यावर दुःख पसरले होते. त्याचा आवाज एक सप्तक वर चढला होता. निराशा, खेद व दुःख याचे त्याने एक उत्कृष्ट प्रदर्शन करून दाखवले होते. ते इतके छान वठले होते की मॅलरीलाही तो सारा प्रकार अगदी खराखुरा वाटला होता. तो पुढे म्हणत होता, "का मला तुमच्या कामात ओढून आणले? मला एकट्याला का राहू दिले नाही?" मग पुढे तो दुःखाने कळवळून म्हणाला, "मी लढाऊ माणूस का नाही हे फक्त देवच सांगू शकेल."

"हे एक अत्यंत चुकीचे विधान आहे," स्कोडा मध्येच शुष्कपणे बोलला. "या खोलीतल्या सर्वांना वस्तुस्थिती काय आहे ते एव्हाना ठाऊक झालेले आहे." मग त्याने आपल्या सिगारेट-होल्डरने दातावर हलकेच ठोकत अंदाज घेण्यासाठी पुढे म्हटले, "तू स्वतःला मासेमारी करणारा म्हणवून घेतोस–"

"तो एक हलकट देशद्रोही आहे!" मॅलरी मध्येच बोलला. कमांडंटला आता कुठे अॅन्ड्रियात रस वाटू लागला होता. मॅलरीचे बोलणे ऐकताच स्कोडा गरकन वळून मॅलरीसमोर जाऊन उभा राहिला. मॅलरीचे हात मागे बांधलेले होते आणि तो आपल्या पायावर गारठल्यामुळे लटपटत उभा होता. स्कोडाने त्याला आपादमस्तक न्याहाळले. एक प्रकारचे त्याचे ते वेडावणे होते.

मग तो विचारपूर्वक म्हणाला, "तर, महान कीथ मॅलरी! बाकावर बसलेल्या आमच्या त्या लठ्ठ व भयानक मित्राकडून तुम्हाला काहीतरी सुचवले जात आहे ना? होय की नाही लेफ्टनंट?" मग मॅलरीकडून उत्तराची फार वेळ वाट न पाहता तो त्याला म्हणाला, "मॅलरी तुमचे सैन्यातले पद कोणते?"

"कॅप्टन," मॅलरीने एका शब्दात उत्तर दिले.

"कॅप्टन मॅलरी अं? कॅप्टन कीथ मॅलरी, एक महान गिर्यारोहक, आमच्या काळातील, युद्धपूर्व काळातील महान गिर्यारोहक, त्या वेळचा सर्वांचा लाडका हीरो, आयडॉल, जगातील सर्वांत अवघड व चढायला अशक्य असणारे डोंगर चढून जाणारा नायक!" मग आपले डोके खेदाने हलवत तो पुढे म्हणाला, "अशा या माणसाच्या कर्तृत्वाचा अशा रीतीने शेवट व्हावा... पुढच्या भावी पिढ्या तुमची शेवटची चढाई ही सर्वांत मोठी मानतील की नाही याची मला शंका आहे. आता फाशीच्या तख्ताकडे जाण्यासाठी फक्त दहा पावले अंतर उरले आहे. ते फाशीचे तख्त नॅव्हारनच्या किल्ल्यातच आहे." मग एक नेहमीचे स्मित करत तो पुढे म्हणाला, "हा किती आनंदी विचार वाटतो नाही? हो ना कॅप्टन मॅलरी?"

"मी असल्या गोष्टींवर विचारही करत नाही," मॅलरीने उत्साहाने उत्तर दिले. "मला काळजी वाटते, ती तुमच्या चेहऱ्याची. कुठेतरी यापूर्वी मी तुमच्या चेहऱ्यासारखा चेहरा पाहिल्यासारखा वाटतो आहे, नक्की वाटतो आहे." शेवटचे शब्द हळू आवाजात म्हणत म्हणत त्याने तसेच सोडून दिले होते.

"खरं?" स्कोडाला आता कुतूहल वाटू लागले होते. त्याने पुढे विचारले, "आल्प्स पर्वतामध्ये पाहिले असेल कदाचित? युद्धापूर्वीचीच ती गोष्ट असणार."

"आठवले, आठवले मला." मॅलरी म्हणाला. त्याच्या चेहऱ्यावर आठवल्याचा आनंद पसरला होता. त्याला ठाऊक होते की, आपण आता जे काही बोलू त्यामुळे धोका पत्करण्याची जोखीम घेतल्यासारखे होईल; पण आपल्याकडे लक्ष वळवून घेण्यामुळे ॲन्ड्रियाकडे लक्ष जाणार नव्हते. "तीन महिन्यांपूर्वी मी कैरोतील एक प्राणिसंग्रहालय पाहायला गेलो होतो. सुदानमध्ये पकडलेला घारीच्या जातीतला एक बझार्ड पक्षी मोहोळघार पिंजऱ्यात ठेवला होता. तसा तो एक वयस्कर आणि घाणेरडा दिसणारा पक्षी होता." मग जरा ओशाळून तो पुढे म्हणाला, "पण त्याला तुमच्यासारखीच उंच मान होती, तशाच नाकासारखी चोच होती आणि थोडेसे टक्कलही पडलेले होते–"

मॅलरी बोलायचे एकदम थांबला. तो स्कोडापासून मागे हटला. स्कोडाचा चेहरा संतप्त झाला होता. त्याने आ वासल्याने त्याचे चमकणारे दात दिसत होते. त्याने हाताच्या मुठी आवळल्या होत्या आणि तो मॅलरीवर चाल करून येत होता. त्याने आपल्या ताकदीनुसार मॅलरीला ठोसा मारला खरा, पण रागात असल्याने त्याला नीट नेम धरता आला नाही. मॅलरी ऐन क्षणाला आपले शरीर झुकवून बाजूला सरल्याने तो तसाच पुढे धावत गेला, अडखळला व खाली जमिनीवर पडला. मॅलरीही नंतर अडखळल्याने त्याच्या जड बुटाचा पाय खाली पडलेल्या स्कोडाच्या मांडीवर पडला. स्कोडा कळवळून ओरडला व लगेच धडपडत उठला आणि एक पाऊल पुढे सरकताच पुन्हा तो खाली धाडकन पडला. कारण त्याचा एक पाय मॅलरीच्या बुटांमुळे चांगलाच दुखावला होता.

त्यानंतर क्षणभर त्या खोलीत एक धक्कादायक सन्नाटा पसरला. मग टेबलाचा आधार घेत स्कोडा कसाबसा चालत चालत आपल्या जागेकडे जाऊ लागला. त्याचा श्वासोच्छ्वास जोरजोरात चालला होता. त्याच्या चेहऱ्यावरचे सर्व रंग उडून गेले होते आणि ती वरपासून खालपर्यंत जाणारी व्रणाची रेघ आता चांगलीच उठून दिसत होती. तो मॅलरीकडे बघत नव्हता, कुणाकडेच पाहत नव्हता. पण त्या भयप्रद शांततेत त्याला जे काही करायचे होते ते तो करू लागला. टेबलाला एक खण होता. त्याने तो उघडला आणि आत हात घालून तो काहीतरी चाचपडू लागला.

मॅलरी शांतपणे उभा राहून निर्विकार चेहऱ्याने स्कोडा काय करतो आहे हे निरखून पाहत होता. स्कोडा स्वतःला दोष देत मॅलरीकडे अधूनमधून जळजळीत नजरेने पाहत होता. स्कोडा आता पुढे काय करेल याचा खोलीतल्या सर्व माणसांना अंदाज आला होता. स्कोडाच्याही मनात तेच होते. त्याला मॅलरीला ठार करायचे होते, गोळी घालायची होती. पण चपळ मॅलरी ती गोळी सहज चुकवू शकणार

होता. झाडलेली गोळी लागलीच तर ती अॅन्ड्रियाला लागणार होती. मग अॅन्ड्रियाकडे असलेले एकमेव शस्त्र, म्हणजे एक चाकू, तो फेकून त्याने स्कोडाचा प्राण घेतला असता. मग पहारेक्यांनी अॅन्ड्रियाला गोळ्या घातल्या असत्या. मग मॅलरी अॅन्ड्रियाला 'अरे मूर्खा, तू काय केलेस हे!' असे म्हणणार होता. हा सारा संभाव्य प्रसंग मॅलरीच्या मनापुढे येऊन गेला. मॅलरीने आपले डोके वळवून डोळ्यांच्या कोपऱ्यातून जवळच्या पहारेक्याकडे पाहिले. तो त्याच्यापासून सात-आठ फूट दूर होता. आपण काहीही हालचाल केली तर तो आपल्याला सहज पकडणार होता, हे मॅलरीला कळून चुकले. पहारेक्यापाशी जायच्या आत तो पहारेकरी मॅलरीला सहज गोळी घालू शकणार होता. पण तरीही तो धोका पत्करून आपण पहारेक्यापर्यंत गेलेच पाहिजे. निदान अॅन्ड्रियासाठी तरी प्रयत्न केला पाहिजे, हे तो उमगला.

स्कोडाने टेबलाच्या खणातून आता एक पिस्तूल बाहेर काढले. मॅलरीने थंडपणे त्याकडे पाहिले. त्याचा निळसर धातू, आखूड नळी व खेळण्यातल्या सारखे ते पिस्तूल ऑटोमॅटिक होते. पण ते खेळणे नव्हते. खून करणारे ते एक शस्त्र होते. मग स्कोडाने कसलीही घाई न करता त्या पिस्तुलाचे रिलीज बटण दाबले, आत गोळ्या आहेत की नाही हे पाहिले, सेफ्टी कॅच मागे घेतला आणि डोके वर करून मॅलरीकडे पाहिले. त्याचे डोळे मात्र पूर्वीसारखेच होते. तसेच थंड, भावरहित व काळे! मॅलरीने अॅन्ड्रियाकडे एक ओझरता दृष्टिक्षेप टाकला. तो जीव बचावण्याच्या पवित्र्यात उभा राहिला व थोडा मागे सरकला. आता मृत्यू येणार अशी त्याची खातरी पटली. पण नंतर एकदम अनपेक्षितपणे अशी घटना घडली की मॅलरीला एकदम हायसे वाटले. त्याने अॅन्ड्रियाकडे पाहिले. तोसुद्धा डोळे फाडून समोर स्कोडाकडे पाहत होता. त्याचा वर नेलेला हात त्याच्या गळ्यावरून खाली सरकत होता. त्या हातात चाकू नव्हता.

समोर टेबलापाशी थोडी गडबड उडाली होती. तुर्झिगने स्कोडाचा पिस्तूल घेतलेला हात खाली टेबलावरच दाबून ठेवला होता.

तुर्झिग त्याला कळकळीने म्हणत होता, ''सर, हे असे काही करून नका. देवाशपथ असले काहीही करू नका.''

स्कोडा कुजबुजत्या आवाजात त्याला म्हणाला, ''तुमचे हात बाजूला घ्या.'' हे बोलत असतानाही त्याने आपली मॅलरीवर रोखलेली नजर हलवली नव्हती. तो पुढे म्हणाला, ''हात बाजूला घ्या. नाहीतर तुम्हालाही मॅलरीच्या मार्गाने जावे लागेल.''

पण तरीही तुर्झिग आपला आग्रह धरीत म्हणाला, ''सर, तुम्ही त्यांना ठार मारू शकत नाही. कारण कमांडर साहेबांचाच तसा हुकूम आहे, अगदी स्पष्ट हुकूम आहे. ते म्हणाले होते की, त्यांच्या पुढाऱ्याला कोणत्याही परिस्थितीत माझ्यासमोर जिवंत उभे करा.''

''ठीक आहे, पण आता हा शत्रू निसटून जाताना मी मारला, असा दावा करेन.''

तुर्झिग आपले डोके हलवून अजिजीने म्हणाला, ''सर, हे ठीक होणार नाही. आपण त्या सगळ्यांना मारू शकणार नाही. कॅप्टन मॅलरीला मारल्यावर बाकीचे खरे काय घडले ते सांगणारच.'' असे म्हणून त्याने स्कोडाचा धरलेला हात सोडून दिला. ''कमांडंट साहेबांनी 'जिवंत' शब्द वापरला असेल; पण किती जिवंत ते कुठे सांगितले?'' असे तुर्झिग खालच्या आवाजात म्हणाला. मग त्याने पुढे असे सुचवले की, ''कदाचित आपल्याला कॅप्टन मॅलरीला बोलते करण्यात काही अडचण येईल.''

''काय म्हणालात तुम्ही?'' स्कोडाच्या चेहऱ्यावर तेच ते नेहमीचे स्मितहास्य उमटले होते. तो आता पूर्णपणे भानावर आला होता. तो पुढे तुर्झिगला म्हणाला, ''लेफ्टनंट, तुम्ही अतिउत्साही आहात. याबद्दल परत एकदा पुढे कधी तरी मी तुमच्याशी बोलणार आहे, त्याची मला नंतर त्या वेळी आठवण करून द्या. तुम्हाला अजून माझा अंदाज आला नाही. मला फक्त मॅलरीला भीती दाखवायची होती आणि त्याला बोलते करायचे होते. पण तुम्ही ही सारी योजना बिघडवलीत.'' त्याच्या चेहऱ्यावर अजूनही तेच हसू होते; तो खालच्या आवाजात बोलत होता, थट्टा मस्करी करण्याच्या स्वरात बोलत होता. पण मॅलरीला ते नाटक वाटत होते. त्याचे आयुष्य त्या तरुण लेफ्टनंट तुर्झिगच्या हातात होते. किती सहजतेने माणसाला आपल्या शत्रूबद्दल ममत्व वाटू लागते, आदर वाटू लागतो. हे युद्ध असले चमत्कारिकच आहे... स्कोडा आता त्याच्यासमोर पुन्हा उभा होता. त्याचे पिस्तूल टेबलावरच होते.

''हा मूर्खपणा पुरे आता, कॅप्टन मॅलरी.'' त्याने आपले दात दाखवत मॅलरीला म्हटले. वर शेड नसलेला एक विजेचा बल्ब टांगलेला होता. त्याच्या प्रकाशात स्कोडाचे दात चमकले. तो पुढे म्हणाला, ''हे असेच चालत राहिले तर सारी रात्र आपल्याला पुरी पडणार नाही. हो ना कॅप्टन मॅलरी?''

मॅलरीने त्याच्याकडे पाहिले व नंतर दुसरीकडे आपली नजर वळवली. तो काहीच बोलला नाही. तिथे आता ऊब पसरली होती; पण वातावरण कुंद झाले होते. ती एक छोटी गार्डरूम होती. परंतु मॅलरी सावध होता. त्याला एकदम काहीतरी आता घडेल असे वाटू लागले. का ते त्याला कळले नाही, पण तसे घडणार याची त्याला खातरी होती. समोरचा तो जर्मन साहेब हा खरोखरीच एक कमालीचा दुष्ट माणूस आहे हे त्याला कळून चुकले होते.

''वेल, वेल, वेल. आपण आता फार बोलणाऱ्यातले नाही असे दिसते. हो ना माझ्या मित्रा?'' मग त्याने स्वत:शीच 'हेऽऽऽऽ!' असा आवाज केला व एकदम वर

मान करून मॅलरीकडे पाहिले. पूर्वीपेक्षा अधिक रुंद हास्य त्याच्या चेहऱ्यावर होते. त्याने विचारले, "तेव्हा कॅप्टन महाशय, बोला आता. ती स्फोटके कुठे ठेवली आहेत, हे सांगता का?"

"स्फोटके?" मॅलरीने भुवया वर उंचावून म्हटले. "तुम्ही कशाबद्दल बोलता आहात ते मला समजत नाही."

"तुम्हाला आठवत नाही, असे दिसते. हो ना?"

"तुम्ही काय विचारता आहात ते मला कळत नाही."

"हं, असे आहे काय." असे म्हणून स्कोडा मिलरसमोर जाऊन उभा राहिला, "अन् तुमचे यावर काय उत्तर आहे, माझ्या मित्रा?"

मिलर अगदी सहजगत्या म्हणाला, "मला नक्की आठवते. कॅप्टनला काहीतरी चुकीचे वाटते आहे व तसे दिसते."

"छान! एक तरी शहाणा माणूस येथे आहे!" स्कोडा म्हणाला. पण मॅलरी अगदी हळू आवाजात मिलरला म्हणाला, "असेच गुंतवून ठेव त्याला."

मग मिलर पुढे म्हणाला, "कॅप्टन मॅलरी यांना कधीही नीट तपशीलवार दिसत नाही. मी त्या दिवशी त्यांच्याबरोबर त्या प्राणिसंग्रहालयात होतो. एका भलत्याच पक्षाला ते बझार्ड समजत होते. प्रत्यक्षात ते एक गिधाड होते."

ते ऐकल्यावर सेकंदभर स्कोडाच्या चेहऱ्यावरचे स्मित नाहीसे झाले व परत उगवले. मग मात्र ते तिथे पक्के टिकून राहिले.

"वा! चांगलाच विनोदी माणूस आहेस तू. हो ना तुर्झिंग? अशी नाटकातली विनोदी पात्रे ब्रिटनमध्ये खूप असतात ना. ठीक आहे, काही वेळ त्यांना करू देऊ या आपण अशी गंमत. पार गळ्याला फासाची दोरी आवळली जाईपर्यंत करू दे त्यांना गंमत..." मग त्याने कॅसी ब्राऊनकडे पाहून म्हटले, "कदाचित तू—"

"तुम्हीच का बाहेर जाऊन स्वतःच एक रनिंग जम्प घेत नाही? स्वतःच शोधून काढा." ब्राऊन म्हणाला.

"ए रनिंग जम्प? हा शब्दप्रयोग मला आता आठवत नाही. पण तो नक्कीच चांगल्या अर्थाचा नसावा, असे मला वाटते." असे म्हणून स्कोडाने आपल्या सिगारेट केसमधून एक सिगारेट काढली. तिचे टोक आपल्या अंगठ्याच्या नखावर आपटीत पुढे म्हटले, "लेफ्टनंट तुर्झिंग, यांच्यापैकी एकही जण सहकार्य करायला तयार नाही असे दिसते."

"सर, तुम्ही या माणसांना बोलते करू शकणार नाही." तुर्झिंगच्या बोलण्यात एक कमालीचा ठामपणा होता.

"शक्य आहे, शक्य आहे. तथापि, मला हवी आहे ती माहिती मी मिळवणारच, अन् तीही पाच मिनिटांत." मग तो चालत चालत सावकाश टेबलाकडे गेला व

तिथले एक बटण त्याने दाबले. मग आपली सिगारेट दुसऱ्या हातातील सिगारेट-होल्डरमध्ये खोचून बसवली आणि टेबलावर वाकून तो उभा राहिला. त्याच्या प्रत्येक कृतीतून एक प्रकारचा उद्दामपणा व्यक्त होत होता. अगदी आपले पॉलिश केलेले चकचकीत बूट घालून चालतानाही तो तशाच उद्दाम ढंगात चाले.

अचानक बाजूचे एक दार फाडकन आत उघडले आणि दोन माणसांना आत ढकलले गेले. ती माणसे धडपडत आत येऊन जमिनीवर कोसळली. त्यांच्या मागोमाग हातात रायफल घेतलेला एक सैनिक आत आला. त्या माणसांना पाहून मॅलरीचा श्वास अडकला. त्याने आपल्या मुठी आवळल्या. ती माणसे लूकी व पनायिस होते! त्यांना बांधलेले होते आणि त्यांच्या अंगातून रक्त गळत होते. लूकीच्या एका डोळ्याच्या वर एक जखम झाली होती, तर पनायिसच्या डोक्याला एक खोक पडली होती. त्यांनी शेवटी या दोघांनाही पकडले तर! तरी त्यांना मॅलरीने सावधगिरीची सूचना दिलेली होती. दोन्ही माणसांच्या अंगात शर्ट होते. लूकीच्या अंगावरचा तो नेहमीचा कोट नव्हता. त्याच्या आत तो चाकू, सुऱ्या वगैरे आपली शस्त्रे लपवत असे. तो आता खूप दीन झालेला वाटत होता. परंतु त्याच्या चेहऱ्यावर राग प्रगट झालेला होता. त्याच्या मिशा आता पिंजारल्यासारख्या झाल्या होत्या आणि म्हणून त्या भीतिदायक वाटत होत्या. मॅलरीने त्यांच्याकडे निर्विकारपणे पाहिले. आपल्या चेहऱ्यावर त्याने कोणतेच भाव प्रगट होऊ दिले नाहीत.

''कॅप्टन मॅलरी, बोला आता.'' स्कोडा मॅलरीकडे तिरस्काराने पाहत बोलला. ''हे तुमचे दोन मित्र भेटल्याने तुम्ही काहीच कसे बोलत नाही? किंवा कदाचित तुम्हाला जबरदस्त धक्का बसल्याने बोलता येत नसेल. इतक्या लवकर त्यांची गाठ पडेल असे तुम्हाला वाटले नसेल ना, मॅलरी?''

''कसली सवंग युक्ती तुम्ही वापरता हो?'' मॅलरी रागाने बोलला. ''मी या माणसांना यापूर्वी माझ्या आयुष्यात कधीही पाहिले नाही.'' मग त्याची नजर पनायिसच्या नजरेकडे वळली. तिथे ती सेकंदभर थांबली. पनायिसच्या नजरेतून चीड प्रगट झाली होती. मृत्यूबद्दलचा द्वेषही प्रगट झाला होता, पण तरीही त्यातून आणखी काही तरी वेगळा भाव व्यक्त झाला होता.

स्कोडा म्हणाला, ''ही कसलीही सवंग युक्ती नाही. माणसाची स्मृती एवढी उथळ असते? हो ना कॅप्टन मॅलरी?'' एवढे म्हणून नाटकीपणे त्याने एक नि:श्वास टाकला. स्कोडाला या सर्व प्रकरणाचा आनंद होत होता. मांजर उंदरांना खेळवत होते. तो पुढे म्हणाला, ''काही हरकत नाही, आपण परत एकदा प्रयत्न करून पाहू या.'' मग तो वळला व स्टीव्हन्सपाशी गेला. त्याच्या अंगावरचे पांघरूण त्याने काढून टाकले आणि आपला एक हात जोरात उभा गुडघ्याखाली मारला... स्टीव्हन्सच्या मोडलेल्या पायातून एक जबरदस्त कळ आली असावी, पण तरीही

त्याने तोंडातून कसलाही आवाज काढला नाही. तो चांगलाच शुद्धीवर होता आणि स्कोडाकडे पाहून स्मित करत होता. त्याने आपल्या दातामध्ये ओठ धरून ते एवढे जोरात चावले होते की शेवटी त्यातून रक्त गळू लागले. ते त्याच्या हनुवटीवरून खाली ओघळू लागले.

मॅलरी यावर म्हणाला, "स्कोडा, तुम्ही असे करायला नको होते." जरी मॅलरी हळू आवाजात म्हणाला, तरी तिथे शांततेत त्याचा आवाज सर्वांना ऐकू गेला होता. "स्कोडा, याबद्दल तुम्ही शेवटी मराल."

"असं? मी मरणार काय यामुळे?" पुन्हा एकदा त्याने आपला तळहात स्टीव्हन्सच्या पायावर उभा मारला. पण तरीही स्टीव्हन्स ओरडला नाही. "म्हणजे आता मी दोनदा मरणार तर. हो ना कॅप्टन मॅलरी? हा तरुण पोरगा भलताच चिवट दिसतो आहे. पण ब्रिटिश लोकांची हृदये मृदू असतात. हो ना कॅप्टन?" मग त्याने आपला हात सावकाश खाली आणून हाताच्या पंजात त्याचा घोटा पकडला व म्हटले, "पाच सेकंदात तुम्ही मला हवी ती माहिती दिली पाहिजे, कॅप्टन मॅलरी. नंतर मात्र मला नाइलाजाने फ्रॅक्चरचा पाय सरळ राहावा म्हणून लावलेली ही लाकडे काढून त्यांची वेगळी रचना करावी लागेल."

यावर ॲन्ड्रिया दोन पावले पुढे सरकला. आता तो त्या पहारेकऱ्यापासून फक्त तीन फुटांवर होता. तो उभ्या उभ्याच झुलत होता.

ॲन्ड्रिया एकदम ओरडून म्हणाला, "बाहेर! मला बाहेर न्या!" त्याचा श्वासोच्छ्वास जोरजोरात चाललेला होता. घुसमटल्यासारखे तो करत होता. त्याने आपले डोके खाली केले होते. एक हात गळ्यावर ठेवला होता. दुसरा हात पोटावर ठेवला होता. "मला आता सहन होत नाही. हवा! मला हवा पाहिजे! ताबडतोब हवी!"

"नाही, नाही, माय डियर पपागोस. तुला येथेच थांबून येथली मजा अनुभवली पाहिजे– कार्पोरल!" ॲन्ड्रियाने आपले डोळे फिरवलेले त्याने पाहिले. ते डोळे पूर्णपणे पांढरे झालेले होते. "हा मूर्ख आता चक्कर येऊन पडणार असे दिसते. तो आमच्या अंगावर पडायच्या आत त्याला येथून हलवा!"

दोन पहारेकऱ्यांनी घाईघाईने पुढे येऊन ॲन्ड्रियाला धरले. मॅलरीने ते डोळ्यांच्या कोपऱ्यातून पाहिले. त्याच वेळी लूकीचा चेहरा रागाने लाल झाला होता. त्याने मिलर व ब्राऊन यांच्याकडे एक दृष्टिक्षेप टाकला. ब्राऊनने त्याच्याकडे पाहून आपले डोके अगदी किंचित हलवले. एव्हाना त्या दोन जर्मन पहारेकऱ्यांनी ॲन्ड्रियाचे दोन्ही हात उचलून आपल्या खांद्यावर टाकले होते. मॅलरीने अर्धवट डावीकडे पाहिले. त्याच्या जवळचा पहारेकरी चार फुटांपेक्षा कमी अंतरावर उभा होता. तो धिप्पाड ॲन्ड्रिया कसा करतो आहे याकडे लक्ष देत होता. कारण ॲन्ड्रिया आता कोसळण्याच्या बेतात आला होता. त्या पहारेकऱ्याच्या अंगावर त्याची बंदूक लटकत होती. जर

त्याची छाती व पोट यामध्ये एक जोराचा फटका मारला तर काय होते आहे ते त्याला कळायच्या आत.....

सावकाश! सावकाश! मॅलरीने पाहिले की अँड्रियाचे हात हळूहळू पहारेकऱ्यांच्या खांद्यावरून सरकत सरकत गळ्याकडे चालले होते. जेव्हा त्यांच्या गळ्यापाशी त्याचे दोन्ही तळहात पोहोचले तेव्हा त्याने एकदम गळे पकडून जोरात आवळले. अँड्रियाच्या रुंद तळहातात ते गळे सापडल्यावर ते घुसमटू लागले. त्याच वेळी मॅलरीने जवळच्या पहारेकऱ्याच्या अंगावर उडी मारली आणि आपला खांदा त्याच्या पोटात शक्य तितक्या जोरात मारला. कारण त्याचे दोही हात मागे बांधलेले होते. त्याने बरोबर फासळ्यांच्या खाली दुशी मारली होती. ती अगदी वर्मी लागली होती. मग त्याच्या तोंडून 'उफ्' असा वेदनेने भरलेला आवाज बाहेर पडला. तो मागच्या लाकडी भिंतीवर जाऊन आदळला. मग मॅलरीला कळून चुकले की हा पहारेकरी आता काही वेळ निपचित पडणार. त्याला कसलीही हालचाल करता येणार नाही.

मॅलरीने त्या पहारेकऱ्यावर जेव्हा उडी मारली तेव्हाच त्याला दोन डोकी एकमेकांवर आपटल्याचा 'थड्' असा आवाज ऐकू आला. आता त्याला असे दिसले की एका पहारेकऱ्याला खाली पाडून मिलर व ब्राऊन यांनी त्याच्यावर आपला सारा भार टाकला आहे. तोपर्यंत अँड्रियाने दोन्ही पहारेकऱ्यांची डोकी एकमेकांवर आपटून त्यांना चांगलेच जायबंदी केले होते. त्याने एका पहारेकऱ्याची ऑटोमॅटिक रायफल ओरबाडून काढून घेतली. ती श्मायसर रायफल त्याने स्कोडाच्या छातीवर रोखली. तो पहारेकरी दरम्यान बेशुद्ध होऊन खाली जमिनीवर आपटला होता.

एक सेकंद किंवा दोन सेकंदही असतील, तेवढ्या वेळात गार्डरूममधल्या सर्वांच्या हालचाली थांबल्या होत्या. ती शांतता अचानक झाली होती आणि अगदी खपकन घाव घातल्यासारखी झाली होती. आरडाओरडीनंतर एकदम शांतता झाली तर तिचा कसा धक्का बसतो तसे तिथे झाले होते. सगळे जण स्तब्ध झाले होते. कोणीच बोलत नव्हते. अनपेक्षिततेचा धक्का एवढा जबरदस्त होता की, तो पचवणे साऱ्यांनाच कठीण गेले होते.

अन् मग त्या शांततेचा एकदम भंग झाला. एक बार उडाला होता. दुसरा बार, तिसरा बार झाला. मघापेक्षा हा धक्का फार मोठा होता. अँड्रियाने स्कोडाच्या छातीत तीन वेळा गोळ्या झाडल्या होत्या. दाण! दाण! दाण! असे आवाज त्या छोट्या गार्डरूममध्ये झाले. स्कोडा त्या गोळ्यांच्या दणक्याने मागे मागे धडपडत जाऊन लाकडी भिंतीवर आपटला आणि तिथेच एक-दोन सेकंद खिळून राहिल्यासारखा उभा राहिला. त्या वेळी त्याने आपले हात गरुडाच्या पंखांसारखे दोन्ही बाजूला पसरले होते. मग तो खाली कोसळून पडला. मोडलेली बाहुली जशी दिसते तसा तो आता दिसत होता. पडताना त्याचे डोके जवळच्या बाकाच्या कडेवर धाडकन

आपटले, मग जमिनीवर आपटले. त्याचे डोळे अजूनही सताड उघडे होते. पूर्वीसारखेच ते थंड, निर्विकार व काळे होते. जिवंत असताना ते जसे रिकामे वाटत तसेच तो मेल्यावरही वाटत होते. ॲन्ड्रियाने आपली श्मायसर सावकाश फिरवली. तिच्या रोखात तुर्झिंग व त्याचा एक सार्जन्ट होता. ॲन्ड्रियाने स्कोडाचा चाकू उचलून घेतला आणि मॅलरीच्या बांधलेल्या मनगटांच्या दोऱ्या कापून टाकल्या.

"थोडा वेळ ही बंदूक धराल का कॅप्टन?"

मॅलरीने आपले दोन्ही अवघडलेले हात एक दोनदा वाकवून नीट केले आणि ती बंदूक पकडली. नंतर ॲन्ड्रिया लगेच तीन-चार पावले टाकून गार्डरूमला लागून असलेल्या ॲन्टे-रूमपाशी गेला आणि तो भिंतीला अगदी चिकटून उभा राहिला. त्याने मॅलरीला खूण करून जास्तीत जास्त मागे जायला सांगितले.

एकदम तिथले दार धाडकन उघडले गेले. एक रायफलची नळी आत येताना ॲन्ड्रियाला दिसली. मग त्याने झटकन त्या दारावर आपली बुटाची लाथ हाणली, बाहेर जाऊन आत येणाऱ्या माणसाला धरले. त्याच्या तोंडावर दार आपटल्याने तो खाली पडला होता. त्याला दारातून आत ओढत ओढत त्याने आणले आणि गार्डरूमच्या शेजारच्या खोलीत नेऊन टाकले. त्याची त्याने झटपट तपासणी केली आणि आपल्या मागे दार बंद करून तो बाहेर आला. त्याने दाराचा बोल्ट लावून टाकला होता.

"तिथे आतमध्ये बाकी कोणीही नाही, कॅप्टन. आता तिथे फक्त एक जेलर आहे असे समजा." ॲन्ड्रिया मॅलरीला म्हणाला.

"उत्तम! आता बाकीच्यांच्या दोऱ्या सोडवा, ॲन्ड्रिया." असे म्हणून मॅलरी लूकीकडे गेला आणि त्याच्याकडे पाहून हसला. मग तोही हसला, अगदी या कानापासून त्या कानापर्यंत आपले तोंड रुंदावून हसला.

"लूकी, येथले सैनिक कुठे झोपतात?"

लूकी म्हणाला, "ते कंपाउंडच्या आत मध्यभागी असलेल्या एका छोट्या घरात झोपतात. हे एक ऑफिसर्स क्वार्टर्सपैकी एक आहे."

"कम्पाउंड म्हणजे काय?" मॅलरीने विचारले.

"म्हणजे काटेरी तारांचे कुंपण. ते दहा फूट उंच आहे आणि सर्व जागेभोवती आहे."

"बाहेर जाण्यासाठी किती वाटा आहेत?"

"फक्त एकच एक दार आहे. तिथे दोन पहारेकरी असतात."

"छान! ॲन्ड्रिया, सर्वांना बाजूच्या खोलीत ने. नाही, नाही, लेफ्टनंट तुम्ही तिकडे जायचे नाही. तुम्ही इथेच बसून राहा." असे म्हणून त्याने टेबलामागच्या खुर्चीकडे बोट केले. "इथे आता नक्की कोणीतरी येईल. आलेल्यांना तुम्ही सांगा

की आमच्यापैकी एकजण पळून जात होता, म्हणून तुम्ही त्याला गोळ्या घातल्या. मग तुम्ही दारावरच्या पहारेकऱ्यांना निरोप पाठवा.''

क्षणभर यावर तुर्झिग काहीच बोलला नाही. ॲन्ड्रिया त्याच्या अंगावरून गेला तरीही तो कुठेतरी शून्यात बघत होता. ॲन्ड्रिया दोन बेशुद्ध झालेल्या पहारेकऱ्यांच्या कॉलरला धरून त्यांना ओढत ओढत नेत होता. मग तो हसला, उपहासाने हसला.

तो मॅलरीला म्हणाला, ''मला सांगायला खेद होतो की, माझ्या आंधळेपणे वागण्यामुळे, मूर्खपणामुळे आम्ही बरेच काही गमावले आहे. मी परत असे कधीही करणार नाही.''

''ॲन्ड्रिया!'' मॅलरीने हळू आवाजात हाक मारली.

''येस?'' ॲन्टे-रूमच्या दारात ॲन्ड्रिया आला व त्याने विचारले.

''कोणीतरी इकडे येत असल्याचे मला ऐकू येते आहे. त्या बाजूच्या खोलीतून बाहेर पडण्याची काही वाट आहे?'' ॲन्ड्रियाने मूकपणे आपली मान हलवली.

''मग बाहेर जा! बरोबर तुझा चाकू घे. जर लेफ्टनंट...'' पण तो स्वत:शीच हे सारे बोलत होता. ॲन्ड्रिया तोपर्यंत निघून गेला होता. मागच्या दरवाजाने तो अजिबात आवाज न करता एखाद्या भुतासारखा गेला.

''मी सांगतो तसेच तुम्ही कराल.'' मॅलरी तुर्झिगला मृदूपणे म्हणाला. मग मॅलरी बाजूच्या दारात जाऊन तिथे एक पवित्रा घेऊन उभा राहिला. तिथून त्याला आत प्रवेश करण्याचे दार दिसत होते. त्याने आपल्या हातातील ऑटोमॅटिक रायफल तुर्झिगवर रोखली होती. ''तुम्ही जर आम्ही ठरवू तसे वागला नाहीत, तर हा ॲन्ड्रिया दारातून येणाऱ्या माणसाला ठार करेल. मग आम्ही तुम्हालाही ठार करू आणि येथे असलेल्या पहारेकऱ्यांनाही जाता जाता मारू. मग बाहेरच्या फाटकावरच्या पहारेकऱ्यांनाही चाकूने मारून टाकू. अशा रीतीने नऊ जणांना मृत्यू दिला जाईल अन् तेही उगाचच घडेल. नाहीतरी आम्ही आता निसटून जाणार आहोतच... ते बघा, कोणीतरी येते आहे.'' मॅलरीने कुजबुजत्या आवाजात तुर्झिगला सुनावले. त्याच्या दयाळू चेहऱ्यामधील डोळ्यांमधे मात्र दयाळू भाव नव्हते. तो पुढे म्हणाला, ''केवळ तुमची पत, इभ्रत, प्रतिष्ठा पणाला लागल्याने, गर्व दुखावला गेल्याने नऊ माणसे मृत्युमुखी पडणार आहेत.'' त्याने मुद्दाम शेवटचे वाक्य जर्मन भाषेत म्हटले. ते तो अस्खलितपणे जर्मन बोलीत बोलला. ते ऐकताच तुर्झिगचे खांदे एकदम पडले. मॅलरीला जर्मन भाषेत बोलता येते, जर्मन भाषा चांगली कळते आहे, हे समजल्यावर येणाऱ्या व्यक्तीला आपण जे खरे सांगणार आहोत, या त्याच्या बेतावर पाणी पडले. मॅलरीला जर्मन भाषा येत नाही असे समजून तुर्झिग शेवटची चाल खेळणार होता. आता त्याची शेवटची आशाही नाहीशी झाली. तो हताश झाला. मॅलरीने सांगितल्याप्रमाणे करण्यास त्याला दुसरा पर्याय नव्हता.

बाहेरचे दार एकदम खाडकन उघडले आणि दारात एक सैनिक प्रगटला. त्याचा श्वासोच्छ्वास जोरजोरात चालला होता. त्याने एक रायफल हातात घेतली होती. पण एवढ्या थंडीतही त्याच्या अंगावर फक्त एक शर्ट व एक पॅन्ट होती. तो घाईघाईत निघाला असला पाहिजे हे उघड समजत होते.

तो सैनिक जर्मनमध्ये ओरडला, ''लेफ्टनंट, लेफ्टनंट, आम्ही काही गोळीबार झालचे ऐकले–''

''विशेष काही नाही, सार्जन्ट.'' तुर्झिगने ड्रॉव्हर उघडून आपले डोके त्यावर धरले होते. ड्रॉव्हरमधे काहीतरी शोधतो आहोत असा बहाणा तो करत होता. ''आपला एक कैदी पळून जाऊ पाहत होता, त्याला थांबण्यासाठी आम्ही गोळ्या झाडल्या होत्या.''

''मग कोणी मेडिकलची माणसे पाठवू का?–''

''पण आम्ही त्याला कायमचेच थांबवले. तुम्ही आता सकाळी त्याला पुरण्याच्या तयारीला लागा. दरम्यान फाटकावरच्या पहारेकऱ्यांना सांगा की, दोन मिनिटे इकडे येऊन जा. नंतर तुम्ही झोपायला जा. ही थंडी तशी बाधणारी आहे.''

''मी त्यांच्याऐवजी एखाद्या जादा पहारेकऱ्याची तात्पुरती नेमणूक करू का?''

''नको.'' तुर्झिग घाईघाईने म्हणाला. ''माझे काम फक्त एक मिनिटाचेच आहे. शिवाय येथेही काही पहारेकरी आहेतच.'' मग त्याने आपले ओठ आवळून धरले. आपण बोलल्याचे काय परिणाम होतील हे तो अजमावू लागला. तो म्हणाला, ''चला घाई करा. ही रात्र आपल्याला पुरणार नाही.'' मग त्या सैनिकांच्या पावलांचा आवाज दूर जाईपर्यंत तो थांबला आणि मॅलरीकडे पाहत सावकाश त्याने विचारले, ''झाले तुमचे समाधान?''

''अगदी व्यवस्थित. मी त्याबद्दल आपली मनापासून माफी मागतो.'' मॅलरी म्हणाला. ''तुमच्यासारख्या माणसाकडून हे असे काही करवून घ्यायला मला आवडत नाही.'' एवढ्यात ॲन्ड्रिया शेजारच्या दारातून आत आला. त्याच्याकडे पाहून मॅलरी म्हणाला, ''ॲन्ड्रिया, लूकी व पनायिस यांना विचारा की या घरांमध्ये कुठे टेलिफोन्सचा स्विचबोर्ड आहे का? असेल तर तो उखडून टाका. सापडतील ते रिसिव्हर्सही मोडून टाका. मग फाटकाकडे जा. तिथे कदाचित काही जण आपल्यासाठी येतील. मी मात्र तुमच्याबरोबर असणार नाही.''

ते ऐकून तुर्झिग म्हणाला, ''कॅप्टन स्कोडा मला जे नेहमी म्हणत, ते खरेच होते. मला अजूनही खूप शिकायला हवे.'' त्याच्या बोलण्यात कडवटपणा नव्हता की वैर नव्हते. ''तुमच्या त्या जाड्याने माझी केवढी फसवणूक केली, अगदी पूर्णपणे!''

मॅलरी त्यावर म्हणाला, ''फसवले जाणारे तुम्ही काही पहिलेच नाही. त्याने

आत्तापर्यंत बऱ्याच जणांना फसवले आहे. पण तरीही मी म्हणेन की तुम्ही त्या सर्वांत नशीबवान आहात.''

''कारण मी अजूनही जिवंत राहिलो आहे, म्हणून ना?''

''होय, तुम्ही अजूनही जिवंत राहिला आहात म्हणून,'' मॅलरी म्हणाला.

नंतर दहा मिनिटांच्या आत फाटकावर पहारा देणारे ते दोन पहारेकरी आत आले नि अँन्ड्रियाने त्यांची योग्य ती देखभाल करून त्यांना मागच्या खोलीत बंदिस्त करून ठेवले. त्यांचे इतर पहारेकरी मित्रही तिथेच डांबलेले होते. त्यांना नि:शस्त्र करून, त्यांना पटापट बांधून, त्यांच्या तोंडात बोळे कोंबून इतक्या सफाईने डांबण्यात आले की त्या कामातील सफाई व कार्यक्षमता पाहून तुर्झिगला जरी राग आला होता, तरी त्याने मनातून कौतुक केले. तुर्झिगचेही हात-पाय बांधण्यात आले आणि त्यालाही त्या खोलीत एका कोपऱ्यात ठेवण्यात आले. त्याचे तोंड अद्याप बंद केले नव्हते.

तो म्हणाला, ''मला आता कळते की तुमच्या हाय कमांडने तुमची या कामासाठी का निवड केली, कॅप्टन मॅलरी. तुम्ही यशस्वी व्हालच हे यावरून मला दिसते आहे– पण माझी इच्छा अशी आहे की तुम्ही तुमच्या कामात अयशस्वी व्हावे, तुम्हाला अपयश मिळावे. जे अशक्य असते ते नेहमी तसेच अशक्य कोटीतीलच राहणार. तथापि, तुमची टीम एक फार कार्यक्षम व प्रभावी टीम आहे, हेही तितकेच खरे आहे.''

''ठीक आहे, आम्ही आता निघतो.'' मॅलरी त्याला नम्रतापूर्वक म्हणाला. त्याने एकदा आपली शेवटची नजर त्या खोलीवरून फिरवली आणि स्टीव्हन्सकडे पाहून एक हास्य केले.

तो स्टीव्हन्सला म्हणाला, ''पोरा, चला आता तुमचा प्रवास परत सुरू झाला. तयार आहेस ना? का तुला याचा कंटाळा आला आहे?''

''सर, तुम्ही म्हणाल तेव्हा मी तयार आहे.'' लूकीने कुठून तरी एक स्ट्रेचर मिळवले होते. त्यावर स्टीव्हन्सला ठेवले होते. खूश होऊन तो म्हणाला, ''या वेळी हा एक फर्स्ट क्लासमधला प्रवास आहे. काय चैन माझ्या वाट्याला आली आहे. आता तुम्ही मला कितीही दूर नेलेत तरी माझी हरकत नाही.''

''तुझ्या दृष्टीने ते ठीक आहे रे.'' मिलर दुर्मुखलेला चेहरा करत म्हणाला. मिलरला स्ट्रेचरच्या पुढच्या बाजूला धरण्याची पाळी दिली गेली.

मिलरने आता आपल्या भुवया उंचावून तुर्झिगला विचारले, ''आम्ही आता निघतो. पण एक शेवटचा प्रश्न. या तुमच्या कॅम्पवरचा वायरलेस सेट कुठे आहे?''

''का? तुम्हाला तो फोडून नष्ट करायचा आहे काय?''

"अगदी बरोबर."

"मग मला तो कुठे आहे याची कल्पना नाही."

"असं? मग त्याऐवजी मी तुमचे डोके फोडले तर?"

"तसे तुम्ही करू शकणार नाही!" तुर्झिग हसून म्हणाला. जरी त्याचे पारडे आता अपयशाच्या दिशेने झुकले होते तरी तो धाडसाने पुढे म्हणाला, "आत्ताच्या परिस्थितीत तुम्ही एखादी माशी मारावी तसे मला सहज मारू शकाल. पण तुम्ही हवी ती माहिती न देणाऱ्या माणसाला मारण्याचे धाडस करू शकत नाही, हेही तितकेच खरे आहे."

"तुमच्या दिवंगत साहेबांचे जे विचार होते त्यापासून तुम्हाला फारसे काही शिकता आले नाही." मॅलरी त्याला म्हणत होता. "जाऊ दे, ते एवढे महत्त्वाचे नाही... पण हे असले काही आम्हाला करावे लागत आहे, त्याचा मला नक्कीच खेद होतो आहे. आपण परत कधी एकमेकांना भेटणार नाही, निदान हे युद्ध संपेपर्यंत तरी. कुणी सांगावे, नंतर युद्ध संपल्यावर कदाचित आपण दोघे मिळून एकत्रितपणे गिर्यारोहण करूही."

मग मॅलरीने लूकीला तुर्झिगच्या तोंडात बोळा कोंबायची खूण केली आणि तो झटपट खोलीबाहेर आला. दोन मिनिटांनी ते सर्व जण त्या लष्करी तळाबाहेर सुखरूप बाहेर पडले आणि बाहेरच्या अंधारात विलीन झाले. तिथून ते ऑलिव्ह झाडांच्या राईत शिरले. ती राई मार्गारिटा खेड्याच्या दक्षिणेला होती.

बऱ्याच वेळाने जेव्हा त्यांनी ती राई पार केली त्या वेळी नुकतीच पहाट झाली होती. झुंजूमुंजू झालेल्या प्रकाशात कोस्टोस पर्वताची गडद बाह्यरेखा उठून दिसत होती. दक्षिणेकडून उबदार वारा येत होता आणि आता बर्फही वितळायला सुरुवात झाली होती.

अकरा

बुधवार : दुपारी २ ते दुपारी ४

त्या वृक्षराईत ते दिवसभर लपून राहिले होते. ती एक दगडगोटे पडलेल्या उतारावरची जागा होती. झाडांची वाढ तिथे खुरटली होती. बरीच झुडपे अशीच होती. ती सारी झुडपे अन्य वृक्षांच्या मदतीने एकत्र एकवटली होती. वृक्षांना चिकटली होती तेवढाच भाग घनदाट व निबिड झाला होता. लूकी या भागाला सैतानाचा भूलभुलैया म्हणायचा. तिथे आश्रय घेता येत होता, पण तशी ती जागा अडचणीची होती. पण आत्ताच्या प्रसंगी लपून राहण्यासाठी ती जागा ठीक होती. तसेच वेळ आली तर मागे असलेल्या खडकांमागे जाऊन हल्ल्याचा प्रतिकारही करता येऊ शकत होता. समुद्राकडून वारा येत होता. तापलेल्या खडकांवरून तो आल्यामुळे उबदार वाटत होता. सूर्योदयापासून सूर्यास्तापर्यंत वाहणारे ते खारे वारे होते. दुपारच्या उन्हात समोर चमचमणारा समुद्र पाहून छान नेत्रसुख मिळे.

त्यांच्या डावीकडे दूरवर वनराईची निळी झाक विरत जाऊन तिचे शेवटी जांभळ्या झाकेत रूपांतर झाले होते. त्यानंतर मात्र पलीकडे काहीच नव्हते. तिथे पलीकडे दिसत होती ती समुद्रातली 'लेराडेस' बेटे. जवळची बेटे फक्त तीच होती. मेडोस बेट तर एवढे जवळ होते की, तिथल्या कोळी जमातीची विखुरलेली घरे सूर्यप्रकाशात पांढऱ्या रंगाने उजळून निघाली होती. त्या दोन्ही बेटांच्या मधल्या रिकाम्या व अरुंद जागेतील समुद्रातून इंग्लंडच्या रॉयल नेव्हीची जहाजे एका दिवसात येणार होती. उजवीकडे दूरवर पार क्षितिजापाशी अनातोली पर्वतराजी पार्श्वभूमीवर उभी होती. तसेच उत्तर व पश्चिम दिशा यामध्ये तुर्कस्तानचा वक्राकार खंजिराच्या आकाराचा किनारा अडकला होता. पण त्या किनाऱ्यावर सर्वत्र खडक

होते व पांढरी शुभ्र रेती त्यांच्यामध्ये सुरक्षित राहून पसरली होती. ठिपक्यांच्या रूपात त्या रेतीच्या जागा वरून दिसत होत्या. त्या जागा अनेक ठिकाणी पार निळ्या समुद्रात घुसल्या होत्या. उत्तरेला असलेल्या एक भूशिरापलीकडे धूसर व जांभळट रंगाचा समुद्र खेरोस बेटापर्यंत पहुडला होता.

वरून दिसणारे ते सारे विहंगम दृश्य श्वास रोखून धरायला लावण्याइतपत सुंदर होते, आकर्षक होते आणि सूर्यप्रकाशात चमचमत होते. परंतु त्या सौंदर्याचा रसास्वाद घेण्याइतपत मॅलरीची मन:स्थिती ठीक नव्हती. त्या सर्वांनी तिथे झोप काढली होती आणि प्रत्येकाने आळीपाळीने जागून पहाटे दोन वाजल्यापासून पहारा दिला होता. मॅलरीने गेले अर्धा तास पहारा केला होता. तो समोर टक लावल्यासारखी दृष्टी खिळवून एका झाडाखाली बसला होता. शेवटी त्याचे डोळे दुखू लागून त्यातून पाणी गळू लागले. पण आपला येथे येण्यातला हेतू तो विसरू शकत नव्हता. येथल्या तोफा नष्ट करायच्या मोहिमेवर तो आणि त्याचे सहकारी आले होते. तोफा नॅव्हारनच्या किल्ल्यातील गुहेत सुरक्षित होत्या.

नॅव्हारन गाव! ते गाव सुमारे चार-पाच हजार लोकवस्तीचे असावे, असा मॅलरीचा अंदाज होता. उत्तरेकडच्या डोंगराच्या उतारावर अर्धवर्तुळाकार आकारात ते पसरले होते. अर्थातच डोंगराच्या उतारापुढे खाली खूप खोलवर चंद्रकोरीच्या आकाराचा बंदिस्त समुद्र होता. उतारावरील घरे येथपर्यंत होती. येथेच तिथले बंदर होते. या बंदरात शिरण्याची वाट जर्मनांनी अडवून धरली होती. त्यासाठी सर्चलाइट्स, उखळी तोफा व अनेक मशीनगन दोन्ही बाजूला ठेवल्या होत्या. मॅलरीला तीन मैल अंतरावरील खेड्यातील रस्ते, घरे, इमारती स्पष्ट दिसत होते. तसेच खालच्या बंदरातील लाँच व नौका यांची ये-जाही त्याला समजत होती. त्याने बंदरातील सर्व हालचालींचा इतका अभ्यास केला की शेवटी तिथली प्रत्येक हालचाल त्याला पाठ झाली होती. खेड्यातील धुळीने भरलेले रस्ते खाली उतारावरून जात शेवटी समुद्रापर्यंत पोहोचले होते. उत्तरेकडचे रस्ते मात्र खाली जुन्या नॅव्हारन खेड्याकडे समुद्राला समांतर असे गेलेले होते. पूर्वेकडच्या कड्यावर जागोजागी बॉम्बस्फोटाच्या खुणा उमटल्या होत्या. एके काळी नॅव्हारन बेटासाठी उघडलेल्या लष्करी मोहिमेत (टॉरन्स लिबरेटर स्क्वॅड्रन) विमानांनी ते बॉम्ब सोडले होते. ते पाण्यापासून दीडशे फूट उंचावर कड्याच्या भिंतीवर आपटले होते. कडा व खेडेगाव यामध्ये एक उंच भिंत गेलेली होती. त्याही पलीकडे असलेल्या किल्ल्यात विमानविरोधी तोफांच्या दोन समांतर रांगा होत्या, रडारच्या राक्षसी थाळ्या उभ्या होत्या. नंतर बरॅक्सच्या इमारती होत्या. त्या मात्र पक्क्या दगडी बांधकामाच्या होत्या. त्या मोठ्या इमारतींपुढे बाकी सारे किरकोळ भासत होते. कड्याचा पुढे गेलेला तो काळा ओव्हरहँग भागही त्यापुढे क्षुद्र भासत होता.

नकळत मॅलरीने सर्व काही समजले आहे, अशा अर्थी आपली मान सावकाश

हलवली. याच किल्ल्याने दोस्त राष्ट्रांच्या आरमाराला गेले दीड वर्ष अडवून धरले होते, परतून लावले होते. जेव्हा जर्मनांनी या बेटावर कब्जा केला तेव्हापासून येथल्या समुद्राच्या २००० चौरस मैलांच्या त्रिकोणी भागावर आपला अंमल बसवला होता. हा त्रिकोणी भाग लेराडेस व तुर्कस्तानचा किनारा यामध्ये होता. तेव्हापासून इथल्या समुद्री हालचालींवर जर्मनांचे सर्चस्व बसले होते. दोस्तांच्या आरमाराला मज्जाव झाला होता. नॅव्हारनच्या उंच भागातील गुहेतून तोफा डागून कोणत्याही जहाजाला जलसमाधी देणे जर्मनांना सहज शक्य झाले होते. त्यांची ही भौगोलिक स्थिती त्यांना किती अनुकूल आहे हे आता मॅलरीच्या नीट लक्षात आले. नॅव्हारनचा किल्ला हाच एक प्रकारे युद्धनीतीवर आपला प्रभाव पाडीत होता. तो किल्ला हवाई हल्ल्यालाही दाद देणारा नव्हता. तो अजिंक्य ठरला होता. या किल्ल्यावर टॉरन्सच्या विमान तुकड्यांनी जो हल्ला चढवला तो अपयशी ठरला होता. किल्ल्याच्या पोटातून, भूमिगत असलेल्या तोफांनी आपली तोंडे कड्याच्या भोकातून बाहेर काढली होती. त्यावर नेमके आपले बॉम्ब सोडून ते आत घुसवणे हे अशक्यप्राय काम करण्याचे धाडस टॉरन्स याच्या विमानांनी करून पाहिले. साहजिकच त्यांना अपयश आले. असा विमानातून किल्ल्यावर हल्ला करणे ही गोष्ट आत्महत्या करण्यासारखी होती. किल्ल्यावरील विमानविरोधी तोफांच्या रांगा यावर समुद्रातून हल्ला चढवता येऊ शकत नव्हता, एवढ्या त्या उंचावर होत्या. जर्मनांची लुफ्तवेफ विमाने सतत सॅमोस बेटावर होती. ती नेहमी दोस्त राष्ट्रांच्या विमानांच्या पाळतीवर असत. तेव्हा शेवटी जेन्सन याने गनिमी काव्याने, गोरिला वॉरफेअरच्या तंत्राने त्या तोफा नष्ट करण्याची मोहीम आखली होती. त्यातही आत्महत्या ठरण्याचा धोका होताच. पण शेवटी तो धोका स्वीकारण्यावाचून गत्यंतर नव्हते. यावर मॅलरीलाही जास्त प्रश्न विचारता आले नव्हते.

मॅलरी आपल्या दुर्बिणीतून पाहत होता. त्याचे डोळे दुखू लागले होते. म्हणून त्याने आपल्या तळहाताच्या मागच्या बाजूने डोळे चोळले. आता त्याला सर्व भौगोलिक परिस्थितीचे भान आले. आपली मोहीम कितपत अवघड आहे हेही त्याला नीट कळले. लष्करी डावपेचांवर दीर्घकाळ परिणाम करणारी मोहीम आपल्यावर सोपवली म्हणून त्याला आपला सन्मान केल्यासारखे वाटले. इथल्या तोफा आता लष्करी डावपेचातील एक कळीचा मुद्दा ठरला होता. परंतु ही मोहीम मुळात लूकीच्या डोक्यातून निघाली होती आणि ती त्याने जेन्सनपर्यंत पोहोचवली होती.

लूकीनेच त्याला सुचवले होते की मार्गारिटामधून निघालेल्या दरीतून वर जात जायचे. तोपर्यंत ॲन्ड्रियाने म्हाताऱ्या लेरीच्या झोपडीत लपवून ठेवलेली स्फोटके घेऊन यायची. तोपर्यंत बाकीच्या सर्वांनी ऑलिव्हच्या वनराईत शांतपणे लपून-छपून कोस्टोस डोंगराच्या पायथ्याशी असलेल्या टेकड्यात पोहोचायचे. तसेच त्याने मार्गारिटाजवळून जाण्यासाठी वाट दाखवण्याचे काम केले होते. जेव्हा त्याने सर्वांना

खेड्यासमोर आणून सोडले तेव्हा लूकी व पनायिस हे पहाटेच्या अंधुक प्रकाशात निसटून खेड्यात गेले आणि आपल्या घरात मागच्या दरवाजाने प्रवेश करून अंगावर जादा कपडे घालून ते परत आले. परत येताना त्यांनी एका गॅरेजमधील जर्मन कमांड कार व ट्रक यांच्या इग्निशन कॉईल जोडून ती वाहने पळवली. मार्गारिटा खेड्यातील ती एकमेव वाहने होती. त्या वाहनात सर्वांना बसवून त्यांना दरीच्या पार तोंडापर्यंत नेले. त्यासाठी एका भल्यामोठ्या खाचेसारख्या मार्गाने वाहने नेली. शेवटी तिथे जो रस्ता सुरू झाला होता, तिथे तो तात्पुरता बंद केला होता. तिथेच जर्मनांचे एक चेकपोस्ट होते. तिथल्या पहारेकऱ्यांना नि:शस्त्र करणे हे एक फारच सोपे काम होते. शेवटी लूकीनेच आग्रह धरला की आता आपण येथून पुढे दरीतून जाणाऱ्या चिखलाच्या रस्त्यातूनच पुढे सरकू या. शेवटी त्या रस्त्याने ते एका पक्क्या रस्त्याला पोहोचले. मार्गारिटा गावापासून ते दोन मैलांवर आता आले होते. तिथून पुढे तीनशे फुटांवर रस्त्याला दोन फाटे फुटले होते. त्यांनी डावीकडची वाट पकडली आणि सूर्योदयाच्या वेळी ते आताच्या वनराईत पोहोचले.

लूकीने ठरवल्याप्रमाणे सर्व काही अचूक घडत गेले. लूकीने फार हुशारीने ही योजना अशी आखली होती की त्यात कोणालाही शंका काढता येऊ नये, दोष सापडू नये. मिलर आणि ॲन्ड्रिया यांनी लपून राहिलेल्या त्या गर्द राईमधून दुपारी पहारा केला होता, पाळत ठेवली होती. त्यांना तेथून दिसले होते की जर्मन गॅरिसन मंडळी नॅव्हारन गावातील प्रत्येक घरात जाऊन शोध घेत होते, झडती घेत होते. नंतर उगवणाऱ्या दिवशी जर्मनांना सुरक्षिततेची खातरी हवी होती. हा शोध पुन्हा सुरू होण्याची शक्यता मॅलरीला वाटेना. अन् इतकेही करून जर परत सुरू झालाच तर त्यात फारसा दम नसणार, उत्साह नसणार. लूकीने आपले काम चोख बजावले होते.

मॅलरीने लूकीकडे मान वळवून पाहिले. तो अजूनही झोपला होता. काही झाडांच्या फांद्यांचा आधार घेऊन तो तिथल्या उतारावर पाच तास गाढ झोपी गेला होता. तो प्रचंड दमून गेला होता, त्याचे पाय कमालीचे दुखत होते आणि झोप न मिळाल्यामुळे डोळे जड झाले होते. तो एवढा वेळ झोपला याबद्दल मॅलरीला त्याच्याबद्दल वैषम्य वाटत नव्हते. त्याने एवढे काम केले होते की त्याचा झोप घेण्याचा हक्क नैतिक होता. काल रात्रभर तो जागा होता. मॅलरीने पाहिले की आता तो आपल्या डोळ्यांवर येणारे लांबलचक काळे केस मागे सारीत होता. तो जागा होत होता. मग एखाद्या मांजरासारखा तो झटकन पूर्ण जागा होऊन बसला. मॅलरीला वाटले की, हा माणूस तसा धोक्याचाही ठरू शकतो, झपाटलेला होऊ शकतो आणि एक कट्टर शत्रूही बनू शकतो. पण मॅलरीला पनायिसबद्दल काहीच ठाऊक नव्हते, अगदी काहीही नाही. त्याच्याबद्दलची माहिती मिळेल की नाही याचीच त्याला शंका होती.

उताराच्या वरच्या दिशेने वनराईच्या मध्यभागी ॲन्ड्रियाने एक मचाण उभारले होते.

झाडांच्या मोडलेल्या फांद्या, काटक्या आणि उभी असलेली काही झाडे यांच्या साहाय्याने त्याने ते मचाण केले होते. ते मचाण रुंदीला चार फूट होते. त्याने शक्य तितके ते सपाट केले होते. जमिनीपासून फार वर नसल्याने मचाणाखालची जागा झाडे, झुडपे, फांद्या, लाकडे, माती वगैरेंनी भरून काढली होती. स्टीव्हन्सला त्याने त्या मचाणावर झोपवले होते. अजूनही तो स्ट्रेचरवर बेशुद्धच होता. मॅलरीने सांगितले होते की गुहेतल्या आश्रयस्थानापासून निघताना ते या डोंगराळ भागात येईपर्यंत स्टीव्हन्सने आपले डोळे मिटले नव्हते. कदाचित त्याचा निद्रानाश झाला असावा असे मॅलरीला वाटत होते. ज्या पायाला गँगरीन झाला होता तिथून फार घाण वास सुटला होता. त्या वासाने आजूबाजूचे वातावरण विषारी बनत होते. येथे येऊन पोहोचल्यावर मॅलरी व मिलर यांनी त्याचा पाय पाहिला. पूर्वीची बॅन्डेजेस काढून नवीन बांधली आणि स्टीव्हन्सला आश्वासन दिले की, ''तुझ्या पायाची जखम आता भरत आली आहे.'' पण प्रत्यक्षात गुडघ्याखाली त्याचा पाय पूर्णपणे काळा पडला होता.

मॅलरीने पुन्हा एकदा दुर्बीण उचलून मार्गारिटा गावाकडे पाहिले. पण त्याच वेळी आपल्या मागून उतारावरून कोणी तरी येते आहे असे जाणवल्यामुळे त्याने दुर्बीण खाली केली. मागून आलेल्या व्यक्तीने त्याच्या दंडाला स्पर्श केला. तो पनायिस होता. त्याने पश्चिमेला जाणाऱ्या सूर्याच्या दिशेने बोट केले.

''कॅप्टन मॅलरी, किती वाजले?'' तो ग्रीक भाषेत बोलला, अत्यंत खालच्या आवाजात बोलला; पण त्याच्या बोलण्यात आणीबाणी आल्याची भावना होती, कसली तरी तातडी त्याला जाणवत असावी. मॅलरी यावर विचार करू लागला असता परत त्याने विचारले, ''किती वाजले?''

''अडीच वाजले किंवा त्याच्या आसपास.'' एवढे बोलून मॅलरीने आपल्या भुवया प्रश्नार्थक केल्या. ''पनायिस, कशासाठी वेळ विचारता आहात? कशासाठी?''

''तुम्ही मला जागे करायला हवे होते. तासाभरापूर्वीच जागे करायला हवे होते.'' तो रागावला होता. तो पुढे म्हणाला, ''पहारा करायची माझी पाळी होती ना?''

''पण तुम्हाला गेल्या रात्री झोप मिळाली नव्हती ना. म्हणून तुम्हाला जागे करू नये असे मला–''

''पण आता पहाऱ्याची माझी पाळी आहे, हे सांगून ठेवतो.'' पनायिसने ठणकावून मॅलरीला सांगितले.

''ठीक आहे. जर तुमचा आग्रहच असेल तर करा तुम्ही पहारा.'' इथल्या बेटावरचे लोक आपली बाजू मांडताना नेहमी आपली प्रतिष्ठा पणाला लावतात. त्यांचा अहं दुखावला असेल, तर मग त्यांना त्या वेळी राग येतो. मॅलरी पुढे म्हणाला, ''लूकी आणि तुम्ही दोघे नसता, तर आम्ही काय केले असते ते देव जाणे! मी थोडा वेळ थांबून तुम्हाला कंपनी देतो.''

“म्हणून तुम्ही मला झोपू दिले होते होय!” रात्रीच्या जागरणाचे कारण त्याला पटले असावे. त्याच्या डोळ्यांत दुखावले गेल्याचे भाव खोटे नव्हते. तो पुढे म्हणाला, “तुम्ही या पनायिसवर विश्वास टाकत नाही?”

“बापरे!” मॅलरी चमकला. त्याने एक नि:श्वास टाकत स्वत:ला जरा सावरले आणि तो हसत म्हणाला, “अर्थातच आमचा तुमच्यावर विश्वास आहे तर. मला वाटते की मी आता जाऊन थोडीशी झोप काढतो. तुम्ही पहारा करत आहात हे एका परीने मला बरेच झाले. दोन तासांनी उठवाल मला?”

“नक्की, अगदी नक्की!” पनायिस उत्साहाने म्हणाला. “मी तसे करण्यास बिलकूल चुकणार नाही.”

मॅलरी वनराईच्या मध्यभागाकडे जाऊ लागला. आपले अंग मोकळे करण्यासाठी तो आळोखे-पिळोखे देत चालला. जाता जाता त्याने एकदोनदा मागे वळून पनायिसकडे पाहिले. तो अस्वस्थपणे मागे-पुढे अशा येरझाऱ्या घालीत होता. वनराई जिथे संपत होती तिथेच तो आत-बाहेर करत होता. मग तो झटपट एका झाडावर चढला आणि अगदी वर जिथून नीट दृश्य दिसेल अशा जागेवर जाऊन सर्वत्र पाहू लागला. ते पाहून मॅलरीला आता आपणही झकास झोप काढावी, हे मनोमन पटले.

“कॅप्टन मॅलरी! कॅप्टन मॅलरी!” एक भक्कम हात झोपलेल्या मॅलरीच्या खांद्याला धरून गदगदा हलवत होता. त्याच्या आवाजात घाई होती. “जागे व्हा! जागे व्हा!”

मॅलरीने आपली कूस बदलली व तो झटकन उठून बसला. त्याने आपले डोळे उघडले. पनायिसने त्याला जागे केले होते. त्याच्या चेहऱ्यावर चिंता प्रगट झाली होती. मॅलरीने आपला गोंधळ दूर करण्यासाठी आपले डोके दोन्ही बाजूला हलवले. नंतर तो चटकन उठून उभा राहिला.

“पनायिस, काय झाले आहे?”

“विमाने,” पनायिस घाईघाईने बोलू लागला. “अजून ती दूर आहेत; पण ती आपल्याकडेच येत आहेत.”

“विमाने? कोणती विमाने? कोणाची विमाने?”

“कॅप्टन, ते मला ठाऊक नाही. ती अजून दूर आहेत.”

“कोणत्या दिशेने ती येत आहेत?” कॅप्टनने विचारले.

“ती उत्तरेकडून येत आहेत.”

मग ते दोघे त्या वनराईच्या कडेला पोहोचण्यासाठी धावू लागले. पनायिसने मॅलरीला विमानाच्या दिशेने हात करून दाखवले. मग मॅलरीला ती विमाने एकदम दिसली. दुपारच्या उन्हात त्या विमानांच्या पंखांचा मागे झुकलेला कोन स्पष्ट कळत

होता. ती जर्मन स्टुकास जातीची विमाने होती. त्याने मोजून पाहिली. ती सात विमाने होती, सात नव्हे– आठ विमाने होती. येथून ती तीन मैल अंतरावर होती. चार-चारच्या गटांनी ती उडत होती. २००० फूट उंचीवर तरी ती असावीत. निदान २५०० फुटांपेक्षा जास्त उंचीवर ती नव्हती. आपल्या दंडाला धरून पनायिस ओढतो आहे असे मॅलरीला जाणवले.

पनायिस उत्तेजित होऊन ओरडत होता, ''चला, चला, कॅप्टन. आपल्याजवळ फार वेळ नाही. चला लवकर.'' त्याने बोट करून मागे उभ्या असलेल्या छोट्या कड्याची भिंत दाखवली. ती भिंत अनेक ठिकाणी पडली होती. तिथे दगडधोंड्यांचा खच पडलेला होता. त्या पलीकडे जाणे अशक्य होते. मग पनायिस ओरडला, ''तो सैतानी भूलभुलैया. आपण तिकडे जाऊ.''

''पण का ही धावपळ करायची?'' मॅलरीला साऱ्या प्रसंगाचे आश्चर्य वाटत होते. ''ती विमाने आपल्यासाठीच कशावरून येत आहेत? कोणालाच ठाऊक नाही की आपण येथे आहोत.''

''ते मला ठाऊक नाही.'' पनायिस आपल्या म्हणण्यावर ठाम राहून म्हणत होता, ''ते मला विचारू नका. का ते मलाही ठाऊक नाही. लूकी तुम्हाला ते सांगेल. मला जे कळते आहे, ते मी तुम्हाला सांगतो कॅप्टन. मला ठाऊक आहे.''

मॅलरीने एक सेकंद त्याच्याकडे रोखून पाहिले. मॅलरीला खरोखरच आता समजेनासे झाले होते. पनायिसच्या आवाजात कळकळ जाणवत होती. प्रामाणिकपणा प्रगट झाला होता. तो एवढ्या भरभर बोलत होता की शेवटी त्याच्या घाईचा परिणाम मॅलरीवर झाला आणि त्याने मुकाट्याने पनायिसचे मानले. मग कसलेही प्रश्न न विचारता मॅलरी चढावरून धावत सुटला. वाटेत ते दोघे अडखळत होते, पडत होते; पण जीव बचावण्यासाठी ते पळत होते. त्यांच्या हातात रायफली होत्या.

''जिथे झाडी संपली आहे तिथे चला! झटपट तिथे जाऊन लपून बसा. दगडांमध्ये जे खिंडार पडले आहे तिथे जाऊन थांबा.'' मॅलरीने ओरडून बाकीच्यांना कळवले. त्याच्यापासून ती झाडी शंभरएक फुटांवर संपत होती. बाकीचेही आपल्या जवळचे सामान घेत पळत सुटले होते. त्यांच्याही हातात रायफली होत्या.

''झाडी संपते आहे तिथे जा. पटकन. तिथेच आडोसा घेऊन थांबा. खडकातल्या खिंडारात लपा.'' मॅलरी पुन:पुन्हा ओरडत होता. ''मी पुन्हा सांगेपर्यंत तिथून बाहेर पडू नका, बरं का ॲन्ड्रिया!'' त्याने समोर पाहिले आणि तो बोलायचा एकदम थांबला. ॲन्ड्रियाने आजारी स्टीव्हन्सला त्याच्या पांघरुणासकट घेऊन केव्हाच पळायला सुरुवात केली होती. झाडी जिथे संपली होती तिथे तो पोहोचला होता.

मिलर पळत पळत मॅलरीच्या बाजूला आला होता. त्याने विचारले, ''कसली गडबड आहे? काय भानगड आहे?'' मग तो चढावर पालथा पडला आणि

म्हणाला, "मला तर कुठेही धोका दिसत नाही."

"जर तू बोलणे थांबवलेस तर तुला तो धोका ऐकू येईल आणि त्या तिकडे वर बघितलेस तर तो धोका दिसेलही," मॅलरी म्हणाला.

मिलर आता पाठीवर उलथा झाला. त्या झाडीपासून अवघ्या दहा-बारा फुटांवर ते दोघे पोहोचले होते. त्याने आपली मान उंचावून आकाशात पाहिले, तर त्याला ती विमाने लगेच दिसली.

"स्टुकास विमाने. जर्मनांच्या विमानांचे अख्खे एक स्क्वॉड्रन आले आहे. कमाल आहे बॉस!" तो म्हणाला.

"कमाल आहे आणि नाहीही." मॅलरी गंभीरपणे बोलू लागला, "जेन्सनने मला सांगितले होते की जर्मनांनी इटालियन आघाडीवरील आपली २०० जर्मन विमाने काढून घेतली होती. गेल्या काही आठवड्यातील ही घटना आहे." मॅलरीने बारीक डोळे करून वर पाहिले. ती विमाने आता अर्धा मैल अंतरावर आली होती. तो पुढे म्हणाला, "त्यांनी आता आपली युद्धसामग्री या इथल्या समुद्रावर जमवायला सुरुवात केलेली दिसते आहे."

"पण ती विमाने आपल्यासाठी थोडीच इकडे येत आहेत," मिलरने आपली शंका व्यक्त केली.

मॅलरी गंभीरपणे म्हणाला, "होय, आपल्यासाठीच ती विमाने आहेत."

मग दोन बॉम्बर विमानांनी खाली सूर मारला. ते पाहून मॅलरी म्हणाला, "पनायिस म्हणाला ते बरोबर आहे असे दिसते."

"पण ही विमाने आपल्या डोक्यावरून निघून जात आहेत—"

"नाही, तसे नाही. सर्वांत पुढच्या विमानावर लक्ष ठेव." मॅलरी म्हणाला.

तो असे बोलतो आहे तेवढ्यात एका विमानाच्या फ्लाइट कमांडरने डावीकडे झुकवून आपले विमान अर्धवट वळवले आणि खाली सूर मारला व ते सरळ त्या वनराईच्या दिशेने येऊ लागले.

"उगाच रायफली झाडू नका. नाही तर त्यांना आपण कुठे आहोत ते कळेल." त्या विमानाने आता आपले एअब्रेक्स जास्तीत जास्त खाली केले होते. त्याने आपल्या विमानाचा रोख वनराईच्या मध्याकडे धरला होता. आता त्या विमानाला कोणीही थोपवू शकत नव्हते अन् तरीही कोणी जर त्या विमानावर खालून गोळी झाडली असती तरी ती विमानाला लागण्याची संभाव्यता खूपच कमी होती. मॅलरी ओरडून साऱ्यांना म्हणाला, "आपली डोकी खाली घाला. डोक्यावर हात ठेवा."

पण त्याने स्वतःच ही स्वतःची सूचना पाळली नाही. त्यांची नजर खाली सूर मारत पुढे सरकणाऱ्या विमानावर होती. आता ते विमान ५०० फुटांवर आले, ४०० फुटांवर आले, ३०० फूट अंतर राहिले. विमानाच्या इंजिनाचा आवाज वाढत

गेला. त्या आवाजाने कोणाच्याही कानाला इजा होऊ शकली असती. खाली येणाऱ्या विमानाने शेवटी आपले बॉम्ब सोडले.

बॉम्ब! मॅलरी ताडकन उठून बसला. तो डोळे फाडून पाहत राहिला. निळ्या आकाशाच्या पार्श्वभूमीवर त्याला दिसले की एकच बॉम्ब सोडलेला नाही, तर डझनभर बॉम्ब सोडलेले आहेत. ते इतके जवळ-जवळ होते की, जणू काही ते एकमेकांना घासून पुढे जात आहेत असे वाटत होते. सर्व बॉम्बनी एकच एक रोख धरलेला होता, तो म्हणजे वनराईचा मध्यबिंदू होता. झाडांमधून पुढे घुसणारे बॉम्ब झाडांच्या फांद्या मोडत होते. काही बॉम्ब जमिनीत घुसत होते. इन्सेन्डीयरीज! ज्वालाग्राही बॉम्ब! ते आग पसरवणारे बॉम्ब होते! मॅलरीच्या लक्षात आले की ते बॉम्ब प्रत्येकी ५०० किलो वजनाचे होते. ते फुटताना त्यातून हिस्सऽ असा आवाज येतो. आतली मॅग्नेशियमची पावडर जळू लागली की त्यातून अतिप्रखर असा पांढरा प्रकाश बाहेर पडतो. त्याकडे पाहताही येत नाही. शिवाय अफाट उष्णता बाहेर फेकली जाते. बॉम्बच्या आजूबाजूची सर्व जागा आता पेटून निघाली होती. एकामागोमाग एकेक बॉम्ब पडून फुटत गेल्याने काही सेकंदात ती सर्व जागा एका तिखट वासाच्या धुराच्या ढगाने व्यापून गेली. त्या धुराच्या ढगामध्ये लाल ज्वाळा दिसत होत्या. प्रथम त्या छोट्या होत्या नंतर त्या वाढत वाढत वर जाऊ लागल्या. वाटेतील झाडे पेटवत वर जाऊ लागल्या. काही क्षणात तो सारा परिसर म्हणजे एक मोठा आगडोंब होऊन गेला. तिथली सर्व झाडे आगीत लपेटली गेली. खाली सूर मारत आलेले विमान आता आकाशात वर चढत होते. ते आपल्या उंचीवर पोहोचायच्या आत इकडे वनराईचा मध्यभाग एका भयानक आगीत सापडला होता.

मिलरने मॅलरीला म्हटले, "ते इन्सेन्डियरीज बॉम्ब होते. आगलावे बॉम्ब."

मॅलरी त्याला म्हणाला, "मग त्यांनी काय आगी लावण्यासाठी आगपेट्या वापरायच्या काय? ते आपल्यावर धूर सोडून बाहेर पडायला भाग पाडत होते. त्यांना आपल्याला उघड्यावर आणायचे आहे. जमले तर जाळून टाकायचे आहे. पण ही अशी स्फोटके झाडीमध्ये फारशी संहारक ठरत नाहीत. शंभरातील एकच बॉम्बहल्ला कामास येतो. पण या वेळी तसे कितपत घडले देव जाणे. आपण अर्धा मिनिट जरी बाहेर पडायला उशीर केला असता, तर संपलोच असतो. तो धूर पाहा."

मिलरने धुराकडे पाहिले, धुराचा ढग घनदाट होता. त्यातून ठिणग्या बाहेर पडत होत्या. तो धूर सर्वत्र पसरत चालला होता. ते ज्या खडकाळ भागात उभे होते तिकडे तो येत होता. एव्हाना त्याने एकतृतीयांश अंतर कापले होते. समुद्राकडून येणारा वारा त्याला इकडेच लोटत होता. शेवटी धुराचा एक राक्षसी पडदा तिथे उभा राहिला होता. हळूहळू तो पडदा आपल्या दिशेने येतो आहे असे पाहून मिलरने विचारले, "येथून पळायचे का, बॉस?" शेवटी त्या धुराच्या विळख्यात ते सर्व जण सापडले.

मॅलरी म्हणाला, "त्याखेरीज दुसरा पर्यायच नाही. आपण जर येथे थांबलो तर धुरात वेढले जाऊ. तो धूर एवढा गरम आहे की, आपण भाजून मरून जाऊ!" मग त्याने आपला हात उंचावत बाकीच्यांना उद्देशून म्हटले, "वर आकाशात काय चालले आहे ते कुणाला दिसते आहे का?" मॅलरी व मिलर धुरात सापडले होते.

ब्राऊन म्हणाला, "आपल्यावर पुन्हा असाच हल्ला करण्यासाठी विमाने परत एकत्र जमवाजमव करत आहेत. पहिल्या आघाडीची विमाने अजूनही तिथेच घिरट्या घालीत आहेत."

"आपण यातून कसे बाहेर पडतो आहोत हे पाहण्यासाठी ते वाट पाहत आहेत. पण त्यांना फार वेळ वाट पाहावी लागणार नाही. चला आपण निघू या." त्याने टेकडीच्या चढाकडे धुरातून पाहिले, पण धूर अगदी दाट होता. त्यांच्या डोळ्यांतून पाणी येऊ लागले. शेवटी त्यांना स्पष्ट दिसणे अशक्य होऊन गेले. टेकडी चढून जावे तर धूर वर कोठवर पोहोचला आहे हे समजण्यास काही मार्ग नव्हता. पण येथे तरी किती वेळ वाट पाहणार? स्टुकास विमानांचे वैमानिक नेहमीच अधीर असतात अशी त्यांची ख्याती होती. ते पुढची उपाययोजना लगेच करण्याची शक्यता होती.

मॅलरी ओरडून म्हणाला, "आपण सगळे झाडांची लाइन धरून त्या खोल दरीच्या दिशेने जाऊ या. धुरातून निदान तीनशे फूट जाईपर्यंत कोणीही थांबू नका. ॲन्ड्रिया तू पुढे होऊन रस्ता दाखव. चला निघा." मग धुरातून पाहण्याचा प्रयत्न करत त्याने विचारले, "पनायिस कुठे आहे?"

त्याच्या प्रश्नाला कुठूनच उत्तर मिळाले नाही.

"पनायिस!" मॅलरी हाका मारू लागला. "पनायिस."

"कदाचित तो परत मागे कशासाठी तरी गेला असावा." मिलर म्हणाला. मग थोडे थांबून त्याने विचारले, "मी तिकडे जाऊन पाहून येऊ का?"

"नाही. मी सांगितले त्या दिशेनेच जायला लाग. जर त्या स्टीव्हन्सला काही झाले तर मी तुला जबाबदार..." पण एव्हाना मिलर अदृश्य झाला होता. तो तिथून ॲन्ड्रियापाशी गेला. ॲन्ड्रिया अडखळत, खोकत चालला होता.

काही सेकंद मॅलरी सुन्न होऊन उभा होता. मग त्याने सरळ वनराईत घुसून पळायला सुरुवात केली. तो वनराईच्या मध्याकडे जाऊ लागला. कदाचित पनायिस तिकडे कशासाठी तरी गेला असेल. त्याला इंग्रजी समजत नव्हते. मॅलरी पंधरा-वीस फूट पुढे गेला असेल तोच थांबला. त्याने झटकन आपल्या तोंडावर हात धरले. समोरून येणारी धुरातली उष्णता एवढी भाजून टाकणारी होती की ती सहन करणे शक्यच नव्हते. छे! पनायिस तिकडे परत जाणेच शक्य नाही. कोणीच त्या बाजूला फिरकू शकणार नाही. त्या समोरच्या धगधगत्या उष्णतेत काही सेकंदात जीव गेला असता. हवेसाठी धापा टाकाव्या लागत होत्या. केस भुरूभुरू जळत आणि

अंगावरचे कपडे जागोजाग पेटत चालले. मॅलरी शेवटी मागे फिरला आणि जमिनीवर पालथा पडून टेकडी हाताने वर चढू लागला. वाटेत झाडांना त्याच्या धडका बसायच्या, तो घसरून पडायचा, आपटायचा, पुन्हा उभा राहायचा.

तो वनराईच्या पूर्वेच्या दिशेने पळू लागला. त्या बाजूला त्याला कोणीच दिसले नाही. मग तो पुन्हा मागे फिरून दरीच्या दिशेने जाऊ लागला. त्याला आता अजिबात दिसेनासे झाले. गरम हवा त्याच्या घशात शिरून घसा भाजून काढू लागली. फुफ्फुसात शुद्ध हवा कमी पडू लागली. शेवटी तो जोरजोरात आवाज करत धापा टाकू लागला. त्याला आपली माणसे तिथे दिसेना. त्यांची किती वेळ वाट पाहायची. शेवटी स्वत:चा जीव वाचवण्याखेरीज अन्य काही करण्यात अर्थ नव्हता. त्याच्या कानात सतत कसला तरी आवाज होऊ लागला. तो आवाज धडाडून पेटलेल्या ज्वालांचा होता की त्याच्याच रक्तप्रवाहाचा होता? स्टुकास विमानांचा आवाज तर उरात धडकी भरवण्याइतपत मोठा होता. शेवटी कंटाळून त्याने खाली उतारावर उडी मारली. तिथले दगडधोंडे घसरत खाली जाणारे होते. त्यांच्याबरोबर तोही घसरत खाली दरीकडे जाऊ लागला.

आपल्याला काही दुखापत झाली आहे की नाही हे त्याला ठाऊक नव्हते, अन् त्याला त्याबद्दल पर्वा वाटत नव्हती. तो जोरजोरात आवाज करत श्वासोच्छ्वास करू लागला. तो कसाबसा उठून उभा राहिला आणि चढाच्या दिशेने जाण्याचा प्रयत्न करू लागला. त्याला टेकडीवर पोहोचायचे होते. विमानांच्या इंजिनांचा आवाज आसमंतात भरून राहिला होता. त्याला कळून चुकले की विमानांचे संपूर्ण स्क्वॉड्रन आपल्यावर हल्ला करण्यासाठी येत आहे. त्याने झटकन आपले अंग जमिनीवर धाडकन टाकले. कारण त्याच वेळी जमिनीवर एक बॉम्ब पडला होता. त्यातून ज्वाळा व धूर मोठ्या प्रमाणात बाहेर पडू लागला होता. तोही बॉम्ब माणसाला गुदमरवून टाकणारा होता. तो त्याच्यापासून शंभर-सव्वाशे फुटांवर पडला होता. त्याच्या पुढेच पडला होता. तरीसुद्धा तो उठून पुढे जाण्यासाठी धडपडू लागला. तो आता मनात स्वत:ला शिव्या घालू लागला. अरे गधड्या, मूर्ख माणसा, तू बाकीच्यांना मरू देण्यासाठी पुढे का जाऊ दिलेस? तुझ्या हे कसे लक्षात आले नाही? वनराईवर बॉम्ब टाकण्याचा जर्मनांचा उद्देश नव्हता. अरे, पाच वर्षांच्या मुलाला जे कळू शकते ते तुला कसे कळले नाही? ते ती वनराई व बाहेरचा दुसरा कडा यामध्ये पुराचा पडदा उभे करू पाहत होते. त्याच्या पायाखालची जमीन एकदम स्फोट पावली. एका राक्षसी हाताने त्याला पकडून जमिनीवर आपटले. मग मात्र तो काळोखाच्या समुद्रात बुडून गेला.

बारा

बुधवार : दुपारी ४ ते संध्याकाळी ६

मॅलरी एका काळोख्या डोहात बुडला होता. त्याचे मन त्या डोहातून बाहेर पडण्यासाठी धडपडत होते, जाणिवेच्या पृष्ठभागावर येऊ पाहत होते. एकदा नव्हे, दोनदा नव्हे, तर दहा-बारा वेळा मॅलरी शुद्धीवर येऊ पाहत होता; पण त्याच क्षणी त्याचे मन पुन्हा त्या काळोखाच्या डोहात बुडायचे. जिवाच्या आकांताने तो शुद्धीवर राहण्यासाठी धडपडत होता. पण त्याचे मन त्याला हवे तेवढे सहकार्य देत नव्हते. प्रत्येक वेळी ते ऐन क्षणाला माघार घेत होते, एका कोशात जाऊन दडून बसत होते. त्याची वास्तवतेवरची पकड ढिली होत चालली होती, त्याचे वस्तुस्थितीबद्दलचे ज्ञान हरपले. अन् फक्त मनात एक पोकळी तेवढी पुन्हा एकदा उरली. जाणिवेच्या पातळीवर एकदा असताना त्याला भीषण स्वप्नही पडले होते. ते त्याला अंधुकपणे आठवत होते. जेव्हा स्वप्नाची आठवण होऊन तुम्ही डोळे उघडता, तेव्हा ते स्वप्न नाहीसे होते. पण तुम्हाला जर डोळेच उघडता आले नाही तर? त्याने आपले डोळे उघडायचा प्रयत्न केला, आटोकाट प्रयत्न केला. पण काहीही उपयोग झाला नाही. अजूनही त्याला फक्त काळोखच दिसत होता. मग परत तो त्या भीषण स्वप्नात बुडाला. त्या वेळी आकाशात सूर्य चांगलाच तळपत होता. त्याने आपले डोके मोठ्या खेदाने हलवले.

"अहाऽ! बघा. शेवटी ते शुद्धीवर आले तर." सावकाश व नाकात बोलणारा तो आवाज होता. नक्कीच मिलर ते बोलत असणार हे त्याने ओळखले. मिलर, तोच तो मोहिमेमधला वैद्य, मेडिसिन मॅन. शेवटी त्याचाच जय झाला. नंतर काही

क्षण शांतता पसरली. त्या शांततेत मॅलरीला कळून चुकले की विमानांचा आवाज कमी कमी होत चालला आहे. जर्मन विमाने दूर दूर जात असली पाहिजेत. पण अजूनही तो धुराचा कडवट व तिखट वास त्याच्या नाकपुड्यात रेंगाळत होता, डोळे चुरचुरत होते. मग कुणाचा तरी हात त्याच्या खांद्याखाली आला. मिलर त्याच्या कानात सांगत होता, त्याला आर्जव करत होता की, ''बॉस, अजून थोडा प्रयत्न करा. या वयातही तुम्ही चांगलेच टिकून राहिला आहात. तुमचा दम खरोखरीच छान आहे. सहसा असा कुठे पाहायला मिळत नाही.''

मॅलरीच्या तोंडाला एका थंड बाटलीचा स्पर्श झाला. त्याने आपले डोके मागे झुकवले व एक मोठा घोट घेतला. त्याच्या डोक्यात एकदम तीव्र झिणझिण्या आल्या. त्यानंतर मात्र तो ताडकन उठून बसला. तो धापा टाकत नीट श्वासोच्छ्वास करण्यासाठी धडपडत होता. त्याच्या तोंडाला मिलरने स्थानिक दारूची बाटली लावली होती. त्या झिणझिण्या आणणाऱ्या दारूने त्याचा घसा व तोंड चांगलेच पोळल्यासारखे झाले. तो काही बोलण्याचा प्रयत्न करू लागला, पण घशातून चमत्कारिक आवाज निघण्यापलीकडे काहीही झाले नाही. शुद्ध हवेसाठी तो तडफडत होता आणि त्याच्या समोर बसलेल्या एका छायाकृतीकडे जरासा रागाने बघत होता. मिलर त्याच्याकडे मोठ्या कौतुकाने पाहत होता.

''पाहिलेत बॉस? मी म्हणालो तसेच शेवटी झाले ना? तुम्ही किती झटकन शुद्धीवर आलात पाहा, अगदी पुस्तकात म्हटल्याप्रमाणे. बसलेल्या धक्क्यातून आणि कन्कशनमधून इतक्या वेगाने कोणीही आजवर बाहेर पडले नसेल!''

मॅलरीने विचारले, ''तू काय करतो आहेस?'' त्याच्या घशातील आग आता शमली होती. तो आता पूर्ववत श्वासोच्छ्वास करू शकत होता. ''मला विष पाजता काय? कसला जहाल द्रव होता!'' मॅलरीने रागाने आपले डोके हलवले. त्याचे डोके ठणकत होते. अजूनही त्याच्या मनाभोवती ते काळे धुके घुटमळत होते. ''काय पण डॉक्टर आहेस रे बाबा तू! माणूस शुद्धीवर आणण्यासाठी तू त्याला प्रथम अल्कोहोल पाजतोस...''

''शांत व्हा.'' मिलर गंभीरपणे बोलत होता. ''तो दारूचा धक्का तरी सहन करा, नाही तर पंधरा मिनिटांत येथे जर्मन्स पोहोचतील त्याचा मोठा धक्का सहन करावा लागेल.''

''ते तर निघून गेलेत ना? मला आता कोणत्याही जर्मन विमानाचा आवाज ऐकू येत नाही.'' मॅलरी म्हणाला.

''पण ही जर्मन मंडळी गावातून येत आहेत.'' मिलर खिन्नपणे म्हणाला. ''लूकीने ती बातमी नुकतीच दिली आहे. पाच-सहा चिलखती गाड्या आणि एक-दोन ट्रक्स इकडेच येत आहेत. त्यांच्याबरोबर तारेच्या खांबाएवढ्या लांब नळीच्या

फील्ड गन्स आहेत.''

''आय सी,'' असे म्हणत मॅलरी एका बाजूला वळला. त्याला तिथे वळणावर काही प्रकाश दिसला. ती एक बोळासारखी गुहा होती. लूकी त्याला एकदा म्हणाला होता की, सैतानी भूलभुलैयापाशी अशा अनेक गुहा दाटीवाटीने आहेत. आपण डोळे उघडले तरी आपल्याला अंधार का दिसत होता, याचे कारण त्याला आता उमगले. त्याला वाटले होते की आपले डोळे गेले असून आपण आंधळे झालो आहोत. म्हणून तो मनातून हादरला होता. मग मिलरकडे वळून तो म्हणाला, ''पुन्हा एकदा संकट येणार आहे ना? बरे झाले बुवा, तू मला ती दारू पाजून वेळेवर शुद्धीवर आणलेस.''

''काय करणार? तुम्हाला उचलून फार दूरवर नेणे जमण्याजोगे नव्हते. तेव्हा लवकर शुद्धीवर आणणे हाच एकमेव उपाय होता.'' मिलरने खुलासा केला. ''कॅसी ब्राऊन व पनायिस हे दोघेही जायबंदी झाले आहेत, बॉस.''

''काय? दोघेही?'' असे म्हणून मॅलरीने आपले डोळे गच्च मिटून घेतले. त्याने रागाने आपले डोके हलवत म्हटले, ''माय गॉड, डस्टी. मी त्या बॉम्बिंगबद्दल सारे विसरून गेलो होतो.'' मग त्याने हात पुढे करून मिलरचा दंड पकडला व म्हटले, ''त्यांना किती लागले आहे रे?'' आता फार थोडा वेळ उरला आहे आणि आपल्याला बरेच काही करायचे आहे हे मॅलरीला जाणवले.

''किती लागले आहे?'' असे म्हणून मिलरने एक सिगारेट केसमधून बाहेर काढली व ती मॅलरीला दिली. ''फारसे काही गंभीर नाही, जर आपण त्यांना एखाद्या हॉस्पिटलमध्ये पोहोचवले तर. पण त्यांना वेदना खूप होत आहेत आणि चालताना त्रास होतो आहे. त्यामुळे येथल्या सगळ्या छोट्या-छोट्या घळयांमध्ये उतरायचे व परत चढून वर यायचे हे त्यांना जमणार नाही. असल्या घळयांमधली जमीन भिंतीपेक्षाही इतकी सरळ उभी असते हे मला प्रथमच कळले.''

''तू अजूनही त्यांना किती लागले ते सांगितले नाहीस''

''सॉरी, बॉस, सॉरी. बॉम्बमधल्या श्रापनेलचे तुकडे घुसल्याने त्या दोघांना जखमा झाल्या आहेत. दोघांनाही नेमक्या त्याच जागी, म्हणजे मांडीला जखमा झाल्या आहेत. कोणतेही हाड मोडले नाही, टेन्डॉन्स तुटल्या नाहीत. कॅसीच्या पायाला नुकतेच मी बॅन्डेज बांधून ठेवले आहे. त्याची जखम फारच भयानक दिसत होती. जेव्हा तो चालायला लागेल, तेव्हा त्याला आपल्याला किती लागले आहे ते समजेल.''

''आणि पनायिस?''

''मी त्याच्या पायाला बॅन्डेज केले. पण ती एक चमत्कारिक व्यक्ती आहे. तो प्रथम मला नीट पाहूसुद्धा देत नव्हता. मी जर फार प्रयत्न केला असता, तर त्याने

मला चाकूने ठारच मारले असते.''

''ठीक आहे. त्यांच्या मर्जीप्रमाणे जे काही व्हायचे ते होऊ दे. इथल्या बेटावरील लोकांच्यात चमत्कारिक चालीरीती, समजुती व अंधश्रद्धा आहेत. त्या जन्मभर ते बाळगणारच. पण तो नेमका येथे कसा आला?''

''त्या राईमधून बाहेर पडणारा पहिला तो होता. कॅसीही त्याच्या मागोमाग बाहेर पडला. धुरामुळे तुमची व त्याची चुकामूक झाली. ते दोघे मिळून टेकडी चढत असताना त्यांना बॉम्बचे उडालेले श्रापनेल लागले.''

''अन् मी येथे कसा आलो?''

''सांगतो. पण ते उत्तर नेहमीचेच असणार आहे!'' असे म्हणून मिलरने आपल्या खांद्यावरून मागे अंगठा दर्शवला. एक धिप्पाड व्यक्ती गुहेचे तोंड निम्मे अडवून उभी होती. ''मला त्याच्याबरोबर जायचे होते, पण तो स्टीव्हन्सला उचलून नेत असल्याने त्याला मला बरोबर आधार देऊन वर नेणे कठीण गेले असते. मी त्यामुळे तसा थोडासा नाराजही झालो.'' एवढे म्हणून मिलरने एक नि:श्वास सोडला व तो पुढे म्हणाला, ''मला वाटते की माझा जन्म हीरोचा झाला नसावा.''

मॅलरी ॲन्ड्रियाला हसून म्हणाला, ''थँक्स अगेन, ॲन्ड्रिया.''

''थँक्स? फक्त थँक्स? ज्याने तुमचे आयुष्य वाचवले त्याची फक्त 'थँक्स' या शब्दावरच बोळवण करायची?'' मिलर म्हणाला.

मॅलरी शुष्कपणे त्याला म्हणाला, ''तुला बरेच वेळा नीट बोलता आले नाही. तू कसा रे पुढे भाषणे देशील?'' मग त्याने स्टीव्हन्सची चौकशी केली, ''स्टीव्हन्स कसा आहे?''

''त्याचा श्वासोच्छ्वास चालू आहे.''

मॅलरी पुढे झाला आणि जिथून वास येत होता त्या जागी जाऊ लागला. ''तो इथेच कुठेतरी आहे ना?''

मिलर म्हणाला, ''होय, तशी परिस्थिती बऱ्यापैकी गंभीर आहे. त्याचा गँगरीन पसरत चालला आहे. तो आता गुडघ्याच्या वर पोहोचला आहे.''

मॅलरी आपल्या लटपटत्या पायावर नीट उभा राहिला. त्याने आपले पिस्तूल उचलून घेत मिलरला विचारले, ''डस्टी, तो खरोखरच कसा आहे?''

''खरे सांगायचे, तर तो मेल्यात जमा आहे; पण तो इतक्यात मरणार नाही. सूर्यास्तापर्यंत तो तग धरेल. इतका दीर्घ काळ तो कसा जिवंत राहिला, हे केवळ परमेश्वरच जाणे.''

मॅलरी पुटपुटत म्हणाला, ''हे एक अतिशयोक्तीपूर्ण केलेले विधान असावे. पण मलाही आता तसेच वाटू लागले आहे.''

''त्याला फर्स्ट क्लास उपचारांची गरज आहे, हो ना?'' मिलर मोठ्या आशेने

म्हणाला.

"खरे आहे. तसे दिसते खरे. पण मला जे म्हणायचे आहे ते वाटते तसे नसेलही. चला, आपण आता सारेजण आपल्या कामाचे जरा पाहू" मॅलरी सर्वांना म्हणाला.

मिलर बोलत होता, "माझे वैशिष्ट्य हे की मला पूल छानपैकी उडवून देता येतात आणि एखाद्या इंजिनाच्या बेअरिंगमध्ये हळूच रेती सोडून देता येते. माझ्या साध्यासुध्या मनापलीकडे 'धोरण व चाली' फार दूरवर आहेत. पण मला असे वाटते की आता त्या खाली असलेल्या जर्मन व्यक्ती आत्महत्या करण्यासारखा मूर्खपणा करत आहेत. त्यांनी सर्व संबंधित लोकांसमोर स्वतःवर गोळ्या झाडून घेतलेल्या पाहण्याची पाळी कदाचित येईल."

"मला तुझे बोलणे पटल्यासारखे वाटते." मॅलरी म्हणाला. ते सर्व जण एका घळईमधे असलेल्या अनेक शिलाखंडामध्ये विखरून बसले होते व चर्चा करत होते. वनराईतील जळालेल्या वृक्षांच्या पायथ्याशीच ती छोटी घळई होती. जर्मनांची अल्पेनकोर्प तुकडीचे किती सैनिक आपल्या दिशेने चालून येत आहेत, याची ते अधूनमधून पुढे जाऊन पाहणी करीत. ते सैनिक चढ चढून पुढे सरकत होते. वाटेत कुठेही आश्रयासाठी आडोसे नव्हते. "या खेळात जर्मन काही लहान मुले नाहीत. त्यांनाही हा असला पाठलाग करायला किंवा शोध घ्यायला आवडत नसणार."

"पण मग बॉस, ते असे का करत आहेत?"

"कदाचित त्यांना याखेरीज दुसरा पर्यायच नसेल. या जागेवर सरळ सरळ पुढे जाऊन आपल्यावर हल्ला चढवणे एवढेच त्यांना शक्य असेल." मॅलरीने त्या छोट्या ग्रीक माणसाकडे – लूकीकडे – पाहत पुढे म्हटले, "लूकीने हे ठिकाण बरोबर निवडले. आपल्यावर जर मागून हल्ला चढवायचा असेल, तर त्यांना फार मोठा वळसा घालून आपल्यामागे यावे लागेल आणि आपल्या मागे असलेला तो दगडधोंड्याचा ढिगारा ओलांडायला त्यांना एक आठवडा तरी लागेल. दुसरे असे की, आता दोन तासांत सूर्यास्त होणार आहे. मग नंतर काळोखात आपल्याला शोधणे कठीण जाईल, हे त्यांना चांगले ठाऊक आहे. आणि एक शेवटची गोष्ट मला वाटते की, ती गोष्ट दोन कारणांपेक्षा अधिक महत्त्वाची आहे. पहिले कारण असे की, गावात असलेल्या कंपाउंडवर वरच्या हाय कमांडकडून सारखे टुमणे लावले गेले असेल आणि जबरदस्त दबाव टाकला असेल. 'शंभरात एक' अशी असली तरी ही एक शक्यता या कारणामागे आहे. दुसरे कारण असे की आपण त्या तोफांपाशी पोहोचण्याची शक्यता हजारात एक असली, तरीही जर्मनांच्या दृष्टीने ती

एक अति जोखमीची गोष्ट आहे. कारण मग खेरोस बेटावरील आपले सैनिक काढून घेणे हे सरळ सरळ त्यांच्या नाकाखाली घडू शकेल. यात ते बरेच काही गमावू शकतात–''

मिलर उसळून म्हणाला, ''पण खेरोस बेट म्हणजे आहे तरी काय? केवळ काही दगडधोंड्यांनी बनलेले बेट. त्यासाठी जर्मनांनी एवढे–''

''परंतु तसे झाले, आपण आपली माणसे खेरोस बेटावरून सुखरूप काढून घेण्यासाठी नॅव्हारनच्या तोफा बंद पाडल्या, तर मग जर्मनांना तुर्कस्तानच्या राजवटीला तोंड दाखवणे कठीण जाईल.'' मॅलरी शांतपणे समजावत होता. येथल्या बेटांचे युद्धनीतीमध्ये तसे फारसे महत्त्व नसेल, परंतु राजकीय महत्त्व अफाट आहे. ॲडॉल्फ हिटलरला या भागात आणखी दोस्त हवे आहेत. ते त्याला अति गरजेचे आहे. म्हणून तर त्याने आल्पेनकोर्पस सैन्य हजारोंनी विमानाने पाठवले आणि स्टुकास विमाने शेकड्यांनी धाडली. आता हे सारे लष्करी बळ त्याला इटालियन आघाडीवर हवे आहे, अगदी निकडीने हवे आहे. पण त्यासाठी आधी तुमच्या सुप्त दोस्ताला पटवून द्यायला हवे की, तुम्ही या घडामोडीत सुरक्षित राहाल. त्यांना आत्ता असे पटवून द्यायला हवे की, त्या संभाव्य दोस्त राष्ट्रांनी आता कुंपणावर असल्याची स्थिती सोडून आपल्या बाजूला उडी ठोकावी. हिटलरचे हे असे धोरण यामागे आहे.''

''वा! व्हेरी इन्टरेस्टिंग. मग आता?'' मिलर म्हणाला.

''म्हणून जर्मनांना आपल्या सर्वोत्तम ठरलेल्या तीस-चाळीस सैन्यतुकड्या छोट्या भागांमध्ये तोडून ठेवायच्या नाहीत. तसे केल्याबद्दल त्यांना नंतर पश्चात्ताप व्हायला नको आहे. युद्धक्षेत्रापासून हजारो मैल दूर असलेल्या ठिकाणी एका टेबलामागे बसून यावर विचार करणे व निर्णय घेणे यात त्रास नसतो... त्यांनी अजून आपल्या दिशेने काही तीन-चारशे फूट तरी सरकू दे. लूकी आणि मी मध्यापासून त्यांना आपल्या अंगावर घेण्याच्या कामास सुरुवात करू. तू व ॲन्ड्रिया त्यांना बाहेरून विरोध करू लागा.''

मिलर कुरकुरत म्हणाला, ''बॉस, मला हे पटत नाही व आवडतही नाही.''

''मला तसे आवडते असे समजू नकोस.'' मॅलरी शांतपणे बोलत होता. ''जी माणसे दुसऱ्यांची कत्तल करतात त्यांना जबरदस्तीने आत्महत्या करायला लावण्यासारखे हे आहे. अन् अशा कार्यवाहीची ही माझी कल्पना नाही किंवा युद्धाच्या दृष्टिकोनातूनही केलेली कल्पना नाही. पण आपण शत्रूवर मात केली नाही, तर ते आपल्यावर मात करतील.'' तो बोलायचे थांबला. त्याने समुद्रातील खेरोस बेटाच्या दिशेने बोट दाखवले. तिथे क्षितिजावर कुठेतरी खेरोस बेट शांतपणे पहुडले होते. त्यावर ती सूर्यास्ताच्या आधीची सुवर्णकिरणे पडलेली होती. ''डस्टी, आता आपण काय

करावे? जर्मनांना कसा शह द्यावा? तुझे काय मत आहे?''

''बॉस, समजले, समजले मला.'' मिलर अस्वस्थपणे म्हणाला. त्याने आपली लोकरीची टोपी डोक्यावरून खाली कपाळापर्यंत ओढली आणि तो खाली उताराच्या दिशेने रोखून पाहू लागला. ''या बेटावर आपणा सर्वांविरुद्धची कारवाई केव्हा सुरू करणार आहेत?''

''अगदी लवकरच, आपल्या जवळच असे मी म्हणालो.'' असे म्हणून मॅलरी उतारावरून खाली गेलेल्या किनाऱ्याच्या रस्त्याकडे पाहू लागला, अन् एकदम हसला. ''डस्टी, त्यांनी आपले वधस्तंभ एकदम आखूड केलेले दिसत आहेत.''

मिलरने पाहिले की काही तोफांची वाहने रस्त्याने वर येऊ लागली आहेत. ती वाहने दोन ट्रकच्या मागून येत होती.

मग आपला घसा साफ करत मॅलरी म्हणाला, ''लूकी मला तुझ्याबाबत असे म्हणाला होता की, अमेरिकन माणसे देवापुढेही खोटे बोलतील.''

''ठीक आहे, कदाचित माझे चुकले असेल.'' मिलर कपाळाला आठ्या घालीत ट्रकच्या मागून येणाऱ्या तोफा पाहत होता. त्याला मोठे कोडे पडले होते. तो म्हणाला, ''पहिली तोफ ही उखळी तोफ आहे हे मी ओळखले आहे. पण त्यामागे ती चमत्कारिक आकाराची कसली यंत्रणा आहे ते कळत नाही.''

मॅलरीने म्हटले, ''तीही एक प्रकारची उखळी तोफ आहे. त्याला एकूण पाच नळ्या आहेत. ती तोफ फार वाईट आहे. ती तोफ आणली की नरकातले सर्व पितर घाबरून ओरडू लागतील, एवढी ती खतरनाक आहे, भयानक संहार घडवणारी आहे. त्याच्या माऱ्यापुढे माणसांचा पार लगदा होऊन जातो. विशेषत: रात्र पडल्यानंतर ती तोफ भीषण हाहाकार उडवते. पण ती दुसरी तोफ ही सहाइंची उखळी तोफ आहे. त्यातून जे तोफगोळे सोडले जातात त्याच्या स्फोटात सर्व वस्तू, घरे, माणसे यांचे बारीक-बारीक तुकडे होऊन जातात. नंतर फक्त तुम्ही एक झाडू मारून सारे साफ करायचे असते. आपल्याविरुद्ध ते अशी शस्त्रे वापरणार आहेत.''

मिलरला आता आपल्याविरुद्ध होणाऱ्या हत्याकांडाची कल्पना आली. तो म्हणाला, ''चला, आपण कामाला लागू. पण आत्ता ते त्या तोफा आपल्याविरुद्ध का वापरीत नाहीत?''

''वापरतील. जेव्हा आपण त्यांच्या दिशेने गोळ्या झाडू, तेव्हा त्यांना आपले ठिकाण कळेल तेव्हा ते तसे करतील.''

''गॉड हेल्प अस! फ्रॅगमेन्टेशन बॉम्ब! तुम्ही अगदी सार्थ नाव दिलेत.'' मग मिलर गंभीर होऊन गप्प बसला.

मॅलरी मृदूपणे म्हणाला, ''आपल्याविरुद्ध होणाऱ्या या कारवाईत आपला मित्र तुर्झिग सामील नसावा अशी मी आशा करतो.'' मग त्याने आपली दुर्बीण बाहेर

काढली. ती डोळ्यांना लावण्याच्या आत ॲन्ड्रियाने वाकून त्याला थोपवले.

"ॲन्ड्रिया, काय अडचण आहे?"

"कॅप्टन, दुर्बीण वापरू नका. एकदा आपल्याला या चुकीचे परिणाम भोगावे लागले होते. दुर्बिणीच्या काचेवरून सूर्यप्रकाश परावर्तन पावल्यामुळे जर्मनांना आपला ठावठिकाणा आपोआप कळतो..."

मॅलरीने ॲन्ड्रियाकडे काही क्षण पाहिले आणि नंतर पटल्यासारखी मान हलवून दुर्बीण ठेवून दिली. नंतर तो म्हणाला, "बरोबर आहे; बरोबर आहे! तरीच मला शंका येत होती की, आपल्या कोणाकडून तरी निष्काळजीपणामुळे चूक झाली असावी. नाहीतर जर्मनांना आपला वनराईतील ठावठिकाणा कसा कळला असणार? एकदा तरी काचेच्या भिंगावरचा प्रकाश चमकून गेला असेल." मग तो थांबून आठवू लागला व खिन्नपणे हसून म्हणाला, "माझ्याकडूनच ती चूक झाली असणार. कारण वनराईत मी त्या वेळी पहारा करत होतो... आणि पनायिसजवळ दुर्बीण नव्हती... बरोबर! माझ्याच हातून ती चूक घडली, ॲन्ड्रिया!"

"पण तुम्ही अशी चूक कराल यावर माझा विश्वास नाही, कॅप्टन." ॲन्ड्रिया म्हणाला.

"असे तुम्हाला वाटत असले, तरी ती चूक झाली खरी माझ्या हातून. जाऊ दे. आपण त्यावर नंतर बोलू."

खालून आता जर्मन सैनिक डोंगर चढू लागले. त्यांच्यातील मधले सैनिक वनराईच्या जळालेल्या भागाच्या खालच्या मर्यादेपर्यंत पोहोचलेसुद्धा. ते उतारावर घसरत होते, अडखळून पडत होते. ते पाहून मॅलरी लूकीला म्हणाला, "मी आता माझ्या डोक्यावर पांढरे शिरस्त्राण घालून त्यांचे माझ्याकडे लक्ष वेधून घेतो. मी मध्यभागी राहतो." तो असे बोलत असताना खाली तीन जर्मन सैनिकांच्या ऑटोमॅटिक रायफली खाली घसरून चालल्याचा आवाज वर ऐकू आला. असे घसरण्याचे आवाज मग वाढतच चालल्याचे त्यांना समजले. मग मॅलरी अत्यंत शांत आवाजात व अगदी सहजपणे म्हणाला, "ठीक आहे, आता समजू दे त्यांना मी कुठे आहे ते."

त्याच्या बोलण्यातील शेवटचे शब्द रायफलीच्या कडकडाटात विरून गेले. चार जर्मन सैनिक त्याच्या दिशेने हातातील मशीनगनच्या फैरी झाडू लागले. दोघांच्या हातात दोन ब्रेनगन होत्या, तर दोघांच्या हातात ९ एमएमच्या श्मायसर रायफली होत्या. युद्धात वापरली जाणारी ही शस्त्रे आता युद्ध नसले तरी वापरली जात होती. यामागचा हेतू केवळ निर्घृण हत्याकांडाचा होता, कत्तलीचा होता. त्या उतारावर बरीच स्थानिक माणसे काही ना काही कामे करत होती. बहुतेक जण जळणासाठी लाकूडफाटा गोळा करत होते. मॅलरी व त्याचे सहकारी ज्या घळईतील उतारावर होते ती घळई आणखी वर होती. पण जर्मनांनी उतारावरील स्थानिक

लोकांवर, नि:शस्त्र लोकांवर गोळ्यांचा पाऊस पाडायला सुरुवात केली होती. काही जण मरून खाली पडले, काही जण धडपडत वाट फुटेल तिकडे पळू लागले. त्यांना नक्की काय होते आहे हे कळत नव्हते. ते सैरभैर होऊन पळू लागले. खाली पडलेले लोक आहे तिथेच पडून राहिले, तर काही जण उतारावरून गडगडत खाली लोळत जाऊ लागले. ते खाली जाताना आपले हात-पाय झाडत होते. आपण मृत्यूच्या खाईत पडलो आहोत अशी त्यांची कल्पना झाल्याने ते कमालीचे भेदरलेले होते. फक्त एक जोडपे आहे तिथेच उभे राहिले होते. त्यांनाही गोळ्या लागल्या होत्या. त्यांच्या निष्प्राण चेहऱ्यावर आश्चर्य पसरले होते. मग ते खालच्या दगडगोट्यांच्या जमिनीवर कोसळले. गोळीबारानंतर तीन सेकंदांनी तिथे मूठभर लोक जिवंत राहिलेले होते. ज्या जागेवर गोळीबार केला गेला त्याच्या डाव्या व उजव्या बाजूला हे लोक जिवंत राहिलेले हाते. काय होते आहे याची त्यांना कल्पना आली होती. त्यांनी आपली शरीरे जमिनीवर झोकून दिली; परंतु तिथे कुठेही आडोसा नव्हता.

चारही मशीनगनचे आवाज एकदम थांबले. त्यांचा आवाज जणू काही खपकन घाव घालून तोडला होता. त्यामुळे नंतरची शांतता धक्कादायक वाटत होती. जणू काही ती शांतता कानठळ्या बसवणारी होती. मॅलरी जमिनीवर आडवा पडला होता. त्यांच्यापर्यंत गोळ्या आल्या नव्हत्या. पण जर्मन सैनिक त्यांच्या दिशेने नक्की येणार होते. मॅलरीने आपली कोपरे टेकवून शरीर जरा वर उचलले. तेवढ्या हालचालीमुळे अंगाखालचे काही दगडगोटे सरकून गडगडत उतारावरून खाली गेले. त्याने उजवीकडे आपल्या माणसांकडे पाहिले. अँड्रियाच्या चेहऱ्यावर नेहमीप्रमाणे काहीही भाव नव्हते. लूकीच्या डोळ्यांत पाणी तरळले होते. मग मॅलरीला डाव्या बाजूला कोणी पुटपुटत असल्याचे ऐकू आले. मिलर चिडून आपल्या मुठी खालच्या दगडांवर आपटत होता. खालच्या दगडाची कड धारदार असल्याने त्याच्या एका मुठीतून रक्त गळू लागले होते.

''परमेश्वरा, फक्त एकदाच,'' मिलर शांतपणे एक प्रार्थना म्हणत होता, ''मी तुझ्याकडे आणखी एकदाच फक्त हे मागणे मागतो आहे.''

मॅलरीने मिलरच्या दंडाला स्पर्श करून म्हटले, ''डस्टी, काय झाले रे तुला?''

मिलरने त्याच्याकडे पाहिले. त्याचे डोळे थंड होते, रिकामे होते, निर्विकार होते. मग त्याने आपल्या पापण्यांची उघडझाप अनेक वेळा केली व तो हसला. आपल्या रक्ताळलेल्या हाताने त्याने एक सिगारेट खिशातून काढून घेतली.

तो म्हणाला, ''काही नाही बॉस, मी दिवास्वप्न पाहत होतो. मग सिगारेटचे पॅक मॅलरीपुढे करत म्हणाला, ''एक सिगारेट घेणार?''

मग मॅलरी म्हणाला, ''त्या निर्दयी जर्मन अधिकाऱ्याने आपले मृत्युदूत इकडे पाठवले. त्यांना माणसांवर गोळ्या झाडण्याचे दृश्य रायफलच्या टेलिस्कोपमधून

झकास दिसत असेल नाही?''

मिलरच्या चेहऱ्यावरचे स्मित एकदम मावळले, त्याने आपली मान होकारार्थी हलवली. त्याने चटकन उठून एका मोठ्या खडकाआडून डोकावून पाहिले. काही क्षणांनी तो परतला व म्हणाला, ''तिथे खाली आठ किंवा दहा जर्मन सैनिक असतील, बॉस. ते मूर्ख सैनिक गोळ्या झाडताना नीट आडोसाही घेत नाहीत. त्यांचा नाद आपण सोडायचा का?''

''त्यांचा नाद आपण सोडावा?'' मॅलरी म्हणाला. आता आपण पुढे होऊन गोळ्या झाडू लागलो, तर आणखी काही जणांची हत्या जर्मनांकडून सुडापोटी घडेल म्हणून मॅलरी दुःखी झाला. ''ते आता आणखी गोळीबार करणार नाहीत.'' एवढे बोलून तो एकदम गप्प झाला. नंतरच्या क्षणाला एकदम मशीनगन्सचा कडकडाट पुन्हा सुरू झाला. त्यांच्या मागे असलेल्या नैसर्गिक भिंतीवर गोळ्या आपटून इतस्ततः उडत होत्या, त्यांच्या डोक्यावरून जात होत्या आणि खालच्या दरीत चुईऽऽऽ आवाज करत लुप्त होऊन जात होत्या.

मिलर मॅलरीसमोर उभा राहून म्हणाला, ''पुन्हा गोळीबार करणार नव्हते ना?'' यावर मॅलरीने झटकन त्याचा हात धरून त्याला मागे खेचले.

पुन्हा एकदा मशीनगन्स कडाडल्या. ''घ्या, ऐका आता!'' मग परत एकदा गोळीबार झाला. मॅलरीच्या मानेवरील केस ताठ झाले.

''त्यांनी त्या स्पॅन्डॉव मशीनगन ट्रकमध्ये पक्क्या केल्या असतील. त्याची आपल्याला झळ बसणार नाही... मला काळजी वाटते, ती त्यांच्याजवळ असलेल्या उखळी तोफांची.'' मॅलरी म्हणाला.

यावर मिलर झटकन म्हणाला, ''मला नाही त्यांची भीती वाटत. ते उखळी तोफ जवळ असून आत्ता वापरीत नाहीत.''

''म्हणून तर मला काळजी वाटते... ॲन्ड्रिया, तुम्हाला काय वाटते?''

''कॅप्टन, तुमच्यासारखेच मलाही वाटते आहे. ते वाट पाहत आहेत. लूकीच्या सांगण्यानुसार ही जागा सैतानी भूलभुलैयाची आहे. येथे आलेला माणूस चकव्यात सापडून गोंधळून जातो. मग ते फक्त आंधळेपणे वाटेल तशा गोळ्या झाडू लागतात.''

मॅलरी गंभीरपणे म्हणाला, ''पण ते आपल्याकडून प्रतिकार होण्याची फार काळ वाट पाहणार नाही.'' मग उत्तरेकडे बोट दाखवून तो पुढे म्हणाला, ''ते पाहा त्यांची नजर इकडेच येत आहे.''

दूरवर आकाशात फक्त काही ठिपके दिसत होते. हळूहळू त्यांचे आकार वाढत जाऊन विमानांचे आकार स्पष्ट कळू लागले. खालच्या समुद्रावर त्यांच्या इंजिनांचा आवाज घोंगावत पसरू लागला. समुद्रापासून ती विमाने १५०० फूट उंचीवर होती.

मॅलरी आश्चर्याने त्या विमानाकडे पाहू लागला. मग तो अॅन्ड्रियाकडे वळला.

"अॅन्ड्रिया, मला ती विमाने दिसत आहेत." असे म्हणून मॅलरीने पहिल्या दोन विमानांकडे त्याचे लक्ष वेधले. ते एक मोनोप्लेन फायटर विमान होते. "ते PZL विमान नक्कीच नसणार?"

अॅन्ड्रिया हळू आवाजात म्हणाला, "ते तेच आहे. युद्धापूर्वीची ती पोलीश सरकारची तसली विमाने होती. अन् ते दुसरे विमान जुने बेल्जियन विमान– ब्रिगेट्स असे आम्ही त्यांना म्हणतो, ते आहे." अॅन्ड्रियाने आता डोळ्यांवर हातांची सावली धरीत दोन्ही विमाने पाहिली. ती आता अगदी डोक्यावर आली होती. "मला वाटते की चढाई करताना ती विमाने भरकटली असावीत."

मॅलरी यावर म्हणाला, "मलाही तसेच वाटते आहे. त्यांनी नंतर आपला मार्ग सुधारण्याचा प्रयत्न केला असावा. जर त्यांना आपण दिसलो असू तर ते येथेच घिरट्या घालू लागतील. पण मला कळत नाही की, ही जुनी विमाने ते कशासाठी आता वापरीत आहेत?"

मिलर यावर झटपट बोलला, "ते मलाही ठाऊक नाही आणि मी त्याची पर्वा करत नाही." त्याने एका मोठ्या खडकामागे आश्रय घेऊन आकाशाचे चटकन निरीक्षण केले होते. "त्या खाली असलेल्या मशीनगन हळूहळू आपल्याकडे वळत चालल्या आहेत. मला वाटते की, ते फ्रॅगमेन्टेशन बॉम्ब सोडण्याची तयारी करत आहेत. चला, बॉस. आपण ही जागा सोडून जाऊ या."

नोव्हेंबर महिन्यातील दुपारी तिथे आता विमाने आणि ही माणसे यांच्यात पाठशिवणीचा खेळ चालू झाला होता. ते दोन्ही पक्ष एकमेकात लपंडाव खेळत होते. तिथे अनेक छोट्या-छोट्या घळया होत्या. त्या एकमेकांना जोडलेल्या होत्या. आपण विमानांना दिसू नये म्हणून ते सारख्या घळया बदलू लागले. एका घळईतून दुसऱ्या घळईत जाऊ लागले. विमानांना चकवू लागले. मग विमानेसुद्धा खूप उंच जाऊन सर्वच घळया पाहू लागली. माणसांचा गट दिसताच परत खाली झेपावू लागली. जी माहिती मिळेल ती खाली किनाऱ्यापासच्या रस्त्यावरील अल्पेनकोर्पस सैनिकांच्या तुकडीला कळवू लागली. लवकरच त्या जुन्या विमानांची जागा आधुनिक हेन्शेल विमानांनी घेतली. अॅन्ड्रियाने सांगितले की PZL ही विमाने हवेत एका तासापेक्षा जास्त वेळ राहू शकत नाहीत.

डोंगरावरच्या वनराईतील सैतानी भूलभुलैया आणि खालचा खोल समुद्र यामध्ये मॅलरी व त्याची माणसे सापडली होती. मग उखळी तोफांमधून ते भयानक फ्रॅगमेन्टेशन बॉम्ब सोडले जाऊ लागले. मॅलरीच्या माणसांनी ज्या घळईचा आश्रय नुकताच सोडला

होता त्या घळईत बॉम्ब पडू लागले. दोन्ही बाजूंनी उंच भिंती असलेल्या घळईमधील बॉम्बस्फोटाचा आवाज हादरा बसवून टाकणारा होता. कधी कधी तर एखादा बॉम्ब एवढ्या जवळ येऊन पडे की मॅलरीला तिथल्याच एखाद्या गुहेत आश्रय घ्यावा लागे. तशा अनेक गुहा तिथल्या खोल घळयांत होत्या. जरी त्यांनी तशा गुहेमध्ये आश्रय घेतला तरी तिथली सुरक्षितता ही भ्रामक असे. त्याचा शेवट पराभवात होऊ शकत होता. कारण नंतर जर्मन सैनिक ती विशिष्ट घळई पिंजून काढू शकत होते. ते नंतर त्यांना सहज तिथेच अडकवूनही ठेवू शकत होते आणि सावकाश तपासणी करू शकत होते. मॅलरी व त्याची माणसे सारखी आपली जागा बदलून जर्मन सैनिकांपासून स्वतःला लांब ठेवू पाहत होती. लूकी सांगेल तसे त्याच्या मार्गदर्शनाखाली ते फिरत होते. एक बॉम्ब तर त्यांच्या घळईत पडला, पण तिथल्या मातीत, राडारोड्यात घुसून बसला. आत घुसून बसलेला बॉम्ब इतका जवळ होता की, त्यांनी खाली पडून जमेल तसा दगडांमध्ये आश्रय घेतला होता. पण नंतर सुदैवाने तो बॉम्ब फुटलाच नाही. असा बॉम्ब न उडण्याची शक्यता हजारात एक असते. पण त्यांच्या नशिबाने तसे घडले खरे! जणू काही त्यांचा यातून पुनर्जन्म झाला.

सूर्यास्ताला अर्धा तास उरला असताना त्यांनी वर चढायला सुरुवात केली. घळईतून ते वर आले आणि जमिनीतून वर आलेल्या दगडी व लांबट उंचवट्यापाशी ऊर्फ नैसर्गिक भिंतीजवळ ते पोहोचले. आता त्यांच्या आसपास कोणतेही बॉम्ब उखळी तोफांतून जर्मन्स डागत नव्हते. त्या बॉम्बची अंतर कापण्याची एक ठरावीक मर्यादा होती. मॅलरीला ते ठाऊक होते. जरी वर आकाशात अजून विमाने घिरट्या घालीत होती, तरी ती वाटेल तशी भरकटल्यासारखी हिंडत होती. सूर्य आता क्षितिजाकडे झुकत जात होता. सर्व घळयांमध्ये आता अंधार झाला होता. वरून विमानातून घळईमधील काही दिसणे शक्यच नव्हते. पण अल्पेनकोर्पसचे सैनिक चिवट व कसलेले होते. ते आपले काम असे सहजासहजी सोडून देणारे नव्हते. आपले सैनिक भाईबंद शत्रूने मारल्याने ते चिडलेले होते, सुडाच्या भावनेने ते पेटलेले होते. तसेच डोंगराळ भागात हालचाली करण्याचे खास प्रशिक्षण त्यांना दिलेले होते. त्यांची दमछाक झालेली नव्हती. याउलट मॅलरीची मूठभर माणसे धावपळ केल्याने दमली होती. त्यांच्या गेल्या दोन रात्री पुरेशा झोपेविना गेल्या होत्या.

ती घळई जिथून सुरू झाली होती तिथे वळणावर मॅलरी जमिनीवर पडला. तो तिथून आपल्या माणसांना पाहत होता. असे वाटत होते की तो सहज पाहत आहे; पण प्रत्येकाची काय अवस्था झाली असावी, हे तो हेरत होता. सर्व जण मिळून एक लढणारा गट अशी त्यांची अवस्था आता राहिली नव्हती. पनायिस व ब्राऊन हे दोघेही लंगडू लागले होते. वेदनेमुळे ब्राऊनचा चेहरा पांढरा पडला होता. अलेक्झांड्रिया सोडल्यापासून प्रथमच ब्राऊन उदास झाला होता, भावनाशून्य बनला होता आणि

प्रत्येक गोष्टीबाबत निर्विकार झाला होता. त्याला कशातच रस वाटेनासा झाला होता. ब्राऊन सतत तो अवजड वायरलेस सेट आपल्या पाठीवर बांधून हालचाली करत होता. मॅलरीने त्याला तसे करू नकोस म्हणून स्पष्ट बजावले होते, पण तरीही तो उद्दामपणे तो वायरलेस सेट पाठीवर वाहत हालचाली करत होता. लूकीसुद्धा थकला होता. त्याची किरकोळ शरीरयष्टी पाहता त्याचा उत्साह दांडगाच होता असे म्हटले पाहिजे. त्याच्या चेहऱ्यावर सतत हास्य असे. त्याच्या मिशांची टोके वर डोळ्यांकडे वळवली होती. पण त्याचे निर्विकार व थकलेले डोळे मात्र त्याच्या चेहऱ्याला विसंगत होते. मिलरही दमला होता, थकला होता; पण बराच वेळ तो आपण थकलो आहे असे भासवत नव्हता. आजारी स्टीव्हन्स शुद्धीवर होता; पण संध्याकाळच्या अंधुक प्रकाशातही त्याचा चेहरा निर्विकार बनलेला दिसत होता. त्याची नखे, ओठ आणि पापण्या पांढऱ्या पडल्या होत्या. रक्तप्रवाह तिथे कमी पडल्याचे ते लक्षण होते. ॲन्ड्रिया स्टीव्हन्सला एवढ्या धामधुमीतही उचलून इकडून तिकडे असा सारखा वाहून नेत होता. त्या अवघड व उंचसखल असलेल्या घळयांमधून तसे करणे हे फारच कठीण होते, अवघड होते. गेले कित्येक तास तो ते करत होता. खरोखरच हा माणूस कधीही दमणारा नव्हता, खचणारा नव्हता व जणू काही तो अविनाशी होता.

मॅलरीने आपले डोके हलवले आणि खिशातून एक सिगारेट बाहेर काढली व तो आगपेटीतील काडी पेटवू लागला. पण वर आकाशात अजूनही विमाने घिरट्या घालीत आहेत हे लक्षात येताच त्याने काडी न पेटवता टाकून दिली. त्याने जडपणे आपली दृष्टी घळईतून समोर नेत नेत उत्तरेकडे नेली. अन् तो एकदम ताठ झाला. त्याच्या हातातील न पेटवलेली सिगारेट त्याने चुरगाळून टाकली. ती समोरची घळई एका रुंद दरीसारखी होती आणि कुठेही वेडीवाकडी न वळता समुद्राकडे गेली होती. त्या टोकाला तर एक नैसर्गिक भिंत दरीची वाट अडवून उभी होती.

मॅलरी ताडकन उठून उभा राहिला. आपला थकवा विसरून त्याने लूकीला हाक मारली, "लूकी, तू कुठे आला आहेस हे कळले का तुला? तुला ही जागा ठाऊक आहे?"

"अर्थातच मेजर." लूकी थोडा दुखावल्यासारखा झाला होता. "तुम्हाला मी पूर्वीच सांगितले होते की तरुणपणी मी व पनायिस या बेटावर सर्वत्र–"

"पण ही जागा, ही घळई शेवटी बंद झालेली आहे. आपण या जागेत शिरल्याने कोंडले गेलो आहोत, एका सापळ्यात अडकलो आहोत!"

यावर लूकी उद्दामपणे हसला, आपल्या मिशांना त्याने पीळ भरला. तो किरकोळ माणूस जणू काही या परिस्थितीची मौज अनुभवत होता.

"म्हणजे, मेजरसाहेबांचा माझ्यावर विश्वास नाही तर?" त्याने हसून म्हटले.

"पनायिस आणि मी असे आम्ही दोघे जण दुपारभर या दृष्टीने काम करत होतो. आपल्या मागची जी भिंत आहे त्यात अनेक गुहा आहेत. त्यातली एक गुहा अशी आहे की, त्यामधून आपल्याला दुसऱ्या दरीत जाता येते आणि तेथून खाली किनाऱ्याच्या रस्त्यालाही जाता येते."

"ठीक आहे, ठीक आहे," मॅलरीला एकदम हुश्श वाटले. तो मटकन खाली बसला. "अन् ती दुसरी दरी खाली नेमकी कुठे उघडते?"

"ती दरी खाली मेडोसच्या सामुद्रधुनीमध्ये उघडते."

"तेथून गाव किती दूर आहे?"

"सुमारे पाच मैल. कदाचित सहा मैलही असेल."

"ठीक आहे, उत्तम! मग तुला ती गुहा सापडेल का?"

"अजून शंभर वर्षांत तरी मी ती गुहा विसरणार नाही."

"ठीक आहे!" असे म्हणून मॅलरीने एकदम स्वतःला हवेत फेकले. शेजारी असलेल्या स्टीव्हन्सच्या अंगावर पडू नये म्हणून त्याने हवेतच वळण घेतले. तो अँड्रिया व मिलर यांच्यामध्ये असलेल्या दगडावर आपटला. कारण त्याला त्या घळईच्या टोकाशी जर्मन सैनिक आलेले दिसले होते. ते आता मशीनगनने त्यांच्या दिशेने गोळ्या झाडू लागले होते. जास्तीत जास्त पाचशे फुटांवर ते गोळ्या झाडत असावेत. मॅलरीने टुणकन जी हवेत उडी मारली त्याला थोडा जरी वेळ लागला असता तरी त्याच्या डोक्यात गोळी घुसली असती. त्याच्या अंगातील जॅकेटचा डावा खांदा फाटला होता. त्या गोळीचा तो प्रताप होता. मिलरने खाली वाकून मॅलरीकडे पाहिले आणि त्याच्या खांद्यावरून हळुवारपणे हात फिरवून चाचपणी केली.

मॅलरी पुटपुटत बोलत होता, "निष्काळजीपणा. केवळ निष्काळजीपणा भोवला. ते इतके जवळ आले असतील असे मला वाटले नव्हते." तो जरी शांतपणे बोलत होता तरी तेवढा तो शांत नव्हता. जर त्या जर्मन सैनिकाच्या रायफलची नळी किंचित जरी इकडे तिकडे सरकली असती, तर मॅलरीला आपले डोके गमवावे लागले असते.

मिलर त्याला विचारीत होता, "बॉस, तुम्ही ठीक आहात ना? त्यांनी–"

"टेरिबल शॉट्स! पण किंचित का होईना त्यांचा नेम चुकला." मग त्याने मान वळवून आपल्या खांद्याकडे पाहिले व म्हटले, "माझे हे कृत्य शूरपणाचे नव्हते. पण थोडक्यात कपडा फाटण्यावर निभावले." मग तो उठून उभा राहिला. आपली रायफल त्याने उचलली व सर्वांना म्हटले, "सॉरी अॅन्ड ऑल दॅट जेन्टलमेन, पण आता आपल्याला पुन्हा निघायला हवे. लूकी, ती गुहा येथून किती दूर आहे?"

लूकीने आपल्या हनुवटीवरील खुरटलेली दाढी खाजवली. पण त्याच्या चेहऱ्यावरचे ते नेहमीचे स्मितहास्य एकदम मावळले. त्याने मॅलरीकडे पाहिले व झटकन आपली मान दुसरीकडे वळवली.

"लूकी!"

"येस, येस मेजर. गुहाच ना?" पुन्हा आपली हनुवटी खाजवत तो म्हणाला, "ती तशी येथून दूर आहे. या वाटेच्या पार टोकाला आहे." त्याने अस्वस्थपणे म्हटले.

"पार शेवटी, टोकाला?" मॅलरीने शांतपणे विचारले.

लूकीने मोठ्या कष्टाने आपली मान हलवली आणि खाली जमिनीकडे पाहिले. त्याच्या मिशांची टोकेही आता जमिनीकडे वळल्यासारखी वाटत होती.

"ठीक आहे. आता आपल्यापुढे तेवढाच एक मार्ग उरला आहे." एवढे बोलून तो मटकन खाली बसला.

मॅलरी खाली मान घालून विचार करू लागला. अॅन्ड्रियाने आपली ब्रेनगन उचलून घळईच्या खालच्या दिशेने एक गोळी झाडली. त्यामुळे निदान आता जर्मन सरळ वर गोळ्या झाडायला धजावणार नाहीत, असे त्याला वाटले.

असेच दहा सेकंद गेले. आता लूकी बोलू लागला. पण त्याचा आवाज जेमतेम ऐकू येत होता. तो म्हणत होता, "आय अॅम सॉरी, व्हेरी व्हेरी सॉरी. ही एक फार मोठी चूक घडली आहे, मेजर. मी तुम्हाला इकडे आणून सोडायला नको होते. मला वाटले की जर्मन सैनिक खूप मागे आहेत."

"जाऊ दे लूकी. तुमचा त्यात दोष नाही." त्या किरकोळ माणसाच्या पश्चात्तापाने कणव येत मॅलरी बोलला. मग आपल्या जॅकेटच्या फाटक्या खांद्याला हात लावत तो म्हणाला, "मलाही तसेच वाटले होते."

स्टीव्हन्सने मॅलरीला विचारले, "काय चुकीचे घडले? मला नीट समजले नाही."

"बाकी सर्वांना ते कळले आहे. ते अगदी सोपे आहे. अजून आपल्याला येथून अर्धा मैल चालत जायचे आहे. या दरीच्या बाजूबाजूने जायचे आहे. वाटेत कुठेही आडोसे नाहीत. ती जर्मन मंडळली पाच-सहाशे फुटांवर येऊन ठेपली आहेत. ती वर यायला निघाली आहेत." मग तो बोलायचे थांबला. कारण अॅन्ड्रियाने आणखी एक गोळी जर्मनांच्या दिशेने झाडली होती. मग तो परत बोलू लागला, "ते आपला शोध घेत पुढे येणारच. थांबणार नाहीत. आपण येथे थांबलो, तर त्यांना नक्की आपण सापडू. कोणत्याही क्षणाला ते येथे पोहोचू शकतात. आपण त्या गुहेच्या दिशेने जरी चालत गेलो, तरी अर्ध्या अंतरावर किंवा पाव अंतरावर ते आपल्याला खिळवून ठेवू शकतात. तेव्हा आपल्याला आता वेगाने चालायला हवे. त्यांनी आपल्याबरोबर स्पॅन्डॉससारखी शस्त्रेही आणली आहेत. ते आपल्या चिंधड्या उडवू शकतात."

"सर, तुम्ही सारे किती नीट सांगितलेत."

"सॉरी! पण आहे ते असे आहे बघ."

"पण तुम्ही पुढे निघून जाताना मागे दोघांना तरी ठेवा. ते जर्मनांना थोपवून धरतील. तोपर्यंत तुम्ही त्या गुहेत पोहोचाल."

"अन् मग त्या मागे राहिलेल्या दोघांचे काय होणार?" मॅलरीने रुक्षपणे विचारले.

"आले लक्षात. असा आहे प्रकार." स्टीव्हन्स स्वत:शीच हळू आवाजात म्हणत होता. "माझ्या हे लक्षात आलेच नाही."

"मागे जो राहील त्यालाही कळून चुकेल की जर्मनांपुढे आपला एकट्या दुकट्याचा टिकाव लागणार नाही. तेव्हा कसे काय करायचे. खरीखुरी समस्या उभी राहिली आहे."

लूकी यावर म्हणाला, "कसलीही समस्या नाही. मेजरसाहेब हे दयाळू आहेत. ही समस्या माझ्यामुळेच उद्‌भवली आहे. तेव्हा मीच मागे–"

"तुम्ही काही तरी असलाच परत घोटाळा करून ठेवाल." मिलर चिडून म्हणत होता. त्याने लूकीच्या हातातील ब्रेनगन झटकन काढून घेतली व जमिनीवर टाकली. "बॉस काय म्हणाले ते ऐकले ना तुम्ही?" क्षणभर लूकी मिलरकडे रागाने पाहत राहिला. मग त्याने अत्यंत खेदाने आपली मान फिरवली. लूकीला केव्हाही रडू फुटेल असा त्याचा चेहरा झाला होता. मॅलरीसुद्धा मिलरकडे आश्चर्याने पाहत राहिला. हा मिलर एकदम सूडबुद्धीने लूकीला का बोलतो आहे, हे त्याला कळेना. मिलरच्या स्वभावाला हे शोभणारे नव्हते. गेल्या तासाभरात तो फार विचारात गढलेला दिसत होता. तेवढ्या वेळात तो एक शब्दही बोलला नाही, हेही मॅलरीच्या लक्षात आले. पण यावर नंतर विचार करता येईल म्हणून त्या वेळी मॅलरीने हा विषय सोडून दिला होता.

कॅसी ब्राऊन आपला दुखापत झालेला पाय चोळत होता. तो मॅलरीकडे आशेने पाहत म्हणाला, "आपण येथेच पूर्ण अंधार पडेपर्यंत थांबलो, तर नाही का चालणार? मग अंधारातून आपण येथून जायला लागू."

"नाही, ते योग्य ठरणार नाही. आज पौर्णिमा आहे आणि आकाशात एकही ढग नाही. ते आपल्याला सहज गाठू शकतील. त्याहीपेक्षा महत्त्वाचे म्हणजे आपल्याला मार्गारिटा गावात जायचे आहे. तिथे रात्री कर्फ्यू लादलेला आहे. सूर्यास्त व तो कर्फ्यू या मधल्या वेळात तिथे पोहोचले पाहिजे. आपल्याला ही शेवटची संधी आहे. सॉरी कॅसी, तेव्हा येथे थांबण्यात अर्थ नाही." मॅलरीने समजावले.

असेच अर्धाएक मिनिट गेले असेल. सर्वत्र शांतता होती. मग स्टीव्हन्स बोलू लागला. मग मात्र एकदम गडबड उडून गेली.

स्टीव्हन्स उत्साहाने म्हणाला, "लूकी म्हणतो ते बरोबर आहे." तो मलूल आवाजात बोलत होता; पण त्यात एक ठामपणा आला होता. त्यामुळे त्याच्याकडे सर्वांचे डोळे लागले. आपले कोपरे रोवून त्याने आपले शरीर वर उचलले होते.

लूकीची ब्रेनगनही त्याने जमिनीवरून उचलून घेतलेली होती. याचा अर्थ त्याचा काहीतरी निर्णय झाला असावा. तो शांतपणे सांगत होता, "ते अगदी सोपे आहे. आपण जरा आपले डोके वापरले पाहिजे. बस्स... असे पाहा, माझे गँगरीन वाढत चालले आहे. गुडघ्याच्याही वर चढलेले आहे. हो ना सर?"

मॅलरी यावर काहीच बोलला नाही. यावर काय बोलायचे ते त्याला समजेना. स्टीव्हन्सने एवढ्या अनपेक्षितपणे गँगरीनचे सत्य समजल्याचे सांगितले होते की, त्या अनपेक्षितपणाचा धक्का मॅलरीला बसला होता. मिलर आपल्याकडे पाहतो आहे, हेही मॅलरीला कळले होते. मिलरच्या डोळ्यांत 'नाही म्हणा' असा भाव होता.

स्टीव्हन्स विचारत होता, "माझे गँगरीन वाढत चालले आहे, हो की नाही?" त्याच्या आवाजात कुतूहल भरलेले होते. जे काही सत्य असेल ते ऐकायला तो आतुर झाला होता. अन् मग एकदम मॅलरीला काय बोलावे ते सुचले.

मॅलरी म्हणाला, "होय, गँगरीन पसरत चालले आहे." ते ऐकताच मिलर त्याच्याकडे भीतीने पाहू लागला.

"थँक यू, सर." स्टीव्हन्स समाधानाने हसत होता. "थँक यू व्हेरी मच इंडीड. तेव्हा आता मीच मागे थांबण्यातले फायदे तुम्हाला सांगायची गरज नाही." त्याने मघाशीच या विषयावर झालेली चर्चा ऐकली होती. त्याला असला निर्णय घेण्याचा अधिकार नव्हता; पण आता परिस्थिती त्याच्या हातात गेल्यासारखी होती. तो म्हणत होता, "मला येथे जिवंत राहण्यासाठी काहीतरी केले पाहिजे. माझा निरोप घेण्यात वेळ घालवू नका. माझ्या फक्त ब्रेनगनसाठी गोळ्यांची एक दोन खोकी ठेवा किंवा ३३६ नंबरची ग्रेनेड्स ठेवा आणि तुम्ही मला येथे सोडून सरळ निघून जा."

"असे आम्ही बिलकूल करणार नाही," मिलर उठून उभा राहत म्हणाला. तो स्टीव्हन्सकडे जात असताना त्याने मिलरच्या छातीवर एकदम ब्रेनगन रोखली.

स्टीव्हन्स शांतपणे म्हणाला, "एक पाऊल जरी माझ्या दिशेने टाकले, तर मी गोळी झाडेन." मिलर त्याच्याकडे बरेच क्षण पाहत राहिला आणि मग तो मटकन खाली बसला.

स्टीव्हन्स आश्वासन देऊ लागला, "तेव्हा जेन्टलमेन, आता मी तुम्हाला 'गुडबाय' करतो. माझ्यासाठी तुम्ही जे जे काही केलेत, त्याबद्दल मी आपले सर्वांचे आभार मानतो."

यावर कोणीच काही बोलेना. पाव मिनिट झाले. अर्धे मिनिट होऊन गेले. एक संपूर्ण मिनिट एका चमत्कारिक शांततेत गेले. मग एक सुस्कारा सोडून मिलर उभा राहिला. उंच मिलरचे कपडे फाटलेले होते आणि चेहरा कल्पनातीतरीत्या विदीर्ण झाला होता.

"ठीक आहे पोरा. मी तुझ्याएवढा हुशार नाही, हे नक्की!" असे म्हणून त्याने

स्टीव्हन्सचा हात हातात घेऊन हस्तांदोलन केले. बराच वेळ स्टीव्हन्सचा चेहरा तो पाहत राहिला. मग त्याने आपली मान खाली घातली. काहीतरी बोलण्यासाठी धडपड केली, पण नंतर त्याने आपले मन बदलले. तो म्हणाला, ''ठीक आहे. भेटू या परत,'' एवढे बोलून त्याने पाठ फिरवली आणि तो तेथून जड पावलाने निघाला. मग एका मागोमाग एकेक जण मिलरच्या मागून जाऊ लागले. मूकपणे चालू लागले. फक्त ॲन्ड्रिया त्यांच्यात नव्हता. तो थांबून स्टीव्हन्सच्या कानात काही सांगत होता. मग स्टीव्हन्सच्या चेहऱ्यावर हास्य दिसले आणि त्याने 'सारे काही समजले' अशा अर्थी आपली मान हलवली. ॲन्ड्रिया निघून गेला. आता तिथे मॅलरी उरला होता.

स्टीव्हन्स मॅलरीला म्हणाला, ''थँक यू सर. मला माझ्या मताप्रमाणे वागू दिलेत याबद्दल थँक्स. तुम्ही व ॲन्ड्रिया, दोघांनी मला समजावून घेतले. तुम्ही नेहमीच तसे करत आला होतात.''

''अरे बेटा, तू बरा होशील, खरेच बरा होशील!'' मी किती वेड्यासारखे बोलतो आहे असे मॅलरीच्या मनात आले.

''सर, मी प्रामाणिकपणे सांगतो की आता मला कसलाही त्रास होत नाही की वेदना जाणवत नाहीत. मला खरोखरच छान वाटते आहे!''

''बेटा, मी नाही–''

''सर, तुम्ही आता जायला हवे. बाकीचे पुढे गेलेत. ते तुमची वाट पाहत असतील. आता फक्त तुम्ही काही गोळ्या खाली घळईत झाडा आणि माझ्या तोंडात एक सिगारेट ठेवा.''

पाच मिनिटांत मॅलरीने पुढे गेलेल्यांना गाठले. पंधरा मिनिटांत ते सर्व जण त्या विशिष्ट गुहेपाशी जाऊन पोहोचले. ती गुहा म्हणजे एक बोळ होता किंवा बोगदा होता. तो शेवटी खाली किनाऱ्याकडे जात होता. क्षणभर ते गुहेच्या दारात उभे राहिले. काही क्षण ते दरीकडून येणारे गोळीबाराचे आवाज ऐकत राहिले. स्टीव्हन्स व जर्मन सैनिक यांच्यातला संघर्ष सुरू झाला होता. मग ते काहीही न बोलता गुहेत शिरले.

इकडे स्टीव्हन्स आपल्या पोटावर पालथा पडून त्या घळईत खाली डोकावून पाहत होता. पण तिथे अंधार पसरला होता. त्याच्या शरीरात आता कुठेही वेदना होत नव्हत्या. अगदी किंचितही त्याने आपल्या तोंडातील सिगारेटचा एक खोलवर झुरका मारला. मग ब्रेनगनच्या मॅगझीनमध्ये गोळ्या भरल्या. आजवरच्या सबंध आयुष्यात ॲन्डी स्टीव्हन्स हा प्रथमच सुखी मन:स्थितीत होता. त्याला मनातून शांत शांत वाटत होते. आता त्याला कशाचीही भीती वाटत नव्हती.

तेरा

बुधवार : संध्याकाळ ६ ते संध्याकाळी ७:१५

बरोबर ४० मिनिटांनी ते सर्व जण नॅव्हारन गावात सुरक्षितपणे आले. ते आता किल्ल्याच्या प्रवेशद्वारापासून १५० फुटांवर उभे होते.

मॅलरी त्या प्रवेशद्वाराकडे टक लावून पाहत होता. त्या प्रवेशद्वाराला एका मोठ्या कमानीने आपल्यात सामावून घेतले होते. शेवटी आपण आपल्या ध्येयापाशी येऊन पोहोचलो याचे त्याला नवल वाटून तो आपले डोके हलवत होता. आपण आपले ध्येय साध्य केले काय नि त्या ध्येयाजवळ पोहोचलो काय, त्याच्या मते दोन्हीमध्ये फारसा फरक वाटत नव्हता. दोन्हीमध्ये त्याला आनंद होता. या बेटावर आल्यापासून त्यांच्यावर सारखी संकटे कोसळत होती. यशाकडे जाण्याच्या मार्गात सतत त्यांचे कमनशीब आडवे येत होते. विज्ञानातील सरासरीचा नियम त्यांच्या बाजूने काम करत नव्हता. शेवटी हे असेच घडायचे होते. त्या अंधाऱ्या घळईतून ते इकडे एवढ्या झटपट आले, अगदी सहजगत्या आले की त्यांचा अजून यावर विश्वास बसत नव्हता. त्यांना यावर नीट विचारही आत्ता करता येईना.

गुहेत शिरल्यावर पहिली पंधरा मिनिटे त्यांना थोडीशी कठीण गेली. त्याला आठवले की त्या वेळी पनायिस लंगडत चालत होता. त्याचा पाय जबरदस्त दुखावला होता. मध्येच तो खाली कोसळला. त्याला खूप त्रास होत असावा. मॅलरीच्या मनात आले की त्याच्या पायावर एक जुजबी आणि घाईघाईत बॅन्डेज केलेले असल्याने त्यात एखादा काटा राहून गेला असावा आणि तोच काटा बोचल्याने तो कोसळला असावा. पण तिथल्या अंधुक प्रकाशात त्याच्या चेहऱ्यावरच्या भावना दिसत नव्हत्या. त्याने स्टीव्हन्सबरोबर थांबवण्यासाठी मॅलरीला विनवले

होते, पण मॅलरीने त्याला परवानगी दिली नव्हती. मॅलरी त्याला असे म्हणाला होता की, "तुझ्यासारखा माणूस फार मौल्यवान आहे. त्यामुळे मी तुला स्टीव्हन्सबरोबर थांबू देऊ शकत नाही. तसेच ती विशिष्ट गुहा जर्मनांना सापडण्याची शक्यता खूप कमी आहे." मॅलरीला त्याच्याशी अशा पद्धतीने बोलणे आवडत नव्हते. पण त्याला नीट समजावून सांगण्यासाठी, चुचकारून घेण्यासाठी तेवढा वेळ त्या वेळी उपलब्ध नव्हता. पनायिसला मॅलरीचे म्हणणे पटले असावे, कारण त्याने त्यावरून मॅलरीशी भांडण केले नव्हते, वाद घातला नव्हता की निषेध केला नव्हता. मिलर आणि ॲन्ड्रिया या दोघांनी त्याला आधार देऊन नीट चालवत गुहेतून बाहेर नेले. त्यानंतर पनायिस फारसा लंगडत नाही असे मॅलरीच्या लक्षात आले. कदाचित त्याला चालण्यासाठी मदत केल्यामुळे तसे झाले असेल. किंवा त्याला स्टीव्हन्सबरोबर काही जर्मनांना मारण्यासाठी प्रतिबंध केल्याने तो निराश झाला असेल. अशा विविध कारणांनी त्याची मन:स्थिती बदलली असल्याने त्याच्या पायाचे दुखणे त्याला फारसे जाणवत नसावे. खरे खोटे देव जाणे!

जेव्हा गुहेच्या दुसऱ्या तोंडातून बाहेर आल्यावर ते उतारावरून खाली वाट काढीत चालले होते, त्यांना समोर समुद्र दिसत होता. लूकीने काहीतरी ऐकल्याने त्याने सर्वांना गप्प बसण्याची सावधगिरीची सूचना हातवारे करून दिली. लगेच मॅलरीलाही तो आवाज ऐकू आला. तो आवाज मृदू होता व खर्जातला होता. शिवाय दगड-गोट्यांवर चालत जाण्याचाही आवाज ऐकू येत होता. तो आवाज जवळ-जवळ येत चालला होता. त्यांच्या वाटेत ठिकठिकाणी झाडांचे खुंट, बुंधे होते. ती झाडे तोडलेली होती. मॅलरीने आपल्या मागून येणाऱ्या सर्वांना थांबण्यासाठी हुकूम दिला असताना एकदम त्याला कोणीतरी धडपडत खाली पडल्याचा 'थड्' असा आवाज ऐकू आला. पनायिस हातपाय पसरून जमिनीवर पडला होता. कोठल्यातरी झाडाच्या खुंटाला अडकून तो पडला होता. मॅलरी मागे गेला आणि त्याने पाहिले की पनायिस खाली पडलेला असून बेशुद्ध झालेला आहे. मिलर त्याला उठवून उभा करण्यासाठी मदत करत होता. मिलरने त्याला सांगितले की, 'थांबा!' हा हुकूम एवढा अचानक दिला गेला होता की तो पुढे जाऊन पनायिसवर धडकला होता. नेमका त्याच्या दुखऱ्या पायावर मिलरचा पाय पडला होता. त्यामुळे पनायिस आपटला तो एका दगडावर. त्याच्या कपाळाला खोक पडून रक्त येऊ लागले होते. पनायिस तसा धडधाकट माणूस होता. अपघाताचे नाटक तो आपल्या फायद्याखाली चांगले करू शकत होता. पण येथे आत्ता त्याने तसे केले नव्हते. त्याला खरचटलेले दिसत होते आणि कपाळातून रक्तही गळत होते. तेव्हा ते नाटक नव्हते हे नक्की.

तिथूनच जर्मनांची गस्त चाललेली होती. या माणसांचे अस्तित्व त्यांना अजिबात समजले नव्हते. ते तसेच बोलत बोलत, पाय आपटीत पुढे निघून गेले.

लूकीला वाटू लागले की नॅव्हारनमधला जर्मन कमांडंट आता बेभान होऊ लागला असावा, चिडला असावा. तो त्या सैतानी भूलभुलैयातून बाहेर पडणाऱ्या सर्व जागा अडवून धरणार असावा. पण मॅलरीच्या मते तसे काही होणार नव्हते. पण त्याने यावर वादविवाद केला नव्हता. पाच मिनिटांनी ते सर्व जण किनाऱ्याच्या रस्त्याला लागले. मग त्यांनी दोन पहारेकऱ्यांना फटके मारून बेशुद्ध केले. बहुतेक ते ड्रायव्हर असावेत. ते एका ट्रकपाशी पहारा देत होते. तिथेच एक कमांड कारही बाजूला उभी होती. मग त्या पहारेकऱ्याचे गणवेष व शिरस्त्राणे त्यांनी काढून घेतले आणि दोघांना बांधून झुडपापलीकडे टाकून दिले.

त्याच ट्रकमधून ते सारेजण नॅव्हारन गावात गेले. तो प्रवास अत्यंत सोपा व सुरळीत पार पडला. त्यांना कसलाही विरोध कुठेही झाला नाही. जर्मन ट्रकमध्ये जर्मन गणवेष घातलेली माणसे असल्यावर विरोध होणे शक्यच नव्हते. परंतु त्यांना मात्र हे अनपेक्षित होते. कमांड कारमध्ये मॅलरी पुढच्या आसनावर बसला होता. त्याच्या शेजारी लूकी गाडी चालवत होता. दोघांनीही ते जर्मन गणवेष अंगावर चढवले होते. लूकी ती कमांड कार सफाईने चालवत होता. एका बेटावर लूकीसारख्या किरकोळ माणसाच्या अंगात असे ड्रायव्हिंगचे कौशल्य असावे हे पाहून मॅलरी थक्क झाला होता. जेव्हा लूकीच्या ड्रायव्हिंगबद्दल त्याने आपले मत व्यक्त केले, तेव्हा लूकीनेच त्याला सांगितले की, आपण एके काळी कॉन्सुलेट युजीन व्ह्लाचोस यांचा शोफर होतो. मग मॅलरीला नीट उलगडा झाला. त्याने अवघ्या वीस मिनिटांत गावात आणले. नुसती गाडी चालविण्याचे कौशल्य लूकीजवळ होते असे नाही, तर त्याला गावातील सारे गल्लीबोळ व रस्ते चांगले पाठ होते. त्याने गाडीचे दिवेही लावले नव्हते.

तो प्रवास नुसता साधा नव्हता, तर कसल्याही अडथळ्यावाचून झाला होता. वाटेत त्यांना अनेक ट्रक्स ठिकठिकाणी थांबलेले दिसत होते. एकदा तर समोरून वीस सैनिकांचा एक गट लेफ्ट-राइट करत दोन-दोनच्या रांगेने येत होता. त्या वेळी लूकीने आपल्या गाडीचा वेग कमी केला. जर त्याने वेग वाढवला असता, तर मात्र कोणालाही संशय आला असता. शिवाय त्याने त्याच वेळी मोटरीचे पुढचे हेडलाइट्स लावले. परिणामी त्या झगझगीत प्रकाशामुळे समोरून येणाऱ्या सैनिकांचे डोळे दिपले होते. त्याच वेळी मॅलरी आपल्या खिडकीतून बाहेर डोकावून पाहत जर्मन भाषेत 'बाजूला व्हा' असे सांगू लागला होता. सारे कसे संशयातीत होते. त्यामुळे त्या सैनिकांच्या ज्युनिअर अधिकाऱ्याने मॅलरीला जाता जाता एक कडक सलाम ठोकला.

त्यानंतर लगेच लूकीने आपली गाडी अशा एका विभागातून नेली की जिथे घराभोवती उंच उंच भिंती होत्या, गच्च्यांवर बगिचे केलेले होते. नंतर ते एका बायझन्टाईन चर्चवरून गेले. चर्चच्या समोर एक जुना धार्मिक मठ होता. त्याच्या सर्व भिंती पांढऱ्या रंगाने रंगविलेल्या होत्या. त्या दोन्हीमधला रस्ता मात्र मातीचा

होता, धुळीने भरलेला होता. काही क्षणातच ते खालच्या पातळीवरील जुन्या गावभागातून जाऊ लागले. तिथे अंधुक प्रकाशाचे दिवे होते. गल्ली बोळ होते. रस्ते तर एवढे अरुंद होते की त्यांच्या मोटरीच्या रुंदीपेक्षा काही इंचानेच रस्त्याची रुंदी थोडी जास्त होती. त्या बोळातून लूकी सफाईने गाडी चालवत होता. येथे मातीचा रस्ता नव्हता, तर रस्त्यावर दगड अंथरून पक्के बसवले होते. अनेक वर्षांत ते झिजून गुळगुळीत झाले होते. रस्त्याच्या दोन्ही बाजूंना गुडघ्याइतके उंच ओटे होते. त्यानंतर लूकीने अशा एका गल्लीतून गाडी नेली की त्या गल्लीवर अनेक कमानींचे आच्छादन होते. सर्व वेळ त्यांची गाडी वर वर चढत जात होती. मग एकदम लूकीने त्या अंधाऱ्या गल्लीत गाडी थांबवली. मॅलरीने ताबडतोब आजूबाजूला पाहून घेतले. रस्त्यावर चिटपाखरू नव्हते. कर्फ्यू सुरू व्हायला अजून एक तास अवकाश होता. त्यांच्या जवळच एक पांढऱ्या दगडाचा जिना वर जात होता. तो जिन्याचा रस्ता एका घराच्या भिंतीला समांतर असा गेला होता. त्या जिन्याला कठडे अजिबात नव्हते. जिन्याच्या वर टोकाला लॅन्डिंगभोवती एक नक्षीदार जाळी कठडा म्हणून बसवलेली होती. मग पनायिसने सर्वांना त्या जिन्याने वर नेले. वाटेत एका घरात शिरून ते बाहेर पडले. त्यांना सर्वांत जवळच्या मार्गाने जायचे होते. मग ते मध्येच एका घराच्या छपरावरून पुढे गेले. परत एका जिन्याच्या पायऱ्या उतरून पुढे गेले. मग एका अंगणातून ते पुढे सरकले. अंगणात काळोख पसरला होता. नंतर परत एक प्राचीन घर लागले आणि ते त्यांनी पार केले. आत्ता ते तिथेच उभे होते. लूकीने ती मोटरकार तशीच पुढे नेऊन त्यांच्यापाशी आणली. आपण असे का केले हे त्याला सांगण्यात अर्थ वाटला नसावा.

ते आता किल्ल्यासमोर एका घरातल्या खोलीत उभे होते. खोलीच्या भिंतीला एक भोक होते. तिथे कुठेही खिडकी नहती. त्यांनी त्या भोकातून आत पाहिले. खिन्न डोळे असलेल्या लूकीला काहीही होऊ नये असे मॅलरीला मनापासून वाटले. त्याच्याकडे माहिती भरपूर होती, खूप अनुभव गाठीशी होता आणि स्थानिक गोष्टींबद्दलचे सर्व प्रकारचे ज्ञान होते. त्यामुळे लूकी हा स्वत: एक अमूल्य ठेवा आहे असे मॅलरी समजू लागला. पण याहीपेक्षा जास्त म्हणजे मॅलरीला त्याच्याबद्दल मनात प्रेम उद्‌भवले होते. कारण तो नेहमी हसरा राही, आनंदी दिसे, उत्साही असे, मदत करायला तो तत्पर असे. स्वत:ची पर्वा तो कधीही करत नसे. मॅलरीच्या हृदयात त्यामुळेच त्याने एक मानाचे स्थान पटकावले होते. तसे त्याला पनायिसबद्दल वाटत नव्हते; पण झटकन त्याने तो विचार मनातून काढून टाकला. पनायिस हा आपण जसे आहोत तसेच बाकीच्यांनी आपल्याला स्वीकारावे अशी इच्छा धरून वागणारा होता. त्यासाठी तो आपल्या स्वत:च्या पद्धतीने कधी कधी कडवट रीतीने वागे. लूकीजवळ जी एक प्रेमळ माणुसकी होती ती त्याच्याजवळ नव्हती, हे मात्र खरे होते.

लूकी हा चटकन आपली बुद्धिमत्ता वापरे, बरोबर अंदाज करून आलेल्या संधीचा फायदा तो उठवू पाही. एखादे सोडून दिलेले घर ताब्यात घेऊन वापरण्याची लूकीची कल्पना मॅलरीला खूप आवडली होती. अशी घरे शोधण्यासही काहीच अडचण नव्हती. त्या किल्ल्याचा जर्मनांनी ताबा घेतल्यापासून बऱ्याच लोकांनी जर्मनांच्या भीतीने आपापली घरे सोडून स्थलांतर केले होते. ते आजूबाजूच्या खेड्यात निघून गेले होते. मार्गारिटा गावातील चौकापासच्या घरातील माणसे मात्र अशी तडकाफडकी निघून गेली नव्हती. किल्ल्याची उत्तरेकडची भिंत चौकाचा एक भाग बनली होती. तिथे जर्मन लोकांची सतत ये-जा होती. किल्ल्याच्या दारातून ते आत-बाहेर करीत. पहारेकरी मंडळी कवायत करत येत व जात. त्यामुळे आपले स्वातंत्र्य आता नाहीसे झाले आहे, याची तिथे राहणाऱ्यांना एक प्रकारे आठवण करून दिली जाई. ज्यांना हे पाहायलाही आवडत नसे अशी माणसे आपापली घरे सोडून गेली होती. त्यामुळे चौकाच्या पश्चिमेच्या बाजूची किल्ल्याजवळची निम्मी घरे ओसाड बनली होती. ती घरे आता जर्मन अधिकाऱ्यांनी बळकावली होती. एखादे किल्ल्याजवळचे घर घेऊन त्यातून किल्ल्यातली वर्दळ, दैनंदिन हालचालींचे निरीक्षण करावे, अशी मॅलरीची प्रथम इच्छा होती. मग जेव्हा प्रत्यक्ष कृती करायची पाळी येईल तेव्हा फक्त काही फूट अंतर कापून किल्ल्यात घुसणे बाकी होते. कोणीही सक्षम अधिकारी किंवा प्रशासक ऐनवेळी काही अनपेक्षित घडू नये म्हणून आधी अशीच निरीक्षणे व पाहणी करून तयारी करत असतो. परंतु आता मॅलरीने ही पाहणीची कल्पना सोडून दिली होती. विध्वंसक कृत्ये करण्यासाठी एखाद्या गटाची जीव धोक्यात घालूनही काम करण्याची मानसिकता तयार झाल्यावर त्यांना पाहणी करण्यात वेळ घालवावा असे वाटत नाही. त्यातून समोर किल्ला दिसत असताना ते उतावळे होणे साहजिकच होते.

त्यांना हवे तसे घर मिळणे तसे कठीणच होते. कुणाचे जर राहते घर असेल तर तेही तेवढे सोयीचे नव्हते. कारण अशी बहुतेक घरे मोडकळीस आलेली होती. ती कशीबशी उभी राहिली होती, कोसळत नव्हती एवढेच. चौकाची पश्चिम बाजू कड्याच्या माथ्यावर येत होती, तर दक्षिण बाजूकडे बऱ्यापैकी आधुनिक इमारती होत्या. त्यांना पांढरा रंग दिलेला होता, काही ठिकाणी तर पॅरीयन ग्रॅनाईट दगड वापरला होता. अशी घरे एकमेकांना चिकटून दाटीवाटीने उभी राहिलेली होती. प्रत्येक घराची रचना वेगवेगळ्या धर्तीची होती. ज्या घरांना सपाट छप्पर होते ते पावसाचे पाणी गोळा करण्यासाठी होते. पण चौकाच्या पूर्व बाजूला, जिथे ते आत्ता होते, लाकडी घरे होती. त्यांची रचना जुन्या पद्धतीची होती. डोंगराळ भागात अशा रचनेची लाकडी घरे पुष्कळ पाहायला मिळतात.

अशाच एका घरात लूकीने त्यांना नेले होते. ते आत्ता जिथे उभे होते तिथली

जमीन धुमसून पक्की केलेली होती; मात्र ती एका पातळीत नव्हती. तिथे बराच उंच-सखलपणा दिसत होता. त्या जमिनीचा एक कोपरा पूर्वी तिथे राहणाऱ्यांनी वापरलेला होता. अनेक हेतूंसाठी तो कोपरा वापरल्याचे समजून येत होते. वरचे छप्पर तसे ओबडधोबड बांधलेले होते. तुळया काळ्या झाल्या होत्या. त्यावर फळ्या ठोकलेल्या होत्या. त्या तक्तपोशीवर माती टाकलेली होती. थोडक्यात, ती एक कडीपाटाची जमीन केलेली होती. मॅलरीने अशा घरांचा व्हाइट माउंटनमध्ये अनुभव घेतला होता. अशी माळवदाची छपरे किंवा धाब्याची घरे असली की पाऊस आल्यावर त्यातून चाळणीतून पाणी गळावे तशी गळती चालू होते. एका खोलीच्या शेवटाला एक तीस इंच उंचीवरून सॉलीड ओटा बांधलेला होता. वेळप्रसंगी त्याचा उपयोग झोपण्यासाठी, टेबल म्हणून वापरण्यासाठी किंवा बसण्यासाठी होई. त्या खोलीत कसलेही फर्निचर नव्हते.

कुणीतरी मॅलरीच्या खांद्याला स्पर्श केल्याने तो एकदम दचकला आणि मागे वळून पाहू लागला. मिलर मागे उभा होता व तो संथपणे काहीतरी चघळत होता. त्याच्या हातात एक वाइनची बाटली होती व तिच्यात तळाशी थोडे मद्य होते.

"बॉस, काहीतरी खाऊन घ्या. मी अधूनमधून या भोकातून बाहेर नजर ठेवतो."

"ठीक आहे डस्टी, थँक यू." एवढे बोलून मॅलरी खोलीत मागच्या बाजूला उत्साहाने गेला. त्या खोलीत तसा दाट अंधार होता आणि दिवा किंवा मेणबत्ती पेटवण्याची जोखीम कोणीही घेतली नव्हती. मॅलरी खोलीच्या मागे बाहेर असलेल्या ओट्यापर्यंत गेला. कधीही न दमणारा ॲन्ड्रिया याने जवळच्या सामानात एक तात्पुरते जेवण बनवले होते. सुकी अंजिरे, मध, चीज, लसणाचे सॉसेज, भाजलेल्या चेस्टनटचे पीठ वगैरे होते. ते जेवण म्हणजे एक प्रकारचे चमत्कारिक मिश्रण असलेले खाणे होते. पण जेवढे चांगले खाणे बनवता येईल तेवढे ॲन्ड्रियाने केलेले असणार, असा विचार मॅलरीने केला. शिवाय ॲन्ड्रिया स्वत:ही खूप भुकेलेला होता. तेव्हा चवीपेक्षा क्षुधाशांतीला जास्त महत्त्व आले होते. आदल्या दिवशी लूकी व पनायिस यांनी स्थानिक वाइन आणून दिली होती. त्या उग्र वाइनच्या चवीपुढे बाकीच्या साऱ्या चवी तोंडात धुतल्या जात होत्या.

मॅलरीने आपली सिगारेट पेटवली. पेटवताना दोन्ही हातांचा आडोसा करून त्याने प्रकाश बाहेर जाणार नाही याची काळजी घेतली होती. मग त्याने सर्वांना किल्ल्यात शिरण्याची आपली योजना सांगण्यास सुरुवात केली. त्याला आता खालच्या आवाजात बोलायची गरज नव्हती. कारण शेजारच्याच घरात दोन-तीन हातमाग होते. त्यातले काही रस्त्याच्या बाजूला होते आणि ते आवाज करत चालू होते. त्यातला एक हातमाग तर संध्याकाळपासून सतत चालू होता. हे सारे लूकीनेच जमवून आणले असे मॅलरीला वाटत होते. पण त्यासाठी त्याने आपले सारे

मित्रमंडळ कसे काय वापरले असेल याचा अंदाज त्याला करता येईना. पण काही का असेना, एक चिंता मिटल्याने पुढच्या कारवाईकडे आता सगळ्यांना नीट लक्ष देता येईल आणि आपल्या सूचना ते काटेकोरपणे पाळतील, असे त्याला वाटले.

मॅलरी बोलू लागला. पहिली काही मिनिटे त्याचे बोलणे हे सर्वसाधारण होते. एरवी मितभाषी असलेला, कमीत कमी बोलणाऱ्या कॅसी ब्राऊनला आत्ता खूप बोलायचे होते. त्याची अन्नाबद्दल तक्रार होती, पेयांबद्दल तक्रार होती, त्याचा पाय दुखावला होता व काल रात्री ज्या बाकावर तो झोपला होता तो अत्यंत कठीण पृष्ठभागाचा असल्याने रात्रभर त्याचा डोळ्याला डोळा लागला नव्हता, अशा त्याच्या तक्रारी होत्या. मॅलरी त्याच्या तक्रारींवर हसला; पण काहीही बोलला नाही. या कॅसी ब्राऊनला एकदा नीट समजावून सांगून शांत केले पाहिजे, असे त्याच्या मनात आले.

मॅलरी तिथल्या बाकावरून पुढे सरकला व त्याने आपले अंग ताणले. "तेव्हा जेन्टलमेन, आपण बरेच काही बोललो आहोत. आपला पहिला अग्रक्रम हा एक रात्रभर पूर्ण गाढ झोप घेण्याचा आहे. त्या वेळी प्रत्येकाने दोन दोन तास आळीपाळीने पहारा करायचा आहे. पहारा करण्याची पहिली पाळी माझी असेल."

मिलर खोलीच्या एका टोकाला बसला होता. तो हळूच म्हणाला, "बॉस, आपल्या सगळ्यांजवळ घड्याळे नाहीत. तेव्हा आपण जवळची सर्व घड्याळे सर्व जण मिळून वापरू या. पहिल्या पहारेकऱ्याकडे घड्याळ असेल ते नंतरच्या पहारेकऱ्याकडे दिले जाईल. शिवाय तुम्हाला ठाऊकच आहे की आपण सगळेच दमलेलो आहोत. आपल्यातल्या कोणालाही पहारा चालू असताना झोप लागण्याची शक्यता आहे." मिलर एवढ्या चिंतेने आणि गंभीरपणे बोलत होता की मॅलरीला हसूच आले.

"डस्टी, तू म्हणतोस तसे काहीही होणार नाही. प्रत्येक माणूस तिथल्या खिडकीपाशी घड्याळ ठेवेल आणि तो जर झोपला, तर तो तोल जाऊन खाली पडेल. आपण सगळेच एवढे दमलो आहोत की कोणावरही झोप न मिळण्याची पाळी निष्कारण येऊ नये. आपल्या सर्वांच्या दृष्टीने ते धोकादायक असेल. म्हणून मी सुचवतो की, मी प्रथम पहारा देतो, मग तुमची पाळी घ्या, मग पनायिसची पाळी, मग कॅसीची पाळी आणि नंतर ॲन्ड्रिया पहारा देईल."

"ठीक आहे, हे ठीक आहे असे मला वाटते." मिलर आपली मान्यता देत म्हणाला.

त्याच्या हातात काहीतरी कठीण व थंड वस्तू होती. मॅलरीने चटकन ती वस्तू ओळखली. मिलर ती वस्तू अभिमानाने जवळ बाळगायचा. ते त्याच्याजवळचे सायलेन्सर असलेले पिस्तूल होते. मिलर म्हणाला, "एखादा आगंतुक माणूस जर आत डोकावू लागला तर त्याला या पिस्तुलाने संपवता येईल. अन् तेही सगळ्या गावाला उठवणारा आवाज न करता." मग तो खोलीत पुढे आला आणि त्याने एक

सिगारेट पेटवली. काही क्षण शांतपणे त्याने झुरके घेतले. मग तो तिथल्या बाकावर तंगड्या पसरून झोपला. नंतरच्या पाच मिनिटांत खिडकीपासचा एक पहारेकरी सोडला तर बाकीचे सर्व जण गाढ निद्रेच्या स्वाधीन झाले होते.

दोन-तीन मिनिटांनी मॅलरी जागा झाला. त्याने एक खतरनाक आवाज ऐकला होता. तो आवाज घराच्या मागून आला आहे असे त्याला वाटले. शेजारच्या घरातील हातमागाचा आवाज बंद झाला होता आणि तिथे आता कसलीही हालचाल होत नव्हती. पुन्हा तो आवाज ऐकू आला. या वेळी तो भास नहता. मागच्या दरवाजावर कोणीतरी हलकेच टकटक करत होते.

''कॅप्टन, तिथेच थांबून राहा.'' ॲन्ड्रियाने हळू आवाज मॅलरीला सुनावले. एवढ्या गाढ झोपेतूनही हलक्याशा आवाजाने ॲन्ड्रिया कसा जागा होऊ शकतो याचे मॅलरीला खूप आश्चर्य वाटले. पण तेच जर ढगांचा मोठा गडगडाट झाला तर मात्र त्याची झोपमोड होत नसे. ॲन्ड्रियाची ही जागे होण्याची क्षमता त्याला बुचकळ्यात टाकणारी होती. तो म्हणत होता, ''मी बघतो कोण आहे ते. तो लूकीच असणार.''

खरोखरच लूकीच आलेला होता. तो धापा टाकत होता. संपूर्णपणे थकला होता; पण त्याच्या चेहऱ्यावर कमालीचा आनंद पसरलेला होता. ॲन्ड्रियाने त्याला एक कपभर वाइन प्यायला दिली.

''तुम्हाला पाहून आनंद झाला,'' असे मॅलरी मनापासून लूकीला म्हणाला. ''कसे काय झाले ते? कोणी पाठलाग केला का?''

त्या अंधारात लूकी ताठ उभा राहिला. तो थोडासा चिडून म्हणाला, ''या लूकीला अगदी चंद्राच्या प्रकाशात जरी काही मूर्खांनी पाहिले, तरी त्यांना मला पकडता येणार नाही. मेजरसाहेब तुम्ही माझी काळजी करत असाल, म्हणून मी येथपर्यंत न थांबता पळत पळत आलो. अगदी संपूर्ण वाट पळत आलो. मेजर मॅलरी, तुम्हाला वाटतो तसा मी तरुण वयाचा नाही.''

''संपूर्ण वाट? कुठून पळत आलात?'' मॅलरीने विचारले. मॅलरीच्या चेहऱ्यावर हसू पसरले होते. पण अंधारामुळे ते दुसऱ्याला दिसू शकत नाही म्हणून त्याला बरे वाटत होते.

''मी व्हायगोसपासून आलो. तो एक जुना किल्ला आहे. कित्येक पिढ्यांपूर्वी फ्रँक्स राजाने तो बांधला होता. किनाऱ्याच्या रस्त्याने पूर्वेकडे दोन मैलांवर आहे.'' एवढे म्हणून वाइनचा एक तोंड भरून घोट घेण्यासाठी तो थांबला. ''कदाचित दोन मैलांपेक्षाही जास्त अंतरावर तो किल्ला असेल. मी जाऊन येऊन दोनदा एवढे अंतर चाललो.'' आपण अशक्त आहोत याबद्दल लूकीला नुकताच खेद वाटला असल्याने तो आत्ता असे बोलत असावा.

''अन् तिथे जाऊन तुम्ही काय केलेत?'' मॅलरीने विचारले.

"मी तुम्हाला येथे सोडल्यानंतर विचार करत होतो." लूकी थेट प्रश्नाचे थेट उत्तर देत नव्हता, आडवळणाने देत होता. "तसा मी नेहमीच विचार करत असतो. माझी ती सवयच आहे म्हणा. तर मी असा विचार केला की, जे सैनिक आपल्याला त्या सैतानी भूलभुलैयापाशी शोधत होते त्यांना जर कळले की, त्यांच्या एका अधिकाऱ्याची गाडी नाहीशी झाली आहे, तर त्यांना आपोआपच कळणार की आपण त्या जागेतून केव्हाच बाहेर पडलो आहोत."

यावर मॅलरी विचारपूर्वक सहमत होत म्हणाला, "होय, त्यांना तसेच वाटणार."

"मग ते स्वत:लाच सांगतील की, त्या नालायक इंग्लंडवाल्यांकडे आता कमी वेळ उरला असणार. आपल्याला आता जर्मन्स पकडण्याची शक्यता कमी झाली आहे, अशी आपली समजूत झाली आहे, असा निष्कर्ष ते काढतील. पनायिसला व मला या बेटावरील प्रत्येक दगड, प्रत्येक झाड, प्रत्येक रस्ता आणि प्रत्येक गुहा ठाऊक आहे. तेव्हा जर्मनांची अशी समजूत होईल की आपण गावाबाहेरच कुठेतरी आश्रय घेतलेला असावा, म्हणून ते आपल्याला गावात येऊ न देण्यासाठी गावात येणारे सर्व रस्ते रोखून धरतील. अन् गावात येण्याची आपल्याला फक्त आजच संधी होती. तुमच्या लक्षात आले ना मला काय म्हणायचे आहे ते?" त्याने उत्सुकतेने मॅलरीला विचारले.

"मी तसा प्रयत्न करतो आहे."

मग लूकीने आपले हात नाटकीपणे पसरवत म्हटले, "प्रथम ते आपण गावात नसल्याची खातरी करून घेतील. आपण गावात असताना आत येणारे रस्ते त्यांनी रोखून धरले तर ते मूर्खच ठरतील. तेव्हा ते आता सर्व घरांमधून आपला शोध घेऊ लागतील. अगदी मोठ्या प्रमाणात. तुमचे काय मत आहे?"

मॅलरीने आपल्याला सावकाश समजते आहे अशा अर्थी आपली मान हळूहळू हलवली. तो ॲन्ड्रियाला म्हणाला, "ॲन्ड्रिया, लूकीचे म्हणणे बरोबर आहे असे मला वाटले."

ॲन्ड्रियाही अस्वस्थपणे म्हणाला, "मलाही तशीच भीती वाटते आहे. जर्मन्स आपला शोध घेतील. मला वाटते की आपण कुठेतरी छपरावर किंवा दुसरीकडे कुठेतरी लपावे."

"जर्मन्स अगदी कसून शोध घेतील, बरं का." लूकी उतावीळपणे मध्येच बोलला. "पण सारे काही ठीक होईल. मी – लूकी – त्याचाही विचार करतो आहे, नव्हे केला आहे. मला आता पावसाचा वास येतो आहे. आकाशात ढग जमा होऊन ते चंद्राला झाकून टाकतील. तेव्हा आत्ताच आपण येथून हललो तर बरे पडेल... मी त्या मोटरकारचे काय केले हे तुम्हाला ठाऊक करून घ्यायचे नाही का, मेजर मॅलरी?" लूकीला या साऱ्या बोलण्याचा खूप आनंद होत होता.

मॅलरी आपली कबुली देत म्हणाला, "होय बाबा, मी ते गाडीचे विचारायचेच

विसरून गेलो. काय झाले त्या गाडीचे शेवटी?''

"मी व्हायगोस किल्ल्याच्या आवारातील अंगणात तिला सोडून दिली. मग पेट्रोलच्या टाकीतील सारे पेट्रोल बाहेर काढून वे गाडीवर टाकले. मग मी फक्त आगपेटीतील एक काडी ओढली.''

"काय म्हणता काय?'' मॅलरी अविश्वासाने म्हणाला.

"होय, मी सरळ एक काडी ओढून गाडीवर टाकली. बापरे! केवढे झकास मशीन मी पेटवून दिले! मला खरोखरच त्याबद्दल वाईट वाटते आहे. पण बाकी काहीही म्हणा, मेजर. ती गाडी मात्र फार उत्तम पेटली होती.''

मग लूकी यामागचे आपले विचार सांगू लागला,

"एव्हाना त्या सैतानी भूलभुलैयातून बाहेर पडलेल्या जर्मनांचे लक्ष त्या जळत असणाऱ्या गाडीकडे गेले असणार. मग ते तिथे धावत पोहोचतील. कशासाठी?'',

"तपास करण्यासाठी.''

"बरोबर, तपास करण्यासाठी. ती आग संपेपर्यंत ते तिथेच थांबणार. त्या गाडीची तपासणी करणार. पण आत कोणाचीही जळालेली शरीरे सापडणार नाहीत की हाडेही सापडणार नाहीत. म्हणून ते तो सर्व किल्ला तपासणार. तिथे त्यांना काय सापडणार?''

यावर कोणीच काही बोलले नाही.

मग लूकीच उतावीळपणे म्हणाला, "काहीच सापडणार नाही. मग तिथला परिसर ते अर्ध्या मैलापर्यंत पिंजून काढणार. तिथे काय सापडणार? काहीच नाही. मग त्यांना कळणार की, आपल्याला फसवले गेले आहे. मग त्यांना कदाचित उमगेल की, आपण इथे गावात गेलो असू. म्हणून ते येथे आपला शोध घेण्यासाठी येणार.''

"होय, अन् सर्व घरे पार पिंजून काढणार,'' मॅलरी पुटपुटला.

"अन् त्यांना सापडणार काय? पुन्हा एकदा त्यांच्या हाती काहीच लागणार नाही. कारण तोपर्यंत पाऊस सुरू झालेला असणार. चंद्रप्रकाश गेला असेल. आपल्याजवळची स्फोटके आपण लपवली असणार आणि आपण निघून गेलेलो असणार!''

"निघून गेलेलो असणार? कुठे?'' मॅलरीने विचारले.

"व्हायगोस किल्ल्यात. दुसरीकडे कुठे जाणार मेजर मॅलरी? पुन्हा आपण तिथेच जाऊ अशी अपेक्षा ते करणार नाहीत. कधीच नाही!''

मॅलरी त्याच्याकडे कित्येक क्षण काहीही न बोलता नुसता पाहत राहिला. मग तो अॅन्ड्रियाकडे वळून म्हणाला, "आत्तापर्यंत आपल्या जेन्सनने फक्त एक चूक केली आहे. त्यांनी ही मोहीम यशस्वी करण्यासाठी माझ्यासारखा चुकीचा नेता निवडला. पण त्यामुळे फारसे बिघडत नाही. लूकी येथे आपल्या बाजूला असल्यावर

आपण कसे काय हरू? शेवटी यश मिळणारच.''

सर्वांत किल्ल्याजवळ असलेल्या एका घराच्या माळवदावर ते चढले होते. मॅलरीने आपल्या पाठीवरची पिशवी ऊर्फ रकसॅक माळवदाच्या जमिनीवर अलगद उतरवून ठेवली. मग ताठ उभे राहून त्याने अवघडलेले अंग सरळ केले व बाहेरच्या काळोखात डोकावून पाहिले. पावसाची भुरभुर सुरू झालेली असल्याने त्याने आपले दोन्ही हात डोळ्यांवर धरले होते. या मोडकळीस आलेल्या माळवदाच्या भिंतीवरून ते समोर किल्ल्याकडे पाहत होते. त्या किल्ल्याच्या भिंती त्याच्या डोक्याच्या वर २० फूट उंच होत्या. तो एक भुईकोट किल्ला होता. भिंतींच्या टोकाला वर भात्यासारख्या छोट्या सळया खोचून पक्क्या केल्या होत्या. त्यांची टोके तीक्ष्ण होती आणि बाहेरच्या बाजूला वाकवलेली होती. पण आत्ता अंधारात ते छोटे भाले दिसत नव्हते.

मॅलरी पुटपुटत मिलरला म्हणाला, ''हाच तो समोरचा किल्ला. आपल्याला त्याची भिंत ओलांडून जायची आहे.''

''होय.'' मिलरने दुजोरा दिला.

''तुला पुन्हा कडा चढण्याचा अवघड अनुभव घ्यायचा आहे. पण येथे तसा फारसा त्रास होणार नाही.'' मॅलरी त्याच्या पाठीवर थोपटीत म्हणाला. मग आपल्या पायाने जमिनीवर ठेवलेली रकसॅक त्याच्या दिशेने सारत तो पुढे म्हणाला, ''आपण यातला दोर येथूनच भिंतीपलीकडे वर फेकू. त्याच्या टोकाला हूक लावला आहे. तो वर कुठेतरी अडकेल. तू प्रथम त्यावरून जा–''

''अन् खाली पडलो तर खालच्या कुंपणावर पडेन. तिथे सहा काटेरी तारा असल्याने जबरदस्त दुखापत होऊन मरण्याचीच शक्यता जास्त. लूकी म्हणतो आहे की तारांचे काटे हे सर्वांत मोठे आहेत. अशा तारा त्याने पूर्वी कधी पाहिल्या नव्हत्या.''

''तसे असेल, तर आपण खाली आपल्या जवळचा तंबू उभारू. म्हणजे माणूस पडला तर तो आधी तंबूवर पडून वाचेल.'' मॅलरी त्याला चुचकारत म्हणाला.

यावर मिलर म्हणाला, ''बॉस, माझी कातडी भलतीच नाजूक आहे. तंबूऐवजी आपण खाली स्प्रिंगच्या गाद्या ठेवल्या तर?''

''पण आपल्याकडे आता फक्त एक तास उरला आहे.'' मॅलरी त्याच्या विनोदाकडे दुर्लक्ष करत म्हणाला. ''लूकी म्हणाला आहे की, आपल्याला शोधणाऱ्या तपास पथकाला उत्तरेकडच्या गावाच्या भागात शोध घेण्यास एक तास सहज लागणार. तेवढा अवधी त्याला व ॲन्ड्रियाला जर्मनांची दिशाभूल करण्यासाठी पुरेसा आहे. तेव्हा चला, आपण आता आत शिरण्यासाठी प्रयत्न करू या. आपण या आपल्या रिकाम्या पिशव्या येथे कोपऱ्यात ठेवून त्यावर माती लोटू या.

आपल्याकडे आता कमी वेळ उरला आहे. बाकीच्या पिशव्यातील सामान बाहेर न काढता त्या तशाच नेऊ या.''

मिलर गुडघ्यावर खाली बसला. त्याने आपल्या पाठीवरचे पट्टे नीट सरळ केले नि तो एकदम दचकून म्हणाला, ''ही आपली रकसॅक नाही. थांबा जरा एक मिनिट.''

''काय झाले डस्टी?'' मॅलरीने विचारले.

मिलरने त्यावर लगेच उत्तर दिले नाही. तो त्या पिशवीत हात घालून आतील वस्तू चाचपडून पाहत होता. मग तो सरळ उठून उभा राहिला.

मग तो रागाने म्हणाला, ''बॉस, यातला स्लो बर्निंग फ्यूज गायब झाला आहे. नाहीसा झाला आहे.'' मिलर चिडून बोलला.

मॅलरी एकदम म्हणाला, ''काय?'' मग तोही त्या पिशवीत हात घालून शोध घेऊ लागला. मग म्हणाला, ''डस्टी, असे होणे शक्यच नाही. ही पिशवी तूच भरली होतीस ना?''

''होय,'' मिलर म्हणाला, ''खातरीपूर्वक. मग माझ्यामागून कोणीतरी रांगत आले नि त्याने ही पिशवी उघडली असावी.''

''अशक्य!'' मॅलरी म्हणत होता, ''असे घडणे केवळ अशक्य आहे. सकाळी झाडीमध्ये तू ही पिशवी बंद करताना मी स्वत: पाहिले होते. लूकी तर तुझ्याबरोबर सारखा होता. माझा त्याच्यावर गाढ विश्वास आहे.''

''माझाही, बॉस.''

मॅलरी शांतपणे म्हणाला, ''कदाचित आपण दोघेही चुकत असू. कारण त्या वेळी आपण दोघे खूपच थकलो होतो.''

मिलरने त्याच्याकडे चमत्कारिक नजरेने पाहिले, पण तो क्षणभर यावर काहीच बोलला नाही. मग तो घुश्शात म्हणाला, ''छे! हा माझाच दोष आहे. फक्त माझाच.'' असे बोलून त्याने पनायिसकडे नजर टाकली.

''असे कसे म्हणतोस तू? तुझा कसा दोष असेल? मी तिथे होतो ना जेव्हा...'' मॅलरी बोलताना एकदम थांबला, उठून उभा राहिला आणि काळोखात चौकाच्या दक्षिण बाजूकडे त्याने पाहिले. चाबकाचा एक फटकारा बसण्याचा आवाज यावा तशी एक गोळी झाडल्याचा आवाज ऐकू आला. कार्बाइन बंदुकीतून गोळी झाडली गेली होती आणि त्यानंतर ती गोळी कुठेतरी आपटून परावर्तित झाली होती. तिचा चुंईऽऽ आवाज नंतर बारीक होत गेला.

मॅलरी स्तब्ध उभा राहिला. त्याने आपले दोन्ही हात आपल्या डाव्या-उजव्या बाजूला पकडून धरले होते. दहा मिनिटांपूर्वी अँड्रिया व ब्राऊन हे व्हायगोस किल्ल्याकडे जाण्यासाठी निघाले होते. रस्ता दाखविण्यासाठी पनायिस त्यांच्याबरोबर होता. एव्हाना ते समोरच्या चौकापासून खूपच दूर गेलेले असणार. लूकी चौकात

गेलेला नसणार. मॅलरीने त्याला उरलेल्या टीएनटी स्फोटकांचा साठा दडवून ठेवण्यास सांगितले होते आणि तिथेच थांबून आपली व मिलरची वाट पाहण्यास सांगितले होते. पण काहीतरी चुकले असावे, काहीतरी नेहमीच चुकत असते. एखाद्या सापळ्यात किंवा फसव्या क्लृप्तीमध्ये तो सापडला असावा. पण तो सापळा कशा प्रकारचा होता?

पुन्हा एकदा अवजड मशीनगनचा कडकडाट झाला. क्षणभर मॅलरीचे विचारचक्र थांबले. त्या दोघांनी अंधारात आपले कान टवकारले व डोळे ताणून ते पाहू लागले. मग पुन्हा एकदा मशीनगनचा आवाज झाला. या वेळी हलकी मशीनगन होती. नंतर काही सेकंद शांतता पसरली. मॅलरी मग वाट पाहत राहिला नाही.

"हे आपले सारे सामान गोळा करून उचल." मॅलरी कुजबुजत मिलरला सांगत होता. "आपण ते आपल्या बरोबर बाळगू. काहीतरी घोटाळा झालेला आहे." अर्ध्या मिनिटांत त्यांनी तो दोर व स्फोटके पिशव्यात भरली आणि पिशव्या पाठीवर बांधल्या. ते तेथून बाहेर पडले.

ते दोघे खूप खाली वाकून घरांच्या छपरांवरून जाऊ जागले. संध्याकाळी ज्या जुन्या घरात ते थांबले होते तिकडे जाऊ लागले. तिथेच परत त्यांना लूकी येऊन मिळणार होता. ते वेगाने जात होते. त्या घरापासून काही फूट अंतरावर ते आले असताना एक छायाकृती त्यांच्यासमोर उठून उभी राहिली. ती आकृती लूकीची नव्हती. कारण लूकी एवढा उंच नव्हता. मग मिलरने आपली गती कमी न करता त्या व्यक्तीवर सूर मारून पकडले. त्याचे ९० किलोचे वजन घेऊन त्याने हवेत आडवा सूर मारून त्याच्यावर धडक दिली होती. त्या व्यक्तीच्या छातीच्या फासळ्यांच्या खाली मिलरची जोरदार धडक बसली होती. ती धडक एवढी जोरात होती की त्या व्यक्तीच्या छातीतील सर्व हवा व्हुशऽऽ आवाज करत स्फोट झाल्यासारखी बाहेर पडली. एका सेकंदानंतर मिलरने आपल्या दोन्ही हातांनी त्या व्यक्तीचा गळा पकडला व तो आवळत नेला.

आणखी आवळत नेला असता, तर ती व्यक्ती नक्की गुदमरून मेली असती. पण कोणत्या तरी अनामिक प्रेरणेने मिलर थांबला. त्या व्यक्तीच्या घशातून एक चमत्कारिक भीतिदायक आवाज उमटला होता.

मॅलरी त्याला हळू आवाजात म्हणत होता, "डस्टी स्टॉप! त्याला सोडून दे. तो पनायिस आहे!"

परंतु मिलरला ते शब्द ऐकू गेले नाहीत. त्याचा चेहरा दगडासारखा कठोर झाला होता. मिलरने आपला चेहरा आणखी खाली वाकवला होता आणि आपली पकड तो आणखी घट्ट करू लागला होता. घाबरलेल्या ग्रीक माणसाचा गळा आवळला जात होता.

"यू ब्लडी फूल, तो पनायिस आहे!" मॅलरीने मिलरच्या कानापाशी तोंड नेऊन

त्याला सांगितले. मिलरची मनगटे मॅलरी आपल्या हाताने मागे ओढू लागला. पनायिसपासून त्याला ओढून दूर करू लागला. ॲन्ड्रियाने एकदा शत्रूच्या एका माणसाला असाच गळा आवळून ठार केले होते. त्या वेळी मरणाऱ्या माणसाने जसा घशातून आवाज काढला, तसा आवाज पनायिसच्या घशातून येऊन लागला. आता हा मरणार अशी भीती मॅलरीला वाटली. एव्हाना मिलरला एकदम सारे काही समजले आणि त्याने आपली पकड सोडून दिली व तो हुश्श करू लागला. त्याच्या पायाशी पनायिस पडला होता, त्याच्याकडे तो पाहू लागला.

"डस्टी, काय झाले काय तुला? आंधळा आणि बहिरा झाला होतास काय?" मॅलरीने त्याला विचारले.

"यापैकी नक्कीच काहीतरी एक मला झाले असावे." मिलर आपल्या तळहाताच्या मागच्या भागाने आपले कपाळ पुसत होता. तो पुढे म्हणाला, "सॉरी बॉस, सॉरी!"

"आता माझी माफी मागून काय उपयोग?" असे म्हणून मॅलरी खाली पडलेल्या पनायिसकडे पाहू लागला. तो ग्रीक माणूस आता उठून बसला होता. आपल्या हाताने तो गळा चोळत होता, जोरजोरात श्वास घेत होता. "माफीच मागायची असेल तर पनायिसची माग–"

"ते माफी मागणे थोडा वेळ बाजूला राहू दे. आधी त्याला विचारा की लूकीचे काय झाले?" मिलर म्हणाला.

मॅलरीने मिलरकडे पाहिले व त्याला काहीच उत्तर दिले नाही. पण मग त्याने आपले मन बदलून ग्रीक भाषेत तोच प्रश्न भाषांतरित करून पनायिसला विचारला. पण पनायिस अडखळत अडखळत बोलू लागला. त्याला बोलताना त्रास होतो आहे हे उघड दिसत होते. त्याने आपले ओठ घट्ट मिटून धरले होते. मिलरने पनायिसला नीट न्याहाळले. मिलरचे खांदे जरा खाली झाले होते. पण त्याला फार वेळ वाट पाहता येईना.

मिलर म्हणाला, "बॉस, काय झाले? लूकीला काहीतरी झाले ना? हो ना?"

मॅलरी म्हणाला, "होय, ते गल्लीतून खूप अंतर चालून गेले होते. पण वाटेत त्यांना एक जर्मन गस्तीचे पथक आडवे आले. लूकी त्यांच्यापासून दूर जाण्यासाठी पळू लागला. मग ज्याच्याजवळ मशीनगन होती त्या सैनिकाने लूकीवर गोळ्या झाडल्या. त्या लूकीच्या छातीत घुसल्या. ॲन्ड्रियाने मशीनगन घेतलेल्या सैनिकावर हल्ला चढवून त्याला नेस्तनाबूद केले आणि लूकीला दूर नेले. पनायिसच्या म्हणण्यानुसार लूकी नक्की मरणार आहे."

चौदा

बुधवार : संध्याकाळी ७:१५ ते रात्री ८

कोणतीही अडचण न येता ते तिघे मार्गारिटा गावातून बाहेर पडले. ते आता सरळ दिशेने व्हायगोस किल्ल्याकडे चालले होते. त्यांच्या पायाखाली रस्ता नव्हता. मुख्य रस्ता टाळून ते जात होते. आता पाऊस सुरू झाला होता, चांगलाच जोरात पडू लागला होता. बराच वेळ तो पडत राहणार अशी लक्षणे दिसत होती. खालची जमीन भिजून ओली झाली होती. त्यांच्या वाटेत अधूनमधून शेते येत होती. त्यातून चालणे तर फार कठीण होते. गावापासून ते एक मैल अंतरावर आले होते. अंतराचा लूकीने सांगितलेला अंदाज अतिशयोक्तीपूर्ण होता. वाटेत एक ओसाड घर लागले. आत कोणीही राहत नव्हते.

त्या मातीच्या घराकडे पाहून मिलर म्हणाला, "बॉस, मी दमलो आता." त्याने आपली मान खाली घातली होती व मोठ्या कष्टाने तो श्वासोच्छ्वास करत होता. तो पुढे म्हणाला, "माझे पाय पार कामातून गेलेत. आपण थोडा वेळ या रिकाम्या घरात बसून सिगारेट ओढायची का?"

मॅलरीने त्याच्याकडे आश्चर्याने पाहिले. याचे पाय एवढ्या लवकर कसे दुखू लागले, असे त्याला वाटले. कारण मिलरने आत्तापर्यंत अशी तक्रार कधीही केली नव्हती. तो पुरता दमलाच तर तसे तो सांगे. मग मॅलरीने थांबायला नाइलाजाने मान्यता दिली.

मॅलरी त्याला म्हणाला, "ओके डस्टी, आपण एक-दोन मिनिटे आत थांबून विश्रांती घेतली तर काहीही बिघडणार नाही." मग त्याने हेच वाक्य ग्रीक भाषेत भाषांतर करून पनायिसला सांगितले. ते तिघे त्या रिकाम्या घरात शिरले. मिलर

सारखा 'आपले आता वय झाले' अशा अर्थी कुरकुर करत होता. आत भिंतीला एक फळी ठोकलेली होती. झोपण्यासाठी तिचा उपयोग पूर्वी केला जायचा. मॅलरी त्या फळीवर जाऊन बसला. त्याने एक सिगारेट पेटवली आणि मिलरकडे पाहिले. मॅलरीच्या चेहऱ्यावर कोड्यात पडल्याचे भाव होते. मिलर अजूनही उभाच होता. तो आतमध्ये सर्वत्र फिरून भिंतीवर हलकेच आवाज करत हिंडत होता.

शेवटी त्याची ती क्रिया पाहून मॅलरी त्रासून त्याला म्हणाला, ''अरे बाबा, तू बसशील की नाही? यासाठीच तर तू येथे आत आला होतास ना?''

''नाही, ते कारण खरे नव्हते.'' मिलर खालच्या आवाजात सांगत होता, ''आपल्याला आत येण्यासाठी मी ती एक साधी युक्ती केली होती. मला तुम्हाला काही खास गोष्टी दाखवून द्यायच्या आहेत.''

''खास गोष्टी? असे काय घडले आहे ते?''

''जरा दम धरा, कॅप्टन. काही मिनिटे माझे बोलणे आधी ऐकून घ्या. मी तुमचा वेळ वाया घालवणार नाही. वाटल्यास त्याबद्दल शब्द देतो.''

''ठीक आहे,'' मॅलरीला सारेच गूढ वाटू लागले. पण त्याचा मिलरवरचा विश्वास डळमळला नव्हता. तो पुढे म्हणाला, ''तू म्हणशील तसे. पण फार लांबण लावू नकोस.''

''थँक्स बॉस. मी फार वेळ लावणार नाही. येथे एखादा दिवा किंवा मेणबत्ती असेल. घर सोडून जातानाही या बेटावरचे लोक या वस्तू येथेच सोडून जात असतात, असे तुम्हीच एकदा म्हणाला होता ना?''

''त्यांची ती एक अंधश्रद्धा आहे; पण ती व्यवहारात उपयुक्त ठरते, निदान आत्ता आपल्याला तरी.'' एवढे म्हणून मॅलरी फळीवरून उतरला आणि फळीखाली टॉर्चचा प्रकाश सोडून शोधले. तो म्हणाला, ''येथे दोन-तीन मेणबत्त्या आहेत.''

''बॉस, त्यातली एक पेटवा. मला प्रकाश पाहिजे. या खोलीला कुठेही खिडक्या नाहीत. मी तपासून पाहिले आहे.''

''एक मेणबत्ती लाव व मी बाहेर जाऊन प्रकाश एखाद्या फटीतून बाहेर येत नाही याची खातरी करून घेतो.'' एवढे म्हणून मॅलरी बाहेर गेला.

इकडे मॅलरी अंधारात घराभोवती फिरत होता. त्याला मिलरचा हेतू समजेना. मिलरला काहीही सांगायचे नसावे, असे त्याला वाटू लागले. पण तरीही यात काहीतरी गंभीर बाब दडली आहे असे त्याला मनातून वाटू लागले. मॅलरी एका मिनिटात आत येऊन म्हणाला, ''बाहेर कुठूनही बारीकसासुद्धा प्रकाशकिरण येत नाही.''

''छान! उत्तम!'' असे म्हणून मिलरने आणखी एक मेणबत्ती पेटवली. मग आपल्या पाठीवर असलेल्या पट्ट्यातून त्याने रकसॅक सोडवून खाली फळीवर ठेवली आणि तो शांतपणे उभा राहिला.

मॅलरीने आपल्या घड्याळाकडे पाहून मग मिलरकडे पाहिले व म्हटले, ''तू

मला काहीतरी दाखवणार आहेस ना?"

"होय, बरोबर आहे. मी तीन गोष्टी दाखवणार आहे." एवढे म्हणून मिलरने रकसॅकमध्ये हात घालून एक छोटी काळी पेटी बाहेर काढली. आगपेटीपेक्षा ती थोडीशीच मोठी होती. तो म्हणाला, "हा पुरावा नंबर एक, बॉस!"

मॅलरीने कुतूहलाने पाहत विचारले, "काय आहे ते?"

"हा एक घड्याळावर चालणारा फ्यूज आहे. टाइमबॉम्बमध्ये तो वापरतात." असे म्हणून मिलर त्या पेटीमागचे स्क्रू फिरवून काढू लागला. हा एक जुनाच प्रकार आहे. मला त्यामुळे अशी आठवण येते की, कोणीतरी अंगावर नखशिखांत काळे कपडे घालून लूकीसारख्या मिशा असलेला माणूस एक चेंडूसारखा स्फोटक बॉम्ब हातात घेऊन उभा आहे आणि त्या स्फोटकातून एक वात बाहेर पडून ती ठिणग्या टाकत पेटत चालली आहे. किती जुनाट पद्धत. पण तरीही त्यामुळे काम साधते." मग त्याने त्या पेटीचे मागचे झाकण काढून टॉर्चच्या प्रकाशात आतल्या रचनेची पाहणी केली. मग तो म्हणाला, "पण हा फ्यूज मात्र काम करणार नाही. यातले घड्याळ ठीक आहे, पण जिथे फ्यूज पेटण्यासाठी विजेच्या प्रवाहाचा संपर्क होतो तीच पट्टी वाकवून टाकली आहे. मग तुम्हीही अगदी युगानुयुगे जरी वाट पाहत बसलात तरी याला जोडलेला बॉम्ब उडणार नाही."

"पण हे सारे कसे काय–?"

"आता हा पुरावा नंबर दोन पाहा." मॅलरीचे बोलणे जणूकाही मिलरला ऐकूच येत नव्हते. त्याने डिटोनेटरची पेटी उघडली. आत फ्यूज होते. त्यातून विजेचा प्रवाह गेला की ते स्फोट पावत. ते डिटोनेटर बॉम्बच्या आत ठेवल्याने त्या प्राथमिक स्फोटामुळे बॉम्बमधली दारू पेटून एकदम भडका उडतो. "डिटोनेटरमध्ये मर्क्युरी फल्मिनेट या रसायनाची भुकटी असते. विजेचा प्रवाह, हादरा, अशा कारणांमुळे हे रसायन एकदम स्फोट पावते. म्हणून हे डिटोनेटर स्पंज किंवा कापूस यात ठेवलेले असतात. या पेटीतही तसेच ठेवलेले आहेत. यातील डिटोनेटरवर आपण आघात केला, पायाने तुडवले तरी ते स्फोट पावतात. बघू या काय होते ते." त्या पेटीत ७७ डिटोनेटर्स होते. त्यातले दोन-तीन डिटोनेटर्स त्याने जमिनीवर आपटले, पण काहीही घडले नाही. कसलाही स्फोट झाला नाही. मग आणखी काही डिटोनेटर्स काढून त्यावर मिलर नाचला. तरीही ते डिटोनेटर्स उडाले नाहीत.

"पाहिलेत, काय झाले ते? बाकीचे डिटोनेटर्सही असेच रिकामे आहेत." मग त्याने एक सिगारेट खिशातून काढून पेटवली व तो धूम्रपान करू लागला.

मॅलरी त्याला शांतपणे म्हणाला, "आणखी एक, म्हणजे तिसरी गोष्ट तू मला दाखवणार होतास. ती कोणती गोष्ट?"

"होय, मी तसे दाखवतो आता." मिलरचा आवाज आता अत्यंत मृदू बनला

होता अन् मॅलरी एकदम थंड बनला होता. "मी तुम्हाला आता एक हेर दाखवणार आहे. तो हेर एक देशद्रोही आहे, विश्वासघातकी आहे; दोन्ही पक्षांसाठी कामे करणारा आहे, अत्यंत दुष्ट व खुनी आहे. असा डबल क्रॉसिंग करणारा बास्टर्ड आत्तापर्यंत मला कोणी ठाऊक नव्हता." असे म्हणून मिलरने आपला हात खिशाबाहेर काढला. त्याच्या हातात एक ऑटोमॅटिक पिस्तूल होते. त्याने समोर बसलेल्या पनायिसच्या हृदयावर पिस्तुलाचा नेम धरला व म्हटले, "अरे विश्वासघातकी माणसा, तू कुठला आमचा मित्र?... पनायिस, तुझा अंगावरचा कोट काढून टाक."

"तू काय मूर्खपणा करतो आहेस, मिलर? तुला वेड लागले आहे काय?" असे म्हणत मॅलरी पुढे गेला. तो रागावला होता, त्याला आश्चर्य वाटत होते. त्याने पुढे होऊन मिलरचा पिस्तुलाचा हात धरला. पण मिलरचा हात लोखंडी कांबीसारखा कडक झाला होता. मॅलरी त्याला म्हणाला, "व्हॉट ब्लडी नॉन्सेन्स इज धिस? त्याला इंग्रजी समजत नाही."

"असे काय? इंग्रजी समजत नाही काय? जेव्हा कॅसीने 'बाहेर कोणीतरी बोलल्याचा आवाज ऐकू येतो आहे' असे गुहेत म्हटले, तेव्हा पनायिस इतक्या वेगाने कसा गुहेबाहेर पळाला? इंग्लिश कळ्ळ्यावाचून? आज दुपारी वनराईतून तो प्रथम कसा पळून बाहेर पडला? तुम्ही तर तसा हुकूम इंग्रजीत दिला होतात ना? तो त्याला कसा कळला? तेव्हा अरे नमकहराम, तुझ्या अंगावरचा तो कोट काढून टाक, नाहीतर मी तुझ्या दंडावर गोळी झाडेन बघ. मी तुला दोन सेकंदांचा वेळ देतो बघ."

मिलरवर आपले दोन्ही हात टाकून त्याला खाली जमिनीवर पाडायचा प्रयत्न मॅलरीने केला; पण त्याने पनायिसच्या चेहऱ्याकडे पाहिले व तो अर्ध्यावरच थांबला. त्याने तोंड वासून आपले दात बाहेर काढले होते. त्याच्या डोळ्यांत खुनाचे हिंस्र भाव प्रगट झाले होते. मॅलरीने आजवर कोणाच्याही चेहऱ्यावर इतके दुष्ट व हिंस्र भाव उमटलेले पाहिलेले नव्हते. ते पाहून मॅलरी हादरला. तेवढ्यात मिलरने आपले पिस्तूल झाडले व गोळी पनायिसच्या दंडात घुसली.

"अजून दोन सेकंद मी वेळ देतो. नाहीतर तुझ्या दुसऱ्या दंडात मी गोळी झाडेन." मिलर कठोरपणे म्हणाला. पण त्या आधीच पनायिस आपल्या अंगातला कोट उतरवू लागला होता; पण त्याने आपले डोळे मात्र मिलरवर खिळवून ठेवलेले होते. मॅलरीने पनायिसकडे पाहिले आणि त्याच्या अंगावर शहारे आले. मग त्याने मिलरकडे पाहिले. मिलरच्या चेहऱ्यावर निर्विकारपणा पसरला होता, थंडपणा दिसत होता. थंडपणा, बेजबाबदार असल्याचा भाव यापूर्वी मिलरमध्ये कधीही दिसला नव्हता.

मिलरने आपल्या हातातील पिस्तून किंचितही न हलवता पनायिसला हुकूम केला, "वळून तुझी पाठ दाखव."

पनायिस सावकाश वेळत गेला. मग पुढे होऊन मिलरने त्याच्या अंगातील

काळ्या शर्टाची कॉलर पकडून तो शर्ट एका झटक्यात फाडून काढला.

"वेल, वेल, नाऊ! कोणालाही असे वाटले असेल का?" मॅलरी खर्जात बोलत होता. "आश्चर्य, आश्चर्य व आश्चर्य! बॉस, पाहिलात का हा माणूस आता कसा उघडा पडला आहे. अन् क्रीट बेटावर म्हणे या माणसाच्या पाठीवर सार्वजनिकरीत्या एवढे फटके मारले होते की त्याची चामडी फाटून लोंबू लागली आणि आतली फासळ्याची हाडे दिसू लागली होती. पण आता पाहा, कुठेही मारहाणीचे वळ नाहीत की जखमेचे व्रणही नाहीत. हो ना?"

मॅलरीने ती पाठ निरखून पाहिली, पण तो काहीही बोलला नाही. त्याच्या मनाचा तोल ढळला होता. शोभादर्शक यंत्रातून पाहिले असताना रंगीत काचेचे तुकडे जशा विविध आकृत्या निर्माण करतात, तसे निरनिराळे विचार त्याच्या मनात उमटत होते. आता नवीन परिस्थिती निर्माण झाली होती आणि तो तिच्याशी जुळवून घेण्याचा प्रयत्न करत होता. पूर्वीच्या विचारांच्या बरोबर उलट विचार त्याच्या मनात येऊ लागले होते. कोणताही वळ नाही, व्रण नाही, जखमेची खूण नाही अशी ती रापलेली गुळगुळीत कातडी पाहून तो चक्रावला होता.

"काय पण नैसर्गिकरीत्या जखमा भरून आल्या आहेत ना?" मिलर पुटपुटत म्हणाला. "फक्त माझ्यासारख्याच एखाद्या चक्रम माणसाला संशय येईल की क्रीट बेटावर ही व्यक्ती जर्मनांचा हेर म्हणून काम करत असावी. यानेच दोस्त राष्ट्राच्या अधिकाऱ्यांना आपण जर्मनांविरुद्ध काम करत असलेले पंचमस्तंभी आहोत असे भासवले होते. जेव्हा जर्मनांना पनायिसची उपयुक्तता संपली असे वाटले, तेव्हा त्यांनी त्याला एका रात्रीत स्पीटबोटीत चढवून नॅव्हारन बेटावर आणून सोडले. अन् हा लेकाचा सांगतो की जर्मनांनी माझा क्रीटवर छळ केला. मग बेट्या, तिकडून इकडे तूच एकटा कसा आलास रे? केवढी धूळफेक त्याने सर्वांच्या डोळ्यांत केली! याने क्रीटवर जर्मनांसाठी कामे करून भरपूर पैसा जमवला असणार. शेवटी याच्या मर्यादा कळल्यावर जर्मनांनी याला दूर केला."

"पण याने केवळ आपली योजना उधळली म्हणून त्याचा तिरस्कार करून आपण दुश्मनी घ्यायची?" मॅलरीने आपला निषेध व्यक्त केला. मिलर जेवढा चिडला होता तेवढा राग मॅलरीला आला नव्हता, हे जरासे चमत्कारिक होते. "अशी दोस्तांच्या बाजूची किती माणसे जर्मनांच्या तडाख्यातून–"

"अजून तुमची खातरी पटली नाही ना?" असे विचारून मिलरने आपल्या हातातील पिस्तूल सहजगत्या पनायिसवर रोखले. मग तो त्याला म्हणाला, "तुझ्या डाव्या पायातली पॅन्ट जरा वर करून दाखव. फक्त दोन सेकंदांचा अवधी तुला देतो."

त्याने सांगितल्याप्रमाणे पनायिसने केले. त्याचे दुष्ट भाव असलेले डोळे मात्र मिलरपासून दूर पाहत होते. त्याने आपली पायावरची पॅन्ट गुडघ्यावर गुंडाळत

आणली.

"अजून वर घे. छान! आता ते पायावर लावलेले बॅन्डेज काढून टाक, कितीही घट्ट बांधलेले असले तरी ते सोडवून टाक." मिलर म्हणाला. काही सेकंद यानंतर उलटले. मग मिलर आपले डोके सावकाश हलवत म्हणाला, "एक भयंकर जखम झालेली होती म्हणे! कुठे आहे ती जखम?"

मॅलरी विचार करत म्हणाला, "मला आता तुझे म्हणणे समजायला लागले आहे." पनायिसच्या त्या पायावर जखम नव्हती, की साधा ओरखडाही उमटलेला नव्हता. "पण हे सारे त्याने–"

"अगदी सोपे आहे ते. चार कारणांमुळे हा विश्वासघातकी, एक स्लाईमी बास्टर्ड बनला. याला स्वत:बद्दल कसलाही अभिमान नाही. हा एवढा विषारी व घातकी आहे की फुरशासारखा सापही त्याच्या जवळपास फिरकणार नाही, त्याच्यापासून मैलभर लांब अंतरावर राहील. पण हा हुशार आहे. त्याने आपला पाय दुखावला आहे असे खोटेच भासवून तो त्या सैतानी भूलभुलैयापासच्या गुहेत थांबला. जेव्हा आपण चौघे जण जर्मन सैनिकांना, आल्पेनकोर्पना थोपवण्यासाठी बाहेर पडलो तेव्हाही तो गुहेतच राहिला."

"का राहिला? त्याला जर्मनांना थोपवण्याची भीती वाटत होती?"

यावर मिलर आपले डोके हलवत म्हणाला, "कारण तो जर्मनांच्या दृष्टीने पवित्र होता. त्यांच्यावर कशा तो गोळ्या झाडणार? एक चिठ्ठी लिहिण्यासाठी तो मागे थांबला होता. नंतर त्याने आपल्या मागे राहण्याचे कारण 'दुखावलेला पाय' हे दिले. मग ती चिठ्ठी कुठेतरी दिसेल अशी त्याने ठेवून दिली. त्या चिठ्ठीत आपण गुहेतून कसे व कुठे बाहेर पडणार असे लिहून आमच्यासाठी 'स्वागत समिती' पाठवा, असेही लिहिले. म्हणून तर गुहेतून बाहेर पडल्यावर आपल्याला लगेच ती जर्मनांची गाडी मिळाली. त्यातून आपण गावात गेलो... येथेच मला त्याच्याबद्दल खराखुरा संशय आला. त्याच्या अंगावर मी तोल जाऊन धडकलो असताना त्याने इतक्या वेगाने कशी प्रतिक्रिया व्यक्त केली? त्यातून आपला पाय दुखावला असतानाही? पण जेव्हा मी माझी रकसॅक त्या जुनाट घरात पोहोचल्यावर रात्री उघडली, तेव्हा मला काय तो खरा प्रकार समजून आला."

मॅलरी म्हणाला, "आता बाकीची कारणे काय आहेत?"

"तीन नंबरचे कारण असे आहे की, जेव्हा आपल्याला त्या तथाकथित स्वागत समितीला सामोरे जावे लागले, तेव्हा हा दगाबाज मागेच राहिला होता. तो जर पुढे गेला असता, तर त्याला जर्मन सैनिकांकडून मार बसला असता. चार नंबरचे कारण बघा. त्याने गुहेत असताना आपल्याला शेवटी येथेच राहू दे, नंतर आपण दरीतून बाहेर येऊ अशी आपल्याला काकुळतीने विनंती केली होती, कारण त्याला जर्मनांशी

संधान बांधायचे होते.''

''म्हणजे आपण नेमक्या कोणत्या गुहेत शिरलो, हे जर्मनांना दाखवायचे होते काय?''

''थांबा जरा. त्यानंतर तो खूप अस्वस्थ झाला होता. मला त्या वेळी एवढी खातरी नव्हती, पण मला दाट संशय आला होता, बॉस. पुढे तो काय करेल याची मला कल्पना नव्हती. म्हणून मी त्याच्यावर लक्ष ठेवले होते. जेव्हा ते शेवटचे गस्तीचे जर्मन पथक दरीतून बाहेर पडले, तेव्हा त्यांचे आपल्याकडे कसे लक्ष गेले नाही?''

''आय सी,'' मॅलरी शांतपणे म्हणत होता, ''आता मला नीट कल्पना आली.'' मग त्याने एकदम मिलरकडे पाहून म्हटले, ''पण हे तू मला सांगायला हवे होते. तुला ही माहिती लपवण्याचा अधिकार–''

''बॉस मी ते तुम्हाला सांगणारच होतो, पण मला तशी संधी मिळत नव्हती. माझ्याभोवती सर्व वेळ हा वावरत होता. अर्ध्या तासापूर्वी मी सांगायला सुरुवात केली आणि त्याच वेळी आपल्याला जर्मनांच्या गोळीबाराचा आवाज ऐकू आला होता.''

मॅलरीने मिलरचे म्हणणे मान्य केले व तो म्हणाला, ''पण मुळात तुझ्या मनात संशयाची सुरुवात कुठून झाली?''

''ती जुनी दारे-खिडक्यांची लाकडे आपण पहिल्या गुहेत जाळत होतो. तुर्झिंग म्हणाला की, त्या लाकडाच्या धुराचा वास त्याला आल्यामुळे त्याने आपल्याला वासावरून हुडकून काढले.''

''बरोबर आहे. आपण ती लाकडे जाळत होतो खरे.''

''त्याने वर कोस्टोस डोंगरावर त्याला वास आल्याचे सांगितले. पण वारा तर कोस्टोस डोंगरापासून दूर जाणारा होता. दिवसभर तो तसाच वाहत होता.''

ते ऐकताच मॅलरी चमकून म्हणाला, ''माय गॉड! हा मुद्दा अगदी बरोबर आहे. माझ्या तो लक्षात आला नाही.''

''पण या माणसाला आपण तिकडे आहोत हे ठाऊक होते. त्याने मार्गारिटा गावात कोणापाशी तरी ही चुगली केली असणार. त्या वेळी तो अन्नसामग्री आणायला त्यांच्यापाशी गेला असणार. याने नंतर आपल्याला आत्तापर्यंत फसवत आणले. माझा हा अंदाज कितपत खरा आहे देव जाणे; पण ज्यांच्यापाशी चुगली केली ते त्याचे मित्र जर्मन्सच असणार. तसेच काही अन्नधान्य, तांदूळ इत्यादी त्याने कमांडंटच्या स्वयंपाकघरातून चोरून आणले अशी आपल्यापाशी बतावणी केली. ठीक आहे. तो नक्कीच तिकडे गेला होता आणि तशी मागणी त्याने केली होती. मग त्या स्कोडाने सारे पदार्थ आपल्याजवळच्या बॅगेत भरून त्याला दिले.''

''पण मार्गारिटाकडे जाताना त्याने एका जर्मनाला ठार केले होते ना? नक्कीच

त्याने–''

"होय, पनायिसने त्याला ठार केले खरे." मिलरच्या सांगण्यात आता कंटाळा प्रगट होऊ लागला होता. "आणखी एखाद्याचा मुडदा येथे पडला म्हणून बिघडले कुठे? अंधारात कदाचित त्या दोघांची टक्कर झाल्यावर त्याला ठार करणे भाग पडले असेल. अन् एक लक्षात घ्या, त्याने लूकीवर संशय येईल असे काहीही केले नाही. नाही तर सारा दोष तो लूकीवर ढकलून देऊ शकत होता. पण ही व्यक्ती अमानुष आहे... आणि एक लक्षात ठेवा, जेव्हा याला व लूकीला स्कोडाच्या खोलीत आपल्यासमोर ढकलून दिले, तेव्हा याच्या डोक्यातील जखमेतून रक्त गळत होते ना?''

मॅलरीने यावर आपली मान डोलवली.

"ते एक उत्कृष्ट टोमॅटो सॉस होते. तिथल्याच स्वयंपाकघरातील असणार.'' मिलर कडवटपणे सांगत होता. "जर स्कोडाची चूक झाली असेल तर ती हीच, की त्याने लूकीला ती स्फोटके कुठे लपवली आहेत हे का विचारले नाही, हे मात्र मला समजत नाही.''

"उघड आहे. ही गोष्ट त्याला ठाऊक नाही हे लूकीला ठाऊक होते.''

"असेल तसे कदाचित. पण एक गोष्ट या बास्टर्डला नक्की ठाऊक होती. ती म्हणजे आरशाचा वापर कसा करायचा. यानेच वनराईतील झाडावर चढून आरशाच्या साहाय्याने उन्हाचा कवडसा विमानांवर सोडला असणार. त्यामुळे आपण कोठे आहोत हे विमानांना कळून चुकले. नाही तर त्या विमानांना आपले ठिकाण कळणे अशक्य होते, बॉस. मग नंतर कधीतरी आज सकाळी माझ्या रकसॅकमध्ये हात घालण्याची त्याला संधी मिळाली. त्याने आतले सारे फ्यूज व डिटोनेटर्स बाहेर काढले. डिटोनेटर्समधली दारू बाहेर काढून टाकताना त्यांचा स्फोट झाला असता तर बरे झाले असते. या बेट्याच्या हाताची बोटेच तुटून गेली असती. तसेच त्याने घड्याळाचा टायमर उघडून आतली पट्टी वाकवून निकामी केली. हा पठ्ठ्या ही विद्या कुठे शिकला ते देव जाणे!''

मॅलरी आता ठामपणे म्हणाला, "हे तो क्रीट बेटावर शिकला. जर्मनांनी त्याला शिकवले. ज्या हेराला असली कृत्ये करता येत नाहीत, असे हेर जर्मनांच्या दृष्टीने कुचकामी असतात.''

"अन् हाही बेटा तशी कामे करण्यात तज्ज्ञ झाला. त्यामुळे जर्मनांच्या दृष्टीने तो उपयुक्त ठरला होता. अजूनही जर्मनांची याच्यावर मर्जी आहे.''

"आहे नाही, आता 'होती' असे म्हटले पाहिजे. आज रात्री त्याचे भांडे फुटले आहे. आपल्यापैकी कोणाला तरी त्याचा संशय येऊ शकतो, हे त्याच्यासारख्या माणसाच्या लक्षात यायला हवे होते–''

"कदाचित तसे त्याच्या लक्षातही आले असेल,'' मिलर मॅलरीचे बोलणे

तोडीत म्हणाला. ''पण त्याला चुकीची माहिती पुरवली गेली होती. आत्ता लूकीला काहीही दुखापत झाली नसावी, असे मला वाटते. आपल्याला घरातच राहू द्यावे असे लूकीला पनायिसने सांगितले असावे. पण लूकीला नेहमीच पनायिसबद्दल थोडीशी भीती वाटत आलेली होती. मग पनायिस संधी साधून किल्ल्याच्या फाटकापाशी पहारा देत असलेल्या त्याच्या जर्मन मित्रांकडे गेला आणि त्यांना हवेत काही गोळ्या झाडण्यास सांगितले असावे. मग तो चौकात गेला, एका घराच्या छपरावर चढला आणि आपण जेव्हा मागच्या दाराने लूकीने निवडलेल्या घरात शिरलो ते पाहून याने जर्मन पहारेकऱ्यांना खूण केली. पण आपण सगळे जण छपरावर एकत्र येणार आहोत, घरात नाही; हे लूकी त्याला सांगायला विसरला असावा. त्यामुळे पनायिस छपरावरच रेंगाळत राहिला. तो जर्मन पहारेकऱ्यांना इशारा देण्यासाठी वाट पाहत होता. तो इशारा टॉर्चच्या साहाय्याने देणार होता. त्याच्या खिशात तो टॉर्च सापडेल, असा माझा अंदाज आहे.''

मॅलरीने पनायिसचा कोट उचलून तपासला व म्हटले, ''आहे, कोटाच्या खिशात एक टॉर्च आहे.''

''म्हटले ना मी?'' मिलरने दुसरी सिगारेट पेटवली. आगपेटीतील काडी विझवायला त्याने उशीर केला. त्यामुळे ती काडी जळत जळत त्याच्या बोटापर्यंत आली. तेव्हा त्याने भानावर येऊन पनायिसकडे मान वर करून पाहिले. तो म्हणाला, ''पनायिस, तू आता लवकरच मरणार आहेस हे ऐकून कसे काय वाटते तुला? तुझ्यासारखेच बरेच विश्वासघातकी असेच या आधी मेलेत. त्या वेळी त्यांना मरताना जसे वाटले, तसेच तुला आता वाटेल. क्रीटमधे जे लोक मरण पावले, त्यांनाही मरण्याआधी कसे वाटले ते तुला आता कळेल. जी माणसे बोटीत होती, जी माणसे विमानाने नॅव्हारनवर उतरत होती, ती सारी तुझ्या भरवशावर येथे येत होती. पण तू त्यांच्या बाजूला नव्हतास. तू जर्मनांना फितूर झाला होतास. ती सर्व माणसे त्या वेळी मेली. जहाज बुडून आणि विमान पाडल्याने मेली. त्यांना त्या वेळी मरताना कसे वाटले असेल, हे तू आत्ता अनुभवतोस आहे ना पनायिस?''

पनायिस यावर काहीच बोलला नाही. त्याने आपल्या डाव्या हाताने उजवा दंड पकडून धरला होता. रक्तस्राव होऊ नये म्हणून तो प्रयत्न करत होता. तो स्तब्ध उभा होता. रापलेली कातडी, दुष्ट चेहरा, त्यावर द्वेषाची पसरलेली भावना, ओठ घट्ट आवळून आत ओढलेले आणि कोणत्याही क्षणी मानवी फूत्कार टाकण्याच्या बेतात असलेले, असा तो दिसत होता. त्याला कशाचीही भीती वाटत नव्हती. थंडपणे तो पाहत होता, या नवीन संकटातून बाहेर पडण्यासाठी जिवावर उदार होऊन तो काहीतरी कृती करेल, असे मॅलरीच्या लक्षात आल्याने त्याच्या मनावर ताण पडला होता. मिलर ठामपणे शोध घेत होता आणि तो काहीही शिक्षा आता देईल, अशी

पनायिसला खातरी पटली होती. आतल्या आत तो बेभान होत चालला होता. पिंजऱ्यात कोंडलेल्या जनावरासारखी त्याची स्थिती झाली होती. संधी मिळताच तो झडप घालणार होता.

मिलर कंटाळून म्हणाला, "कैदी काहीही बोलत नाही. त्याने काहीतरी बोलायला हवे होते. मी जर आत्ता न्यायाधीश असतो, तर येथे मी एक लांबलचक भाषण ठोकले असते. ज्युरी व सरकारी पक्ष यांनी ते ऐकले असते. पण असे काही करून मी माझा मलाच त्रास करून घेणार नाही. मृत माणसांचा साक्षीदार म्हणून फारसा उपयोग नसतो पनायिस... पण कदाचित तू जर्मनांना सामील होणे हा तुझा दोष नसेल. तू असे का केलेस, यामागे एखादे जबरदस्त कारण असूही शकेल. जे काही असेल ते देवच जाणे, मला ठाऊक नाही अन् मला त्या कारणाची पर्वाही नाही. आजवर या संघर्षात बरेच जण मारले गेले. त्यात फक्त तुझी भर पडेल. मी तुला ठार करणार आहे पनायिस आणि तेही आत्ताच्या आत्ता. मिलरने आपल्या डाव्या हातातील सिगारेट खाली जमिनीवर टाकून दिली व तो पुढे पनायिसला म्हणाला, "तुला काही सांगायचे नाही का?"

खरोखरच त्याच्याजवळ सांगण्यासाठी काही नव्हते. त्याच्या डोळ्यांतील द्वेष, दुष्टपणा हेच सारे काही त्याच्यातर्फे बोलून जात होते. ते पाहून मिलर काय ते समजला आणि त्याने आपली मान हलवली. मग त्याने अत्यंत काळजीपूर्वक पनायिसच्या हृदयात अचूक नेम धरून गोळी झाडली. पुन्हा एकदा झाडली. पेटवलेली मेणबत्ती फुंकर मारून विझवून टाकली व तो दाराकडे जाण्यासाठी निघाला. दारापाशी तो पोहोचायच्या आत पनायिसचा देह धाडकन जमिनीवर कोसळला.

"ॲन्ड्रिया, मला हे जमत नाही." असे बोलून लूकी थकून खाली बसला. त्याने निराशेने आपले डोके हलवले. "आय ॲम सॉरी ॲन्ड्रिया, पण या बांधलेल्या गाठी फार पक्क्या आहेत."

"काही हरकत नाही," असे म्हणून ॲन्ड्रियाने आपल्या अंगावर वळून उठून बसत म्हटले. त्याने पाय व मनगटे दोरीने अत्यंत घट्ट बांधली होती. "ते असे करणारच. हे जर्मन व ओल्या गाठी या फक्त कापून टाकता येतात." दोन मिनिटांपूर्वी त्याने लूकीच्या मनगटाच्या दोरीच्या गाठी सोडवायचा प्रयत्न केला होता; पण तरीही त्या गाठी सुटल्या नाहीत. मग तो म्हणाला, "आपण दुसरे कशाचे तरी साहाय्य घेऊ."

त्याने लूकीवरून आपली नजर दुसरीकडे वळवली. अंधुक प्रकाशात ती खोली निरखून पाहिली. तिथे तेलावरचा एक दिवा ठेवला होता. त्या पेटलेल्या दिव्यातून

बराच धूर बाहेर पडत होता. जाळीच्या दरवाजाजवळ तो ठेवला होता. पिवळा प्रकाश त्यातून बाहेर पडत होता. तो क्षीण होता. कॅसी ब्राऊनला बांधून त्याची दोरी वरच्या छताच्या हुकाला पक्की केली होती. दिव्याच्या क्षीण प्रकाशात कोपऱ्यातील कॅसी ब्राऊनची आकृती अत्यंत अंधुक व अस्पष्ट दिसत होती. ॲन्ड्रिया स्वत:शीच हसला. एकाच दिवसात आपण दुसऱ्यांदा कैदी झालो व तेही अगदी अनपेक्षितपणे, एवढे सहजगत्या की त्यांना विरोध करायची संधीही मिळू शकली नाही. एका घराच्या वरच्या मजल्यावरच्या खोलीत असताना ते पकडले गेले. नुकतेच कॅसी ब्राऊनने आपला वायरलेसवरून साधलेला संपर्क संपवला होता. कैरो शहरातील आपल्या ऑफिसशी झालेले त्याचे बोलणे संपले होते. जर्मन गस्तीच्या लोकांना कदाचित या वायरलेस संपर्कामुळेच त्यांचा ठावठिकाणा लागला असावा. पनायिसने आतापर्यंत कशी दगाबाजी करून आपला कसा घात केला, हे त्याने हताशपणे सांगितले. परंतु एवढे झाले तरीही ॲन्ड्रिया आपला अंतिम पराभव झाला आहे, हे मानायला तयार नव्हता.

त्याने कॅसी ब्राऊनवरची दृष्टी काढून आजूबाजूला खोलीत फिरवली. त्या दगडी खोलीत काय होते, तर सर्व जमीन व भिंती दगडाच्या होत्या, छताला लोखंडी हुक्स लोंबत होते, हवा जाण्या-येण्यासाठी चौकोनी बिळे बांधलेली होती आणि एक जाडजूड जाळीचे दार होते. कुठेही खिडक्या नव्हत्या. ही एक अंधारकोठडी होती, कैद्यांचा छळ करणारी अंधारकोठडी होती. निदान आता असे पाहणाऱ्या कोणालाही तसे वाटेल; पण अशा खोल्या ॲन्ड्रियाने यापूर्वीही पाहिल्या होत्या. ते जरी या जागेला किल्ला म्हणत असले, तरी येथे फ्रॅंकिश उमराव मंडळींनी या खोल्या बांधल्या होत्या. यामध्ये ते जनावरांचे मांस छताच्या हुकाला टांगून ठेवत. शिकारीसाठी साहाय्य करणारी जनावरे बांधत अन् अशा काही खोल्यात ते राहतसुद्धा. ही अंधारकोठडी मुळातच नव्हती. तसेच, अशा खोल्यांना त्यांनी मुद्दामच खिडक्या ठेवल्या नव्हत्या की ते येथे दिवे वापरत नव्हते. यामागचे कारण समजण्याजोगे होते.

प्रकाश! ॲन्ड्रियाने वळून तेलाच्या दिव्याकडे पाहिले. त्याचे डोळे बारीक झाले.

"लूकी!'' त्याने हळूच हाक मारली. लूकीने वळून त्याच्याकडे पाहिले.

"लूकी, तुझे हात त्या दिव्यापर्यंत पोहोचतील?''

"होय, मला वाटते जमेल मला.''

"त्या दिव्याची काच काढून घे'' ॲन्ड्रिया कुजबुजत सांगू लागला. "मात्र ती तापलेली असेल म्हणून एखाद्या फडक्याने काचेला पकड. मग त्याच कापडात त्या काचेला गुंडाळ आणि ती गुंडाळी हलकेच दगडी जमिनीवर आपट. ती काच जाड आहे. मग काचेच्या तुकड्याने आमच्या दोऱ्या सहज एक-दोन मिनिटांत कापता येतील.''

लूकी त्याच्याकडे बघत राहिला. तो काय म्हणतो आहे हे सुरुवातीला त्याच्या

लक्षात येत नव्हते. पण नंतर त्याला नीट उमगले. त्याने तशा अर्थी आपली मान हलवली. मग तो सरपटत त्याने आपले शरीर जितके लांबवता येईल तेवढे लांबवले. त्याचे पाय बांधून भिंतीला खिळवले होते. त्याने आपले हात लांब करत दिव्याजवळ नेले. पण दिव्यापासून काही इंच अंतरावर तो थांबला. बाहेरून खणकन झालेला एक काहीतरी आपटल्याचा आवाज त्याला ऐकू आला. तो आवाज अगदी जवळ काही फुटांवर झालेला होता. त्याने आपले डोके वर करून पाहिले.

एक मॉसर रायफलीची नळी जाळीतून आत घुसली होती. ती जाळीवर आपटल्याने आवाज झाला होता. त्याचा हात इतका नळीच्या जवळ होता की तो ती नळी हाताने सहज पकडू शकला असता. पहारेक्याने मग रागाने रायफलची नळी जाळीच्या दोन गजात खडखडवली आणि तो काहीतरी अगम्य भाषेत बोलला.

ॲन्ड्रियाने लूकीला हळूच सूचना केली, "जाऊ दे लूकी." त्याच्या आवाजात शांतपणा होता, निराशा नव्हती. तो पुढे म्हणाला, "लूकी इकडे मागे ये. बाहेरच्या माणसाला दाराजवळ गेलेले आवडणार नाही." लूकीने आज्ञाधारकपणे ती सूचना पाळली व तो मागे सरकला. मग घशातून काढलेला एक आवाज त्याने पुन्हा ऐकला. परत त्याच आवाजात कोणीतरी भरभर बोलले आणि थोडीशी धमकावणीही त्या आवाजात होती. बाहेरच्या पहारेक्याने जाळीतून आपली रायफल काढून घेतली. मग दगडी फरशीवरून आवाज करत तो बाहेरच्या बोळातून धावत गेला.

"या पहारेक्याला असे एकदम काय झाले? तो माघारी का परतला?" कॅसी ब्राऊनने मलूलपणे म्हटले. "तो काहीतरी अस्वस्थ झाला असावा."

ॲन्ड्रिया हसून म्हणाला, "कारण लूकीचे हात बांधलेले नाहीत हे त्याला आवडले नसेल म्हणून."

"मग त्याने परत ते बांधून टाकावेत. तसे का नाही केले?"

"कदाचित तो मंदबुद्धीचा असावा. पण तो मूर्ख मात्र नक्की नाही. अन् ही एखादी युक्ती असेल, सापळा असेल, त्यात कोण अडकते आहे हे त्याला पाहायचे असेल. तो आता त्याच्या मित्रांना भेटायला गेला असावा."

त्या क्षणाला त्यांना दूरवरचा एक कुठेतरी फटका मारल्याचा थड् असा आवाज ऐकू आला. मग दोन माणसांच्या पावलांचा आवाज बाहेरच्या बोळातून ऐकू येऊ लागला. त्याचबरोबर किल्ल्यांचा जुडगा खुळखुळत असल्याचाही आवाज आला. कोणीतरी येऊन बाहेरच्या दाराचे कुलूप काढीत होते. मग किल्ली लागल्याचा खटकन आवाज आला, गंजलेल्या बिजागऱ्या कुरकुरल्या आणि दार उघडून दोन सैनिक आत आले. त्यांच्या पायात सैनिकांचे जाडजूड बूट होते व हातात रायफलीही होत्या.

दोन-तीन सेकंद ते आत खोलीत आपली नजर फिरवत राहिले. त्यांचे डोळे आतल्या अंधुक प्रकाशाला सरावल्यावर त्यांच्यातील एका माणसाने म्हटले,

"बॉस, काय भयानक दृश्य आहे हे! अत्यंत शोचनीय आहे! अजून जर काही वेळ गेला असता तर त्यांनी हूडिनी जादूगारासारख्या आपल्या हातातील दोऱ्या सहज सोडवल्या असत्या." ती व्यक्ती सरळ चक्क इंग्रजीत बोलली.

त्यानंतर तिथे काही क्षण शांतता होती. मग सगळे जण उठून नीट बसले आणि त्या दोन सैनिकांकडे रोखून पाहत राहिले. ब्राऊन प्रथम भानावर आला.

तो तक्रारीच्या स्वरात म्हणाला, "तुम्ही येथे यायला फार वेळ घेतलात. आम्हाला वाटले की तुम्ही आता कधीच येऊ शकणार नाही."

"म्हणजे तुम्ही आम्हाला कधीच परत दिसणार नाही, असे आम्हाला वाटले. मला स्वत:लाही तसेच वाटले. पण तुम्ही आत्ता आमच्यासमोर सुरक्षित व धडधाकट उभे आहात," ॲन्ड्रिया म्हणाला.

"होय," मॅलरी आपली मान हलवत म्हणाला, "याबद्दल मिलरचे आभार मानले पाहिजे, त्याला आलेल्या संशयामुळे त्याने बरोबर पनायिसचे पितळ उघडे पाडले. त्या वेळी आपण सर्व जण झोपलो होतो."

"पनायिस आता कुठे आहे?" लूकीने विचारले.

"पनायिस?" असे म्हणून मिलरने आपला हात झटकून टाकला व तो पुढे म्हणाला, "त्याला कसला तरी अपघात झाला." एवढे म्हणून तो खोलीच्या दुसऱ्या बाजूला गेला. ब्राऊनचे पाय ज्या दोरीने बांधले होते, ती दोरी आपल्या चाकूने मिलर कापून काढू लागला. त्या वेळी तो तोंडाने शीळ घालीत होता. मॅलरीही ॲन्ड्रियाला दोरीतून बंधमुक्त करत होता आणि त्याच वेळी काय काय घडले ते तोंडाने भराभरा त्याला सांगत होता. नंतर ॲन्ड्रिया आपण येथे कसे आलो हे सांगत गेला. आता तो उठून उभा राहिला होता व आपली मनगटे चोळत होता.

"कॅप्टन, ते आमचे अधूनमधून शिट्टी वाजवणे आम्हाला नडले. आम्ही जरा मोठ्यानेच वाजवत होतो. त्यामुळे गस्तीवाल्यांचे आमच्याकडे लक्ष गेले."

"पण आता काहीही काळजी करू नका." मॅलरी गंभीरपणे बोलत होता. मी आणि मिलर येथे येऊ याची त्यांना अजिबात कल्पना नव्हती... त्यांचा पहारा तसा ढिलाच होता." मग त्याने ब्राऊनकडे पाहिले. ब्राऊन खालच्या दगडी फरशीवर आता थोडासा लंगडत चालत होता.

त्याने विचारले, "कॅसी, तुझा पाय कसा आहे?"

"ठीक आहे, सर." ब्राऊनने तो प्रश्न फारसा महत्त्वाचा नाही अशा स्वरात म्हटले, "सर, मी आज रात्री कैरोशी संपर्क साधला. त्यांनी मला सांगितले की–"

"ते मला तू नंतर सांग, कॅसी. आपल्याला आधी येथून वेगाने पसार झाले पाहिजे. लूकी, तुम्ही कसे आहात?"

"मला फार खेद होतो, वाईट वाटते, मेजर मॅलरी. माझाच एक मित्र, माझ्याच

देशातला माणूस, विश्वासू मित्र असा दगलबाज निघावा-'' लूकी म्हणाला.

''लूकी, हेसुद्धा तू मला नंतर सांग. कमॉन! चला!''

''तुम्ही खूप घाईत दिसता आहात'' अ‍ॅन्ड्रिया कुरकुरत म्हणाला. ते आता कोठडीतून बाहेर पडून बाहेरच्या बोळात आले होते. तिथेच तिथला मघाचा पहारेकरी पडला होता. त्याचे मुटकळे पाहिल्यावर काय झाले असावे त्याची सर्वांना सहज कल्पना करता आली. त्याला ओलांडून सर्व जण पुढे गेले. ''आपले सर्वच जर्मन मित्र असे होतील तर किती बरे पडेल.''

मॅलरी म्हणाला, ''ठीक आहे, आता येथून आपल्याला धोका उरला नाही. गावातल्या जर्मन सैनिकांना एव्हाना पनायिस गायब झाला आहे किंवा आपण त्याला नाहीसे केले आहे, हे कळले असणार. तेव्हा आता शत्रू आपल्यावर बेधडक चाल करून येणार, हे त्यांनी ओळखले असणार. तेव्हा आता त्यांच्याविरुद्ध पुढची चाल काय करायची ते ठरवा. कदाचित ते आपल्या दिशेने अर्ध्या अंतरावर एव्हाना आलेही असतील. ते जर आले...'' मॅलरी एकदम बोलायचे थांबला. एव्हाना सारे जण मूळच्या घरी आले होते. तिथेच ब्राऊन आपला वायरलेस सेट चालवत होता. तो वायरलेस सेट पार उद्ध्वस्त झाला होता. त्या सेटसाठी वीज निर्माण करणारा जनरेटिंग सेटही उद्ध्वस्त झाला होता. मॅलरीचे तिकडे लक्ष गेल्याने तो एकदम बोलायचे थांबला होता. मग तो कडवटपणे म्हणाला, ''जर्मनांनी आपले काम चोख बजावलेले दिसते.''

''पण एका गोष्टीसाठी तरी मी परमेश्वराचे आभार मानतो.'' मिलर एखाद्या धार्मिक माणसाप्रमाणे बोलत होता. ''त्या अवजड पेट्या सारख्या पाठीवर बाळगून माझी पाठ मोडून गेली होती व कंबर खचली होती-''

''सर!'' ब्राऊन आता मॅलरीचा दंड धरून म्हणत होता. त्याची ती कृती एरवी शिष्टाचार पाळण्याच्या नेमकी विरुद्ध होती. ''सर, मला वायरलेसवरून कळलेली माहिती फार फार महत्त्वाची आहे. तुम्ही ती ऐकलीच पाहिजे.''

ब्राऊनची ती कृती, त्याच्या बोलण्यातील कळकळ यामुळे मॅलरीच्या लक्षात आले की, काहीतरी महत्त्वाची बाब आहे. ब्राऊनकडे वळून त्याने एक स्मित केले.

''ओके कॅसी, काय आहे ते सांग पाहू,'' मॅलरी शांतपणे म्हणाला. ''आत्ताच्या वाईट परिस्थितीपेक्षा अधिक वाईट माहिती असूच शकत नाही. बोल बाबा.''

कॅसी ब्राऊन बोलू लागला, पण सांगताना त्याला खूप मानसिक कष्ट पडत होते; तसेच तो आपण काहीतरी गमावले आहे, हरलो आहोत, अशा स्वरात बोलत होता. ते ऐकताना सारी दगडी खोली गार पडली असा भास होऊ लागला. ''सर, रात्री मला वायरलेसवर कसलाही अडथळा आला नाही. पलीकडचे फार चांगले व स्पष्ट ऐकू येत होते. स्वतः कॅप्टन जेन्सन वायरलेसवर आले होते; पण ते चिडले

होते, अक्षरश: वेडेपिसे झाले होते. आपल्याकडून वायरलेसवर काही कळेल म्हणून ते दिवसभर वाट पाहत होते. कोठवर प्रगती झाली आहे, असे विचारल्यावर मी 'आम्ही किल्ल्याच्या बाहेरच्या भागापर्यंत पोहोचलो आहोत आणि एक तासाभरात किल्ल्यातील दारूगोळ्याच्या कोठारात शिरणार आहोत' असे सांगितले.''

"ठीक आहे, पुढे सांग.''

"त्यावर ते म्हणाले की, ही एक सर्वांत चांगली बातमी आहे. आपल्याला मिळालेली माहिती चुकीची होती, असेही त्यांनी सांगितले. आपले आक्रमक चाल करून जाणारे आरमार रात्रभरात सायक्लेडला पोहोचू शकत नाही. ते भूमध्य समुद्रातून विमानांच्या मोठ्या ताफ्याच्या संरक्षणाखाली आणि ई-बोटींच्या संरक्षणात जाऊन उद्या पहाटेच्या आत खेरोस बेटाच्या किनाऱ्याला लागणार आहे. ते म्हणाले की, दक्षिणेकडच्या समुद्रात आपल्या विनाशिका दिवसभर वाट पाहत असून, सूर्यास्ताला त्या पुढे निघाल्या आणि त्यांच्याकडून, म्हणजे जेन्सन यांच्याकडून काही महत्त्वाच्या बातमीची वाट पाहत आहेत. ती बातमी मिळाली की मग त्या विनाशिका मेडोस सामुद्रधुनीच्या दिशेने वाटचाल करू लागतील. मी यावर त्यांना सांगितले की, आमच्या मोहिमेत काही अडथळे येण्याचा संभव आहे. पण अजून कॅप्टन मॅलरी व मिलर आत किल्ल्यात शिरू शकले नाहीत, हे त्यांनी बोलून दाखवले. मग खेरोस बेटावरील १२०० जणांच्या जिवाचा भरवसा कोणत्या आधारावर आपण देणार? त्यांचे जीव का धोक्यात घालायचे? या मोहिमेत आपल्याला अपयश आले, तर ती माणसे निष्कारण संकटात सापडतील. शेवटी आपल्या चुकीमुळे शेकडो लोक मरू शकतात.'' ब्राऊन बोलायचा एकदम थांबला. त्याने संत्रस्त चेहरा करून आपल्या पायाकडे पाहिले. त्या मोठ्या खोलीतील सर्व जण स्तब्ध झाले होते. कोणीही कसलाही आवाज करत नव्हते.

मॅलरीचा चेहरा पांढरा पडला होता. तो कुजबुजत म्हणाला, "ठीक आहे, पुढे सांग.''

"बस्स! एवढेच आहे सर. सामुद्रधुनीत शिरून त्या विनाशिका आज मध्यरात्री येणार आहेत.'' मग त्याने आपल्या रेडियमच्या घड्याळात पाहत म्हटले, "मध्यरात्री. म्हणजे अजून चार तासांनी!''

"ओ गॉड! मध्यरात्री!'' मॅलरीला मोठाच धक्का बसला होता. त्याच्या आत जर नॅव्हारनच्या तोफांचा विध्वंस झाला नाही, तर त्या विनाशिका येथून तोफगोळ्यांनी बुडवल्या जाणार होत्या. मॅलरीने आपल्या मुठी आवळल्या होत्या. तो निराश झाला होता. तो म्हणाला, "ते मध्यरात्री येणार आहेत! देव त्यांना मदत करो! देवच आता त्या सर्वांना वाचवू शकेल.''

पंधरा

बुधवार : रात्री ८ ते रात्री ९:१५

रात्र झाली. घड्याळात साडेआठ वाजले. आता अर्ध्या तासात नॅव्हारनच्या गावात कर्फ्यू सुरू होणार होता. मॅलरी आपल्या पोटावर पालथा पडून त्या घराच्या छपरावरील कठड्याच्या भिंतीला शक्य तितके चिकटून राहिला होता. ती भिंत किल्ल्याच्या लांबलचक भिंतीला जवळ-जवळ चिकटलेली होती. किल्ल्याच्या भिंतीपलीकडून एक उंचावरचा छोटा मार्ग लागून गेलेला होता. त्यावरून एक माणूस हातात टॉर्च घेऊन सबंध भिंत चालू शकत होता. तो मार्ग भिंतीच्या वरच्या पृष्ठभागाखालून चार फूट अंतरावरून जात होता. हातात टॉर्च घेऊन प्रकाश पाडीत त्या मार्गावरून जाणे हे आतल्या पहारेकऱ्यांचे लक्ष वेधून घेण्यासारखे होते. मग सारा खेळ येथेच संपणार होता. तिथून, म्हणजे किल्ल्याच्या भिंतीच्या आतल्या त्या मार्गावरून चालणे हे कधीच लपून राहणे शक्य नव्हते. मॅलरीने आपल्या हातात एका ट्रकची पळवलेली बॅटरी घेतली होती. मॅलरीला मागून मिलरने वाकून धरले होते. जो कोणी येथे वाकून भिंतीपलीकडे पाहील त्याला सहज भोवळ येईल. मॅलरीने कदाचित थोडे थांबले असते तरी चालले असते. कारण मागच्या तीन-चार घरांच्या पलीकडच्या छपरावर कॅसी ब्राऊन व लूकी हे दोघे एका दोराला मध्ये-मध्ये ठरावीक अंतरावर गाठी मारीत बसले होते. बाकीचे एक लांबलचक बांबू घेऊन त्याच्या पुढच्या टोकाला एका वाकवलेल्या तारेचा हूक बसवत होते. त्यांनी तो बांबू गावाबाहेरील एका बांबूच्या कुंपणामधून उपसून आणला होता. वाटेत तीन ट्रक्सचा ताफा व्हायगोस किल्ल्याकडे जाताना त्यांना दिसला होता. ते चटकन बाजूला होऊन लपले. घोंगावत मागून आलेले ट्रक्स तसेच पुढे निघून गेले.

आठ वाजून बत्तीस मिनिटे झाली. हा ॲन्ड्रिया लेकाचा खाली काय करतो आहे हे मॅलरीला समजेना. त्याला चीड आली. पण लगेच त्याने आपल्या मनातील ती चीड निपटून टाकली. ॲन्ड्रिया कधीही एक सेकंदसुद्धा वाया घालवणारा माणूस नव्हता. आत्ताची वेळ अशी होती की, येथे वेग फार महत्त्वाचा होता आणि घाई घातक होती. किल्ल्यात आतमध्ये कोणी अधिकारी असेल की नाही हे त्यांना समजत नव्हते. निम्मी जर्मन गॅरिसन मंडळी गावात व गावाबाहेरील व्हायगोस किल्ल्याकडे जाणाऱ्या रस्त्यावर गस्त घालत होती, नजर ठेवून पहारा देत जात होती. पण जर कोणी येथे एखादा अधिकारी असेल व त्याला किंचितसा जरी संशयास्पद आवाज ऐकू आला, तरच सारेच ओम्फस होणार होते.

मॅलरीने आपल्या तळहाताच्या मागील भाजल्याच्या खुणेकडे पाहिले. त्या ट्रकमधली बॅटरी चोरल्यावर त्यांनी ट्रकला आग लावून दिली होती. तेव्हा त्याचा हात थोडासा भाजला होता. त्या कृत्यात त्या ट्रकला आग लावून दिली एवढे काम त्याने त्या रात्री स्वत: केले होते. मात्र बाकीचे सारे श्रेय ॲन्ड्रिया व मिलर यांच्याकडे जात होते. चौकाच्या पश्चिम बाजूला या घरातून ॲन्ड्रियाने प्रथम पाहिले. तिथली बरीचशी बाकीची घरे बळकावून जर्मन अधिकारी तिथे राहत होते. फक्त आत्ताचेच घर रिकामे होते. मिलरकडे आता स्फोटकांसाठी टाइम-फ्यूज नव्हते, जोडल्या जाणाऱ्या घड्याळाची यंत्रणा नव्हती, वीज निर्माण करणारा जनरेटर नव्हता. मग एकदम त्याला विद्युतशक्तीसाठी बॅटरीची आठवण झाली. तशी एखादी बॅटरी प्रथम मिळवली पाहिजे, हे त्याच्या लक्षात आले. साहजिकच त्याला ॲन्ड्रियाची आठवण झाली. ॲन्ड्रियाला लांबून एक ट्रक आवाज करत येत असलेला ऐकू आला. त्या रस्त्याच्या दोन्ही बाजूंना अवजड दगड व खांब उभे होते. त्यामुळे ट्रक अलीकडेच थांबून, सैनिक खाली उतरत व ते फाटकातून आत शिरून आपापल्या घराकडे पायी जात. उभ्या असलेल्या त्या ट्रकच्या ड्रायव्हरला व क्लीनरला ताब्यात घेऊन त्यांची हालचाल बंद पाडण्याचे काम करण्यास अवघे काही सेकंद लागले. उलट मिलरलाच बॅटरी बाहेर काढण्यासाठी स्क्रू फिरवण्यास अधिक वेळ लागला होता. टेलबोर्डच्या खाली असलेला जेरीकॅन शोधून त्यातील पेट्रोल त्याने इंजिन, ट्रकची बॉडी व अन्य भाग यावर ओतून त्यावर काडी पेटवून टाकली. मग तो ट्रक भपकन पेटला, काही सेकंदात धडाडून पेटून उठला. त्या वेळी त्याच्या तळहाताचा मागचा भाग भाजला. लूकीने नंतर सांगितले की, तो ट्रक मस्तपैकी पेटला होता. तो एक विनाश होता; पण त्याच्या जळण्यामुळे त्यातून बाहेर पडलेल्या सैनिकांचे लक्ष तिकडे आकृष्ट झाले अन् तेही नको तितक्या लवकर आले. पण तो ट्रक जाळून टाकल्याने बॅटरी पळवल्याचा पुरावा नष्ट झाला. ट्रक जाळला नसता तर जर्मनांना बॅटरीची चोरी झालेली सहज कळली असती. जर्मन्स तेवढे हुशार आहेत आणि ते यातून पुढचे नको ते निष्कर्ष काढतील, अशीही मॅलरीला भीती वाटत होती.

मिलर आपल्या पायाच्या घोट्याला धरून ओढतो आहे, हे पाहून मॅलरी एकदम दचकला व झटकन मागे वळून पाहू लागला. मिलर बोट करून मॅलरीला पलीकडचे काहीतरी दाखवत होता. तो परत वळून पाहू लागला. ॲन्ड्रिया त्याला दूरवरच्या कोपऱ्यातून वर आलेला कठडा जिथे होता, तिथून खूण करत होता. मॅलरी आपल्याच विचारात एवढा गढून गेला होता की, त्याला आजूबाजूचे फारसे भान नव्हते. धिप्पाड ॲन्ड्रिया मांजराच्या पावलाने मॅलरीपाशी गेला होता. तरीही मॅलरीला याचा पत्ता नव्हता. मॅलरीने आपले डोके हलवून आपले लक्ष नाही, याबद्दल स्वत:ला मनात दोष दिला. मग मिलरकडून ॲन्ड्रियाने बॅटरी घेतली व कुजबुजत बाकीच्यांना बोलवण्यास सांगितले. नंतर तो बॅटरी हातात घेऊन छपराच्या कडेकडेने सावकाश चालू लागला. अजिबात आवाज न करता तो पुढे सरकत होता. त्या बॅटरीचे वजन आश्चर्यकारकरीत्या खूप होते. ती चांगलीच अवजड होती. जणू काही एक टन वजनाची असावी असे तिला घेऊन जाणाऱ्यास भासत असे. जेव्हा मिलरने ती बॅटरी ट्रकमधून सुटी केली, तेव्हा मागून तीन ट्रक येऊन त्यांच्या बाजूने व्हायगोस किल्ल्याकडे गेले. त्या वेळी ॲन्ड्रियाने घाईघाईने मिलरकडून बॅटरी घेऊन ती सरळ काखोटीस मारली आणि रस्त्याच्या कडेचा कठडा ओलांडला. मग छोटा जिना उतरून त्या घरातील खोलीत तो गेला, अगदी सहजगत्या. जणू काही त्या बॅटरीला काहीच वजन नाही, असे पाहणाऱ्याला भासत होते.

ॲन्ड्रिया बॅटरी घेऊन छताखालच्या सज्जात गेला. त्या सज्जातून नॅव्हारनचे बंदर दिसत होते. तिथून सरळ खाली शंभर फूट खोलीवर जमीन होती. मॅलरी त्याच्या मागोमाग अगदी जवळून जात होता. जेव्हा ॲन्ड्रियाने आपल्या हातातील अवजड बॅटरी सावकाश खाली सज्जात उतरवली, तेव्हा मॅलरीने मागून त्याच्या खांद्याला स्पर्श केला.

''काही त्रास झाला? अडचण आली?'' मॅलरी त्याला विचारीत होता.

''माय डियर कीथ मॅलरी, अजिबात नाही. हे घर बिलकूल रिकामे आहे. आश्चर्य वाटून मी दोनदा त्यात फिरून खातरी करून घेतली.''

''उत्तम! वंडरफुल! येथे जर कोणी जर्मन अधिकारी राहत असतील, तर आत्ता ते आपल्याला धुंडाळण्यासाठी सारे बेट पालथे घालीत असतील. त्यांना जर नंतर कळले की आपण त्या वेळी त्यांच्याच घरात होतो, तर त्यांना केवढे आश्चर्य वाटेल!''

''पण ही येथली घरे आपण वापरू हीच शक्यता मुळात त्यांना अविश्वसनीय वाटत असणार.'' ॲन्ड्रिया म्हणाला.

''तुमचा तर्क एवढा अचूक निघेल असे मला वाटले नव्हते.'' मॅलरी पुटपुटत म्हणाला. असे म्हणून तो सज्जाच्या नक्षीदार कठड्याकडे गेला. बाहेर डोकावून त्याने खाली पाहिले. तिथे खोलवर शेवटी काळोख साचून राहिला होता. जणू काही

तो एका खोल गर्तेत डोकावून पाहत होता. ते पाहून त्याचे पाय व अंग थरथरले. वरून आता पाऊस कोसळू लागला होता. ते पावसाचे थेंब अत्यंत थंड होते. अंगावर पडले की त्याचा गारवा पार आत हाडापर्यंत घुसे. तो मागे सरकला व त्याने कठडा हलवला.

"हा कठडा चांगलाच भक्कम दिसतो आहे, असे नाही वाटत?" तो कुजबुजत ॲन्ड्रियाला म्हणाला.

"मला ठाऊक नाही; पण असेल तो तसा." ॲन्ड्रिया खांदे उडवत म्हणाला.

"असेल तो तसा! त्याने काही बिघडत नाही. तसाच असायला हवा ना." एवढे म्हणून पुन्हा तो कठड्याच्या बाहेर बराच वाकला. मग आपली मान वळवून त्याने उजवीकडे वर पाहिले. त्या पावसातल्या अंधुक प्रकाशाच्या रात्री त्याला काळोखापेक्षाही अधिक गडद काळ्या रंगाचे किल्ल्यातील गुहेचे तोंड दिसले. तिथेच, तिथेच त्या महाकाय तोफा होत्या. दोस्त राष्ट्रांच्या आरमाराला रोखणाऱ्या, बुडवणाऱ्या तोफा ठेवलेल्या होत्या. त्या दोन तोफा होत्या. आत्ता त्यांच्यापासून त्या अवघ्या ४० फूट अंतरावर होत्या आणि आणखी ३० फूट उंचीवर होत्या. त्या तोफांच्या तोंडापाशी जाणे म्हणजे चंद्रावर पोहोचण्याइतके अवघड होते.

तो मागे सरकला व वळला. ब्राऊन लंगडत सज्जाकडे येत होता. मॅलरी त्याला म्हणाला, "या घराच्या पुढच्या दर्शनी भागाकडे जा आणि तिथेच थांब. खिडकीपाशीच थांब. पुढचे दार आतून बंद करू नकोस. जर कोणाला आत यायचे असेल, तर सरळ येऊ दे."

ब्राऊन हळू आवाजात म्हणाला, "जो कोणी येईल त्याला सोटा मारायचा किंवा चाकू खुपसायचा, पण पिस्तूल वापरायचे नाही, असेच ना?"

"अगदी बरोबर, कॅसी."

"हे छोटे काम माझ्याकडे लागले बघा." मग तो परत लंगडत लंगडत निघून गेला.

ॲन्ड्रियाकडे वळून मॅलरी म्हणाला, "माझ्या घड्याळात आता ९ वाजायला २३ मिनिटे बाकी आहेत."

"होय, माझ्याही घड्याळात नवाला तेवीस मिनिटे आहेत."

मग मिलरकडे पाहून मॅलरी म्हणाला, "गुड लक! कमॉन डस्टी. आता सुरू करा."

नंतर पाच मिनिटांनी मॅलरी व मिलर हे दोघे चौकाच्या दक्षिण बाजूला असलेल्या एका रेस्टॉरन्टमध्ये बसले होते. खरे म्हणजे ते एक स्थानिक मद्यपानगृह

होते, बार होता. त्या मद्यपानगृहाला आतून सर्वत्र भडक निळा रंग दिलेला होता. तिथे सर्वत्र सामान भरलेले होते. भिंती, टेबले, खुर्च्या, फडताळ सर्व काही निळ्या रंगात जणू काही बुचकळून काढलेले होते. त्या बेटावरची तसली पद्धतच होती. वाइनच्या दुकानांना लाल रंगाने रंगवले जाई आणि मिठाईच्या दुकानांना हिरवा रंग दिला जाई. सबंध बेटावर हा रंगसंकेत कसोशीने पाळला जाई. मद्यपानगृहात धूसर वातावरण होते. भक्कम देहयष्टीची, भरघोस मिशा राखलेली माणसे वर लावलेल्या चित्रातून खाली पाहत होती. त्या चित्रांचे रंग उडून ती आता फिकट झालेली होती. भिंतीवर अशा अनेक व्यक्तींची चित्रे सर्वत्र चिकटवलेली होती. दर दोन चित्रांमध्ये फिक्स कंपनीच्या बीअरची जाहिरात चिकटवलेली होती. या सर्व तथाकथित सजावटीचा परिणाम वर्णन करता येणार नाही असा होता. तिथे काउंटरपाशी तेलाचे दोन दिवे जळत होते. त्या दिव्याएवढीच जर चित्रातली माणसे प्रकाशित झाली तर? मॅलरी या कल्पनेनेच शहारला.

चित्रातल्या माणसांनी गडद रंगाचे कपडे अंगावर चढवले होते. अनेक पिवळी बटणे असलेले कोट घातलेले होते. काळी किनार असलेल्या कापडाच्या टोप्या परिधान केलेल्या होत्या, पायात जाडजूड बूट होते. मॅलरी व मिलर यांनीही नेमके तसलेच पोषाख केलेले होते. लूकीनेच त्यांना ते मिळवून दिले होते. तिथला अंधुक प्रकाश त्यांच्या पथ्यावर पडला होता. त्यामुळे त्यांच्याकडे कोणाचे लक्ष जाणार नव्हते. आपण इतर स्थानिक रहिवाशांसारखे दिसावे अशी त्यांची धडपड होती. परंतु तिथे आलेल्या गिऱ्हाईकांपैकी आठ जणांच्या डोक्यावर तशा फेट्यासारख्या टोप्या नव्हत्या. उलट त्यामुळे तीच आठ माणसे उठून दिसत होती. समजा नेहमीची ओळखीची माणसे नाहीत म्हणून बारच्या मालकाचे जर लक्ष वेधले तर? परंतु पाच-सहा हजार लोकवस्तीच्या गावात एक-दोन अनोळखी माणसे सहज तो खपवून घेईल, असा विचार त्यामागे केला होता. त्यातून देशभक्त असलेल्या ग्रीक लूकीची माणसे असे त्या बारमालकाला आधीच सांगितले होते. त्यामुळे जर जर्मन सैनिक तपासणीसाठी आले, तर बारमालक या दोघांच्या पाठीशी उभा राहणार होता. कारण नॅव्हारनमध्ये सर्वत्र जर्मनविरोधी भावना होती. बारमध्ये जमलेल्या लोकांत चार जर्मन माणसेही हजर होती. काउंटरजवळच्या एका गोल टेबलाभोवती ते बसले होते. म्हणूनच मॅलरीला तिथला अंधुक प्रकाश बरा वाटत होता. त्याला व मिलरला तशी त्या जर्मनांची भीती वाटत नव्हती. कारण त्यांच्यावर संशय घेण्यासाठी तसे कोणतेच कारण नव्हते. लूकीने तर ती जर्मन माणसे हेडक्वार्टरला कारकून म्हणून काम करत असल्याने तुच्छतेने त्यांना महत्त्व दिले नाही. रोज रात्री या मद्यपानगृहात कोण नियमाने येत असेल याचा मॅलरी अंदाज घेऊ लागला. कारण अशी व्यक्तीच नवीन माणसाकडे उगाचच आपली मान उंचावून पाहणार होती.

मिलरने स्थानिक बाजारातील एक सिगारेट शिलगावली व तो ती ओढू

लागला. पण तिचा तिखट व चमत्कारिक वास त्याला सहन झाला नाही. त्याने आपले नाक उडवले.

तो म्हणाला, ''काय चमत्कारिक वास आहे हा, बॉस!''

''ती सिगारेट ओढणे थांबव!'' मॅलरी म्हणाला.

''हा असला घाणेरडा वास देणारी सिगारेट ओढणे हे दृश्यसुद्धा खूप वाईट आहे.''

''कदाचित त्यात हशीश हे मादक द्रव घातलेले असेल,'' मॅलरी सांगत होता. ''येथल्या सर्व बेटांना हशीशचा शाप लागला आहे.'' मग समोरच्या एका अंधाऱ्या कोपऱ्याकडे बोट करून तो म्हणाला, ''तिकडे पाहा. तिथे गावातली तरुण पोरे बसली आहेत. नक्कीच ते सर्व जण रोज हशीश ओढण्यासाठी येथे येत असले पाहिजेत. नशेबाजी करण्यासाठीच ते जगत आहेत.''

''हशीशच्या व्यापाराच्या जाळ्यात ते सामील झाले असतील काय?'' मिलरने कुतूहलाने आपली शंका व्यक्त केली.

मग मॅलरीने परत त्या छोट्या गटाकडे पाहिले. त्यांच्यात एकजण 'बुझुको' हे वाद्य वाजवत होता. ते एक लांबलचक मेन्डोलिन प्रकारचे वाद्य होते. 'रेम्बेटिका' या गाण्याचे सूर तो त्यावर वाजवत होता. ते गाणे ऐकणाऱ्याच्या भूतकाळातील आठवणींना आवाहन करणारे होते, पाठलाग करणारे होते. पिरीयस भागात ते गाणे प्रसिद्ध होते. त्यातून विषण्ण भाव निर्माण होत होते. पण त्यानंतर एकदम त्यातल्या सुरांमधून विसंवादी भाव उमटू लागले. जणू काही एका भावामधून दुसऱ्या भावात ते विलय पावत होते. त्या साऱ्यांना हा प्रकार आवडत होता.

तो म्हणाला, ''मला वाटते की, ते संगीत तसे थोडेसे गंभीर आहे. आपल्याला ते समजत नसले तरीही आपण त्यावर आता बोलू शकतो. त्यांनी जर आवराआवर करून ते घरी निघून गेले, तर आपण कशावर येथे बोलत बसलो असतो?'' मॅलरी म्हणाला.

''जाऊ दे. ती पोरे आणि त्यांचे संगीत गेले खड्ड्यात!'' मिलर खिन्नपणे म्हणाला. ''मी आता गप्प राहावे हेच उत्तम.'' मग त्याने जो पदार्थ मागवलेला होता तो पुढ्यातला पदार्थ खायला सुरुवात केली. त्या स्थानिक पदार्थाचे नाव होते 'मीझे'. ऑलिव्ह फळांचे तुकडे, जनावरांचे यकृत, चीज व सफरचंदे अशा अनेक तुकड्यांचे ते मिश्रण होते. मिलरसारख्या अमेरिकी माणसाला तो पदार्थ आवडणे शक्यच नव्हते. शिवाय एरवी तो जेवताना 'बूरबॉन' ही वाइन प्यायचा. त्यामुळे हा ग्रीक पद्धतीचा पदार्थ त्याला न आवडणे साहजिक होते. त्याला ग्रीक जेवण बिलकूल आवडले नाही. एकदम त्याने वर पाहिले आणि आपली सिगारेट टेबलावर दाबून विझवली. ''अरे देवा! अजून किती वेळ लागणार आहे ते समजत नाही.''

मॅलरीने एकदा त्याच्याकडे पाहिले व नंतर तो दुसरीकडे पाहू लागला. डस्टी मिलर याला काय वाटत आहे, याची त्याला कल्पना आली होती. कारण त्यालाही तसेच वाटत होते. तो आतुरतेने त्या क्षणाची वाट पाहत होता, अपेक्षा करत होता. पण त्याच्या मनात संदेह होता. पुढच्या काही मिनिटांत जे घडवायचे ते घडले, तरच त्यांची नंतरची योजना यशस्वी होणार होती. त्यांचे आत्तापर्यंतचे सर्व श्रम, वेळ, भोगलेले हाल हे पणाला लागले होते. खेरोस बेटावरची माणसे जगतील का त्यांची कत्तल होईल, हेही त्यावरच अवलंबून होते. ॲन्डी स्टीव्हन्सचा बळी नाही का या मोहिमेत निष्कारण गेला. त्याचे बलिदान आता व्यर्थ जाईल काय? सर्व मोहीम यशस्वी झाली व तीही वेळेत झाली तरच सारे काही साध्य होणार होते. तरच यश मिळणार होते. मॅलरीने परत मिलरकडे पाहिले. त्याचा चेहरा उतरलेला होता. डोळ्यांभोवती खोलवर सुरकुत्या निर्माण झाल्या होत्या. तणावाची सर्व चिन्हे त्याला मिलरमध्ये दिसली. आपल्या माणसातील एक ॲन्ड्रिया सोडला तर त्याने आत्ताच्या कारवाईसाठी मुद्दाम सडपातळ व खिन्न भाव असलेल्या मिलरची निवड केली होती. वेळ आलीच तर तो ॲन्ड्रियाची मदत घेणार होता. कारण ॲन्ड्रिया हा दक्षिण युरोपातील एक उत्कृष्ट 'घातपात्या' माणूस होता. म्हणून तर कॅप्टन जेन्सन याने त्याला अलेक्झांड्रियात परत बोलावून घेतले होते. मिलरही दूरवरून अलेक्झांड्रियात आला होता, तो केवळ या मोहिमेसाठीच. म्हणून आजची रात्र ही मिलरची रात्र होती.

मॅलरीने आपल्या घड्याळात पाहिले.

तो शांतपणे म्हणाला, "कर्फ्यू आता पंधरा मिनिटांत सुरू होईल. वीस मिनिटांत फुगा वर जाईल. आपल्यासाठी मात्र चार मिनिटांचा अजून अवधी आहे."

यावर मिलरने आपली मान हलवली, पण तो काहीही बोलला नाही. त्याने आपला ग्लास पुन्हा टेबलावर ठेवलेल्या वाइनने भरून घेतला व एक सिगारेट पेटवली. जसजशी ती वेळ जवळ येत चालली तसतसा मिलरचा धीर खचत चालल्याचे त्याला जाणवले. मिलरच्या चेहऱ्यावर ते स्पष्ट दिसत होते. आत्ता आपण ज्या घरातून बाहेर पडलो, तिथे कॅसी ब्राऊन हा लंगडत आपले काम कसे काय करत असेल, असे मॅलरीच्या मनात आले. ब्राऊनकडे जे काम दिले होते, ते अनेक प्रकारे फार महत्त्वाचे होते. अटीतटीची वेळ येताच त्याने तिथून दार उघडे ठेवून सज्जाकडे जायचे होते. तिथे जर तो घसरला, त्याचे काही चुकले... मिलर आपल्याकडे चमत्कारिक नजरेने पाहतो आहे आणि छद्मीपणे गालात हसतो आहे, असे त्याला दिसले. ही भावना जायला हवी, ती निपटायला हवी, असे त्याच्या मनात येऊन गेले. जर ब्राऊन आपल्या कामात अपयशी ठरला तर नक्की काय घडेल? पण हा विचार त्याने आपल्या मनातून बाजूला सारला. हे असे नकारात्मक विचार करणे योग्य नाही, असे त्याच्या लक्षात आले. निदान आत्ता तरी हे विचार नकोत.

बाकीचे दोघे आपापल्या ठिकाणी थांबून विनाअडथळा कामे करत आहेत याचे त्याला नवल वाटले. जर्मनांचे शोधपथक केव्हाच गावाच्या वरच्या भागातून गेले होते. पण तसे असले तरी ऐनवेळी काय घडू शकेल, याचा अंदाज येत नव्हता. अनेक गोष्टींमध्ये चुका होऊ शकतात, चुकीचे घडू लागते व चुकीच्या दिशेने परिस्थिती जाऊ लागते, अन् तेही अगदी सहजतेने घडत राहते. मॅलरी पुन:पुन्हा आपल्या घड्याळात पाहत होता. आज सेकंदकाटा किती हळूहळू चालला आहे! एरवी असे कधी होत नाही. त्याने आपल्याजवळची शेवटची एक सिगारेट पेटवली व आपल्या ग्लासात वाइन ओतून घेतली. कोपऱ्यात वाजवले जाणारे 'रेम्बेटिका' गाण्याचे गूढ स्वर सहज ऐकल्यासारखे केले. मग ते गाणे एकदम संपले. त्यासरशी त्यांनी आपापले ग्लास तोंडाला लावून संपवले आणि मॅलरी उठून उभा राहिला.

आता ती वेळ आली होती. "सर्व गोष्टी वेळ येताच मिळतात. चला, आता कारवाई करू." मॅलरी स्वत:शीच बोलला.

तो दारापर्यंत संथपणे व रमतगमत गेला. वाटेत जी जी गिऱ्हाईके त्याच्याकडे बघत होती त्यांना तो 'गुड नाइट' म्हणत गेला. दाराबाहेर गेल्यावर तो थांबला आणि अस्वस्थपणे आपल्या खिशात हात घालून काहीतरी शोधू लागला. जणू काही त्याला कशाची तरी आठवण झाली होती व ती वस्तू तो खिशात शोधत होता. बाहेर पाऊस चालू होता. चांगलाच जोरदार पाऊस पडत होता. पावसाचे थेंब रस्त्यावर जोरात पडून दोन-तीन इंच वर परावर्तित होते. रस्त्यावर चिटपाखरू नव्हते, रस्ता निर्मनुष्य झाला होता. त्याने दोन्ही टोकांना पाहिले, पण कोणीच त्याला आढळले नाही. मग तो समाधानाने परत दारातून आपल्या टेबलाकडे परतला. परतताना त्याच्या कपाळावर आठ्या पडल्या होत्या. आपण विचारात पडलो आहोत असे तो दाखवत होता. त्याचा एक हात खिशात होता. हातात त्याने काहीतरी धरले होते. डस्टी मिलर हाही आपली खुर्ची मागे सारून उठतो आहे हे त्याने पाहिले. मग मॅलरी मध्येच थांबला. त्याच्या चेहऱ्यावरचा गोंधळ दूर झाला होता, खिशातले चाचपडणे थांबले होते. जिथे ते चार जर्मन बसले होते, त्या टेबलापासून तो बरोबर तीन फुटांवर आला होता.

तो जर्मन भाषेत त्यांना म्हणाला, "आहे तसेच राहा. बिलकूल हालचाल करू नका!" त्याचा आवाज खर्जातला होता, संथ होता व दरडावून धमकी देणारा होता. त्याच्या उजव्या हातात एक पॉइंट फोर फाइव्ह फाइव्ह नेव्ही कोल्ट पिस्तूल होते. तो पुढे त्यांना दरडावून म्हणाला, "तुम्ही सर्व जण येथून हला, नाही तर आम्ही तुम्हाला ठार करू."

ते चारही सैनिक पहिले तीन सेकंद अगदी स्तब्ध बसले होते. जणू काही त्यांचे पुतळे झाले होते. त्यांच्या चेहऱ्यावर काही भाव उमटलेले नसले तरी त्यांच्या

डोळ्यांत भीतीचे, धक्का बसल्याचे भाव दिसून येत होते. मॅलरीच्या जवळचा जर्मन सैनिक आपल्या पापण्या हलवून इतरांना काही सूचना देऊ पाहत होता. त्याच्या खांद्याची किंचित हालचाल झाली. मग मॅलरीने झटकन एक गोळी त्याच्या दंडात झाडली. मिलरच्या पिस्तुलाला सायलेन्सर लावला होता. त्यामुळे एक हलकासा 'फट्' आवाज झाला व त्या जर्मनाने तोंडातून 'ऑ' असा आवाज काढला. पिस्तुलाचा आवाज फारसा दूर गेला नव्हता.

"सॉरी बॉस," मिलर जवळ येऊन बोलू लागला होता. "या पठ्ठ्याला केवळ नाच करण्याची उबळ आली असावी, पण तो आता नरम आला आहे हे नक्की."

त्या जर्मनाने आपल्या एका हाताने दुखऱ्या दंडावर घट्ट पकड आवळली होती. त्याच्या बोटांमधून दंडातील रक्त बाहेर गळू लागले होते.

मॅलरी गंभीरपणे म्हणाला, "होय तो नरम आला आहे." मग तो बारच्या मालकाकडे वळला. तो एक उंच, दु:खी चेहरा असलेला आणि लोंबणाऱ्या चिनी मिशा ठेवलेला माणूस होता. त्या मिशांची टोके त्याच्या तोंडाच्या कोपऱ्यापाशी आल्या होत्या. मॅलरी त्याच्याशी ग्रीक भाषेत म्हणाला, "या माणसांना ग्रीक बोलता येते का?"

बारमालकाने आपले डोके नकारार्थी हलवले. झाल्या प्रसंगाचा त्याच्यावर बिलकूल प्रभाव पडलेला नव्हता. जणू काही आपल्या हॉटेलात नेहमीच असे लूटमारीचे प्रसंग घडतात असेच त्याच्या वागण्यावरून भासत होते.

"नाही, त्यांना ही भाषा येत नाही. थोडेसे इंग्लिश येते असे मला नक्की वाटते. पण आमची भाषा तर अजिबात येत नसावी. मला नक्की ठाऊक नाही."

"छान, मी एक ब्रिटिश अधिकारी आहे. तुमच्याकडे अशी एखादी जागा आहे का जिथे मी या दोघांना लपवून ठेवू शकेन?"

बारमालक निषेधाच्या स्वरात म्हणाला, "तुम्ही असे करायला नको होते. यामुळे माझे मात्र मरण ओढवेल."

"नाही, तसे होणार नाही." असे म्हणून मॅलरी काउंटरजवळ सरकला. त्याने आपले पिस्तूल त्याच्यावर रोखले. ते पाहून मॅलरी त्याला धमकावतो आहे असेच कोणालाही वाटेल; फक्त त्या बारमालकाला मात्र तसे वाटत नव्हते. कारण मॅलरी त्याला पाहून आपले डोळे मिचकावत होता. मॅलरी त्याला म्हणाला, "मी तुम्हाला त्यांच्याबरोबर बांधून टाकणार आहे. ठीक आहे?"

"ठीक आहे. या काउंटरच्या मागे एका टोकाला खाली तळघरात उघडणारे एक झडपेचे दार आहे. ते उघडल्यावर आत खाली जाणारा जिना आहे."

"छान! मी बघतो आता काय करायचे ते." असे म्हणून मॅलरीने त्याच्याकडे पाहून बाकीच्यांना खरे वाटणारे एक दुष्ट हास्य केले. मग तो बारमालक काउंटरच्या बाहेर येऊन 'रेम्बेटिका' गाणाऱ्या पोरांकडे गेला.

त्या पोरांना तो घाईघाईने म्हणाला, ''आता घरी जा. कर्फ्यू सुरू झाल्यात जमा आहे. मागच्या दाराने जा आणि लक्षात ठेवा, इथे आत्ता काय घडले ते तुम्ही पाहिले नाही. तेव्हा बाहेर तसले काही बोलू नका.''

''आले लक्षात!'' त्यांच्यातला वाद्य वाजवणारा तरुण बोलला. मग त्याने आपल्या मित्रांना अंगठा उभा करून दाखवला व तो हसून म्हणाला, ''वाईट माणसे – पण चांगली ग्रीक माणसे.'' मॅलरीपाशी येऊन त्याने विचारले, ''आम्ही तुम्हाला काही मदत करू काय?''

''नाही. बिलकूल करू नका.'' मॅलरी ठासून म्हणाला. ''तुमच्या घरच्या माणसांना आठवा. या सैनिकांनी तुम्हाला ओळखले आहे. कारण ते येथे नेहमी येतात. हो ना?''

यावर त्या तरुण माणसाने आपली मान डोलावली.

''तेव्हा आता पळा येथून. तुमच्या मदतीबद्दल आभार.''

नंतर एका मिनिटाने मेणबत्तीचा प्रकाश पडलेल्या त्या तळघरात मिलरने सर्व जर्मनांना नेले. जो जर्मन सैनिक त्याच्याएवढा उंच व त्याच्या शरीरयष्टीचा होता त्याला त्याने म्हटले, ''तुमच्या अंगावरचे कपडे उतरवा.''

''इंग्लिश डुक्कर!'' तो जर्मन सैनिक त्याला गुरकावून म्हणाला.

मिलर यावर निषेधाच्या स्वरात म्हणाला, ''इंग्लिश नाही. मी तुम्हाला फक्त ३० सेकंद देतो. तेवढ्या वेळात सर्वांनी आपापल्या अंगावरचे कोट व पॅन्ट उतरवून ठेवा.''

त्या सैनिकाने त्याच्याकडे पाहून तुच्छतेने एक हुंकार काढला; पण चिडून तो स्तब्ध उभा राहिला. त्याने कपडे काढण्याची आज्ञा पाळली नाही. मिलरने एक नि:श्वास टाकला. हा बेटा जरासा कडक दिसतो आहे. पण वेळ भराभर निघून जात होता. मिलरने आपल्या पिस्तुलाने त्या सैनिकाच्या डाव्या तळहातावर एक गोळी झाडली. सायलेन्सर लावलेल्या त्या पिस्तुलाचा एक दबका आवाज झाला. तो सैनिक आपल्या हातावर पडलेल्या भोकाकडे पाहत राहिला.

''तुमचे गणवेष खराब करू नका.'' मिलरने त्या सर्वांना बजावले. त्याने आपले पिस्तूल सर्वांवर रोखून धरले. एक सैनिक पिस्तुलाच्या नळीत पाहत राहिला. मिलर पुढे म्हणाला, ''पुढची गोळी ही तुमच्या दोन्ही डोळ्यांच्या मध्यभागी झाडली जाईल. चला आटपा. मी तुमचे कपडे उतरवायला लागलो, तर मला फार वेळ लागणार नाही.'' हातावर गोळी बसलेला सैनिक हुंदके देत आपल्या अंगावरचे कपडे उतरवत होता. त्याला वेदना होत होत्या व रागही आला होता.

नंतरच्या पाच मिनिटांत मॅलरी व मिलर हे दोघेही जर्मन सैनिकांच्या गणवेषात होते. त्यांनी बारचे पुढचे दार आतून उघडले आणि बाहेर सावधगिरीने डोकावून

पाहिले. पाऊस आता वाढला होता. रस्त्यावर कोणीही दिसत नव्हते. मॅलरीने आपल्या मागे ते बारचे दार बाहेरून बंद केले व मिलरला पुढे चलण्यास सांगितले. ते दोघे एकामागून एक असे रस्त्याच्या मध्यभागातून जात होते. ते कुठेही आश्रय घेत नव्हते की अंधाऱ्या जागेतून लपत जाण्यासाठी धडपडत नव्हते. पंधरा फुटांवर एक चौक होता तिथे ते डावीकडे वळून दक्षिण दिशेने जाऊ लागले. मग ते पूर्वेच्या बाजूने जाऊ लागले. पूर्वी संध्याकाळी ज्या घरात ते लपून राहिले होते त्या घरावरून जाताना त्यांनी आपली चाल किंचितही बदलली नाही. तिथेच एका अर्धवट उघडलेल्या दाराआडून लूकी त्यांना हात दाखवत होता. त्याच्या हातात जर्मन सैन्यातील रकसॅक्स, पाठीवरच्या पिशव्या लोंबकळत होत्या. त्या दोन पिशव्यांमध्ये दोर, फ्यूज, वायर्स व तीव्र स्फोटक द्रव्ये भरलेली होती. आणखी काही फूट पुढे जाऊन ते दोघे एकदम थांबले. तिथे दोन दारूची भली मोठी पिंपे पडली होती. त्या पिंपामागे जाऊन ते वाकून बसले. त्यांच्या मागे केस कापण्याचे एक दुकान होते. त्यांच्या पुढेच शंभर फुटांवर एक वेशीची मोठी कमान होती. तिथे दोन सशस्त्र पहारेकरी उभे होते. लपून बसल्यावर आधी ठरवलेल्या संकेतांची ते वाट पाहू लागले.

त्यांना फार वेळ वाट पाहावी लागली नाही. त्यांच्या वेळा अगदी अर्ध्या पाव सेकंदांनी ठरल्या होत्या. मॅलरी आपल्या कमरेचा पट्टा घट्ट करत होता तेव्हाच एकापाठोपाठ अनेक स्फोट होत गेले. त्यामुळे त्या गावाचा केंद्रबिंदू हादरून गेला. ते स्फोट त्यांच्यापासून ३०० फूट अंतरावर होत होते. त्या स्फोटानंतर मशीनगन्सचा कडकडाट ऐकू येऊ लागला. नंतर परत स्फोट होऊ लागले. अॅन्ड्रिया कुठे तरी लपून आपल्या जवळचे हातबॉम्ब व गावठी बॉम्ब फेकत होता.

फाटकाच्या वेशीमागे उंचावर एक मोठा प्लॅटफॉर्म होता. तेथून एक सर्चलाइटचा झोत खाली रस्त्यावर फिरू लागला. पूर्वेकडच्या भिंतीपासून तो झोत फिरत होता. सर्व भिंतीवरच्या काटेरी तारा, वर आलेले टोकदार भाले यावरून तो झगझगीत पांढरा झोत फिरत होता. मॅलरी व मिलर या दोघांनी गंभीर होऊन क्षणभर एकमेकांकडे पाहिले. असा काही सर्चलाइट जर्मन्स वापरतील याची कल्पना त्यांना आधी नव्हती. पनायिस असता, तर त्याने प्रत्येक बारीकसारीक गोष्ट आधी सांगितली असती. त्यामुळे या प्रकाशझोतापुढे ते हतबल होऊन एखादी माशी जशी चिकट कागदावर खिळून बसते, तसे त्या जागी खिळून बसले होते. नंतर मशीनगनने त्यांच्या चिंधड्या उडवल्या जाऊ शकत होत्या.

मॅलरीने आणखी अर्धा मिनिट वाट पाहिली. मग त्याने मिलरचा दंड धरला व उठून उभा राहिला. त्यानंतर तो सरळ बेधडक वेड्यासारखा चौकातून पळत सुटला. त्याने पुढे हूक लावलेली बांबूची काठी हातात घेतली होती. त्याच्या मागोमाग मिलर पळत जाऊ लागला. ते दोघेही किल्ल्याच्या प्रवेशद्वाराकडे पळत सुटले होते. जेव्हा

ते त्या प्रवेशद्वारासमोर काही फुटांवर आले तेव्हा त्यांना पळत येताना पाहून तिथे असलेल्या दोन पहारेकऱ्यांना आश्चर्य वाटून ते दचकले.

"जिन्याच्या रस्त्यावर सगळ्यांना पाठवा," मॅलरी त्यांच्याजवळ जात ओरडला. तो पुढे म्हणू लागला, "घातपात करणारी ती इंग्लिश माणसे खाली एका घरात अडकलेली आहेत. आपल्याला तिथे आता उखळी तोफा नेण्याची गरज आहे. चला, भरभर तिकडे चला. येथे थांबू नका!"

"पण मग या दारापासचा पहारा? आम्हाला हा पहारा सोडून कुठे जाता येणार नाही." एक पहारेकरी म्हणाला. त्याला कसलाही संशय आला नव्हता. ती परिस्थितीच अशी होती की, संशय घ्यायला वाव नव्हता. काळोखी रात्र, बदाबदा कोसळणारा पाऊस, जर्मन गणवेषातील आलेली व शुद्ध जर्मन भाषेत बोलणारी दोन माणसे, त्यातून बाहेर होत जाणारे स्फोटांचे आवाज, म्हणजे जवळच गोळीबार सुरू झाला असणार. अशा परिस्थितीत कोणाला शंका येण्याचे कारणच नव्हते.

मॅलरी त्या पहारेकऱ्याकडे पाहत ओरडून म्हणाला, "मूर्ख! डम्पफोफ! येथे तुम्ही कशावर पहारा देत आहात रे? जिन्याच्या रस्त्यावर ती इंग्लिश डुकरे आली आहेत. त्यांना ठार केले पाहिजे! तेव्हा कृपा करून आता चला तिकडे, घाई करा. ते जर निसटले, तर आपल्या सर्वांना जर्मन सरकार रशियन आघाडीवर लढण्यासाठी पाठवून देईल!"

ते दोन पहारेकरी आता पळत सुटले होते. चौकातून त्यांनी जिन्याच्या रस्त्याकडे धाव घेतली. मग त्या पावसात व काळोखात ते दिसेनासे होऊन गेले. काही सेकंदातच मॅलरी व मिलर हे नॅव्हारनच्या किल्ल्यात शिरून त्यांनी आत खोलवर मुसंडी मारली होती.

नॅव्हारनच्या किल्ल्यात सर्वत्र गोंधळ माजला होता, अगदी पूर्णपणे. हालचाली करण्यात तरबेज असलेले आल्पेनकोर्पस सैनिकसुद्धा गोंधळून सैरावैरा धावत असलेले पाहून कोणालाही असे वाटेल की, त्यांनी मुद्दाम हेतुपूर्वक हा गोंधळ चालवला आहे. त्या गोंधळात हुकूम ओरडून सांगितले जात होते. नेमके कोण कोणत्या तुकडीला हुकूम देते आहे हे समजत नव्हते. शिट्ट्या फुंकल्या जात होत्या, ट्रकची इंजिने चालू केली जात होती. सार्जन्ट मंडळी कोणाला तरी शोधण्यासाठी धावपळ करत होती, जमलेल्या सैनिकांना कवायत करण्याचे हुकूम दिले जात होते, किंवा वाट पाहत असलेल्या वाहनात जाऊन बसण्यासाठी सूचना दिल्या जात होत्या. एका ट्रकच्या मागच्या बाजूला जमलेल्या सैनिकांचा घोळका उभा होता. त्या घाईगडबडीतून मॅलरी व मिलर हे दोघे पळत सुटले होते. दोनदा ते दोघे अशा

घोळक्यातून आरपार गेले होते. त्यांना कोणीही हटकले नव्हते. पण काही चारदोन माणसे मात्र शांतपणे या गडबडीमधून, गर्दीच्या मध्यभागातून चालत होती. मॅलरी व मिलर आपापली डोकी खाली घालून पळत होते. विशेषत: जेव्हा त्यांना प्रकाशामधून जावे लागे, तेव्हा पळताना ते आपली तोंडे लपवून जात. या गडबड गोंधळाला मिलर मनातून शिव्याशाप देत होता.

उजवीकडे असलेल्या सैनिकांच्या बराकीच्या दोन ब्लॉक्सना त्या दोघांनी वळसा घातला, मग डावीकडचे पॉवर हाऊस ओलांडले, त्यानंतर त्यांनी एक शस्त्रागार ओलांडले. शेवटी ते डावीकडच्या एका गॅरेजपाशी पोहोचले. आता त्यांना चढ चढावा लागत होता. संपूर्ण अंधार दाटला होता. परंतु पुढे कुठे सरकायचे हे मॅलरीला चांगलेच ठाऊक होते. त्याच्या मनात तिथला नकाशा पक्का झाला होता. व्लाचोस व पनायिस या दोघांनी त्याला जे आतले वर्णन करून सांगितले होते, त्या खुणा तो येथे पडताळून घेत होता. त्यामुळे वाट शोधताना तो आत्मविश्वासाने पुढे जात होता, अचूक दिशेने सरकत होता. अंधारामुळे तो गोंधळून जात नव्हता.

मिलरने मागून मॅलरीच्या दंडाला धरून विचारले, "बॉस, ते काय आहे?" त्याने एका मोठ्या चौकोनी इमारतीकडे बोट दाखवले होते. क्षितिजावर ती इमारत उगवलेली होती. "ती स्थानिक वास्तू तर नाही ना?"

"ती पाण्याची एक टाकी आहे. पनायिसच्या मते त्यात पाच लाख गॅलन पाणी साठवता येते. येथले पाणी वेळ आलीच तर दारूगोळ्याच्या कोठाराचा स्फोट होऊ नये म्हणून त्यात सोडता येते. ते कोठार टाकीखालीच आहे." असे म्हणून त्याने एका बुटक्या व चौकोनी सिमेंटच्या रचनेकडे बोट दाखवले. टाकीपासून ते जरासे पुढे होते. त्या कोठारात जाण्यासाठी एकच प्रवेशद्वार आहे. ते नेहमी कुलूप लावून बंद केलेले असते व तिथे पहारा ठेवलेला असतो.

आता ते सीनिअर अधिकाऱ्यांच्या क्वार्टरपाशी पोहोचत होते. वरच्या मजल्यावर कमांडंटचा खास फ्लॅट होता. तेथून तो भव्य व फेरो-काँक्रीटमध्ये बांधलेला कंट्रोल टॉवर दिसे. त्या टॉवरमधूनच खाली असलेल्या त्या दोन महाकाय तोफा चालवल्या जात. तो टॉवर पाहताच मॅलरी एकदम थांबला. त्याने खालचा मूठभर चिखल उचलला व तो आपल्या तोंडाला फासला आणि मिलरलाही तसे करण्यास सांगितले.

"ही एक आवश्यक व मूलभूत बाब आहे, असे तज्ज्ञ मंडळी सांगतात. आपला चेहरा ओळखता येता कामा नये. शत्रूच्या गोटात शिरताना त्याची गरज असो वा नसो, पण असा बदल हा केलाच पाहिजे. कारण महत्त्वाच्या ठिकाणी असलेला दिव्यांचा प्रकाश नेहमीपेक्षा जरा जास्त प्रखर असतो. इथे आतमध्येही तसेच असणार." मॅलरीने खुलासा केला.

मग तो ऑफिसर्स क्वार्टर्सकडे जाणारा जिना सावकाश चढून गेला. जिना

संपल्यावर वाटेत एक झुलते दार होते. तो त्यावर इतक्या जोरात आदळला की त्या दाराच्या बिजागऱ्याच निखळून बाहेर आल्या. तिथे आतल्या एका की बोर्डपाशी एक पहारेकरी होता. त्याने आश्चर्याने मॅलरीकडे पाहिले. त्याच्या हातातील सब-मशीनगनचा रोख हा सरळ मॅलरीच्या छातीकडे होता.

मॅलरी एकदम रागारागाने त्याला म्हणाला, "ती तुझी बंदूक जरा खाली कर मूर्खा! कमांडंटसाहेब कुठे आहेत? झटपट बोल रे मठ्ठोबा! ही एक जीवनमरणाची बाब आहे."

"हेर कमांडंट? ते गेलेत. नुकतेच ते सगळे जण निघून गेले. एक मिनिट झाले असेल."

"काय? सगळे गेलेत?" मॅलरी आता त्याच्याकडे डोळे बारीक करून पाहू लागला. "सगळे जण गेलेत, असेच म्हणालास ना?"

"होय, होय. नक्की... माझी तशी खातरी..." मग तो बोलायचे एकदम थांबला.

कारण मॅलरीने त्याच्या मागे पाहत म्हटले, "मग ते कोण तिथे उभे आहे?" मॅलरी हिंस्रपणे त्याच्याकडे पाहत राहिला.

ती एक जुनीच युक्ती होती, पण तरीही तो पहारेकरी त्या युक्तीला फसला. तो मागे वळून बघत असताना मॅलरीने त्याच्या डाव्या कानाच्या खाली एक जोराचा ठोसा मारला. तो खाली जमिनीवर पडायच्या आत मॅलरीने दुसरा ठोसा मारून सर्व किल्ल्या ठेवलेल्या त्या कपाटाची काच फोडली. आतल्या डझनभर किल्ल्या गोळा करून त्याने आपल्या खिशात टाकल्या. नंतरच्या वीस सेकंदात त्या माणसाचे तोंड चिकटपट्टीने बांधून टाकले गेले. त्याचे हातपायही बांधले गेले आणि त्याला एका कपाटात टाकून बंदिस्त केले गेले. मग ते परत आपल्या कामासाठी पळत निघाले.

अजून एका अडथळ्यावर त्यांना मात करायची होती. अंधारात पळता पळता मॅलरीच्या मनात तो विचार आला होता. जे तीन अडथळे त्यांच्यासमोर उभे होते त्यापैकी हा एक शेवटचा अडथळा होता. दारूगोळ्याच्या कोठारावर किती जणांचा पहारा आहे हे त्यांना ठाऊक नव्हते. पण त्याला आता एवढा जोर चढला होता की, त्या भरामध्ये त्याने त्या अडथळ्यांची पर्वा केली नाही. त्याला आता कशाचीच काळजी वाटत नव्हती, कसलाही तणाव त्याच्या मनावर नव्हता. मॅलरी व मिलर हे दोघे जणू काही याच कामासाठी जन्माला आले होते.

त्यांनी आपापले टॉर्च बाहेर काढले. त्याचे झोत पाडत ते पुढे पळत होते. त्यांच्या हातातील टॉर्चचे झोत दोन्ही बाजूला फिरत होते. वाटेत विमानविरोधी तोफा उभ्या होत्या. ते पुढे पळत जाताना जर्मन भाषेत ओरडत होते. त्यांचे झोत पुढे पडत होते, पण ते कधीही त्यांनी आपल्या मागे वळवले नव्हते.

समोर दारूगोळ्याचे कोठार होते. तिथेच त्याचे प्रवेशद्वार होते. "आले, दार आले." मॅलरी हळू म्हणाला. एकदम त्याला असे दिसले की, मोठ्या काळ्या आकृतीपासून दोन छायाकृती वेगळ्या झाल्या आहेत. त्याने आपला वेग थोडासा कमी केला. तो मिलरला हळू आवाजात म्हणाला, "ते दोघेजण आहेत. जे करायचे ते झटपट करायचे. उगाच आवाज करायचा नाही. अन् कृपा करून तू तुझ्या टॉर्चने त्यांना तडाखा देऊ नकोस. आत कोठारात दिवे नसणार. अन् तिथे आतमध्ये मी हातात आगपेटी घेऊन रांगत जाणार नाही." असे म्हणून त्याने आपल्या डाव्या हातात टॉर्च घेतला. उजव्या हातात आपले नेव्ही कोल्ट पिस्तूल उलटे करून त्याची नळी पकडली. ते दोन पहारेकरी त्यांच्याकडे पळत येत होते. त्या दोघांनी आपापली पिस्तुले अंधारात तयारीत ठेवली होती.

जवळ आलेल्या पहारेकऱ्याला मॅलरीने धापा टाकत विचारले, "तुम्ही ठीक आहात ना? इकडे कोणी आले होते का? सांग बाबा सांग. झटपट सांग."

तो पहारेकरी बेसावधपणे म्हणाला, "होय, होय. आम्ही ठीक आहोत. पण हा एवढा गोंगाट कसला चालला आहे–"

मॅलरीने रागाने शब्द उच्चारले, "घातपाती कृत्ये करणारी ती इंग्लिश माणसे आत घुसली आहेत. त्यांनी दरवाजावरील पहारेकऱ्यांना ठार केले. इकडे कोणी आले नाही याची खातरी आहे ना तुम्हाला? नाहीतर मला खातरी करून घेऊ दे."

त्याला बाजूला सारून मॅलरी पुढे गेला व त्याने ते भलेमोठे कुलूप पाहिले. मग तो सरळ ताठ उभा राहिला.

"हुश्श! सुटलो बुवा." असे म्हणून तो वळला आणि आपल्या टॉर्चचा झोत सरळ त्या पहारेकऱ्याच्या डोळ्यावर मारला. मग 'सॉरी' असे पुटपुटत त्याने टॉर्च बंद केला. त्यानंतर त्या अंधारात एक दबका आवाज उमटला व तो पहारेकरी खाली जमिनीवर कोसळला. त्याने आपल्या पिस्तुलाचा तडाखा पहारेकऱ्याच्या कानशिलावर मारला होता. तरी अजूनही तो पहारेकरी उभाच होता. हळूहळू तो कोसळू लागला. नंतर त्याच कामाची पुनरावृत्ती दुसऱ्या पहारेकऱ्यासाठी झाली. मिलरच्या पिस्तुलाच्या तडाख्याने तोही खाली कोसळला. त्याचबरोबर आणखी एक फटकारा मिलरने मारला. कोणीतरी तिसरीच व्यक्ती खाली कोसळली होती.

मिलरने खुलासा केला, "आणखी कोणीतरी तिसरे अंधारात उभे होते. चौकशी करण्याच्या भानगडीत न पडता मी त्यालाही खाली पाडले."

"या सगळ्यांना बांधून टाक." मॅलरीने सांगितले. तो परत पुढे जाऊन कोठाराच्या कुलपाला जवळच्या किल्ल्या लावून पाहू लागला. तिसऱ्याच किल्लीला कुलूप उघडले गेले. मग ते अवजड लोखंडी दार जरा ढकलल्यावर सहज मागे गेले. त्याने आत जाण्यापूर्वी बाहेर एक सर्वत्र नजर फिरवली. त्याला कोणीही दिसले

नाही. कसलाही आवाज येत नव्हता. फक्त शेवटचा ट्रक किल्ल्याबाहेर जाण्यासाठी इंजिनाचा आवाज करू लागला होता. किल्ल्याबाहेरून मशीनगनचा आवाज दूरवरून येत होता. ऑन्द्रियाने जर्मनांना चांगलेच गुंतवून ठेवले आहे, असे मॅलरीच्या मनात आले. पण त्याने जास्त धाडस करू नये. त्याने योग्य वेळी पळ काढला पाहिजे; उशीर करता कामा नये... मॅलरीने वळून आपला टॉर्च लावला व तो दारातून आत गेला. मिलर आपली वेळ आली की आत जाणार होता.

त्या भूमिगत कोठारात खालच्या जमिनीत पक्की केलेली एक पोलादी शिडी वर गेलेली होती. त्या शिडीच्या दोन्ही बाजूंना लिफ्टसाठी दोन उंच मोकळ्या जागा वरपर्यंत गेल्या होत्या. त्या मोकळ्या बाजूला भिंती नव्हत्या. लिफ्टला जाळ्या लावल्या होत्या. मध्यभागी एक वरून आलेला पोलादी दोर वंगण लावल्यामुळे चकाकत होता. तो लिफ्टला वर खेचून घेई. लिफ्टच्या दोन्ही बाजूंना दोन चाके होती, ती दोन उभ्या पट्ट्यांवरून फिरत जात. ती चाके आपल्या जागेवर राहावीत म्हणून त्यांना स्प्रिंगा लावल्या होत्या. लिफ्ट त्यामुळे फक्त खाली-वर हलत असे. ती लिफ्टची रचना अत्यंत साधी पण मजबूत होती व पुरेशी होती.

मॅलरी आणखी पुढे गेला व त्याने सर्वत्र प्रकाशाचा झोत फिरवला. जरा पुढे गेल्यावर ती गुहा संपली आहे असे त्याला कळले. वर गेलेल्या पोकळ्या बाहेरच्या एका भव्य खडकाखाली उघडल्या होत्या. तो खडक पुढे कड्यापर्यंत जाऊन आणखी पुढे हवेत गेला होता. खालच्या नॅव्हारनच्या बंदरावर जणू काही झेप घेण्याच्या तयारीत असलेला वाटत होता. पण हा काही कोठाराच्या गुहेचा नैसर्गिक शेवट नव्हता. वाटेत जागोजागी खडाकाच्या भिंतीमध्ये भोके पाडून तिथे सुरुंग लावल्याच्या खुणा दिसत होत्या. वरून खाली आलेली ती एक भव्य नैसर्गिक पोकळी दारूगोळ्याच्या कोठारासाठी जर्मनांकडून वापरली जात होती. तिथून आणखी एक पोलादी शिडी खालून वर गेलेली होती. कदाचित आणीबाणीत आत अडकल्यावर निसटून जाण्यासाठी ती शिडी असावी. अन् ही गोष्ट मॅलरीला महत्त्वाची वाटली, गरजेची वाटली.

मॅलरी मग कोठारात पळत पळत जाऊन एक धावते निरीक्षण करू लागला. जर्मन्स हे आगंतुक लोकांना महत्त्वाच्या जागी आल्यास खिळवून पकडण्यात हुशार होते. त्यासाठी ते सापळे लावून ठेवीत. अनेकदा हे सापळे स्फोटकांना जोडलेले असत. त्यात सापडलेला माणूस स्फोटात जायबंदी होई किंवा मरून जाई. महत्त्वाच्या जागांचे रक्षण करण्यासाठी असे सापळे ते लावून ठेवत. पण येथे तसले सापळे नव्हते. तिथे शेकडो टन अतिस्फोटके टिच्चून साठवली होती. दोन स्फोटकांत फारच थोडे अंतर सोडले होते.

त्या कोठारातील हवा सर्द होती. जागोजागी पाणी गळत होते. भिंतींना सात

फूट उंचीचे वॉटरप्रूफ बोर्ड्स लावले होते. परंतु मधला बोळ अरुंद होता. तिथली बरीचशी जागा रोलर कन्व्हेअर्सनी व्यापली होती. या बोळाच्या दोन्ही बाजूंना तसे रोलर कन्व्हेअर्स ठेवले होते. त्यावरून आत-बाहेर करायचा माल घसरवत नेला जाई. त्यात मोठे बॉम्ब व मोठ्या कार्ट्रिजच्या पेट्या असत. अचानक ते कन्व्हेअर्स हे डावीकडे व उजवीकडे वळलेले त्याला दिसले. पुढे ते कुठेतरी अंधारात लुप्त झाले होते.

गुहेच्या भिंती जसजशी नजर वर न्यावी तशा जवळ-जवळ येत वर अंधारात एक घुमटात अदृश्य झाल्या होत्या. त्याला खाली जमिनीवर दोन रूळमार्ग पक्के केलेले दिसले. त्या दोन्ही रूळमार्गांतील अंतर वीस फूट होते. ते गुहेच्या दारापर्यंत गेले होते. आपल्या हातातील टॉर्च विझवण्यापूर्वी त्याच्या लक्षात आले की, वनराईतील सैतानी भूलभुलैयाच्या जागेतून गुहेच्या वरच्या बाजूच्या तोंडातून आतला क्षीण प्रकाशसुद्धा अंधारात व्यवस्थित समजून येऊ शकतो. एका रूळमार्गावरून दुसऱ्या रूळमार्गावर जाण्यासाठी एक मोठा स्वतःभोवती फिरणारा प्लॅटफॉर्म त्याला दिसला. असाच एक फिरता प्लॅटफॉर्म पुढे एका भिंतीपाशी अंधारात गेला होता.

तिथे या रूळमार्गावरून नक्की येथले तोफगोळे वाहून नेले जात असले पाहिजेत, असे त्याच्या लक्षात आले.

त्याच्या दोन्ही हातात टॉर्च व रिव्हॉल्व्हर होते. त्याच्या बोटाच्या टोकांना किंचित मुंग्या येऊ लागल्या होत्या, पण त्याचे तिकडे लक्ष नव्हते. तो सरळ समोर चालत गेला. पण मंदपणे दबकत गेला नाही. अंधारातून कोणी आपल्यावर अचानक हल्ला करेल अशी शक्यता तिथे नव्हती. कारण आतमध्ये कोणीच पहारेकरी नव्हता. त्याची तशी खातरी होती. पण या अंधाऱ्या गूढ जागेत काहीही घडून शकत असल्याची भावना मनात असल्यावर कोणालाही भीती वाटू शकत होती. 'शेवटी मी येथे येऊन पोहोचलो तर!' असे मॅलरी मनात सारखे म्हणत होता. या कोठाराच्या शेजारीच त्या दोन अजस्र तोफा विसावलेल्या आहेत. त्याच त्या गाजलेल्या 'गन्स ऑफ नॅव्हारन!' याच्यासाठीच मी एवढा आटापिटा केला. मी येथवर आलो यावर त्याचा विश्वास बसत नव्हता...

मॅलरी पुढे सरकत राहिला व तो कोठाराच्या शेजारच्या दालनात गेला. तिथेच त्या तोफा होत्या. मोठ्या फिरत्या पोलादी प्लॅटफॉर्मभोवती त्याने एक चक्कर मारून त्याचे नीट निरीक्षण केले. तोफांचेही निरीक्षण केले. दोन्ही तोफांच्या नळ्यांनी आपली तोंडे जरा वर करून पुढे काढली होती. त्यांचा आतला व्यास नऊ इंच असावा, अशी तज्ज्ञांची अटकळ होती. ज्या खोलीत तोफा होत्या ती खोली लहान असल्याने त्या तोफा आणखीनच भव्य वाटत होत्या, महाकाय वाटत होत्या. त्याच्या मते तोफांच्या नळीचा आतला व्यास हा १२ इंची तरी असावा. याचा अर्थ

जगातील एक सर्वांत मोठी तोफ आपण पाहत आहोत, असे त्याच्या ध्यानात आले. मोठी? छे! छे! ही तोफ मोठी नाही, ती एक राक्षसी तोफ आहे. याच्यापुढे ती 'सायबेरीस' तोफ उगाचच मोठी समजली जाते...

त्याचे विचारचक्र एकदम थांबले. मॅलरी स्तब्ध उभा राहिला. त्याचा एक हात त्या अजस्र तोफेवर होता. कसला आवाज झाला म्हणून आपण आपल्या विचारचक्रातून बाहेर पडून भानावर आलो, याचा तो विचार करू लागला. स्तब्ध उभा राहून तो कानोसा घेत होता. नीट ऐकू यावे म्हणून त्याने आपले डोळे मिटून घेतले. मग अचानक त्याला कळून चुकले की कोणत्याही आवाजामुळे आपण भानावर आलो नसून, एकदम सारे आवाज बंद झाल्यामुळे आपले विचारचक्र थांबून आपण भानावर आलो आहोत. ती एक अव्यक्त मनाने दिलेली एक सावधगिरीची सूचना होती. रात्र एकदम शांत झालेली होती, नि:स्तब्ध झाली होती. गावातील मध्यभागातील ते गोळीबारही थांबलेले होते.

मॅलरीच्या लक्षात आले की, आपण खूप दिवास्वप्ने पाहण्यात येथे वेळ घालवला आहे. आता थोडाच वेळ उरला आहे. ॲन्ड्रियाचे बाहेरचे कामही संपलेले आहे. त्याने संघर्ष थांबवला आहे. आपल्याला कोणीतरी फसवले आहे, हे जर्मनांच्या लक्षात यायला आता वेळ लागणार नाही. मग ते धावाधाव करू लागतील. ते लवकर आपल्यापर्यंत पोहोचतील. ते आपल्याला कुठेही गाठू शकतील, पण गाठतील हे नक्की. मॅलरी ताबडतोब कामाला लागला. त्याने आपल्या पाठीवरच्या रकसॅकमधून शंभर फूट लांबीचा दोर बाहेर काढला. त्या दोराच्या पोटातून एक तार गेली होती. त्यामुळे तो खूप वजन पेलू शकत होता. काहीही झाले तरी बाहेर निसटण्याचा मार्ग आधी पक्का केला पाहिजे.

आपल्या खांद्यामधून त्याने दोराची गुंडाळी घेतली व तो पुढे सरकला, सावधगिरीने सरकला. दोराचे टोक बांधण्यासाठी तो योग्य जागा शोधू लागला. तो तीन पावले पुढे गेला तोच त्याच्या उजव्या गुडघ्याच्या वाटीवर काहीतरी कठीण वस्तू लागली. त्याच्या तोंडून नकळत वेदनेचा उद्‌गार बाहेर पडला. त्याने आपल्या हाताने चाचपडून पाहिले तेव्हा त्याला कळले की, हा एक लोखंडी कठडा आहे व तो कमरेइतका उंच आहे. तो गुहेच्या तोंडापर्यंत गेलेला आहे. समुद्राकडे असलेल्या गुहेच्या तोंडातूनच तोफगोळे सोडले जात. त्या तोंडामधून कोणी खाली पडू नये म्हणून तिथेही हा कठडा फिरवला होता. विशेषत: रात्री अंधारात कोणीही तिथून खाली पडू शकले असते.

लगेच त्याला डावीकडच्या वाटेची आठवण झाली. त्या वाटेवर शेवटी कठडा संपला होता. तो तेथवर गेला आणि त्याने कठड्याच्या शेवटच्या टोकाला दोराचे एक टोक बांधले, पक्के बांधले. त्या दोराला धरून तो गुहेच्या तोंडातून बाहेर खाली

उतरू लागला. काही फूट अंतरावर कड्याची भिंत दोराला लागेनाशी झाली. गुहेचे तोंड बाहेर आलेले असल्याने त्या खाली आता काहीच नव्हते. खाली होते ते १२० फूट खोलीवर नॉव्हारनचे तिन्ही बाजूंनी बंदिस्त असले बंदर. तो मुकाट्याने वर येऊन कठड्यापाशी थांबला.

त्याच्या उजवीकडे एक गडद व धूसर कडा असलेली आकृती समुद्रावर दिसत होती. कदाचित ते 'केप डिमिर्सी' हे भूशिर असावे. मेडोसच्या सामुद्रधुनीच्या बाजूला त्याला कोणत्यातरी बेटावरील दूरवरचे दिवे लुकलुकताना दिसत होते. 'आम्ही ते दिवे लावू दिले आहेत, टिकू दिले आहेत,' असा त्यावरून जर्मनांना गर्व वाटत असावा. पण त्याहीपेक्षा कोळी लोकांच्या घरातील त्या दिव्यांमुळे रात्रीच्या वेळी तोफांचा वापर करताना एक भौगोलिक खूण म्हणून उपयोग होई. हीच शक्यता अधिक होती. डावीकडे अगदी नवल वाटावे इतके जवळ ३० फूट अंतरावर, पण खूप खाली किल्ल्याची पुढे आलेली भिंत कड्यावर दिसत होती. पश्चिमेकडेची घरे असलेले गाव हे खालच्या बाजूला उतरत गेले होते. प्रथम दक्षिणेकडे आणि नंतर पश्चिमेकडे ते उतरत गेले होते. चंद्रकोरीच्या आकाराच्या खालच्या बंदराभोवती ते गाव वसलेले असल्याने असे दिसत होते. गावाच्या वर पाहण्याजोगे काहीही नव्हते. गुहेच्या तोंडावर निम्मे आकाश दिसत होते आणि खालच्या मिट्ट काळोखातला समुद्राचा पृष्ठभाग हाही काळा झालेला होता. तिथे समुद्रावर छोट्या-मोठ्या बोटी होत्या. त्यात जर्मन नौका व जर्मन लाँचेसही होत्या. पण त्या लहान-मोठ्या बोटी या शेकडो मैल दूर असाव्यात.

हा सर्व देखावा पाहण्यात, त्याचा परामर्श घेण्यात त्याला अवघे दहा सेकंद लागले. आता थांबण्यात अर्थ नव्हता. त्याने झटपट खाली वाकून दोराच्या शेवटच्या टोकाला एक साधी पण मजबूत व दुहेरी गाठ बांधली आणि तो दोर तिथेच लपवून ठेवला. जर तशीच काही आणीबाणीची वेळ आली, तर सरळ त्या दोरावरून घसरत जाऊन शेवटी खालच्या समुद्रात झोकून घ्यायला ते उपयोगी पडेल. तो दोर अवघा ९० फूट लांबीचा होता. शेवटचे ३० फुटांचे अंतर हे दोर सोडून उडी मारावी लागणार, असा त्याचा अंदाज होता. मग बंदरातील कोणतीही लाँच अथवा नौका घेऊन दूर जाता येईल असा त्याचा विचार होता. ती ३० फुटांमधली उडी ही हाडे मोडणारीही ठरू शकत होती. किंवा एखाद्या बोटीच्या डेकवरही ती पडू शकत होती; पण नाइलाजाने तेवढी जोखीम घ्यायला हवी. मॅलरीने एकदाच तिथल्या दृश्याकडे शेवटचे पाहिले आणि तो शहारला. अशा मार्गाने या दोरावरून निसटण्याची पाळी आपल्यावर देवाने आणू नये, अशी इच्छा त्याने मनात व्यक्त केली.

मिलर एका वॉटरप्रूफ बोर्डवर गुडघ्यावर बसून खाली वाकून पाहत होता. तो एक खोल गेलेला खड्डा होता. त्यात वरून आलेली शिडी गेलेली होती. मागून मॅलरी धावत आला. त्याच्या हातात वायर्स, फ्यूज, डिटोनेटर्स आणि स्फोटके होती. मॅलरी जवळ आल्यावर मिलर उठून उभा राहिला.

"वा! हे झकास काम केलेत तुम्ही बॉस. सारे काही सामान येथेच मिळाले हे बरे झाले." तो टाइम फ्यूजचे घड्याळ नीट लावून ठेवू लागला. त्यातून निघणारा अगदी मंदपणे बाहेर येणारा हम्ऽऽ असा आवाज ऐकून त्याला समाधान वाटले. मग तो त्या शिडीच्या पायरीवर बसून म्हणाला, "वर गेल्यावर मला दोन पेट्यांच्या रांगा दिसल्या. त्या कार्ट्रिजेस आहेत असे मला वाटते. आपल्याकडचा टाइम फ्यूज व डिटोनेटर निकामी झाले आहेत, हे जर्मनांना समजायला काहीही मार्ग नाही."

"ठीक आहे. आता वरचे गुहेत शिरण्याचे दार बंद केले का?"

"मी ते केव्हाच बंद केले आहे." तो जरा रुष्ट होऊन पुढे म्हणाला, "बॉस, मला कधी कधी असे वाटते की..."

पण पुढचे शब्द मॅलरीला ऐकू आले नाहीत. एक आवाज सर्वत्र ऐकू येऊ लागला होता. तो आवाज धातूचा होता, घुमत होता. तिथली गुहा व ते कोठार यात सर्वत्र पसरला होता. त्या आवाजात मिलरचे शेवटचे शब्द बुडून गेले होते. मग तो आवाज विरून गेला. खालच्या बंदराच्या दिशेने विरून गेला असे त्यांना भासले. पुन्हा एकदा तो हम्ऽऽ असा आवाज सुरू झाला. ते दोघे एकमेकांकडे पाहू लागले. पुन:पुन्हा पाहत राहिले. मग कधीतरी ते भानावर आले.

मॅलरी पुटपुटत म्हणाला, "आले, जर्मन्स आत आले. ते आत घण घेऊन आले असणार. माय गॉड! आपण ते तोफेच्या गुहेत शिरणारे दार बंद केले आहे!" तो आता तोफेच्या गुहेकडे नेणाऱ्या वाटेने तोफेकडे पळू लागला. मिलर त्याच्या मागेच पळत होता.

पळता पळता मिलर म्हणत होता, "ते इतक्या लवकर कसे उगवले?"

मॅलरीने त्या आतल्या कठड्यावरून गुहेत उडी टाकली आणि तो गुहेच्या समुद्राकडे उघडलेल्या तोंडाशी गेला. तो म्हणाला, "अन् आपल्याला निघताना सांगितले नक्ते की वरचे ते दार उघडले की, गार्ड-रूममधली सावध करणारी घंटा वाजते. त्यांनी आपल्याला सारे काही खरे सांगितले नाही."

सोळा

बुधवार : रात्री ९:१५ ते रात्री ११:४५

अत्यंत कौशल्याने मॅलरी तो दोर बाहेर कठड्यावरून खाली सोडत गेला. त्याने त्या आधी कठड्यावर दोन वेढे घातले होते. मॅलरी दोरावरून खाली उतरू लागला. ५० फूट खाली गेल्यावर तो खालच्या अंधारात दिसेनासा झाला होता. मग मिलर अंदाजानेच मोजू लागला, पंचावन्न, साठ, अन् त्यानंतर तो खुणेचा सांकेतिक झटका दोराला खालून बसला.

आता मिलर त्या दोरावरून खाली उतरू लागला. त्याने आपल्याबरोबर ती आकडा लावलेली बांबूची काठी आणली होती. आपल्या शरीराला ती अडकवली होती. सुरुवातीला तो खाली सावकाश जात होता. पण पुढे त्याचा दोरावरून घसरण्याचा वेग वाढू लागला. मग तो दोर झुलू लागला. त्यांच्यासकट झुलू लागला, एखाद्या लंबकासारखा झुलू लागला. तो झोका हळूहळू वाढत जाऊ लागला. झोका फार वेडावाकडा वाढला, तर आपण कड्याच्या भिंतीवर जाऊन आपटू अशी भीती मिलरला वाटू लागली. जसजसा झोका जास्त वाढू लागला, तो दोर स्वत:भोवती फिरू लागला. खाली मॅलरी कड्यावर आपटत असेल हे त्याने ताडले; पण आता त्यालाही थांबणे शक्य नव्हते. त्याला येथेही गुहेतल्या दारावर घणाचे घाव बसत चाललेले ऐकू येऊ लागले. ते सतत घातले जात होते. त्याने खाली मॅलरीकडे लवकरात लवकर पोहोचण्याची धडपड केली. ज्या घरात ब्राऊन मागे थांबला होता, त्या घरातील सज्जातून त्याने बाहेर दोर फेकला असेल अशी तो आशा करत होता.

वरच्या गुहेच्या तोंडापासून ६० फुटांवर, म्हणजे अर्ध्या अंतरावर मॅलरी दोराचा

झोका वाढवत होता. रात्रीच्या काळोखात त्यांच्या अंगावर पाऊस कोसळतच होता. झोका खाताना त्या दोघांचे पाय कड्याच्या भिंतीला धडकून घासून जायचे. त्यामुळे एवढे भान हरपे की दोरावरची हाताची पकड सुटू पाहे. याआधी त्याचे डोके कड्याच्या भिंतीवर धाडकन आपटले होते. त्या वेळी तो जवळ-जवळ बेशुद्धच होणार होता; पण आता त्याला कुठे कड्याचा पृष्ठभाग पुढे आला असेल, कुठे त्या भिंतीला उंचवटा आला असेल याचा अंदाज आला होता. त्यामुळे जेव्हा तो झोक्यामुळे कड्याजवळ जाई, तेव्हा तो आपले पाय पुढे करून तो धक्का पायात शोषून घेई. त्याचे डोके आपटल्यामुळे त्याची एक जुनी जखम उघडी झाली. ती जखम तुर्झिगमुळे त्याला झाली होती. डोक्याच्या रक्तस्रावामुळे त्याचा संपूर्ण चेहरा रक्ताने भरून गेला होता. रक्तामुळे त्याच्या चेहऱ्यावर एक मुखवटा चढला आहे असे दिसत होते.

पण त्याला आपल्या जखमेचे फारसे काही वाटत नव्हते. त्याला डोळ्यांत रक्त शिरत होते त्याची काळजी वाटत होती. तसेच त्याच्या दृष्टीने दोर हीच एकमेव आशा होती. ब्राऊनने तो दोर सज्जाच्या बाहेर सोडला असेल का, या दोराचा झोका तेथवर पोहोचेल का, पोहोचल्यावर तो दोर पकडता येईल का, असे प्रश्न त्याला भेडसावत होते अन् असे घडले नाही, तर संपलेच सारे. सारी आशा मावळून जाईल. तोफेची गुहा व त्या घराचा सज्जा यात आडवे अंतर हे अवघे ४० फूट होते. सज्जाला बांधलेला तो दोर तिथे असेल तर तो अजून का सापडत नाही? त्याने हातात टोकाला आकड्याचा हूक लावलेली काठी घेतली. जसजसा हेलकावा टोकाला जाई तेव्हा काठीने तो दोर अंधारात आकड्यात अडकवण्याचा प्रयत्न करी. पण अद्यापपर्यंत दोर हुकात अडकला नव्हता. प्रत्येक वेळी हेलकावा मागे येताना कड्याच्या भिंतीवरून काठीचा आकडा खरवडत येई. तिथे खरेच दोर होता की नाही हे समजण्यास त्या अंधारात काहीच वाव नव्हता. सतत झोके खात अंधारात प्रयत्न करणे एवढेच हाती उरले होते. ब्राऊनने दोर सोडण्याच्या आधीच आपण गुहेतून दोरावर उतरलो का, हा प्रश्न त्याच्या मनात घोळू लागला. त्याने आत्तापर्यंत तीन वेळा हेलकावे घेत प्रयत्न केले होते; पण प्रत्येक वेळी काठीच्या आकड्यात काहीच अडकत नव्हते. काठी परत यायची ती रिकामी.

चौथ्या वेळी मात्र त्यांचे भाग्य उजळले. त्या हेलकाव्याच्या वेळी काठीच्या आकड्यात काहीतरी अडकले आहे असे त्याला जाणवले. मग त्याने खाली वाकून दोराला झटका दिला. तो सांकेतिक झटका मॅलरीला कळला. तेवढ्यात मिलर त्या ओल्या झालेल्या निसरड्या दोरावरून खाली घसरू लागला. दोन मिनिटांनी तो दोरावर ६० फूट वर चढत गेला. ओल्या व निसरड्या दोरावरून वर चढत जाणे हे एक फार कष्टाचे काम होते. तोफेच्या गुहेच्या तोंडपाशी तो आला आणि

कठड्यावरून त्याने जमिनीवर अंग लोटून दिले. मग तो धापा टाकू लागला. त्याच्या मागोमाग मॅलरीसुद्धा वर आला. मिलरने झटपट मॅलरीच्या पायातील गाठीचा फास काढून टाकला आणि इथला दोर व ब्राऊनकडचा दोर हे एकत्र बांधून टाकले. मग त्या दोराला ब्राऊनच्या दिशेने एक झटका दिला. ब्राऊन तिकडून दोर ओढू लागला आणि दोन्ही दोरांची जोडलेली टोके अंधारात निघून गेली, दिसेनाशी झाली. दोन मिनिटांत ब्राऊनकडून दोरावाटे ती अवजड बॅटरी आली. आता गुहेचे तोंड व त्या घराचा सज्जा यांच्यात एक हवाई पूल तयार झाला होता. ब्राऊन त्या दोराला सामान बांधून खाली सोडे आणि इकडे मॅलरी व मिलर ते वर ओढून घेत. नंतरच्या दोन मिनिटांत या वेळी अत्यंत काळजी घेत ब्राऊनकडून एक कॅनव्हासची पिशवी पाठवण्यात आली. त्यात स्फोटके होती. डायनामाईट, प्रायमर व डिटोनेटर्स होते. इकडे गुहेच्या तोंडाशी ते काढून घेण्यात आले.

आता गुहेतून कोणतेही आवाज ऐकू येईनात. गुहेच्या पोलादी दारावर घण मारण्याचे पूर्णपणे थांबले होते. सर्वत्र शांतता होती; पण ती शांतता धमकावणारी होती. ती स्तब्धता चमत्कारिक होती. पूर्वीपेक्षा ती शांतता भयाण वाटू लागली होती. जर दार तुटले गेले असते, तर जर्मन आतमध्ये मशीनगनच्या फैरी झाडत घुसले असते. त्या फैरींपुढे कोणीही जिवंत राहू शकले नसते.

कमरेला पिस्तूल लटकावलेला मॅलरी गुहेतल्या तोफांना जाऊन टेकला. त्याचा टॉर्च अर्धवट लोंबत होता. तोफेच्या खोलीत कोणीही नव्हते. वर बाहेर जाण्याचे एक दार होते. ते होते तसेच होते. तो तिथे चढून गेला. पलीकडचे खालच्या आवाजातील बऱ्याच जणांचे बोलणे ऐकू येते आहे, असे त्याला वाटले. मग त्या पोलादी दारापलीकडून एक फिस्स्ऽऽ असा आवाज त्याला ऐकू आला. तो आवाज खूपच हळू होता. त्यावरून त्याला कसलाच अंदाज बांधता आला नाही. दाराला कान लावण्यासाठी तो पुढे सरकला आणि त्याने पोलादी दारावर आपला हात ठेवला. मात्र मग वेदनेमुळे झटक्यात मागे ओढून घेतला. त्याच्या तोंडून एक हलकासा चीत्कारही बाहेर पडला. जिथे दाराला अंगचे कुलूप होते त्याच्या वरचा दाराचा पृष्ठभाग तापून लाल झाला होता. दार तापलेले होते, म्हणून मॅलरीचा हात भाजला होता. मिलर जेव्हा ती अवजड बॅटरी घेऊन आला तेव्हा मॅलरी खाली पडला होता. उठून बसत तो म्हणाला, ''ते दार तापलेले आहे. ते गॅसकटरने कापले जात असले पाहिजे.''

''तुम्हाला दुसरे काही ऐकू आले का?''

''मला फिस्स्ऽऽ असा आवाज ऐकू आला.''

''म्हणजे ते ऑक्सि-ऑसिटीलीन ज्योतीने दाराचे अंगचे कुलूप कापून काढत आहेत. त्याला वेळ लागेल. कारण दाराचे पोलाद हे आर्मड पोलाद आहे.''

"मग ते स्फोट करून का उडवून देत नाहीत?"

मिलर घाईघाईने म्हणाला, "तो विचार सोडून द्या. बॉस त्याबद्दल तुम्ही बोलूसुद्धा नका. कारण तसे केले तर सिम्पथॅटिक डिटोनेशनमुळे कोठारातील बाकीची स्फोटकेही उडून सर्वांचा एक मोठा धमाका उडेल. ते सिम्पथॅटिक डिटोनेशन ही एक फार गंमतशीर गोष्ट आहे. त्याचा कधीही भरवसा नसतो. बॉस, आता मला जरा हे उचलायला मदत करा."

नंतरच्या काही सेकंदात डस्टी मिलर हा आपल्या कामात गर्क होऊन गेला होता. त्याला स्फोटके लावून ठेवण्याचे काम आवडे. फार मोठा धोका पत्करून तो ते काम करत होता. त्याला परत येथून दोराच्या साहाय्याने ब्राऊनकडे जायचे होते. पण पुढचे काम विसरून तो आपले आत्ताचे काम मन लावून करत होता. आपले काम त्याने मोजून चार मिनिटांत संपवले. त्या वेळी मॅलरीने ती अवजड बॅटरी दोरीने लिफ्टच्या तळाशी सावकाश सोडून दिली होती. मिलर आता लिफ्टच्या दोन मुख्य पोलादी पट्ट्यांमध्ये उभा राहून काम करत होता. आपले झालेले काम तो तपासून पाहत होता. त्या लिफ्टमधून तोफगोळे वर पाठवले जात. ती एक अवजड सामानासाठी केलेली लिफ्ट होती, नव्हे तो सामानाचा एक पाळणा होता. त्याने एक काळ्या चिकटपट्टीचा रोल बाहेर काढला आणि त्याच्या साहाय्याने त्या पोलादी उभ्या जाडजूड पट्टीला दहा-बारा वेढे देऊन त्याने त्यात एक स्वीच गुंतवून टाकला. पाळण्याची चाके त्या पट्टीवरून जाताना तो स्वीच दाबला जाऊन त्यामुळे जिथे स्फोटके लावली होती ती स्फोट पावतील अशी त्यामागची रचना होती. मग जरा मागे सरून तो आपले झालेले काम निरखून पाहू लागला. नंतर त्याने लगेच स्वीचमधल्या दोन पॉइंटना दोन विजेच्या तारा जोडल्या. त्या पक्क्या राहण्यासाठी तिथेही ती काळी चिकटपट्टी गुंडाळली. मग त्या दोन तारा त्याने पोलादी पट्टीला चिकटवून वर नेल्या. मग कॅनव्हासच्या पिशवीतून डायनामाईटच्या कांड्या व डिटोनेटर बाहेर काढले. डिटोनेटर डायनामाईटला जोडला व डिटोनेटरमधल्या तारा वर आणलेल्या तारांना जोडल्या. पण वाटेत त्यातली एक तार बॅटरीमधून नेली होती. जेव्हा पोलादी पट्टीवरून जाणारी पाळण्याची चाके त्या स्वीचला दाबतील तेव्हा एकदम स्फोटाचा धमाका होणार होता. त्याने सारी रचना तपासली व तो समाधानाने तिथे थोडा वेळ टेकला. मिलर शिडीने खाली उतरून त्याच्यापाशी गेला आणि त्याचे लक्ष आपल्याकडे वेधले. त्या पट्टीवरून गेलेल्या तारा उघड्या होत्या आणि मॅलरीचा चाकू निष्काळजीपणे त्याच्या हातात लोंबत होता. त्या चाकूचे उघडे पाते दोन्ही तारांना नुसते जरी टेकले, तरी स्फोट होऊ शकत होता.

मिलर अगदी सहजतेने मॅलरीला म्हणाला, "बॉस, तुमच्या हातातील ते चाकूचे पाते त्या दोन तारांना टेकले तर एकदम ही सगळी जागा, आतल्या

सामानासकट आकाशात उडून जाईल. एवढा मोठा स्फोट होऊ शकतो.''

मॅलरी भेदरून म्हणाला, ''आता झाले ना तुझे काम? चल, आपण येथून निघून जाऊ. त्यांनी गॅसकटरने दरवाजावर एक अर्धवर्तुळाची भेग पाडली आहे. सर्व वर्तुळ पूर्ण झाल्यावर दार उघडून ते आत येतील.''

पाच मिनिटांनी मिलर सुरक्षित जागी पोहोचला होता. ४५ अंशातून तिरप्या झालेल्या व ताणून धरलेल्या दोरावरून घसरत जाणे तसे सोपे होते. तिथे ब्राऊन त्यांची वाट पाहत होता. मिलर व मॅलरी एकामागोमाग तिथे सज्जात अवतरले. मॅलरी विचार करत होता की जेव्हा तोफ चालवण्याची पाळी येईल, त्या वेळी तिथे किती जर्मन माणसे कामे करत असतील? त्यांना आपण येथे स्फोटके लावून ठेवल्याचे समजणारही नाही. बिचारे जर्मन्स! जो धमाका होईल त्या स्फोटात त्या महाकाय राक्षसी तोफा व ते दारुगोळ्याचे कोठार पार उद्ध्वस्त होऊन जाईल. मग त्याच्या मनात खेरोस बेटावरची माणसे व आरमाराच्या विनाशिका यांचा विचार उद्भवला. तो विचार आतापर्यंत शंभर वेळा तरी त्याच्या मनात आला होता. असा विचार करत असतानाच तो तिरप्या दोरावरून खाली घसरत होता. मध्यभागी आल्यावर एकदम वर सज्जात जाण्यासाठी तो दोरावरून चढू लागला. पण त्याच वेळी मशीनगनचा कडकडाट त्याने ऐकला. त्याच्या डोक्यावरून गोळ्या जाऊ लागल्या होत्या.

मिलरने त्याला सज्जात ओढून वर घेतले. मिलर भेदरून गेला होता. शेवटच्या क्षणी मॅलरीला गोळी लागते आहे की काय, या शंकेने तो घाबरून गेला होता. मिलरला कळून चुकले की, आपण आता या घरातून बाहेर पडू शकणार नाही. कारण त्यांना – जर्मनांना – हे घर कळून चुकले आहे. आता ते चौकातल्या या घराला वेढा घालतील. त्यांचा निसटण्याचा मार्ग आता बंद झाला.

मिलर ओरडून मॅलरीला म्हणाला, ''कमॉन बॉस! आपल्याला या घरापासून ताबडतोब दूर गेले पाहिजे. तेथे थांबलो की आपण संपलो!''

मॅलरीने जिथून जर्मन्स गोळ्या झाडीत होते तिकडे डोके करून विचारले, ''ते कोण आहेत?''

''ते जर्मन गस्तीचे लोक आहेत.''

''मग आपण येथून कसे निसटणार? अन् अॅन्ड्रिया कुठे आहे?''

''तो चौकाच्या पलीकडच्या बाजूला आहे बॉस. त्याच्यावर जर्मन्स गोळीबार करत आहेत.''

''चौकाची पलीकडची बाजू!'' असे म्हणून मॅलरीने आपले घड्याळ पाहिले.

"तो अजून तिकडे गोळ्या झाडतो आहे?'' मॅलरी घरात हिंडत मिलरला म्हणाला, "त्याला तुम्ही पलीकडच्या बाजूला का जाऊ दिलेत?''

मिलर यावर काळजीपूर्वक म्हणाला, "बॉस, मी त्याला तिकडे नाही पाठवले. मी आलो त्याआधीच तो पलीकडच्या बाजूला गेला होता. असे दिसते की जेव्हा ब्राऊन येथे होता, तेव्हा त्याने गस्तीचे सैनिक मोठ्या प्रमाणात घराघरांत घुसून झडती घेत होते. ते सैनिक आपल्याकडे येऊ नयेत म्हणून अॅन्ड्रिया पलीकडच्या बाजूच्या रिकाम्या घरात गेला आणि तेथून तो फायरिंग करू लागला. अॅन्ड्रिया आता परत येण्याची वेळ झालेली आहे. पण तरीही जर्मन्स येथे दोन-तीन मिनिटांत परतण्याची शक्यता आहेच. म्हणून तो परत पलीकडच्या बाजूला जाऊन तिथल्या घराच्या छपरावरून जर्मनांवर गोळ्या झाडू लागला.''

"त्यांनी माघार घ्यावी म्हणून तो तिकडे गेला काय?'' असे म्हणून मॅलरी लूकीजवळ गेला. लूकी खिडकीतून बाहेर पाहत होता. मॅलरी पुढे म्हणाला, "या वेळी तो मारला जाईल, अगदी नक्की! बाहेर सर्वत्र सैनिक पसरलेले आहेत. ते आता परत त्याच्या युक्तीला बळी पडणार नाहीत. एकदा त्याने त्यांना टेकडीवर फसवले होते आणि जर्मन्स–''

"मला तसे वाटत नाही सर.'' खिडकीपासचा ब्राऊन उत्तेजित होत म्हणत होता. "अॅन्ड्रियाने आत्ताच त्यांचा एक सर्चलाइट गोळ्या झाडून फोडला. तेव्हा जर्मनांना असे वाटणार की, आपण आता अंधारात भिंतीवरून उड्या ठोकून जाऊ. पाहा, पाहा सर. जर्मन्स आता तिकडेच चालले आहेत.'' ब्राऊन आणखी उत्तेजित होत नाचायचेच बाकी राहिला होता. आपल्या पायातल्या वेदना तो विसरला होता. "ते पाहा, ते पाहा सर. अॅन्ड्रियाची युक्ती बरोबर ठरली बघा.''

मॅलरीने खिकीतून पाहिले. जर्मन गस्तीचे सैनिक त्या घरातून बाहेर पडले होते व चौकातून पळत सुटले होते. खालच्या निसरड्या दगडी फरशीवर त्यांचे बूट आपटून आवाज होत होता. मध्येच ते अडखळत होते, कधी खाली पडत होते, पुन्हा उठून पळत होते. जर्मन सैनिकांची माघार चालू झाली असावी. त्याच वेळी मॅलरीला दिसले की समोरच्या घरांच्या छपरावर टॉर्चचा प्रकाश अधूनमधून पडत आहे. काही माणसांच्या आकृत्या वाकून तिथून निसटण्याचा प्रयत्न करत आहेत. जिथे अॅन्ड्रिया उभा होता त्या जागेकडे जाण्याचा ते प्रयत्न करत आहेत, कारण त्याच जागेवरून अॅन्ड्रियाने जर्मनांचा सर्चलाइट फोडला होता.

"आता ते त्याला चारही बाजूने घेरतील.'' मॅलरी हळू आवाजात म्हणाला. हे म्हणताना त्याने आपल्या मुठी घट्ट आवळल्या होत्या. काही सेकंद तो स्तब्ध उभा राहिला होता. मग झटकन त्याने जमिनीवर पडलेली श्मायसर रायफल उचलली. "त्याला निसटायची संधीच मिळत नाही. मीच आता तिकडे जाऊन बघतो.'' असे

म्हणून तो बाहेर जाण्यासाठी दाराकडे निघाला; पण त्याची वाट अडवून मिलर उभा होता.

मिलरने अत्यंत शांतपणे म्हटले, ‘‘अ‍ॅन्ड्रियाने जाताना असे सांगितले होते की आपण त्याच्या मागे येऊ नये. परत कसे यायचे हे तो ठरवेल. तो आपली वाट शोधेल. तो आपल्या या सांगण्यावर ठाम होता. कोणीही कोणत्याही कारणासाठी आपल्याला मदत करू नये, अशी त्याने सक्त ताकीद दिली होती.’’

मॅलरी निर्विकारपणे म्हणाला, ‘‘डस्टी, मला थांबवायचा प्रयत्न करू नकोस.’’ अ‍ॅन्ड्रिया जाताना त्याच्यापाशी मिलर होता, हे तो विसरला असावा. त्याला फक्त एवढेच ठाऊक होते की अ‍ॅन्ड्रिया संकटात असून त्यासाठी आपण तत्काळ त्याच्याकडे धावून जायला हवे, त्याला जमेल तेवढी मदत द्यायला हवी. ते दोघे गतआयुष्यात दीर्घकाळ एकत्र होते. आपल्यावर त्याने केलेले उपकार मॅलरीच्या सदैव स्मरणात होते. त्याचा सदा हसतमुख असलेला चेहरा तो कधीही विसरू शकत नव्हता. जेव्हा जेव्हा तो निराश होई, हतबल होई, तेव्हा त्याच्या मदतीला नेहमीच अ‍ॅन्ड्रिया धावून येई व त्याच्या आशा पल्लवित करे, काहीतरी मार्ग काढे... मॅलरीने मिलरच्या छातीवर आपला हात ठेवला.

मिलर घाईघाईने म्हणाला, ‘‘सर, तुम्ही त्याच्याकडे जाण्यामुळे उलट त्याच्या योजनेत अडथळा ठराल. तुम्ही असे म्हणाला होतात...’’

मॅलरीने त्याला बाजूला सारले व तो दाराकडे गेला; पण एवढ्यात मागून कोणीतरी त्याचे दोन्ही दंड धरले होते. त्याने आपल्या मुठी आवळल्या होत्या, पण तरीही तो थांबला. त्याने मागे वळून पाहिले. तो लूकी होता. त्यांचा चेहरा काळजीने व्यापून गेलेला दिसत होता.

लूकी ठामपणे म्हणत होता, ‘‘सर, अमेरिकन मिलर जे म्हणत आहेत, ते बरोबर आहे. तुम्ही जाऊ नका. अ‍ॅन्ड्रियाने तुम्हाला निरोप दिला होता की, तुम्ही आम्हाला सर्वांना घेऊन खाली बंदराकडे जावे.’’

यावर मॅलरी फटकन म्हणाला, ‘‘तुमचे तुम्ही जा तिकडे. तुम्हाला रस्ता ठाऊक आहे, आपल्या योजनाही ठाऊक आहेत.’’

‘‘तुम्ही आम्हाला जाऊ द्याल? तसेच जाऊ द्याल?’’

‘‘तुमच्याबरोबर तुम्ही साऱ्या जगाला बरोबर न्या. मला त्याची पर्वा नाही; पण अ‍ॅन्ड्रियाला मी मदत करणारच.’’ मॅलरीच्या बोलण्यात आता कळकळ होती. तो म्हणाला, ‘‘अ‍ॅन्ड्रिया जे बोलतो ते करूनच दाखवतो. तो आपल्याला कधीही खाली पाहायला लावणार नाही.’’

आता लूकी बोलू लागला, ‘‘पण मेजर मॅलरी, तुम्ही मात्र त्याच्या सांगण्याविरुद्ध वागून त्याला हरकत घेत आहात.’’

"तुम्हाला म्हणायचे तरी काय आहे?"

"ॲन्ड्रिया यांच्या मते आपण त्याच्याबाबतीत काहीही हालचाल करायची नाही. जरी तो जखमी झाला, अगदी मारला गेला तरीही. तुम्ही त्याच्यामागे जाल आणि त्यात तुम्हीही मारले गेलात तर? मग सारीच योजना निष्फळ होईल. अन् ॲन्ड्रिया उगाच काही मरण पत्करणार नाहीत. तुम्ही तुमच्या जवळच्या मित्राचा असा विश्वासघात कराल?"

"ठीक आहे, ठीक आहे! मानले तुम्हाला." शेवटी मॅलरी चिडून म्हणाला.

लूकी पुटपुटत म्हणाला, "ॲन्ड्रियाला हेच पाहिजे होते. यापेक्षा वेगळे काही तुम्ही करणे–"

"बस्स करा रे. मला आता कोणीही उपदेश करू नका. मला आता पुढे काय योजना आखायची ती ठरवू द्या." मॅलरी ताळ्यावर आला होता. तो आता सैल झाला होता. बाहेर जाऊन ॲन्ड्रियाला मदत करण्याची त्याची ऊर्मी ओसरली. तो म्हणाला, "आपण आता येथून निघण्यासाठी वरच्या रस्त्याने जाऊ. वरचा रस्ता म्हणजे छपरा-छपरांवरून आपण जायचे. मग पूर्वीच्या त्या घरात उतरू. तिथल्या चुलीमधली राख घेऊन अंगाला फासू. हात व चेहरे यामुळे अंधुक प्रकाशात दिसणार नाहीत. बाहेर दिसेल अशी कोणतीही पांढरी वस्तू ठेवायची नाही आणि कोणीही आपसात बोलायचे नाही!"

ठरल्याप्रमाणे ते त्या घरात गेले व तेथून बाहेर पडले. मग ते सर्व जण बंदराच्या धक्क्याकडे निघाले. तो त्यांचा प्रवास अवघ्या पाच मिनिटांत आटोपला. अत्यंत शांततेत व पावलांचाही आवाज होऊ न देता ते चालले होते. सुरुवातीला कोणीतरी कुजबुजले तरी मॅलरी हलक्या आवाजात शुक् करून त्यांना गप्प बसवायचा. त्या पाच मिनिटांच्या प्रवासात कसलेही अडथळे आले नाहीत. त्यांना वाटेत कोणीही जर्मन सैनिक दिसले नाहीत. शिवाय नागरिकही दिसले नाहीत. नॅव्हारन गावातील लोकांनी कर्फ्यू अगदी कडकपणे पाळला होता. रस्त्यावर चिटपाखरू नव्हते. ॲन्ड्रियाने आपला जर्मनांशी चालणारा संघर्ष थांबवला होता; पण मनात त्याने त्यांच्याविषयी सूडभावना ठेवली होती. मॅलरीला सारखी भीती वाटत होती की, ॲन्ड्रियाला जर्मनांनी ताब्यात घेतले असावे. पण जेव्हा ते बंदरातील समुद्राच्या पाण्यापाशी पोहोचले तेव्हा मॅलरीला गोळीबाराचा आवाज ऐकू आला. म्हणजे ॲन्ड्रिया आता येथवर जवळच कोठेतरी येऊन पोहोचला आहे. तो जिवंत आहे. तो आवाज गावाच्या ईशान्य भागाकडून आला होता. म्हणजे किल्ल्याभोवतालच्या भागातून.

बंदराच्या त्या बुटक्या भिंतीवर किंवा धक्क्यावर चढून मॅलरी उभा राहिला. त्याने आपल्या सहकाऱ्यांकडे पाहिले. तसेच बंदरातील पाण्याकडेही पाहिले. ते

पाणी गडद रंगाचे होते व तेलकट होते. जरी पाऊस धो धो पडत होता तरीही त्या पावसातून त्याला डावीकडे व उजवीकडे भिंतीला लागून काही नौका नांगरून ठेवलेल्या अंधुकपणे दिसल्या. परंतु त्यापलीकडे त्याला काहीही दिसेना.

तो स्वत:शीच म्हणाला, "आपण आता एवढे भिजलो आहोत की आता यापेक्षा अधिक नक्कीच भिजणार नाही." मग तो लूकीकडे वळला. लूकी त्याला ॲन्ड्रियाबद्दल काहीतरी सांगायचा प्रयत्न करत होता.

तो म्हणत होता, "तुम्हाला अंधारात समुद्रातील जे जे काही दिसले, ते नक्की व्यवस्थित दिसले ना?" त्याने असे विचारण्याचे कारण की, जर्मन कमांडंटची खासगी मालकीची एक लाँच तिथे उभी होती. ३६ फूट लांबीची व १० टन वजनाची ती लाँच बंदरात कायम किनाऱ्यापासून १०० फूट अंतरावर नांगरून ठेवलेली होती. त्या लाँचची देखभाल करणारा इंजिनिअर रक्षकाचेही काम करत असतो. तो त्या लाँचवरच राहत असतो." लूकीने सांगितले. तो पुढे म्हणाला, "मी एकदा त्या लाँचवर जाऊन आलेलो आहे. तुम्ही आत्ता जरी माझे डोळे बांधून लाँचवर नेलेत, तरी मी आतला तपशील सहज दाखवू शकेन."

मॅलरी त्याचे बोलणे तोडून घाईघाईत म्हणाला, "ठीक आहे, ठीक आहे. मी तुमची माहिती लक्षात ठेवीन. कॅसी, आता मला तुझी हॅट जरा उसनी दे बरं." मग त्याने कॅसीची हॅट डोक्यावर चढवली व त्यात आपले पिस्तूल लपवून ठेवले. मग तो पाण्यात उतरला व लूकीच्या बाजूला गेला.

लूकी त्याला म्हणाला, "मेजर, तो इंजिनिअर आत्ता जागा असेल."

"होय, मलाही तसेच वाटते आहे." मॅलरी गंभीरतेने म्हणाला. पुन्हा एकदा मशीनगन व कार्बाईन यांचा कडकडाट कानावर आला. मॉसर रायफलचाही आवाज आला. "आता नॅव्हारनमधील सर्वच रहिवाशांना आपण व जर्मन्स यांच्यात संघर्ष चालू असल्याचे समजून येईल. फक्त बहिरे किंवा मृत असतील त्यांनाच हा गोळीबार ऐकू येणार नाही. बोट तुम्हाला दिसू लागली की तुम्ही लपून बसा. मी बोटीवरून जेव्हा तुम्हाला हाका मारेन तेव्हाच तुम्ही बोटीत या."

यावर दहा सेकंद उलटले, पंधरा सेकंद गेले. मग लूकीने मॅलरीच्या दंडाला स्पर्श कला. त्या स्पर्शातली लूकीची भावना त्याला कळली.

मॅलरी कुजबुजला, "होय, मी काळजी घेईन." मग मॅलरी पाण्यात शिरला. ५० फुटांपर्यंत तो गेल्यावर त्याची आकृती दिसत होती. नंतर तो दिसेनासा झाला. मॅलरीने डोक्यावर पिस्तूल ठेवून त्यावर हॅट चढवली होती. ती हॅट खूप खाली ओढून त्याने घट्ट बसवली होती. पाणी आत शिरून पिस्तूल भिजू नये म्हणून तो डोके पाण्याबाहेर ठेवत होता. तो आवाज न करता पोहत होता. फार हात मारीत नव्हता. शेवटी डोळे फाडून पाहिले असता त्याची एक धूसर आकृती बोटीच्या

पुढच्या भागातील डेकवर उभी असलेली जाणवली. इंजिनरूममध्ये जाण्याच्या झडपेच्या दारानंतर ती जागा होती. मॅलरी तिथे स्तब्ध उभा राहून कानोसा घेत होता. तो वरच्या किल्ल्याकडे व गावातल्या वरच्या वस्तीकडे पाहत होता. मग मॅलरी सावकाश बोटीच्या मागच्या बाजूला गेला. जेथे वळसा घालून इंजिनिअर जिथे झोपला होता त्याच्या जवळ गेला. अजिबात आवाज न करता त्याने आपली हॅट डोक्यावरून काढली, आतले पिस्तूल हातात घेतले, बाजूच्या कठड्याला डाव्या हाताने पकडले. तो इंजिनिअरपासून ७ फूट अंतरावर उभा होता. एवढ्या अंतरावरून आपला नेम चुकणार नाही याची त्याला खातरी होती; पण त्याला त्या इंजिनिअरवर गोळी झाडावीशी वाटेना, निदान तेव्हातरी. त्या कठड्याचे बार तसे पक्के नव्हते. बंदरात शिरायची जागा चिंचोळी होती. एका चिमट्यासारखी होती. आत शिरल्यावर मोठ्या तळ्यासारखा एक बंदिस्त समुद्र होता. तो इंजिनिअर डेकपासून दीड फूट उंचावर पहुडला होता. कदाचित झोपला नसावा. जर त्याने विरोध केला तर सरळ गोळी झाडणे भाग होते. मग तो तेथून कठड्याचे बार तोडून खाली पाण्यात धपकन पडणार होता. त्या आवाजाने बंदराच्या तोंडापाशी असलेले जर्मन पहारेकरी सावध होऊ शकत होते. मॅलरीने ही शक्यता लक्षात घेतली होती.

मॅलरी हळुवारपणे जर्मन भाषेत बोलला, ''जर तू हललास, तर मी तुला ठार करेन!'' डोळे मिटून पडलेल्या त्या इंजिनिअरने ते वाक्य ऐकले आणि त्याचे शरीर एकदम ताठरले. त्याच्या हाताशी एक कार्बाईन रायफल होती. मॅलरीला ती दिसली.

''ती रायफल खाली ठेव. अजिबात वळू नकोस.'' पुन्हा एकदा त्या माणसाने मॅलरीचे ऐकले. मग मॅलरी आवाज न करता पुढे गेला. आपले पिस्तूल उलटे धरून पिस्तुलाच्या दस्त्याचा तडाखा असा काही त्याच्या मानेवर मारला, की तो खाली डेकवर पडेल. तीन मिनिटांनी सर्व जण बोटीवर सुखरूप चढले.

ब्राऊन इंजिनरूममध्ये लंगडत लंगडत गेला. मॅलरीही त्याच्या मागोमाग गेला. तिथे टॉर्चच्या प्रकाशात त्याने सराइतासारखी पाहणी केली. तिथले मोठे सहा सिलिंडरचे डिझेल इंजिन त्याने पाहिले.

ब्राऊन त्या इंजिनाकडे आदराने पाहत होता. तो म्हणाला, ''हेच ते जगप्रसिद्ध इंजिन. कमालीचे सुंदर व कार्यक्षम आहे, अप्रतिम आहे. यातले कितीही सिलिंडर वापरता येतात. मला हे इंजिन पूर्ण ठाऊक आहे.''

''तुला ते ठाऊक असणारच. माझी खातरी आहे. आता ते चालू करता येईल का?''

''एक मिनिट. मी आधी त्याची नीट पाहणी करतो.'' ब्राऊनने कसलीही घाई न करता एखाद्या सराईत इंजिनिअरसारखी पाहणी केली, अत्यंत सावकाश व अगदी पद्धतशीर रीतीने. त्याने इंजिनरूमचीही पाहणी केली. इंधनाची चावी उघडली आणि

मॅलरीकडे वळून म्हटले, "सर, हे एक दुहेरी नियंत्रण करण्याचे काम आहे. येथून जसे इंजिनावर नियंत्रण ठेवता येते, तसेच ते डेकवरील सुकाणूघरातूनही करता येते."

मग त्याने वर सुकाणूघरात जाऊन तिथेही बारकाईने तपासणी केली. मॅलरी आता उतावीळ झाला होता. तो वाट पाहत होता. पाऊस कमी कमी होत बंद होऊ लागला होता. बंदराच्या बाह्यरेखा आता नीट सुस्पष्ट दिसू लागल्या होत्या. ही बोट घेऊन पळून जाण्याचा आपला प्रयत्न बंदराच्या मुखाशी असलेले पहारेकरी हाणून पाडतील काय, अशी काळजी त्याला वाटू लागली. परंतु तसे घडणे अशक्य होईल अशीही एक आशा वाटत होती. कारण ॲन्ड्रिया जे अनेक माणसांचे जाळे तयार करत होता, त्यावरून असे लक्षात आले होते की, येथून कोणी पलायन करू शकेल ही गोष्ट जर्मनांच्या मनातही येऊ शकणार नव्हती... मग मॅलरीने पुढे वाकून कॅसी ब्राऊनच्या खांद्यावर थोपटले.

मॅलरी म्हणाला, "कॅसी, रात्रीचे आठ वाजून अकरा मिनिटे झाली आहेत. जर त्या विनाशिका लवकर आल्या, तर मग मात्र जो काही तोफांपाशी वर स्फोट होईल त्यामुळे हजारो टन खडक आपल्या डोक्यावर पडणार आहेत."

"सर, मी तयार आहे." ब्राऊनने म्हटले. समोरच्या डॅशबोर्डकडे त्याने पाहिले. तो कौतुकाने म्हणाला, "खरोखरच याला तोड नाही." त्या डॅशबोर्डवर निरनिराळे मीटर्स दाटीवाटीने बसवलेले होते. त्यामुळे बोटीतील यांत्रिक परिस्थिती एका दृष्टिक्षेपात समजून येत होती. ब्राऊन यावर खूश झाला होता.

"आपण अजूनही एका तरंगत्या नांगरनिशाणाला जखडलेलो आहोत. या बोटीवर पक्क्या केलेल्या रायफली, छोट्या तोफा, सर्चलाइट, संदेश देणारे आल्डिस दिवे, लाइफ जॅकेट्स व बॉय आहे. ते तपासू शकतो. ते कुठे व कशा अवस्थेत आहेत हे आपल्याला समजणे महत्त्वाचे आहे." शेवटच्या वाक्यावर जोर देत तो म्हणाला.

यावर मॅलरी हळूच हसला. त्याने ब्राऊनच्या खांद्यावर थोपटले.

"तुझ्या बोलण्यावरून असे वाटते की, तू एक मोठा राजकीय मुत्सद्दी बनू शकशील. आपण सर्व ते करू." मॅलरी हा एक व्यवहारी माणूस होता. आपण व ब्राऊन यांच्यात काय फरक आहे, हे तो जाणून होता. त्याने ब्राऊनचे म्हणणे मान्य करून म्हटले, "मग नंतर ही बोट तू बाहेर काढशील ना?"

"येस सर. तुम्ही जरा लूकीला येथे पाठवता का? कारण बंदराच्या मुखातून बाहेर पडताना अडचण येणार आहे. तिथे दोन्ही बाजूला चढाचा भाग आहे. त्या चिंचोळ्या भागातून बोट न्यायची आहे. पण आणखी काही पाण्याखालच्या अडचणी असतील. लूकीला त्या ठाऊक असतील. कदाचित पुढे प्रवाळ खडकांची रांगही असू शकेल."

तीन मिनिटांनी ती लॉंच बंदराच्या मुखाच्या दिशेने अर्ध्या अंतरावर आली होती.

ब्राऊन फक्त दोन सिलिंडर्सवर इंजिन चालवत होता. त्यामुळे इंजिनाचा आवाज फार होत नव्हता. मॅलरी व मिलर हे दोघेही अजूनही जर्मन सैनिकांच्या गणवेषात होते. ते डेकवरच्या सुकाणूघराबाहेर उभे होते. लूकी सुकाणूघरात खाली वाकून लपून बसला होता. एकदम दोनशे फुटांवरून एका सिग्नल लॅम्पमार्फत त्यांना संदेश दिले जाऊ लागले. रात्रीच्या शांततेत त्या आल्डिस दिव्याच्या उघडझाप करणाऱ्या व्हेनेशियन पट्ट्यांचा खटखट आवाजही ऐकू येत होता.

"आता हा मिलर काय ते तुम्हाला दाखवेलच!" असे मिलर स्वतःशीच म्हणाला. तो बोटीच्या उजव्या बाजूला असलेल्या मशीनगनच्या जवळ सरकला. "या छोट्या मशीनगनने मी..."

तो एकदम बोलायचे थांबला. त्याच्या मागे असलेल्या सुकाणूघरातून तो क्लक क्लक आवाज येत होता. आल्डिस दिव्याची उघडझाप ही अनेक व्हेनेशियन पट्ट्या खाली-वर हलवल्याने होते. त्यामुळे दिव्याचा प्रकाश बंद होतो किंवा चालू होतो. मोर्स कोडसारखेच यावर आधारित अक्षरांचे संकेत बसवलेले असतात. हे काम ब्राऊन करत होता. त्याने आपल्या हातातील सुकाणूचक्र लूकीकडे दिले होते आणि तो समोरून येणाऱ्या दिव्याच्या संदेशाला उत्तर देत होता. पावसाच्या धारांमधून प्रकाश जाताना तो अंधुक वाटत होता. समोरच्या शत्रूचा दिवा बंद झाला होता; पण आता तो पुन्हा चालू झाला होता.

"बापरे! ते बरेच काही प्रकाशाच्या मार्गाने एकमेकांशी बोलू शकतात! ही निरोपांची देवाण-घेवाण किती वेळ चालेल, बॉस?" मिलरने विचारले.

मॅलरी म्हणाला, "मला वाटते की त्यांची देवाण-घेवाण आता संपत आली असावी." मग तो झटकन सुकाणूघरात शिरला. बंदराच्या मुखापासून ते आता १०० फुटांपेक्षा कमी अंतरावर पोहोचले होते. ब्राऊनने असे काही निरोप त्या आल्डिस दिव्यामार्फत पाठवले होते की, त्यामुळे शत्रूचा गोंधळ झाला होता. त्यामुळे त्याला मोलाचे काही सेकंद मिळाले. मॅलरीला तेच हवे होते. पण हाही वेळ संपणार होता. मॅलरीने ब्राऊनच्या दंडाला स्पर्श केला.

"आता आपल्याकडे जे काही आहे, ते सारे वापरले पाहिजे." असे म्हणून दोन सेकंदांनी तो लाँचच्या नाळेच्या भागावर मघाशी जिथे होता तिथेच जाऊन उभा राहिला. त्याच्या हातात श्मायसर रायफल होती. त्याने ती तयारीत ठेवली होती. तो ब्राऊनला म्हणाला, "आता तुला मोठी संधी आली आहे. ते सर्चलाइट टाकतील. तो डोळ्यांवर येणार नाही असे पाहा. नाहीतर तुला थोडा वेळ काहीही दिसणार नाही."

तो असे बोलत असताना त्या सिग्नल लॅम्पचा प्रकाश एकदम बंद झाला आणि दोन झगझगीत प्रकाशझोत त्यांच्यावर पडले. बंदराच्या मुखाशी डावीकडे व

उजवीकडे अशा दोन चौक्या होत्या. दोन्ही ठिकाणांचे सर्चलाइट लावले गेले होते. त्यांच्या प्रकाशात सारे बंदर उजळून निघाले. त्या प्रकाशाचा झगझगाट हिंस्रपणे डोळे दिपवून टाकत होता. पण तेवढ्यात श्मायसर रायफलीमधून दोन गोळ्या झाडून मॅलरीने ते सर्चलाइट फोडून टाकले. इतक्या जवळून गोळ्या झाडताना नेम चुकणे शक्यच नव्हते.

''सर्व जण खाली पडा! डेकवर पालथे पडा!'' मॅलरीने ओरडून सर्वांना सूचना दिली.

झाडलेल्या गोळ्यांचे प्रतिध्वनी हळूहळू विरत गेले. वर किल्ल्याच्या भिंतीवर ध्वनिलहरी आपटून परावर्तित झाल्याने तो आवाज घुमला होता. कॅसी ब्राऊनने आता सर्व सहाच्या सहा सिलिंडर्स चालू करून इंजिन पूर्ण क्षमतेला नेले. त्याने थ्रॉटल ओढून लाँचला वेग दिला. त्या डिझेल इंजिनाचा आवाज आता कमालीचा मोठा झाला. त्या आवाजात इतर सारे किरकोळ आवाज बुडून गेले. पाच सेकंद झाले. दहा सेकंद झाले. ते आता बंदराच्या मुखातून बाहेर पडत होते. अजूनही त्यांच्या दिशेने एकही गोळी झाडली गेली नव्हती. आता अर्ध्या मिनिटांत ते बंदराच्या मुखातून बाहेर पडणार होते. शेवटी ते बंदराच्या मुखातून बाहेर पडले. ते पूर्ण वेगाने जात होते. त्यामुळे लाँचचा पुढचा भाग पाण्यावर उचलला गेला होता आणि मागचा भाग पाण्यात दबला होता. लाँचच्या मागे समुद्रात एक फेसाळ पट्टा उमटत जात होता. इंजिनाने आता कमाल क्षमता गाठली होती. ब्राऊनने लाँच उजवीकडे नेली. त्याला उंच कड्यांचे संरक्षण हवे होते. त्या कड्याच्या भिंतीमुळे वारा अडवला जात होता.

मिलर उठून उभा राहत म्हणाला, ''बॉस, चांगलीच धुमश्चक्री झाली; पण शेवटी सरस माणसेच जिंकतात.'' मिलरने आधारासाठी तिथे पक्क्या केलेल्या एका मशीनगनला धरले होते. तो म्हणाला, ''आता मला माझ्या नातवंडांना या आठवणी सांगता येतील.''

''एव्हाना जर्मन सैनिक सबंध गावात आपला शोध घेत असतील. ॲन्ड्रियाने जो सर्चलाइट फोडला त्यामागे गरिबांची वस्ती होती. तिथे शोध घेतला जाईल. किंवा आपली चालच अशी होती की त्यांना आश्चर्याचा धक्का बसला असावा. त्यामुळे ते हतबुद्ध होऊन गेले असतील.'' मॅलरी बोलत होता. शेवटी आपले डोके हलवून तो म्हणाला, ''ते काहीही असले, तरी आपण चांगलेच सुदैवी ठरलो आहोत.''

मग तो सुकाणूघरात गेला. ब्राऊनच्या हातात सुकाणूचक्र होते. लूकी खुशीत आला होता.

''कॅसी, जे झाले ते भलतेच झकास झाले.'' मॅलरी मनापासून त्याला म्हणत होता. ''फर्स्ट क्लास काम केलेस बघ. ही कड्याची भिंत संपली की इंजिन बंद कर.

आपले काम झाले आहे. मी आता परत किनाऱ्यावर जाणार आहे.''

"मेजर, तुम्हाला किनाऱ्यावर जाण्याची गरज नाही.'' लूकी म्हणाला.

"का बरे?'' मॅलरीने त्याला विचारले.

"त्याची गरज नाही. मी वाटेत तुम्हाला सांगण्याचा प्रयत्न करत होतो, पण तुम्ही प्रत्येक वेळी मला गप्प करत होतात.'' लूकी दुखावलेला दिसत होता. मग तो ब्राऊनकडे वळून म्हणाला, "आता वेग कमी करा, हळू चालवा, प्लीज. ॲन्ड्रियाने मला शेवटी सांगितले होते की, तुम्ही ठरावीक मार्गानेच समुद्रातून जा. आपण आत्ता त्याच मार्गाने जात आहोत. या उत्तरेला तो अवाढव्य कडा उभा आहे. येथे येऊन अडकून राहण्यापेक्षा गावात जाऊन लपणे त्याला सोयीचे होते. खरे ना?''

"कॅसी, हे खरे आहे?'' मॅलरीने विचारले.

"ते मला विचारू नका. ते दोघे एकमेकांशी नेहमी ग्रीक भाषेत बोलत. मला कसे ते कळणार?''

"अर्थातच, अर्थातच!'' मॅलरीने उजव्या बाजूचे समुद्रकिनाऱ्याजवळचे बुटके कडे पाहिले. ते लाँचपासून बरेच जवळ होते. कॅसीने इंजिन बंद केले. लाँच पाण्यातून जेमतेम पुढे सरकू लागली. मग तो लूकीकडे पाहत त्याने विचारले, "तुमची खातरी आहे का...''

पण तो मध्येच थांबला आणि सुकाणूघरातून बाहेर पडला. त्याने एक आवाज ऐकला होता. काहीतरी पाण्यात धपकन पडल्याचा तो आवाज होता. तो किनाऱ्याकडून आला होता व ती जागा लाँचच्या पुढेच असावी, असा अंदाज होता. मॅलरी व मिलर हे दोघेही काळोखात खोलवर डोकावून पाहत होते. थोड्या वेळाने वीस फुटांवर कोणाचे तरी एक काळे डोके पाण्यातून वर आले होते. मग लाँच त्या डोक्याजवळून जेव्हा अगदी सावकाश जाऊ लागली, तेव्हा मॅलरी व मिलर यांनी बाहेर वाकून आपले हात पुढे केले व पाण्यातल्या त्या माणसाला वर घेतले. तो ॲन्ड्रिया होता. त्याच्या अंगावरून पाणी निथळत होते; पण त्याचा चेहरा अत्यंत उत्साही दिसत होता. मॅलरीने त्याला हाताशी धरून थेट सुकाणूघरात नेले. तिथला मंद दिवा लावला. त्या दिव्याला शेड होती. तो चार्ट-लॅम्प होता. नकाशा पाहण्यासाठी त्याचा उपयोग केला जायचा.

"ॲन्ड्रिया, कमाल आहे तुमची. तुम्ही परत कधी दिसाल असे मला वाटले नव्हते. कसे काय जमले हे सारे?'' मॅलरीने विचारले.

ॲन्ड्रिया हसून म्हणाला, "मी सारे काही तुम्हाला लवकरच सांगेन. थोड्या वेळाने–''

मिलर त्याचे बोलणे तोडत म्हणाला, "तुम्ही जखमी झाला आहात. तुमच्या

खांद्याला भोके पडली आहेत.'' त्याच्या ओल्या कपड्यावर आतल्या रक्ताचा लाल डाग पसरू लागला.

ॲन्ड्रिया म्हणाला, ''तसले काही नाही हो. नुसते खरचटले तर आहे.''

''खरे आहे बाबा. तुमचा हात जरी निखळून पडला तरी तुम्ही 'खरचटले आहे' असेच म्हणणार. चला, केबिनमध्ये चला. माझ्यासारख्या डॉक्टरला ही जखम बांधायची म्हणजे पोरखेळ आहे. काहीही गंभीर प्रकार नाही.'' मिलर म्हणाला.

''पण कॅप्टन मॅलरी–''

''ते थांबतील. तुम्ही तुमची साहसकथा आता मला सांगत राहा. कर्मॉन!'' मिलर आपल्या पेशंटच्या कलाने घेत होता.

''ठीक आहे, ठीक आहे!'' ॲन्ड्रिया आज्ञाधारकपणे म्हणाला आणि तो मिलरच्या मागोमाग केबिनमध्ये गेला.

ब्राऊनने पुन्हा श्रॉटल ओढून लाँचचा वेग वाढवला. त्याने लाँचचा रोख सरळ उत्तरेकडे 'केप डेमिर्सी' या भूशिराकडे धरला. यामुळे वाटेतील छोटी छोटी अनेक बेटे व तिथली बंदरे टाळता येत होती. नंतर तो पूर्वेला काही मैल गेला आणि तिथून दक्षिणेकडे मेडोसच्या सामुद्रधुनीची दिशा त्याने धरली. सुकाणूघरात मॅलरी त्याच्या बाजूला उभा होता. तो समोरच्या अंधारातून समुद्रात खोलवर पाहण्याचा प्रयत्न करत होता. दूरवर कुठेतरी त्याला एक पांढरा बिंदू चमकताना दिसला. त्याने ब्राऊनच्या दंडाला धरून त्याला तो बिंदू दाखवला.

मग मॅलरीने त्याला विचारले, ''पुढे काही प्रवाळ खडकांची रांग नाही ना? समुद्राच्या पांढऱ्या लाटा, ब्रेकर्स मला दिसत आहेत.''

कॅसीने शांतपणे बराच वेळ तिकडे पाहून निरीक्षण केले आणि शेवटी आपले डोके हलवत तो म्हणाला, ''त्या बोटीच्या मागे उमटणारे फेसाळ पाण्याचे पट्टे आहेत.'' मग तो निर्विकारपणे म्हणाला, ''आरमाराच्या विनाशिका येत आहेत.''

सतरा

बुधवारची मध्यरात्र

कमांडर व्हिन्सेंट रायान हा आरमारातील एका विनाशिकेचा कॅप्टन होता. तसेच तो हिज मॅजेस्टीज एस क्लास विनाशिका 'सरदार' याचा कमांडिंग ऑफिसर होता. त्याने चार्ट-रूममधील भरपूर सामानाकडे सर्वत्र नजर फिरवली आणि आपली दाढी ओढली. त्याच्या दाढीच्या रचनेला आरमारात 'कॅप्टन केटल दाढी' असे नाव पडले होते. तो नेहमी गबाळ्या पद्धतीने राहायचा. त्याचा चेहरा खलनायकासारखा वाटे. एखाद्या पुठ्ठ्याच्या खोक्याला अनेक ठिकाणी मार बसल्यावर जसे ते दिसेल तसे त्याच्या चेहऱ्याकडे पाहिले की वाटे. रायान याने त्याच्या समोर आलेल्या माणसांकडे पाहिले, अगदी जवळून निरखून पाहिले. मग आपली दाढी सवयीप्रमाणे पुन्हा ओढली. समोरच्या माणसांबद्दलचे मत एकदम बनवण्यात अर्थ नाही. तसे करणे हे धोकादायक आहे, फार धोकादायक आहे. पण तरीही आपण या माणसांकडे एवढ्या थंडपणे कसे काय पाहू शकतो आहोत, हे त्याला कळेना. त्यामुळेच तो अस्वस्थ झाला होता. ही माणसे 'हॅचेट-मेन' आहेत. तो 'हेंचमेन' ऐवजी हा शब्द वापरत होता. कॅप्टन जेन्सन याने आपले मारेकरी छान निवडले आहेत.

मग त्याने त्यांना सुचवून पाहिले. तो म्हणाला, "तुमच्यापैकी कोणाला जर खाली जायचे असेल तर पाहा. खाली भरपूर गरम पाणी आहे, कोरडे कपडे आहेत आणि उबदार बिछाने बंकवर आहेत. आज रात्री आम्ही ते बिछाने वापरणार नाही."

"थँक यू व्हेरी मच, सर!" मॅलरी थोडेस कचरत म्हणत होता. "पण आम्हाला नॉव्हारनच्या बेटाला वळून जाताना प्रत्यक्षात काय घडेल ते पाहायचे आहे."

"ठीक आहे, मग चला तर वर ब्रिजवर." रायान म्हणाला. जहाजाच्या

माथ्यावरील ज्या खोलीतून कॅप्टन चौफेर पाहून हुकूम सोडत असतो, त्या ब्रिजमधूनच ती भावी घटना दिसू शकणार होती. मॅलरी व मिलर यांनी स्फोटके लावून ठेवली होती खरी. पण जे योजले ते प्रत्यक्षात घडेल की नाही, त्याबद्दल त्यांना उत्सुकता होती. आता 'सरदार' विनाशिका आपला वेग वाढवू लागली होती. त्यांच्या पायाखालची डेकची जमीन हादरते आहे असे त्यांना जाणवले. कमांडर रायान म्हणाला, "पण ते सारे पाहताना तुम्ही तुमच्या जबाबदारीवर पाहा. अर्थातच तुम्ही जोखीम घेत आहात."

मिलर म्हणाला, "आम्ही आजवर अशा अनेक जोखिमा उचलल्या आहेत; पण त्यामुळे आम्हाला काहीही झाले नाही."

पाऊस थांबला होता व त्यांना ब्रिजमधून आकाशाकडे पाहताना ढग एकमेकांपासून दूर झाल्याने चांदण्या चमचमताना दिसू लागल्या. मॅलरीने समुद्रावर चौफेर नजर फिरवली. त्याला बोटीच्या डाव्या बाजूला दूरवर मेडोस बेट दिसले आणि उजव्या गाजूला नॅव्हारन बेट हळूहळू मागे सरकताना दिसत होते. विनाशिकेच्या पुढच्या बाजूला अजून दोन जहाजे होती. त्यांच्या मागे फेसाळ पाण्याचे पट्टे समुद्रात उमटत होते.

मॅलरीने कॅप्टनकडे वळून विचारले, "तुमच्याकडे वाहने नाहीत, सर?"

"नाहीत." रायान म्हणाला. त्याच्या मनात आनंद व संकोच अशा दोन्ही भावना उचंबळून आल्या. कारण मॅलरीने त्याला 'सर' म्हणून संबोधले होते. तो पुढे म्हणाला, "या फक्त विनाशिका आहेत. आम्हाला फक्त 'खेरोस बेटावर जाऊन धडका आणि आपल्या माणसांना उचलून आणा' एवढाच हुकूम दिला आहे. उगाच रात्री रमतगमत कामे करण्यासाठी वेळ नाही. त्यातून आम्ही वेळापत्रकानुसार मागेच पडलो आहोत."

"किनाऱ्यावरून माणसांना उचलून घेण्यास किती वेळ लागेल?"

"अर्धा तास."

"काय? फक्त अर्ध्या तासात तुम्ही १२०० माणसांना बोटीवर चढवू शकाल?" मॅलरीला अर्ध्या तासाचा वेळ हा अशक्यप्राय वाटत होता.

"कदाचित थोडा जास्त वेळ लागेल. तिथले मूळचे रहिवासीसुद्धा आमच्या बरोबर येणार आहेत. तरीही आम्ही अर्ध्या तासात ते उरकणार आहोत. पण कदाचित थोडासा जास्त वेळ लागेल. शक्य तितकी हलवता येण्याजोगी तिथली सर्व यंत्रसामग्रीही आम्ही बोटीवर चढवणार आहोत."

यावर मॅलरीने आपली मान डोलवली आणि त्याने त्या अरुंद विनाशिकेकडे सर्वत्र नजर फिरवून विचारले, "पण सर, एवढे सगळे ठेवण्यासाठी तुमच्याकडे तेवढी जागा कुठे आहे?"

रायान त्याचे म्हणणे मान्य करत म्हणाला, ''बरोबर प्रश्न विचारलात. बोटीवर गर्दी होणारच. लंडनच्या भूमिगत मेट्रो रेल्वेमध्ये संध्याकाळी जशी खचाखच गर्दी होते तसा प्रकार होईल कदाचित. पण कसेतरी का होईना, आम्ही सर्वांना सामावून घेऊ हे निश्चित.''

मॅलरीने मान हलवून ते मान्य केले आणि नॅव्हारनजवळच्या काळ्या पाण्याकडे तो पाहत राहिला. आता नॅव्हारनचे बंदर जवळ येणार. दोन किंवा जास्तीत जास्त तीन मिनिटांत ते येईल. मग तो किल्ला तेथून जाताना उद्ध्वस्त होत असताना दिसेल. विनाशिका आल्याची दखल जर्मन घेतील. मग ते तोफा चालवू पाहणार. त्यासाठी कोठारातून तोफगोळे लिफ्टने वर आणणार. मग त्या लिफ्टची चाके ती इलेक्ट्रिक यंत्रणा सुरू करतील; परिणामी स्फोट होईल. स्फोट नव्हे, महास्फोट होईल! त्या स्फोटात महाकाय तोफा, दारूगोळ्याचे कोठार, किल्ल्याची उत्तर बाजू व तो पुढे आलेला भव्य शिलाखंड हे उद्ध्वस्त होतील. पण तोपर्यंत जर्मनांनी तपासणी करून आत लावून ठेवलेली स्फोटक यंत्रणा बंद करायला नको. शेवटी ज्यासाठी आपण अट्टाहास केला त्या प्रयत्नांचे सार्थक होणार की नाही? का सारेच ओम्फस होऊन या तीन विनाशिका तोफगोळे डागून पाण्यात बुडवल्या जातील? नक्की काय होईल? तो महास्फोट की आपलेच मरण?

त्याच्या मागून त्याला कोणीतरी हलकेच स्पर्श केला होता. खिन्न भाव असलेले डोळे बाळगून असलेला लूकी त्याच्याशेजारी येऊन उभा राहिला होता. मॅलरी त्याला म्हणाला, ''लूकी, आता फार वेळ वाट पाहावी लागणार नाही.''

लूकी म्हणाला, ''पण मेजर, त्या स्फोटात गावातील माणसे सापडणार नाहीत ना? ते सुखरूप राहतील ना?''

''होय, त्यांना काहीही होणार नाही. मिलर म्हणतो की त्या तोफेच्या गुहेचे खडकाचे छप्पर उडून जाईल. ते सर्व खाली बंदरात पडतील.''

''पण मग तिथे बोटी आहेत, नौका आहेत–''

''अरे बाबा, काळजी करू नकोस. रात्री कोणी त्या बोटीत असणार नाही. कर्फ्यू लावल्यामुळे सर्व जण कर्फ्यू सुरू व्हायच्या आत बोटी सोडून जाणार.'' कोणीतरी मॅलरीला परत मागून दंडाला स्पर्श केला. त्याने वळून पाहिले.

रायान त्याला म्हणत होता, ''कॅप्टन मॅलरी, हे लेफ्टनंट बीस्टन. या बोटीवर ते तोफखान्यावरील अधिकारी आहेत.'' रायानच्या बोलण्यात थोडासा थंडपणा होता. मॅलरीला वाटले की या कॅ. रायानला हा गनरी अधिकारी फारसा आवडत नसावा. ''लेफ्टनंट बीस्टन यांना जराशी काळजी वाटते आहे.''

ले. बीस्टन म्हणाला, ''होय, मला काळजी वाटते आहे!'' त्याच्या आवाजात थंडपणा, तटस्थता आणि एक न सांगता येण्याजोगी मेहेरबानीपण होती. तो

म्हणाला, ''मला असे कळले की तुम्ही आमच्या कॅप्टनसाहेबांना असा सल्ला दिला आहे की, जर्मनांना विरोध करण्यात अर्थ नसल्याने तसा विरोध करू नका. हे खरे आहे?''

''तुम्ही बीबीसी रेडिओवरच्या मुलाखतीसारखे बोलता आहात.'' मॅलरी थोडक्यात बोलू लागला. ''पण तुमची शंका रास्त आहे. मी तसेच म्हणालो आहे. तुम्हाला त्या तोफा पहाडात नेमक्या कुठे आहेत, हे समजणारच नाही. जर सर्चलाइटचे झोत टाकले, तरच ती जागा समजेल अन् तसे करणे आपल्याला घातक ठरेल. ते तोफांचा मारा आपल्यावर करतील. आपण इकडून तोफा डागल्यावर तोच परिणाम होईल.''

''सॉरी! तुम्ही काय म्हणता ते मला समजले नाही.'' त्या अंधुक प्रकाशातही गनरी अधिकाऱ्याने आपल्या भुवया उंचावलेल्या सर्वांना कळल्या.

मॅलरी शांतपणे सांगू लागला, ''असे पाहा, सर्चलाइटमुळे किंवा तोफा डागल्याने त्यांना वरून आपल्या बोटीचे स्थान कळेल. मग आपल्यावर अचूक मारा करून आहे तिथेच आपल्याला खिळवून ठेवतील. त्यांच्या तोफांची मारा करण्याची अचूकता विलक्षण आहे, हे मला ठाऊक आहे.''

''तशीच अचूकता आमच्या आरमाराकडेही आहे.'' कॅ. रायान शांतपणे मध्येच बोलला. सायबेरीस बोटीवर त्यांनी डागलेला तिसरा गोळा पडला. आधीचे दोन तोफगोळे वाया गेले होते.''

''हे असे का घडले याची तुम्हाला कल्पना आहे का, कॅप्टन मॅलरी?'' मॅलरीचे म्हणणे ले. बीस्टन याला पटलेले दिसत नव्हते.

''याचे कारण त्यांच्याकडे रडारने नियंत्रित केल्या जाणाऱ्या तोफा आहेत. किल्ल्यामध्ये दोन प्रचंड रडारच्या थाळ्या त्यांनी उभ्या केल्या आहेत.''

यावर ले. बीस्टन ठामपणे म्हणाला, ''या विनाशिकेवर गेल्याच महिन्यात रडार बसवलेले आहे. आपणही त्यांच्यावर काही तोफगोळ्यांचा मारा अचूक–''

मिलर आता म्हणाला, ''तुमचा नेम बरोबर असेल हो,'' मिलर खर्जात म्हणाला, ''पण ते बेट खूपच मोठे आहे.'' मिलरचा स्वर थोडासा डिवचणारा होता.

बीस्टन एकदम चिडून म्हणाला, ''पण तुम्ही कोण? तुम्हाला नेमके काय म्हणायचे आहे?''

मिलर जरासाही विचलित न होत म्हणाला, ''मी कॉर्पोरल मिलर. ल्युटेनन्ट, जर्मनांकडे एक अत्यंत संवेदनशील उपकरण असले पाहिजे. त्यामुळे त्यांना शेकडो चौरस मैलांतील हवे ते लक्ष्य सहज शोधता येते.''

यानंतर काही क्षण तिथे शांतता होती. मग ले. बीस्टन स्वतःशीच काहीतरी पुटपुटत तेथून निघून गेला.

"कॉर्पोरल, तुम्ही लेफ्टनंटला दुखावले. अचूक मारा करण्यासाठी ते धडपडत आहेत. पण हरकत नाही. तुम्ही म्हणता तर आम्ही तोफा डागणार नाही... नॅव्हारनच्या तोफा ओलांडायला आपल्याला किती वेळ लागेल, कॅप्टन मॅलरी?"

मॅलरी म्हणाला, "मला खातरीने सांगता येणार नाही. कॅसी तुझे यावर काय मत आहे?"

"सर, अवघा एक मिनिट लागेल. जास्त नाही."

यावर रायानने समाधानाने मान डोलवली. तो काहीही बोलला नाही. ब्रिजमध्ये आता शांतता पसरली होती. त्या शांततेची तीव्रता मागे जाणाऱ्या पाण्याच्या आवाजामुळे वाढली होती. वर आकाश हळूहळू स्वच्छ होत चालले होते. त्यातून चंद्र बाहेर आला; पण तो निस्तेज वाटत होता. विरळ ढगातून मार्ग काढण्यासाठी तो धडपडत आहे असा भास होत होता. कोणीच बोलेनासे झाले. कोणीही तिथून हलले नाही. मॅलरीला आपल्याजवळ धिप्पाड शरीराचा ॲन्ड्रिया उभा आहे, याची जाणीव होत होती. तर मिलर, लूकी, ब्राऊन हे मॅलरीच्या मागे उभे होते. मॅलरी हा देशाच्या मध्यवस्तीत जन्मला होता, दक्षिण आल्प्स पर्वताच्या पायथ्याशी वाढला होता. तो स्वत: जमिनी, डोंगर, दऱ्या-खोरी यांच्याशी निगडित होता. पाण्याशी व जहाजांशी त्याचा फारसा संबंध आला नव्हता.

या विषयात तो नवखा होता. पण आता त्याला येथे अक्षरश: घरी आल्यासारखे वाटत होते, बरे वाटत होते. आपल्याला येथे समाधान वाटते आहे, असे त्यालाही जाणवत होते. ॲन्ड्रियाने मोलाची मदत केली होती. सर्वांनी आपापली कर्तव्ये पुरी केली होती. अशक्य ते शक्य करून दाखवले होते. बस्स, समाधान पावायला एवढ्या गोष्टी पुरेशा आहेत. पण ते सर्व जण घरी परतत नव्हते. एकाची उणीव भासत होती. तो ॲन्डी स्टीव्हन्स होता. आत्ता तो त्यांच्याबरोबर नव्हता. पण आश्चर्य असे की मॅलरीला त्याबद्दल आता दु:ख होत नव्हते. त्याला फक्त स्टीव्हन्सबद्दल सहानुभूती वाटत होती. त्याची आठवण येऊन त्याचे मन विषण्ण होत होते... मॅलरीच्या मनातील विचार जणू काही ॲन्ड्रियाला आपोआप कळले असावेत. तो त्या अंधारात मॅलरीवर खाली वाकला व त्याने त्याला आपल्या कवेत घेतले.

ॲन्ड्रिया म्हणत होता, "खरे आहे रे बाबा. आत्ता ॲन्डी स्टीव्हन्स येथे हवा होता. हेच तुमच्या मनात आले होते. हो ना?"

मॅलरीने आपली मान हलवली व तो हसला; पण एक शब्दही यावर बोलला नाही.

"जाऊ द्या. यामुळे फारसे काही बिघडत नाही, कीथ. खरे ना? आता कसलीही चिंता नाही, त्रास नाही, प्रश्न नाहीत, फक्त वस्तुस्थितीचा एक अहवाल. त्यामुळे फारसे काही बिघडत नाही."

"होय, फारसे काही बिघडत नाही." मॅलरी म्हणाला.

तो असे बोलत असताना त्याने झटकन वर मान करून पाहिले. एक झगझगीत प्रकाशाचा स्तंभ, एक नारिंगी रंगाची ज्वाला नॅव्हारनच्या किल्ल्यातून उसळून बाहेर आली व वर आकाशाकडे झेपावली. त्या ज्वालेने किल्ल्याची भिंत कापून काढली होती. त्यांच्या विनाशिकेने ते भूशिर ओलांडले होते; पण त्याला ते कळलेच नाही. नॅव्हारनच्या बेटासमोरच ते भूशिर होते. शेवटी तो स्फोट, नव्हे तो महास्फोट झाला. सोसाट्याच्या वाऱ्याने आवाज करावा तसा आवाज आता ऐकू येऊ लागला. एखाद्या बोगद्यातून फास्ट एक्सप्रेस आगगाडी एकदम आपल्या डोक्यावरून बाहेर पडल्यावर जसा आवाज येतो तसा तो आवाज होता. नॅव्हारनच्या तोफेत एक तोफगोळा घातला गेला आणि तो विनाशिकेच्या दिशेने डागलाही होता. दुसरा तोफगोळा आणण्यासाठी दारूच्या कोठारात लिफ्ट खाली जाऊ लागली आणि मिलरने लावून ठेवलेल्या यंत्रणेने आपले काम केले. तोफेतून सोडलेला तोफगोळा त्या सर्वांच्या डोक्यावरून गेला आणि पलीकडे समुद्रात पडला. मॅलरीने आपले ओठ आवळले व मुठीही आवळल्या. या आधी 'सायबेरीस' बोट कशी बुडाली असेल, हे त्याला आता कळले.

गनरी ऑफिसर बीस्टन हा कॅप्टनशी काहीतरी बोलत होता; पण ते शब्द मॅलरीच्या डोक्यात घुसत नव्हते. ते दोघे मॅलरीकडे पाहू लागले व मॅलरी त्यांच्याकडे पाहू लागला. पण त्याच्या नजरेला ते दोघे दिसत नव्हते. त्याचे मन आता मेंदूपासून वेगळे झाले होते. यानंतर आणखी एखादा तोफगोळा येऊन पडेल काय? किंवा जो प्रकाश दिसला व आवाज आला तो पहिला तोफगोळा डागल्यामुळे तसे झाले होते काय? किंवा कदाचित... पुन्हा एकदा तो काळोख्या दारूच्या कोठारात गेला. आता त्याला तिथे अनेकजण कामे करत होते. ती माणसे कोण होती ते त्याला ठाऊक नव्हते. लिफ्टमध्ये कप्प्या लटकलेल्या होत्या व त्यांनी पकडून धरलेले तोफगोळे तसेच लिफ्टमध्ये लोंबकळत होते. हळूहळू लिफ्ट वर चालली होती. इंचाइंचाने वर सरकत होती. स्फोट घडवून आणणाऱ्या त्या दोन उघड्या वायर्स जवळ आल्या व त्यापासून अर्धा इंच अंतरावर लिफ्टची चाके त्यावरून गेली. अन मग...

मग बिळातून एखादी नागीण सळसळत बाहेर यावी तशी एक पांढरी शुभ्र पण भव्य आकाराची ज्वाला उसळली आणि वरचे छत फोडून आकाशात शेकडो फूट उंच गेली. एक महास्फोट झाला! या महास्फोटामुळे नॅव्हारनच्या किल्ल्याचे हृदयच दुभंगून गेले. स्फोटानंतर सर्वत्र आगी लागतात. तसे येथे काहीच झाले नाही. काळ्या धुराचे लोटच्या लोट निघाले नाहीत. फक्त एक डोळे दिपवणारा पांढरा झगझगीत प्रकाशस्तंभ गुहेचा वरचा खडक फोडून आकाशात घुसला. त्यामुळे सारे नॅव्हारन गाव उजळून निघाले. तो स्तंभ शेवटी पार वरच्या ढगाला जाऊन भिडला.

मग तिथे तो विरून गेला व दिसेनासा झाला. त्यानंतर त्या महास्फोटातून निघालेली शॉक वेव्ह, जबरदस्त धक्का देणारी हवेची लाट सर्वत्र पसरत गेली. त्याच वेळी महास्फोटाचा आवाज ऐकू आला. इतक्या लांबवर ऐकू आल्यावरही ऐकणारे सर्व जण दचकले. त्यानंतर हजारो टन वजनाचे खडक कोसळणारा गडगडाटी आवाज ऐकू आला. खालच्या बंदरावर व तिथल्या पाण्यावर ते कोसळले. त्या मागोमाग त्याच त्या दोन महाकाय तोफाही कोसळल्या. अखेर गन्स ऑफ नॅव्हारनची समाप्ती झाली!

तो गडगडाटी आवाज व त्याचे प्रतिध्वनी त्यांना समुद्रात अजूनही ऐकू येत होते. ढगाआडून जेव्हा परत एकदा पूर्ण चंद्र प्रगटला, त्याच्या प्रकाशात समुद्रातल्या गडद पाण्यातील तरंगांना एक चमचमणारी चंदेरी किनार मिळाली. विनाशिकेच्या पुढे काही अंतरावर मात्र हा प्रकाशाचा खेळ नव्हता. त्यापुढेच ते खेरोस बेट आणि त्यावरील शेकडो माणसे समुद्राच्या किनाऱ्यापाशी पहुडली होती. ते सर्व गाढ झोपले होते. आता ते जिवंत राहणार होते.

■